சஜ்ஜன் யாதவ்

நூலாசிரியர்

நூலாசிரியரும் அரசு அதிகாரியுமான சஜ்ஜன் யாதவ், 1995 ஆம் வருடத்திய, அருணாசலப் பிரதேசம், கோவா, மிசோரம் மற்றும் ஒன்றியப் பிரதேசப் பிரிவைச் சேர்ந்த ஓர் ஐஏஎஸ் அதிகாரியாவார். இந்திய அளவில் சிறப்பாக விற்பனையான அவருடைய முந்தைய நூலான, 'இந்தியாவின் தடுப்பூசி வளர்ச்சிக் கதை: மாட்டம்மை முதல் கொரோனா-19 தடுப்பூசி வழங்குதல் வரை' நூல், 16 இந்திய மொழிகளிலும், ஸ்பானிஷ் மொழியிலும் மொழிபெயர்க்கப்பட்டுள்ளது. அவருடைய பல கட்டுரைகள், இந்திய மற்றும் சர்வதேச நாளேடுகள், பருவ இதழ்கள் மற்றும் பத்திரிகைகளில் பிரசுரமாகியுள்ளன.

அவர் தில்லி பல்கலைக்கழகத்திலிருந்து எம்பிஏ பட்டத்தையும், அமெரிக்காவிலுள்ள மினசோட்டா பல்கலைக்கழகத்திலிருந்து பொதுக் கொள்கையில் முதுகலைப் பட்டமும், இலண்டன் சுகாதாரம் மற்றும் வெப்பமண்டல மருத்துவக் கல்லூரியிலிருந்து பொதுச் சுகாதாரத்தில் முனைவர் பட்டமும் பெற்றுள்ளார்.

தற்போது அவர் இந்திய ஒன்றிய அரசின் நிதித் துறையில் கூடுதல் செயலாளராகப் பணியாற்றிக் கொண்டிருக்கிறார். முப்பது ஆண்டுகளுக்கும் மேலாக, அரசாங்கக் கொள்கை வகுப்பில் அவருக்குப் பரந்துபட்ட அனுபவம் இருக்கிறது. அத்துடன், அவர் இந்திய ஒன்றிய அரசிலும் மாநில அரசுகள் பலவற்றிலும் பல்வேறுபட்டத் தலைமைப் பொறுப்புகளில் பணியாற்றியுள்ளார்.

இந்திய ஒன்றிய அரசில் அவர் நிதித்துறை தவிர, சுகாதாரம் மற்றும் குடும்பநலத் துறை, பெண்கள் மற்றும்

குழந்தைகள் வளர்ச்சித் துறை, கனரகத் துறை, பொது நிறுவனங்கள் மற்றும் பெருநிறுவன விவகாரத் துறை ஆகியவற்றிலும் பணியாற்றியுள்ளார். அத்துடன், தேசிய ஊட்டச்சத்து இயக்கத்தின் இயக்குநராகவும், தேசிய ஊரகச் சுகாதார இயக்கத்தின் இயக்குநராகவும், தில்லியின் உணவு மற்றும் பிற பொருள்கள் வழங்குதல் துறையின் ஆணையராகவும், தில்லி நீர் ஆணையத்தின் தலைமை நிர்வாக அதிகாரியாகவும், 'மதிப்புக் கூட்டு வரி' ஆணையராகவும், ஆயத்தீர்வை, பொழுதுபோக்கு மற்றும் ஆடம்பர வரித் துறையின் ஆணையராகவும், கிழக்கு தில்லி மாநகராட்சியின் ஆணையராகவும் அவர் பணியாற்றியுள்ளார். அருணாசலப் பிரதேசம், மிசோரம், இராஜஸ்தான் ஆகிய மாநிலங்களிலும், தில்லி தேசியத் தலைநகரப் பகுதி, தாத்ரா & நகர் ஹவேலி, தமன் & தியூ ஆகிய ஒன்றியப் பிரதேசங்களிலும் அவர் பணியாற்றியுள்ளார். அத்துடன், அவர் அருணாசலப் பிரதேசத்திலுள்ள காமெங் மற்றும் தவாங் மாவட்டங்களிலும், தென் தில்லி மாவட்டத்திலும் ஒரு குற்றவியல் நடுவராகவும் பணியாற்றியுள்ளார்.

பொதுச் சேவையில் அவருடைய அசாதாரணமான பணிக்காக அவர் பல விருதுகளைப் பெற்றுள்ளார். அவற்றில், 2017-18 ஆம் ஆண்டுக்கான தேசிய மின் அரசாண்மை விருது, தேசிய மக்கட்தொகைக் கணக்கெடுப்புப் பணியில் மிகச் சிறப்பாகச் செயல்பட்டதற்காக இந்தியக் குடியரசுத் தலைவர் விருது ஆகியவை குறிப்பிடத்தக்கவை.

பாராட்டுரைகள்!

“இந்நூல், இந்தியக் குடிமைப் பணிகளுக்குள் வருவதற்குப் போட்டியிட்டவர்களின் போராட்டங்களைச் சிறப்பாக விவரிக்கிறது. இந்நூலாசிரியரும் இதே பாதையில் பயணித்தவர் என்பதால், இப்போராட்டத்தை வெற்றி கொள்வதற்குத் தேவையான உறுதிக்கு உரமூட்டுகின்ற வார்த்தைகள் அவரிடமிருந்து இயல்பாக வந்து விழுகின்றன.”

— மனோஜ் குமார் சர்மா, ஐபிஎஸ்,
‘டுவெல்த் ஃபெயில்’ திரைப்படத்திற்கு
உத்வேகமாக இருந்த காவல்துறை அதிகாரி

“சுயசந்தேகங்களைக் கடந்து நம்பிக்கை ஒளிக்கீற்றுடன் ‘யூபிஎஸ்சி’ என்ற சிகரத்தை அடையப் போராடியவர்கள் பயணித்திருந்த பாதைகளை இந்நூல் எடுத்துரைக்கிறது. இதில் இடம்பெற்றுள்ளவர்கள் வெளிப்படுத்துகின்ற விடாமுயற்சி, கடின உழைப்பு, மன உறுதி ஆகியவை, எது சாத்தியம் என்பதற்கான எல்லையைத் தாண்டிச் செல்வதற்கு வாசகர்களை ஊக்குவிக்கும். அனைவரும் அவசியம் வாசிக்க வேண்டிய ஒரு நூல் இது.”

— ஷிவின் செளதரி,
இந்திய வருவாய்ப் பணி அதிகாரி

“யூபிஎஸ்சி தேர்வில் வெற்றிகரமாகத் தேறிய ஏழு சாதனையாளர்களின் கதை ஒரு நாவலைப்போல விவரிக்கப்பட்டிருப்பது இந்நூலைப் படிப்பதை சுவாரசியமாக்கியுள்ளது. இந்நூலை வாசிக்கின்ற வாசகர்களை இது அப்படியே சுருட்டிக் கொள்ளும் என்பதால், இதில் வருகின்ற பாத்திரங்களோடு அவர்கள் அப்படியே ஒன்றிப் போய்விடுவர். இது அளிக்கும் ஊக்குவிப்பு, வெறும் யூபிஎஸ்சி தேர்வுக்குத் தயார் செய்து கொண்டிருப்பவர்களுக்கு மட்டுமல்லாமல் பிறருக்கும் ஈர்ப்புடையதாக இருக்கும். சுருக்கமாகச் சொல்ல வேண்டுமென்றால், இது புத்துணர்ச்சியூட்டுவதாகவும், அறிவூட்டுவதாகவும், சுவாரசியமானதாகவும் இருக்கிறது.”

— டி.கே. பாலாஜி,
இந்திய ஆட்சிப் பணி அதிகாரி மற்றும் நூலாசிரியர்

“சமீபத்தில்தான் யூபிஎஸ்சி தேர்வில் வெற்றிகரமாகத் தேறியிருந்தவன் என்ற முறையில் இந்நூல் தனிப்பட்ட முறையில் என்னைத் தொட்டுள்ளது. இதில் இடம்பெற்றுள்ள வெற்றியாளர்களின் கதைகள், என்னுடைய சொந்தப் போராட்டங்கள், சந்தேகங்கள், மற்றும் வெற்றிகள் குறித்த நினைவுகளை எனக்குள் தூண்டின. இந்தப் போட்டித் தேர்வு, அதற்குத் தயாரித்துக் கொண்டிருப்பவர்கள் அனுபவிக்கின்ற தூங்கா இரவுகள், முடிவற்ற முன்தயாரிப்புகள், தொடர் அழுத்தங்கள் ஆகிய உணர்ச்சிப் பிழம்புகளை மிகச் சிறப்பாகப் படம்பிடித்துக் காட்டியுள்ளது. இது வெளிப்படுத்துகின்ற மனிதப் பக்கத்தைத்தான் நான் இதன் சிறப்பாகக் கருதுகிறேன். விடாமுயற்சி மற்றும் மீண்டெழுதல்களின் மூலம் ஒருவரால் மிகக் கடுமையான சோதனைகளைக்கூட கடந்து வந்துவிட முடியும் என்ற நம்பிக்கையை இது உங்களுக்கு அளிக்கிறது. இந்தக் கடுமையான பாதையில் பயணிக்க முன்வருகின்ற எவரொருவருக்கும் இது கண்டிப்பாகப் பெரும் உத்வேகமளிக்கும்.”

— **அனிருத் யாதவ்,**
இந்திய ஆட்சிப் பணி அதிகாரி, 2022

“இந்நூல் விவரிக்கின்ற, தங்களுடைய கடினமான விடாமுயற்சியாலும் மன உறுதியாலும் யூபிஎஸ்சி தேர்வில் வெற்றி பெற்றிருந்த, காஷ்மீரத்திலிருந்து கேரளம்வரை இந்தியாவின் பல பகுதிகளைச் சேர்ந்தவர்களின் பயணங்களோடு நம்மால் எளிதில் ஒன்றிவிட முடிகிறது. குடும்பப் பொறுப்புகள், எளிமையான பின்புலம், உடல்ரீதியான முட்டுக்கட்டைகள், பார்த்துக் கொண்டிருந்த வேலைகளை விட்டுவிடத் துணிந்த செயல்கள் போன்றவற்றை வெளிப்படுத்துகின்ற இக்கதைகளின் நாயகர்கள் நமக்கு வெகுவாகப் பரிச்சயமானவர்களை நினைவுபடுத்துகின்றனர். அதோடு, ஒவ்வொரு கதையும், நடைமுறைக்கு உகந்த அறிவுரைகளுடனும் உத்வேகத்துடனும் முடிவடைகிறது. எல்லாவற்றையும்விட முக்கியமாக, பயிற்சிக்குப் பிறகு அவர்களுடைய தொடக்கக்கால வேலை அனுபவங்களைப் பற்றியும் இந்நூல் பேசுகிறது. குடிமைப் பணிகளில் சேர்ந்து, தங்களுடைய வேலையின் மூலம் குறிப்பிடத்தக்கச் சமுதாயப் பங்களிப்பை அளிக்க விரும்புகின்ற ஒவ்வொருவரும் அவசியம் படிக்க வேண்டிய ஒரு நூல் இது என்று நான் கருதுகிறேன்.”

— **விகாஸ் திவ்யகீர்த்தி,**
நிறுவனர், திருஷ்டி ஐஏஎஸ் கோச்சிங் இன்ஸ்டிடியூட்

“யூபிஎஸ்சி தேர்வு குறித்தும், அதனோடு தொடர்புடைய போராட்டங்கள் குறித்தும் ஒரு விரிவான மீள்பார்வையை அளிப்பதில் இந்நூல் வெற்றி பெற்றுள்ளது. ஏழு நம்புதற்கரிய கதைகளில் கவனத்தைக் குவிப்பதன் மூலம், தேர்வர்களின் வெற்றிக்கு இன்றியமையாதவையாக விளங்குகின்ற விடாமுயற்சி மற்றும் மன உறுதி போன்ற காரணிகளை இந்நூல் ஒரு சிறப்பான முறையில் வெளிக் கொண்டு வந்துள்ளது. யூபிஎஸ்சி பயணத்தில் ஈடுபட்டுள்ள அனைவருக்கும் நான் இந்நூலை வெகுவாகப் பரிந்துரைக்கிறேன்.”

— **அனுதீப் துரிஷெட்டி,**
இந்திய ஆட்சிப் பணி அதிகாரி மற்றும் நூலாசிரியர்

“ஒவ்வோர் ஆண்டும், இந்தியாவின் மிக உயர்ந்த அரசுப் பணியில் சேர்வதற்கு முயன்று கொண்டிருக்கின்ற சாதாரணமான குடும்பங்களைச் சேர்ந்த இளைய தலைமுறையினர் இலட்சக்கணக்கானோருக்கு இந்நூல் கண்டிப்பாக உத்வேகமளிக்கும். அவர்கள் அவசியம் படித்தாக வேண்டிய ஒரு நூல் இது.”

— **சியாம்லால் யாதவ்,**
மூத்த இணையாசிரியர், ‘த இந்தியன் எக்ஸ்பிரெஸ்’

இலக்கு: ஐஏஎஸ்

கடுமையாகப் போராடி வெற்றி பெற்ற ஏழு இளம் ஐஏஎஸ் அதிகாரிகளின் உத்வேகமூட்டும் கதைகள்

சஜ்ஜன் யாதவ்

மொழிபெயர்ப்பு:
PSV குமாரசாமி

மஞ்சுள் பப்ளிஷிங் ஹவுஸ்

First published in India by

Manjul Publishing House
Corporate and Editorial Office
•2nd Floor, Usha Preet Complex, 42 Malviya Nagar, Bhopal 462 003 – India
Sales and Marketing Office
•C-16, Sector 3, Noida, Uttar Pradesh 201301 – India
Website: www.manjulindia.com
Distribution Centres
Ahmedabad, Bengaluru, Kochi, Kolkata, Chennai,
Hyderabad, Mumbai, New Delhi, Pune

Tamil translation of *Scaling Mount UPSC* by Sajjan Yadav

This tamil edition first published in 2025
Second impression 2026

ISBN 978-93-5543-867-6

Translated by : PSV Kumarasamy
Edited by: Nagalakshmi Shanmugam
Layout by: Manoranjan Kumar

Printed and bound in India by Repro India Limited

என்னுடைய உயிர்நாடியாக
விளங்கும் சுனிதாவுக்கும்,
என்னுடைய அன்பு மகள் சியாவுக்கும்,
என் அன்பு மகன் கரணுக்கும்
இந்நூல் காணிக்கை

இறைவனடி சேர்ந்துவிட்ட என் அம்மா சாவித்திரி தேவி மற்றும் என் அப்பா சுபேதார் மேஜர் ரகுபீர் சிங்கின் அன்பு நினைவாக. அவர்களின் விழுமியங்களும் ஞானமும் தினந்தோறும் என்னை வழிநடத்திக் கொண்டிருக்கின்றன.

உள்ளடக்கம்

அணிந்துரை

இன்றைய இளைய தலைமுறையினரிடம் அளப்பரிய ஆற்றலும், சேவை புரிவதற்கான ஆழமான இலட்சியங்களும், தடைகளை உடைத்தெறிந்து மேலெழுவதற்கான மன உறுதியும் நிறைந்திருக்கின்றன. இது மற்ற இடங்களைவிட, ஐஏஎஸ் தேர்வை எழுத முனைபவர்களிடம் மிகவும் வெளிப்படையாகத் தெரிகிறது. உலகிலேயே மிகவும் கடினமான ஒன்றாகக் கருதப்படுகின்ற, யூபிஎஸ்சி நடத்துகின்ற குடிமைப் பணிகள் தேர்வில் (சிஎஸ்இ) வெற்றி பெறுவதற்கு அவர்கள் ஒப்பிலா அர்ப்பணிப்பை ஒவ்வோர் ஆண்டும் தொடர்ந்து வெளிப்படுத்தி வருகின்றனர். இந்த மாபெரும் சவாலில் வெற்றி பெற்றுள்ள ஏழு சாதனையாளர்களின் அசாதாரணமான வெற்றிப் பயணத்தை இந்நூல் விவரிக்கிறது.

ஐஏஎஸ் பணி என்பது வெறுமனே மிக உயர்ந்த அரசுப் பணி மட்டுமல்ல. அது தேசத்தைக் கட்டமைப்பதற்கான ஓர் அறைகூவல்; இந்த மாபெரும் நாட்டின் மக்களுக்குச் சேவை புரிவதற்கும், ஒரு மாபெரும் மாற்றத்தை முடுக்கிவிடுவதற்குமான ஓர் அரிய வாய்ப்பு. இந்தக் கடும் பயணத்தில் குதிக்கத் துணிந்தவர்கள், நாட்டின் வளர்ச்சிக்குப் பங்களித்தல், நாட்டின் வருங்காலத்தை வடிவமைக்கின்ற அமைப்புமுறையின் பிரிக்கப்பட முடியாத ஓர் அம்சமாக விளங்குதல் போன்ற ஒருமித்தக் கனவால் கட்டிப் போடப்பட்டுள்ளனர். விடாமுயற்சி, தியாகம், மீண்டெழுதல் போன்றவற்றை இதில் இடம்பெற்றுள்ள ஏழு கதைகள் பிரதிபலிக்கின்றன.

இதில் இடம்பெற்றுள்ள ஒவ்வொரு கதையும் மனித முயற்சியின் பலத்தின் சாட்சியாக நிமிர்ந்து நிற்கிறது. பொருளாதார நெருக்கடிகளைச் சமாளித்தல், சமூகத் தடைகளை மீறி வருதல், தனிப்பட்டச் சௌகரியங்களைக் காவு கொடுத்தல், தோல்விகளைப் பொறுத்துக் கொள்ளுதல் போன்ற பலவற்றை வெற்றிகரமாகச் சமாளித்துள்ள இந்த இளம் சாதனையாளர்கள், எந்தவொரு கனவும், அது ஆழ்விருப்பத்தோடும் மன உறுதியோடும்

பின்தொடரப்பட்டால், சாதிக்கப்பட முடியாத அளவுக்கு மிகப் பெரியது அல்ல என்பதை நமக்குக் காட்டுகின்றனர். வெற்றி என்பது வெறுமனே அத்தேர்வில் உயரிடத்தைப் பெறுவது மட்டுமல்ல; அது அப்பயணத்தையும், அதில் கற்றுக் கொள்ளப்படுகின்ற பாடங்களையும், ஒவ்வொரு வீழ்ச்சிக்குப் பிறகும் மீண்டெழுதலையும் பற்றியது என்பதை இவர்கள் நமக்கு நினைவூட்டுகின்றனர்.

21 ஆம் நூற்றாண்டில் இந்தியா உலகின் தலைமைத்துவத்தை ஏற்கத் தயாராகிக் கொண்டிருக்கும் இந்த வேளையில், இந்தப் பெருமாற்றத்தின் முன்னணியில் நம்முடைய குடிமைப் பணி அதிகாரிகள்தாம் இருக்கின்றனர். மக்களின் சேவைக்காகத் தங்களுடைய வாழ்க்கையை அர்ப்பணிக்கத் தயாராக உள்ள இவர்களைப் போன்ற தீர்க்கமான நபர்களின் கரங்களில்தான் நம்முடைய நாட்டின் எதிர்காலம் ஒப்படைக்கப்பட்டுள்ளது. புதுமையைப் புகுத்துவதற்கும், சீர்திருத்தங்களை மேற்கொள்வதற்கும், திட்டங்களை நடைமுறைப்படுத்துவதற்குமான அவர்களுடைய திறமை, 2047 இல் இந்தியாவை ஒரு வளர்ந்த நாடாகவும், 30 டிரில்லியன் டாலர் பொருளாதாரமாகவும் ஆக்குகின்ற பயணத்தை வடிவமைக்கும்.

நாட்டிற்குச் சேவையாற்றத் துடித்துக் கொண்டிருக்கின்ற எண்ணற்ற நபர்களுக்கு இந்த நூல் ஓர் உத்வேகமாக இருக்கும் என்று நான் நம்புகிறேன். மின்னு பி. எம்., சத்தியம் காந்தி, பரத் சிங், அஞ்சலி சர்மா, வசீம் அகமது பட், சுருதி சர்மா, லவீஷ் ஓர்டியா ஆகியோரின் கதைகள், அனைத்து வாசகர்களின் மனங்களிலும் இடம்பிடித்து, அவர்கள் தேர்ந்தெடுத்துள்ள பாதையில் உன்னதத்தை அடைவதற்கு அவர்களை ஊக்குவிக்கும்.

வருங்காலத்தில் ஓர் ஐஏஎஸ் அதிகாரியாக ஆக வேண்டும் என்ற கனவில் இருப்பவர்கள், வெற்றிப் பாதை கடும் சவால்களால் நிறைந்த ஒன்று என்பதை நினைவில் வைத்திருக்க வேண்டும். ஆனால், ஒருவர் தடுமாற்றமே இல்லாத மன உறுதியையும், ஒழுக்கத்தையும், தன்மீதான நம்பிக்கையையும் கொண்டிருந்தால், யூபிஎஸ்சி போன்ற நெடிதுயர்ந்த சிகரத்தில்கூட அவரால் வெற்றிக் கொடியை நாட்ட முடியும்.

22 அக்டோபர் 2024

அமிதாப் காந்த், ஐஏஎஸ்
ஜி-20 ஷெர்பா &
இந்திய நிதி ஆயோக்கின்
முன்னாள் முதன்மை நிர்வாக அதிகாரி

முன்னுரை

உலகிலேயே மிகக் கடினமான தேர்வை வெற்றி கொண்ட சாதனையாளர்கள்

அம்மா, நான் ஒரு கலெக்டராகிவிட்டேன்!

இந்தியாவில் ஒவ்வோர் ஆண்டும் பத்து இலட்சத்திற்கும் அதிகமான இளைய தலைமுறையினர், வியந்து பார்க்கப்படுகின்ற சிஎஸ்இ தேர்வில் வெற்றி பெற்று ஓர் ஐஏஎஸ் அதிகாரியாகவோ அல்லது அதற்கு நிகரான பிற அதிகாரிகளாகவோ ஆக வேண்டும் என்கின்ற ஒரு பொதுக் கனவைத் துரத்திச் சென்று கொண்டிருக்கின்றனர். அத்தேர்வை, 'யூபிஎஸ்சி' என்று சுருக்கமாக அழைக்கப்படுகின்ற 'ஒன்றிய அரசுப் பணியாளர் தேர்வாணையம்' நடத்துகிறது. இத்தேர்வு உலகிலேயே மிகவும் போட்டிமிக்க, விரிவான, மற்றும் கடினமான தேர்வுகளில் ஒன்றாகும்.

முப்பதாண்டுகளுக்கு முன்பு நானும் இத்தேர்வை எழுதினேன். தேர்வுகளின் எவரெஸ்ட் என்று அழைக்கப்படுகின்ற அதன் சிகரத்தில் வெற்றிக் கொடி நாட்டுவதற்கான பிரம்மாண்டமான தயாரிப்புகளில் நானும் ஈடுபட்டிருந்தேன். ஹரியானா மாநிலத்தைச் சேர்ந்த நான் ஒரு சாதாரணக் குடும்பப் பின்புலத்தைக் கொண்டிருந்தபோதிலும், என் பள்ளி நாள்களிலிருந்தே ஓர் ஐஏஎஸ் அதிகாரியாக ஆக வேண்டும் என்ற கனவைக் கொண்டிருந்தேன். கல்லூரிப் படிப்பில் நான் ஒரு தங்கப் பதக்கம் வாங்கியது என் தன்னம்பிக்கைக்கு மேலும் உரமிட்டது. ஆனாலும், ஐஐடிகளில் படித்தப் பொறியாளர்கள் இதன் பிரதானத் தேர்வில், தாங்கள் தேர்ந்தெடுத்துள்ள விருப்பப்பாடத்தில் விண்ணுயர

மதிப்பெண்களைக் குவித்துச் சாதனை படைக்கின்றனர் என்ற கதை எனக்கு அசௌகரியமூட்டியது.

யூபிஎஸ்சியுடனான என்னுடைய முதல் கைகுலுக்கல் 1993 இல் நிகழ்ந்தது. பெரும் நம்பிக்கையுடன் துவங்கிய அப்பயணத்தில், முதல் நிலைத் தேர்வு, பிரதானத் தேர்வு ஆகிய முதல் இரண்டு கட்டங்களை வெற்றிகரமாகக் கடந்து, நேர்முகத் தேர்வுக்காக, தில்லியிலுள்ள யூபிஎஸ்சி தலைமை அலுவலகமான கம்பீரமான தோல்பூர் ஹவுஸுக்குள் நான் அடியெடுத்து வைத்தேன். ஆனால், வாழ்க்கை நமக்கு அவ்வப்போது நினைவுபடுத்துவதுபோல, வெற்றி என்பது ஒரு குடைராட்டினமாகும். அத்தேர்வின் இறுதிப் பட்டியலில் என் பெயர் காணாமல் போயிருந்ததைக் கண்டபோது, என்னுடைய தொடக்கக்கால வெற்றிக் களிப்பு திடீரென்று அப்படியே வற்றிவிட்டது.

ஆனால், இந்தப் பின்னடைவு என்னுடைய உற்சாகத்தை முற்றிலுமாகச் சிதைக்கவில்லை. மாறாக, நான் மறுபடியும் இரு மடங்குத் துடிப்போடு துள்ளி எழுவதற்கான ஒரு தூண்டுகோலாக அது அமைந்தது. தீர்க்கமான மன உறுதியுடன் நான் என் அணுகுமுறையைத் தீவிரமாக அலசி ஆராய்ந்தேன். 1994 ஆம் ஆண்டுக்கான முதல் நிலைத் தேர்வுக்கான தயாரிப்பில் என்னை நான் மூழ்கடித்துக் கொண்டேன். கடந்த முறை நான் கோட்டைவிட்டிருந்த கட்டுரை எழுதுதல், பொது அறிவுத் தாள் போன்றவற்றை மேம்படுத்திக் கொள்வதில் இப்போது நான் கவனம் செலுத்தினேன்.

அந்த ஆண்டுக்கான பட்டியல் வெளியிடப்பட இருந்தபோது, நான் என் மூச்சைப் பிடித்துக் கொண்டு பெரும் எதிர்பார்ப்புடன் காத்திருந்தேன். 1995 ஜூன் 22 அன்று, என்னுடைய கல்லூரி மாணவர் விடுதியிலிருந்து ஒரு பெரும் ஆரவாரக் கூச்சல் கிளம்பியது. 1994 ஆம் வருடத்திய வெற்றியாளர்களின் பட்டியலில் நான் இருபத்தாறாவது இடத்தைப் பிடித்திருந்தேன். அந்த வெற்றியுணர்வு என் உடலுக்குள் மின்சாரத்தைப்போல பாய்ந்தது. வெற்றியின் இன்பச் சுவை என் நாக்கில் இன்னும் ஒட்டிக் கொண்டிருந்த சமயத்தில், நான், ஹரியானா போக்குவரத்துக் கழகப் பேருந்து ஒன்றில் ஏறி, அழகான மசூரி நகரத்திலுள்ள லால் பகதூர் சாஸ்திரி தேசிய நிர்வாகப் பயிற்சி நிறுவனத்தை நோக்கிய என்னுடைய கனவுப் பயணத்தை மேற்கொண்டேன்.

ஆண்டுகள் உருண்டோடியபோது, யூபிஎஸ்சி, தேர்வு முறையில் புகுத்தியிருந்த குறிப்பிடத்தக்க மாற்றங்கள் அத்தேர்வை மேலும் கடினமாக்கின. முதல் நிலைத்

தேர்வில், குடிமைப் பணிகள் திறனறி தேர்வும் (சிஸாட்), பிரதானத் தேர்வில் அறநெறியியல் தாளும் புதிதாகச் சேர்க்கப்பட்டிருப்பது தேர்வுச் செயல்முறையை மேலும் சிக்கலாக்கியுள்ளது. விருப்பப்பாடங்கள் இரண்டிலிருந்து ஒன்றாகக் குறைக்கப்பட்டுள்ளபோதிலும், எழுதப்பட வேண்டிய கட்டுரைகளின் எண்ணிக்கையில் ஒன்று கூடியுள்ளது. இந்தியப் பொருளாதாரத்தின் தாராளமயமாக்கல், இந்திய இளைய தலைமுறையினருக்கு ஏகப்பட்ட வசீகரமான புதிய வாய்ப்புகளுக்கான கதவைத் திறந்துவிட்டுள்ளது. ஆனாலும், இப்புதிய வாய்ப்புகளையும், யூபிஎஸ்சி தேர்வில் மேற்கொள்ளப்பட்டுள்ள தீவிரமான மாற்றங்களையும் மீறி, இத்தேர்வுக்கான போட்டி கடுமையாக அதிகரித்துள்ளது.

2023 இல், 10,16,850 பேர் சிஎஸ்இ தேர்வை எழுதுவதற்கு விண்ணப்பித்திருந்தனர். அவர்களில், 5,92,141 பேர் முதல் நிலைத் தேர்வை எழுதினர். அதில் தேறிய 14,624 பேர் பிரதானத் தேர்வுக்கு முன்னேறினர். அத்தேர்வில் வெற்றி பெற்ற 2,855 பேர் மட்டுமே நேர்முகத் தேர்வுக்கு அழைக்கப்பட்டனர். அவர்களில் 1,016 நபர்களால் மட்டுமே வெற்றிச் சிகரத்தைத் தொட முடிந்தது. இவர்களில் 180 பேர் மட்டுமே ஐஏஎஸ் பணிக்குப் பரிந்துரைக்கப்பட்டனர்.

மிக மிகக் குறைவான வெற்றி வாய்ப்பு இருக்கின்ற இந்தக் கடினமான சவாலை எதிர்கொள்ள இவர்களை எது தூண்டியது? ஐஏஎஸ் என்ற பதவியின் வசீகரம்தான் அதற்குக் காரணம். பலதரப்பட்டத் துறைகளில் வேலை செய்வதற்கான அரிய வாய்ப்பு, விதவிதமான சவால்களை எதிர்கொள்வதற்கான சாத்தியக்கூறுகள், மக்கட்சேவை அளிக்கின்ற பரவசம் மற்றும் மனநிறைவு ஆகியவற்றை உள்ளடக்கிய ஒரு வேலை இது. ஐஏஎஸ் பதவியோடு வருகின்ற அதிகாரம், மரியாதை, செல்வாக்கு ஆகியவை அளிக்கின்ற ஈடு இணையற்ற ஈர்ப்பு, சிஎஸ்இயை, இளைய தலைமுறையினரின் தேசிய வேட்கையாக ஆக்கியுள்ளது. நம்புதற்கரிய இந்தச் சவால்களை, இதற்கு விண்ணப்பிக்கின்றவர்கள் தாங்களாகவே முன்வந்து அரவணைத்துக் கொள்கின்றனர். “அம்மா, நான் ஒரு கலெக்டராகிவிட்டேன்!” என்று பெருமையுடன் அறிவிப்பதற்கான தீவிர ஆசை அவர்களை முடுக்கிவிடுகிறது.

யூபிஎஸ்சி எனும் இரகசியம் திரைவிலக்கப்படுகிறது

வெல்வதற்குக் கடினமான இந்த சிஎஸ்இ தேர்வு மூன்று கட்டங்களை உள்ளடக்கியுள்ளது. முதலாவது, குடிமைப்

பணிகள் முதல் நிலைத் தேர்வு (சுருக்கமாக, முதல் நிலைத் தேர்வு). இரண்டாவது, குடிமைப் பணிகள் பிரதான எழுத்துத் தேர்வு (சுருக்கமாக, பிரதானத் தேர்வு). இறுதியாக ஆளுமைத் தேர்வு (நேர்முகத் தேர்வு). இந்த மராத்தான் போட்டி, ஒவ்வோர் ஆண்டும் பிப்ரவரி மாதம், யூபிஎஸ்சி, முதல் நிலைத் தேர்வுக்கான விண்ணப்பங்களை வரவேற்று வெளியிடுகின்ற விளம்பரத்தோடு தொடங்குகிறது. தீவிரப் போட்டிமிக்க இந்தத் தேர்வில் வெற்றிக்கான வாய்ப்பு 1 சதவீதத்திற்கும் குறைவே. இத்தேர்வு முறையை விவரிக்கின்ற விளக்கப்படம் எதிர்ப்பக்கத்தில் கொடுக்கப்பட்டுள்ளது.

முதல் நிலைத் தேர்வில் இரண்டு தாள்கள் உண்டு. அவை இரண்டும் கண்டிப்பாக எழுதப்பட வேண்டியவை. அவை ஒவ்வொன்றும் இரண்டு மணி நேரத் தாள்கள். அவை ஒவ்வொன்றும் 200 மதிப்பெண்களைக் கொண்டவை. இவை இரண்டும் பன்முகத் தெரிவு வினாக்களைக் கொண்டவை. பொது அறிவுத் தாளில், நடப்பு நிகழ்வுகள், இந்திய வரலாறு, புவியியல், அரசாட்சி, பொருளாதாரம், சுற்றுச்சூழல், பொது அறிவியல் ஆகியவை அடங்கும். ஒவ்வொரு தவறான விடைக்கும், அக்கேள்விக்கான மதிப்பெண்களில் மூன்றில் ஒரு பங்கு கழித்துக் கொள்ளப்படும். சிஸாட் ஒரு தகுதித் தேர்வாகும். அதில் குறைந்தபட்சம் 33 சதவீத மதிப்பெண்கள் கட்டாயம் பெறப்பட வேண்டும். அது, புரிமானம், தர்க்க அறிவு, முடிவெடுப்பதற்கான திறன், பொது அறிவுத் திறன், அடிப்படைக் கணித அறிவு ஆகியவற்றைச் சோதிக்கும்.

பிரதானத் தேர்வுக்கு விண்ணப்பிக்கின்றவர்களைத் தேர்ந்தெடுப்பதற்கான ஒரு வடிகட்டித் தேர்வாகவே முதல் நிலைத் தேர்வு செயல்படுகிறது. இறுதித் தகுதிக்கு, முதல் நிலைத் தேர்வில் பெறப்படுகின்ற மதிப்பெண்கள் கணக்கில் எடுத்துக் கொள்ளப்பட மாட்டாது. இருக்கும் காலியிடங்களைப்போலப் பன்னிரண்டு முதல் பதின்மூன்று மடங்கு தேர்வர்கள் பிரதானத் தேர்வுக்குத் தேர்ந்தெடுக்கப்படுவர்.

பிரதானத் தேர்வில், தேர்வர்கள், கேள்விகளுக்கு ஒரு விரிவான முறையில் பதிலெழுத வேண்டும். இதில் அவர்களுடைய ஆழமான புரிதல், பகுப்பாய்வுச் சிந்தனைத் திறன், எழுதும் திறமை ஆகியவை சோதிக்கப்படுகின்றன. இதில் அவர்கள், சமூகப் பொருளாதார இலக்குகள் குறித்தத் தங்களுடைய கண்ணோட்டங்களைக் கருத்தாக்கத் தெளிவுடனும் அப்பழுக்கற்றச் சீர்மையுடனும் வெளிப்படுத்த வேண்டும் என்று எதிர்பார்க்கப்படுகிறது.

பிரதானத் தேர்வில், ஆங்கிலம் மற்றும் ஓர் இந்திய மொழி

குடிமைப் பணிகள் தேர்வின் விளக்கப்படம்

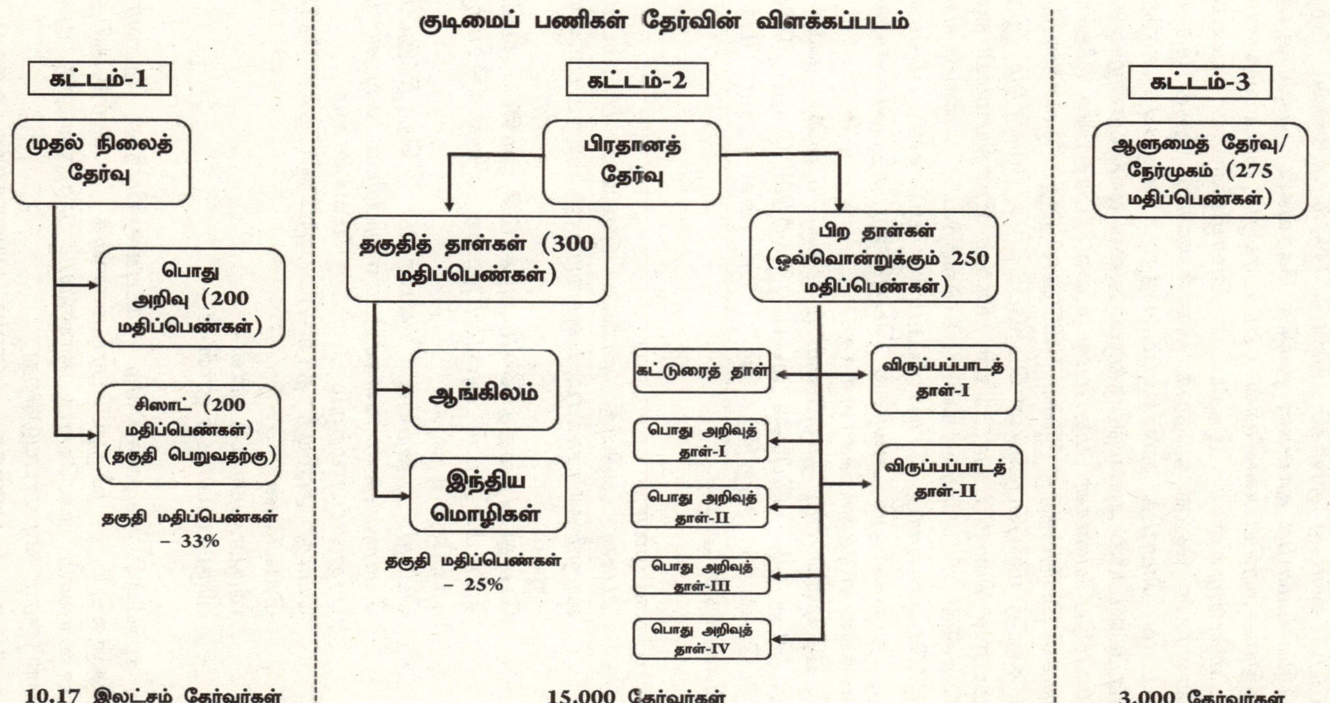

உட்பட ஒன்பது தாள்கள் உண்டு. இதில் ஆங்கிலம் மற்றும் இந்திய மொழித் தாள்கள் தகுதித் தேர்வுகள் ஆகும். இதற்கு, இந்திய அரசியலமைப்பின் எட்டாவது அட்டவணையில் இடம்பெற்றுள்ள இந்திய மொழிகளில் ஒன்றைத் தேர்வர்கள் தேர்ந்தெடுத்துக் கொள்ளலாம். இந்த இரண்டு கட்டாய மொழித் தாள்களும், பத்தாம் வகுப்புத் தரத்தின் அடிப்படையில் அமைந்திருக்கும். அவை ஒவ்வொன்றும் தலா 300 மதிப்பெண்கள் மதிப்புடையவை. பிரதானத் தேர்வில் தேர்ச்சி பெறுவதற்கு இவை ஒவ்வொன்றிலும் குறைந்தபட்சம் 25 சதவீத மதிப்பெண்கள் பெறப்பட்டாக வேண்டும். இந்தக் கட்டாய மொழிப் பாடங்கள் மிகவும் இன்றியமையாதவை. ஏனெனில், தேர்வர்கள் இவற்றில் குறைந்தபட்ச மதிப்பெண்களைப் பெறாவிட்டால், யூபிஎஸ்சி, மீதமுள்ள ஏழு தாள்களிலும் அவர்கள் பெறுகின்ற மதிப்பெண்களைக் கணக்கில் எடுத்துக் கொள்ளாது.

மீதமுள்ள ஏழு தாள்களும் (I முதல் VII வரை) தலா 250 மதிப்பெண்கள் மதிப்புடையவை. இவற்றில் பெறப்படுகின்ற மதிப்பெண்கள் இறுதித் தரப் பட்டியல் தயாரிப்புக்குப் பங்களிக்கும். அவை:

- **கட்டுரை**
- **பொது அறிவுத் தாள்-I:** இந்தியப் பாரம்பரியம் மற்றும் கலாச்சாரம்; உலக வரலாறு மற்றும் புவியியல்; சமூகம்
- **பொது அறிவுத் தாள்-II:** அரசாட்சி, அரசியலமைப்புச் சட்டம், ஆட்சி அமைப்புமுறை, சமூக நீதி மற்றும் சர்வதேச உறவுகள்
- **பொது அறிவுத் தாள்-III:** தொழில்நுட்பம், பொருளாதார வளர்ச்சி, பல்லுயிரியம், சுற்றுச்சூழல், பாதுகாப்பு மற்றும் பேரிடர் மேலாண்மை
- **பொது அறிவுத் தாள்-IV:** அறநெறியியல், நேர்மை இயல்திறன்
- **விருப்பப்பாடத் தாள்-I**
- **விருப்பப்பாடத் தாள்-II**

யூபிஎஸ்சி வழங்குகின்ற பட்டியலிலிருந்து தேர்வர்கள் தங்களுடைய விருப்பப்பாடங்களைத் தேர்ந்தெடுத்துக் கொள்ளலாம். ஒவ்வொரு தாளையும் எழுதுவதற்கு மூன்று மணி நேரம் வழங்கப்படுகிறது.

குடிமைப் பணிகள் தேர்வுப் பயணத்தின் உச்சகட்டம்

நேர்முகத் தேர்வு. அது 275 மதிப்பெண்களை உள்ளடக்கியது. பொதுவாக, ஓர் ஆண்டில் இருக்கின்ற காலியிடங்களைப்போல இரண்டு மடங்கு எண்ணிக்கையில் தேர்வர்கள் நேர்முகத் தேர்வுக்கு அழைக்கப்படுவர். இக்கட்டத்தில், அவர்கள் ஒரு குழுவின் முன் ஆஜராக வேண்டும். அதில், அவர்களுடைய அறிவுக்கூர்மை, பொருத்தம், பொதுச் சேவைக்குத் தேவைப்படுகின்ற தலைமைத்துவப் பண்பு ஆகியவை சோதிக்கப்படும்.

பதினைந்து மாதங்கள் நீள்கின்ற இப்பயணம், நிச்சயமின்மை, கடுமையான அழுத்தம், அவ்வப்போது ஏற்படுகின்ற விரக்தி ஆகியவற்றை உள்ளடக்கிய ஒன்றாகும். தேர்வர்கள், சமூகப் பொருளாதார மற்றும் உடல்சார் தடைகளை எதிர்கொள்வர். பல மாதங்கள், தனிப்பட்ட மற்றும் சமூக நாட்டங்களைத் தியாகம் செய்துவிட்டு, கடுமையான படிப்புக்குள் அவர்கள் தங்களை மூழ்கடித்துக் கொள்வர். ஒரு சிலரே உடனடி வெற்றியைச் சுவைப்பர். பலர் வெற்றியை எட்டுவதற்கு முன்பு பல முறை பின்னடைவுகளை மீண்டும் மீண்டும் சந்திப்பர். இந்த வெற்றியாளர்கள் ஒவ்வொருவரின் கதையும், கனவுகள், போராட்டங்கள், தோல்விகள், மன உறுதி ஆகியவற்றால் நிறைந்திருக்கும்.

இப்புத்தகம், கடந்த ஐந்தாண்டுகளில் யூபிஎஸ்சி என்ற சிகரத்தை வெற்றி கண்டு, ஐஏஎஸ் என்ற மதிப்புமிக்கப் பணியில் சேர்ந்துள்ள ஏழு அசாதாரணமான நபர்களின் வசீகரமான வெற்றிப் பயணத்தை விவரிக்கிறது. அதே நேரத்தில், இந்த வெற்றியாளர்கள் சந்தித்திருந்த கடுமையான சவால்களையும், இத்தேர்வின் ஒவ்வொரு கட்டத்தையும் வெற்றிகரமாகக் கடப்பதற்கு அவர்கள் பயன்படுத்தியிருந்த சாமர்த்தியமான உத்திகளையும் இது எடுத்துரைக்கிறது. இதில் இடம்பெற்றுள்ள ஒவ்வொரு கதையும், கடின உழைப்பு, அர்ப்பணிப்பு, தடுமாற்றமற்றத் தன்னம்பிக்கை ஆகியவற்றின் ஆற்றலுக்கான சாட்சியாகவும் திகழ்கிறது.

நம்முடைய ஏழு சாதனையாளர்கள்

மின்னு பி. எம்.

கேரள மாநிலக் காவல் துறையில் ஓர் இளநிலை எழுத்தராகப் பணியாற்றி வந்த அவரால், ஐந்தாண்டுகாலக் கடும் போராட்டத்திற்குப் பிறகே யூபிஎஸ்சி சிகரத்தை அடைய முடிந்தது. அவர் பன்னிரண்டாம் வகுப்பில்

படித்துக் கொண்டிருந்தபோது அவருடைய தந்தையார் இறந்துவிட்டதால், மின்னூ கடுமையான சவால்களைச் சந்திக்க நேர்ந்தது. அவருக்கு இளம் வயதிலேயே திருமணம் ஆகிவிட்டிருந்ததால், அவர் தன்னுடைய இரண்டு-வயதுக் குழந்தையின் பராமரிப்பு, வீட்டு வேலைச் சுமை, அதிகமாக எதிர்பார்த்த அலுவலக வேலை ஆகிய பொறுப்புகளை மிகவும் கஷ்டப்பட்டுச் சமாளித்துக் கொண்டிருந்தார். பல ஆண்டுகள் படிப்புலகிலிருந்து விலகியிருந்த மின்னூவின் பயணம் மிகவும் அசாதாரணமான ஒன்றாகும். முதல் நிலைத் தேர்வில் மூன்று முறையும், நேர்முகத் தேர்வில் ஒரு முறையும் அவர் தோற்றுப் போயிருந்தபோதிலும், அவர் தன் விடாமுயற்சியை ஒருபோதும் கைவிடவில்லை.

சத்தியம் காந்தி

பீகாரின் சமஸ்திபூர் மாவட்டத்திலுள்ள ஒரு கிராமத்தைச் சேர்ந்த இருபத்தொரு வயது இளைஞரான சத்தியம் காந்தி, தன்னுடைய இன்னல்கள் அனைத்தையும் கடந்து முதல் முறையிலேயே குடிமைப் பணிகள் தேர்வில் வெற்றி வாகை சூடினார். இந்திய தொழில்நுட்பக் கழகம் (ஐஐடி) நடத்துகின்ற, ஜேஇஇ என்று சுருக்கமாக அழைக்கப்படுகின்ற ‘ஒருங்கிணைந்த நுழைவுத் தேர்வில்’ ஏற்பட்டத் தோல்வியும், தேசிய பாதுகாப்புப் பயிற்சி நிறுவனத்தின் (என்டிஏ) நிராகரிப்பும் அவருடைய மன உறுதியைச் சிறிதளவும் குறைக்கவில்லை. தன்னுடைய பெற்றோர் தன் கல்விக்காகக் கடுமையான வட்டிக்குக் கடன் வாங்கிக் கொண்டிருந்ததை நன்றாகத் தெரிந்து வைத்திருந்த சத்தியம், சிஎஸ்இ தேர்வுக்கான முன்தயாரிப்பை, தன்னுடைய கல்லூரிப் படிப்பின் இறுதி ஆண்டிலேயே துவக்கிவிட்டார். சத்துக் குறைவான உணவு, நிதி நெருக்கடிகள், பேராசிரியர்களின் எள்ளல்கள், நோய், கொரோனா பெருந்தொற்று ஆகியவற்றைப் பெரும் பாடுபட்டுச் சமாளித்துக் கொண்டே அவர் தினந்தோறும் பதினான்கு மணிநேரம் படித்தார். மிகச் சிறப்பான முறையில் திட்டமிட்டுப் படித்த அவர், 2020 ஆம் ஆண்டு நடைபெற்ற சிஎஸ்இ தேர்வில் பத்தாவது இடத்தைப் பிடித்தார்.

பரத் சிங்

ஐஏஎஸ் அதிகாரிகளின் பணியாளர்களின் குடியிருப்பில் தொடங்கி ஓர் ஐஏஎஸ் அதிகாரியாக ஆன பரத் சிங்கின்

கதை மிகவும் ஊக்குவிக்கக்கூடிய ஒன்றாகும். முதலில் இந்தி வழிக் கல்வியில் படித்துக் கொண்டிருந்த அவர், ஆறாம் வகுப்பில் ஆங்கில வழிக் கல்விக்கு மாற்றப்பட்டபோதே அவருடைய போராட்டம் தொடங்கிவிட்டது. படிப்பதற்கு அவர் தினந்தோறும் மேற்கொள்ள வேண்டியிருந்த நான்கு மணி நேரப் பயணம், கடுமையான தாழ்வு மனப்பான்மை, தனிமையுணர்வு ஆகியவற்றைக் கடந்து அவர் ஓர் இயந்திரவியல் பொறியாளராக ஆனார். அதைத் தொடர்ந்து பரத் தன் வாழ்வின் முக்கியமானதொரு தீர்மானத்தை எடுத்தார். டாடா மோட்டார்ஸ் நிறுவனத்தில், நல்ல சம்பளம் கொடுத்துக் கொண்டிருந்த வேலையையும், அந்த வேலை கொடுத்த அந்தஸ்து மற்றும் மரியாதையையும் உதறிவிட்டு, தன் ஐஏஎஸ் கனவைப் பின்தொடர்வதென்று அவர் தீர்மானித்தார். அடுத்த நான்கு ஆண்டுகளின் ஊடாகப் பல தோல்விகளையும் நிதி நெருக்கடிகளையும் மனப் போராட்டங்களையும் சந்தித்த அவர், இறுதியில் தன் ஐஏஎஸ் கனவை நனவாக்கினார்.

அஞ்சலி சர்மா

சிக்கிமைச் சேர்ந்த ஆலைத் தொழிலாளி ஒருவரின் மகளான அஞ்சலி சர்மா, பத்தாம் வகுப்பில் தன் பார்வையை இழந்தபோது அவருடைய மொத்த வாழ்க்கையையும் இருள் கவ்வியது. ஆனாலும், அந்த இழப்பு, ஐஏஎஸ் கனவு குறித்த அவருடைய முன்னோக்கைத் தெளிவாக்கியது. பார்வையற்றோருக்கான உபகரணங்கள் குறித்தப் பரிச்சயமின்மை காரணமாகத் தடுமாறிய அஞ்சலி, தன் பட்டப்படிப்பு முடிந்தவுடனேயே, அனைத்துத் தடைகளையும் மீறி, சிஎஸ்இ தேர்வுக்குத் தன்னைத் தயார்படுத்திக் கொள்ளத் தொடங்கினார். தனக்காகத் தேர்வு எழுதுவதற்கு முன்வந்தவர்களின் திறமைக் குறைவு, படிப்பதற்குப் போதுமான புத்தகங்கள் கிடைக்காமை, தொடர் தோல்விகள் ஆகியவை அவரைத் துரத்தியபோதிலும், அவருடைய கடின உழைப்பும் மன உறுதியும் அவருடைய கனவை நனவாக்கின.

வசீம் அகமது பட்

ஜம்மு மற்றும் காஷ்மீரின் அனந்தநாகிலுள்ள தேனி வளர்ப்பாளர் ஒருவரின் மகனான வசீமை ஒரு சமயம் பொறியியல் மிகவும் ஈர்த்திருந்தது. இளம் காஷ்மீர ஐஏஎஸ் அதிகாரிகளான ஷா ஃபைசல், அத்ஹர் ஆமிர் ஆகியோர்

அவருடைய கல்லூரிக்கு வருகை தந்தது அவருடைய ஐஏஎஸ் கனவிற்கு வித்திட்டது. தனக்குக் கிடைத்த நல்ல வேலை வாய்ப்புகளை உதறித் தள்ளிவிட்டு, ஐஏஎஸ் கனவைப் பின்தொடர விரும்புபவர்களின் மெக்காவாகக் கருதப்படுகின்ற, தில்லியுள்ள பழைய இராஜேந்திர நகருக்கு வசீம் குடிபெயர்ந்தார். அவருடைய துல்லியமான குறிப்பெடுத்தல், மெருகேற்றப்பட்ட எழுத்துப் பாணி, தினந்தோறும் பதினாறு மணி நேரப் படிப்பு ஆகியவை 2022 சிஎஸ்இ தேர்வில் அவருக்கு ஏழாவது இடத்தைப் பெற்றுக் கொடுத்தன.

சுருதி சர்மா

மிக எளிமையாகக் காட்சியளிக்கின்ற சுருதி, 2021 சிஎஸ்இ தேர்வில் முதலிடத்தைப் பெற்றதைத் தொடர்ந்து, இலட்சக்கணக்கான ஐஏஎஸ் கனவாளர்களுக்கு உத்வேகமூட்டுகின்ற ஒரு நம்பிக்கை நட்சத்திரமாக உருவெடுத்தார். உத்தரப் பிரதேசத்திலுள்ள பிஜ்னோர் என்ற சிறிய கிராமத்தைச் சேர்ந்த அவருடைய ஐஏஎஸ் பயணம் ஏற்ற இறக்கங்களால் நிறைந்திருந்தபோதிலும், விடாமுயற்சி மற்றும் மன உறுதியின் காரணமாக அது வெற்றியில் முடிந்தது. முதன்முறை அவர் முதல் நிலைத் தேர்வை எழுதுவதற்குத் தவறான மொழியைத் தேர்ந்தெடுத்ததால் அவர் அதில் தோல்வியைத் தழுவினார்; இன்னொரு முறை நேர்முகத் தேர்வில் அவர் தோல்வியுற்றார். இவ்வாறு அவருடைய ஐஏஎஸ் பயணம் சுமூகமானதாக இருக்கவில்லை. அவருடைய போராட்டங்களில் அவருடைய தாயார் உறுதுணையாக இருந்தார். அவருடைய தாயாரின் தியாகங்களும் ஊக்குவிப்பும் சுருதியின் கடினமான பாதையில் வெளிச்சத்தைப் பாய்ச்சின.

லவீஷ் ஓர்டியா

இவர் ஐஐடி பாம்பேயில் படித்துவிட்டு, அமெரிக்காவிலுள்ள ஹூஸ்டன் நகரில் ஆடம்பரமாக வாழ்ந்து கொண்டிருந்தார். அவர் பெரும் சம்பளத்தை ஈட்டிக் கொண்டு, ஒரு சௌகரியமான அடுக்குமாடிக் குடியிருப்பில் வாழ்ந்து கொண்டிருந்தார். அவரிடம் விலையுயர்ந்த கார் ஒன்று இருந்தது. விமானத்தில் அவர் பிசினஸ் வகுப்பில் பயணித்துக் கொண்டிருந்தார். ஆனால், பெருநிறுவன ஜொலிப்பைவிட ஐஏஎஸ் கனவு அவரிடம் அதிக வலிமையாக இருந்தது.

அவர் தன்னுடைய வசதிகள் அனைத்தையும் துறந்துவிட்டு, தில்லியிலுள்ள, குளிர்சாதன வசதியில்லாத தங்கும் விடுதி ஒன்றில் ஓர் அறையெடுத்துத் தங்கிப் படித்தார். புத்திசாலித்தனமான திட்டமிடுதல், படிப்பதற்கு மிகத் தீவிரமான கால அட்டவணை, இலக்குகளை அடைவதற்கான முயற்சிகளைத் துல்லியமாகப் பின்பற்றுதல் ஆகியவற்றின் காரணமாக, லவீஷ் தன்னுடைய முதலாவது முயற்சியிலேயே வெற்றி பெற்றதோடு, அதில் பதினெட்டாவது இடத்தையும் பெற்றார்.

இந்நூலின் கடைசி அத்தியாயமான 'ஐஏஎஸ் கனவை நனவாக்குவதற்கான வெற்றிச் சூத்திரங்கள்' இந்த ஏழு சாதனையாளர்களின் கதைகளை அடித்தளமாகக் கொண்டு, யூபிஎஸ்சி சிகரத்தை அடைவதற்கான விரிவான வழிகாட்டுதலை வழங்குகிறது.

இந்நூலில் இடம்பெற்றுள்ள, பலதரப்பட்டப் பின்புலங்களுடன் வெவ்வேறு விதமான சவால்களை எதிர்கொண்டிருந்த இந்த ஏழு சாதனையாளர்களின் கதைகள், குடிமைப் பணிகள் வேலையை நாடுபவர்களுக்கு ஊக்குவிப்பை அளிப்பதோடு மட்டுமல்லாமல், யூபிஎஸ்சி சிகரத்தை அடைந்து தங்களுடைய ஐஏஎஸ் கனவை நனவாக்கிக் கொள்வதற்குத் தேவையான மதிப்புமிக்க வழிகாட்டுதல்களையும் வழங்கும்.

மின்னு பி. எம்.

அத்தியாயம் 1

ஐஏஎஸ் கனவை நனவாக்கிய ஓர் இளம் தாயின் நீண்ட பயணம்

காவல்துறைச் சீருடையில் ஒரு தேவதை

திருவனந்தபுரத்தில் ஒரு கீழ்நிலை எழுத்தராகப் பணியாற்றிக் கொண்டிருந்த மின்னூ பி. எம். என்பவருக்கு, அந்த ஆகஸ்ட் மாதக் காலை நேரம் வழக்கமான ஒன்றாகவே இருந்தது. கேரளம் பருவ மழையில் குளித்துக் கொண்டிருந்தது. வானத்தில் கருமேகங்கள் வட்டமிட்டுக் கொண்டிருந்தன. மழைத் துளிகளின் தாளம் தொடர்ந்து கேட்டுக் கொண்டிருந்தது. காற்றில் மண்வாசனை மிதந்து கொண்டிருந்தது.

ஆனால், மின்னூ இவற்றை அவ்வளவாகக் கண்டுகொள்ளவில்லை. பொன்னிறத்தில் பட்டைக் கரையுடன் இருந்த இளமஞ்சள் நிறச் சேலையை அணிந்திருந்த அவருடைய முழுக் கவனமும், கூடுதல் காவல்துறை தலைமை இயக்குநர் சூரியகாந்த் பான்டாவின்மீது (பெயர் மாற்றப்பட்டுள்ளது) படிந்திருந்தது. நின்று கொண்டிருந்த மின்னூ, பான்டா கூறியதை ஆவலுடன் கேட்டுக் கொண்டிருந்தார்.

அதற்கு முந்தைய தினம், மின்னூ, மதியம் முழுவதையும் செலவழித்து, உள்துறை அமைச்சகத்திற்கு அனுப்பப்பட வேண்டியிருந்த கடிதத்தையும் குறிப்புகளையும் தயார் செய்திருந்தார். அந்த வேலையின் பொருட்டு, அவர் அலுவலகத்திலிருந்து கிளம்பியபோது மிகவும் தாமதமாகிவிட்டிருந்ததால், அவர் தன் மாமியாரின் அதிருப்திக்கு ஆளானார். பான்டா அக்கடிதத்தை மிகவும் கூர்ந்து படித்தபோது, அவருடைய முகத்தில் திருப்தி

பிரதிபலித்தது. படித்து முடித்ததும் அவர் அதில் உடனடியாகக் கையெழுத்திட்டார்.

பான்டா தன் மேசையிலிருந்த அந்தக் கனமான கோப்பை மின்னூவை நோக்கி நகர்த்தியவாறு, அவரிடம், "நீ ஏன் ஓர் எழுத்தராக உன் வாழ்க்கையை வீணடித்துக் கொண்டிருக்கிறாய்? நீ ஏன் சிஎஸ்இ தேர்வு எழுதி ஓர் அதிகாரியாக ஆவது குறித்து யோசிக்கக்கூடாது?" என்று ஒரு புன்னகையுடன் கேட்டார்.

பான்டாவின் புன்னகையும் அவருடைய பரிந்துரையும் மின்னூவிடம் பெரும் ஆசுவாசத்தைத் தோற்றுவித்தன. முந்தைய நாள் மாலையில் அவர் அக்கடிதத்தை எழுதுவதற்காக மேற்கொண்டிருந்த கடின உழைப்புக்கு அவருக்குக் கை மேல் பலன் கிடைத்திருந்தது. தன்னுடைய வேலையின் தரத்திற்காகப் பாராட்டுகளைப் பெறுவது மின்னூவுக்கு அது முதன்முறை அல்ல என்றாலும், இம்முறை அது அவருக்கு வித்தியாசமாக இருந்தது. பான்டாவின் வார்த்தைகள் மின்னூவிடம் தனித்துவமான உணர்ச்சிகளைத் தூண்டிவிட்டிருந்தன. ஆனால், அந்தப் பேருவகையின்மீது ஒரு விதமான சந்தேக மேகம் படர்ந்திருந்தது.

"என்னால் அதைச் செய்ய முடியும் என்று நான் நம்பவில்லை," என்று மின்னூ தட்டுத்தடுமாறிப் பதிலளித்தார். பான்டா பரிந்துரைத்திருந்த பாதை, சென்றடையப்பட முடியாத அளவுக்கு வெகுதூரத்தில் இருந்ததாகவும், புரிந்து கொள்ளப்பட முடியாத அளவுக்கு எதார்த்தமற்றதாக இருந்ததாகவும் மின்னூவுக்குத் தோன்றியது.

"நீ ஏன் அப்படி நினைக்கிறாய்? உனக்கு வயது குறைவு. நீ புத்திசாலியாகவும் கடின உழைப்பாளியாகவும் இருக்கிறாய். முதுகலைப் பட்டப்படிப்பில் பல்கலைக்கழகத்தில் 'ரேங்க்கில்' தேர்ச்சி பெற்றிருக்கிறாய். கோப்பில் நீ எழுதியிருந்த அருமையான குறிப்புகளை நான் பார்த்தேன்," என்று பான்டா உறுதியான நம்பிக்கையுடன் கூறினார்.

"ஆனால், சார், இத்தேர்வு மிகவும் கடினமானது. அதற்குப் பல ஆண்டுகள் தயாரிப்பு தேவைப்படும். அதில் வெல்வதற்கு எனக்கு வாய்ப்பு இருப்பதாக நான் கருதவில்லை," என்று மின்னூ தயக்கத்துடன் கூறினார்.

"மோளே, உன்னுடைய திறமையைக் குறைத்து மதிப்பிடாதே. தேர்வுக்கு உன்னைத் தயார் செய்யத் தேவையான விடுப்புக்கு நான் ஒப்புதல் அளிக்கிறேன்," என்று பான்டா கூறினார்.

அதற்கு மேல் அதைப் பற்றி அவரிடம் வாக்குவாதம்

செய்ய விரும்பாத மின்னூ, "நான் அதைப் பற்றித் தீவிரமாக யோசிக்கிறேன், சார். மிக்க நன்றி," என்று கூறி அந்த உரையாடலுக்கு ஒரு முற்றுப்புள்ளி வைத்தார். பின் அவர் பான்டாவின் மேசையின்மீது இருந்த அந்தக் கோப்பைக் கையில் எடுத்துக் கொண்டு, இதயம் படபடக்க அவருடைய அறையிலிருந்து வெளியேறினார்.

அவர் பான்டாவின் அறையிலிருந்து வெளியே வந்து தன்னுடைய மேசையை நோக்கி மெதுவாக நடந்து சென்று கொண்டிருந்தபோது, தான் ஒரு புதிய உலகிற்குள் சஞ்சரித்துக் கொண்டிருந்ததை மின்னூ உணர்ந்தார். பான்டாவின் வார்த்தைகள், ஓர் ஐஏஎஸ் அதிகாரியாக ஆக வேண்டும் என்ற அவருடைய பழைய கனவின்மீது படிந்திருந்திருந்த தூசியை ஊதித் தள்ளியிருந்தன. தன் கனவின் தரத்தை உரசிப் பார்ப்பதற்காக, மின்னூ, 2012 ஆம் ஆண்டிலேயே முதல் நிலைத் தேர்வை எழுதியிருந்தார்.

'ஒரு சிறுமி இங்கே என்ன செய்து கொண்டிருக்கிறாள்?'

காவல்துறையின் தலைமையகத்தில் மின்னூ ஓர் எழுத்தராக வேலையில் சேர்ந்ததே விதியின் விளையாட்டினால்தான். கேரளக் காவல்துறையில் ஒரு காவலராக இருந்த மின்னூவின் தந்தையார், 2007 இல் திடீரென்று இறந்து போனபோது, கருணை அடிப்படையில் மின்னூவுக்கு அந்த வேலை வழங்கப்பட்டது. மின்னூ இந்த வழியில் வேலையில் சேர்ந்திருந்த காரணத்தால், தொடக்கத்தில் அவர் அவருடைய சக ஊழியர்களால் ஒதுக்கி வைக்கப்பட்டார். ஆனால், குறுகிய காலத்திலேயே, மின்னூ தன்னுடைய கடினமான உழைப்பாலும் அர்ப்பணிப்பாலும் தன்னுடைய மதிப்பை நிரூபித்து, இந்திய காவல் பணியின் (ஐபிஎஸ்) மூத்த அதிகாரிகளின் பாராட்டுகளைப் பெற்றார். கூடவே, தன்னுடைய சக ஊழியர்களின் பொறாமையையும் அவர் சம்பாதித்துக் கொண்டார்.

மின்னூ தன் இடத்திற்கு வந்து சேர்ந்ததும், தன் நாற்காலியில் அமர்ந்து கொண்டு தன்னை நிதானப்படுத்திக் கொண்டார். சில்லென்று இருந்த தன்னுடைய மேசையின்மீது தன் தலையை மென்மையாகச் சாய்த்து, தன் கண்களை மூடிக் கொண்டு, மெதுவாகவும் ஆழமாகவும் அவர் சுவாசிக்கத் தொடங்கினார். ஒரு சில மாதங்களுக்கு முன்பு பான்டா அந்த அலுவலகத்திற்கு மாற்றலாகி வந்திருந்த நாளன்று கூட்டியிருந்த ஊழியர்கள் கூட்டத்தை மின்னூ மகிழ்ச்சியுடன் நினைவுகூர்ந்தார். ஊழியர்கள் தங்களைச் சுய அறிமுகம்

செய்து கொண்டு, தங்களுடைய பொறுப்புகளைப் பற்றிச் சுருக்கமாகக் கூறும்படி பான்டா அவர்களிடம் கேட்டார்.

மின்னூவின் முறை வந்தபோது, பான்டா ஒரு புன்னகையுடன், "ஒரு சிறுமி இங்கு என்ன செய்து கொண்டிருக்கிறாள்?" என்று கேட்டார். மின்னூவின் இளமையான தோற்றம், அவருடைய உண்மையான வயதைக் குறைத்துக் காட்டிக் கொண்டிருந்தது. பான்டாவின் கேள்வி அந்த அறையில் சிரிப்பலைகளைத் தோற்றுவித்தது.

"சார், என் பெயர் மின்னூ பி. எம். நான் கேரளா பல்கலைக்கழகத்தில் உயிர்வேதியியலில் முதுகலைப் பட்டப்படிப்பு படித்திருக்கிறேன். ஆயுதம் மற்றும் கட்டுமானப் பொறுப்பு எனக்கு வழங்கப்பட்டுள்ளது," என்று மின்னூ வெட்கத்துடன் பதிலளித்தார்.

அக்கூட்டம் முடிவடைந்தவுடன், பான்டா மின்னூவிற்கு சவால்மிக்கதொரு வேலையைக் கொடுத்தார். "மின்னூ, இப்போது நடந்து கொண்டிருக்கின்ற அனைத்துக் கட்டட வேலைகள் குறித்தப் புள்ளிவிவரங்களும், கேரளக் காவல்துறையில் இருக்கின்ற ஆயுதங்கள் குறித்த விரிவான தகவல்களும் எனக்குத் தேவை. உன்னால் அவற்றை எப்போது கொடுக்க முடியும்?"

இதுபோன்ற ஒரு கேள்வியை எதிர்பார்த்திராத மின்னூ, தயக்கத்துடன், அவருடைய உடனடி மேலதிகாரியான காவல்துறை உதவித் தலைவர் ஷியாம் சர்மாவை (பெயர் மாற்றப்பட்டுள்ளது) ஏறிட்டு நோக்கினார்.

"சார், நீங்கள் கேட்ட தகவல்களை நாங்கள் நாளை கொடுத்துவிடுகிறோம்," என்று கூறி சர்மா மின்னூவின் உதவிக்கு வந்தார்.

"அவை எனக்கு இன்றே வேண்டும். நாளை என்ற ஒன்று கிடையாது," என்று பான்டா ஒரு கண்டிப்பான குரலில் கூறினார்.

"சரி, சார். அத்தகவல்களை நான் இன்றே சேகரித்துக் கொடுத்துவிடுகிறேன்," என்று மின்னூ கூறினார். தன்னுடைய உறுதியைக் கண்டு அவரே வியந்து போனார்.

அது மலைக்க வைக்கின்ற வேலைதான் என்றாலும், அங்கிருந்த ஐபிஎஸ் அதிகாரிகளின் சவால்மிக்கக் காலக்கெடுக்கள் மின்னூவுக்குப் பழக்கமாகியிருந்த காரணத்தால், தேவையான தகவல்களைச் சேகரிப்பதற்காக அவர் அங்கிருந்து வேகமாக நகர்ந்தார். அவர் நேரத்தைப் பார்க்காமல் தொடர்ந்து கடுமையாக வேலை செய்தது பலனளித்தது. விவரமான அறிக்கை ஒன்றை அவர் தயாரித்தார்.

தன்னுடைய கடின உழைப்பை அங்கீகரிக்காமலேயே பான்டா அங்கிருந்து புறப்பட்டுச் சென்றுவிடக்கூடும் என்று அஞ்சிய மின்னூ, அவருடைய அறைக்குச் சென்றபோது, அவர் ஒரு சந்திப்புக்கூட்டத்தில் மும்முரமாக ஈடுபட்டிருந்ததைக் கண்டார். அவரைப் பார்க்காமல் தான் அங்கிருந்து நகரப் போவதில்லை என்ற உறுதியுடன், மின்னூ, அந்த அறைக்கு அருகேயிருந்த பகுதியில் காத்திருக்கத் தொடங்கினார்.

அங்கிருந்த காவல்துறை கண்காணிப்பாளருடன் மின்னூ ஓர் ஆழ்ந்த உரையாடலில் ஈடுபட்டிருந்தபோது, திடீரென்று ஒலித்த எரிச்சல்மிக்கக் குரல் கேட்டு அவர் திடுக்கிட்டுத் திரும்பினார். “மின்னூ, இங்கே என்ன செய்து கொண்டிருக்கிறாய்? காலையில் நான் கேட்டிருந்த தகவல்கள் எங்கே?” என்று கேட்டுக் கொண்டே பான்டா அங்கு வந்தார்.

“சார், அவை தயாராகிவிட்டன,” என்று சிறிது உதறலுடன் கூறிய மின்னூ, தன் கைகளில் இறுகப் பற்றியிருந்த கோப்பைப் பான்டாவிடம் காட்டினார்.

தான் அளித்திருந்த வேலையை அதற்குரிய காலக்கெடுவுக்குள் செய்து முடிக்க முடியாமல் போனதற்காக மின்னூ தன்னிடம் வருத்தம் தெரிவிப்பார் என்று எதிர்பார்த்திருந்த பான்டா, அவருடைய பதிலைக் கேட்டு வியப்படைந்து, “ஓ, அப்படியா. சரி, வா. நாம் அதைப் பார்க்கலாம்,” என்று கூறினார்.

மின்னூ தயாரித்திருந்த அறிக்கையைப் படித்தவுடன் பான்டாவின் முகத்தில் கடுமை குறைந்து அந்த இடத்தை மகிழ்ச்சி ஆக்கிரமித்துக்கொண்டது. ஓர் இளம் எழுத்தரிடமிருந்து அப்படிப்பட்டதொரு முழுமையான, பகுப்பாய்வுடன்கூடிய அறிக்கையை அவர் எதிர்பார்த்திருக்கவில்லை. “இது பிரமாதமாக இருக்கிறது,” என்று அவர் பாராட்டினார். அந்த அறிக்கை, மின்னூ குறித்து நல்லதோர் அபிப்பிராயத்தை அவரிடம் உருவாக்கியிருந்தது வெளிப்படையாகத் தெரிந்தது.

உணர்ச்சிச் சூறாவளி

மின்னூ தன் கண்களை மூடியவாறு, பான்டாவுடனான தன்னுடைய கடந்தகால அலுவலகரீதியான உறவாடல்களை அசைபோட்டார், பான்டா தன் மனத்தில் விதைத்திருந்த எண்ணத்தைப் பற்றி அவர் யோசித்தார். உண்மையில், தன்னுடைய ஆழ்விருப்பம், ஓர் எழுத்தராக இருப்பதைத் தாண்டிய ஒன்று என்று மின்னூ எப்போதும் உணர்ந்திருந்தார். ஆனால், வாழ்க்கை அவரைத் திருமண உறவுக்குள் இழுத்து

வந்து, பெரும் பொறுப்புகளை அவர்மீது சுமத்தியிருந்தது. தன் கணவரையும், மாமனார் மற்றும் மாமியாரையும் கவனித்துக் கொள்ள வேண்டிய பொறுப்பு, அழுத்தமிக்க அலுவலக வேலையின் சுமை, முடிவேயில்லாத வீட்டு வேலைகள், இளம் குழந்தையின் பராமரிப்பு ஆகிய அன்றாடக் கடமைகளுக்குள் மின்னூவின் கனவு ஆழமாகப் புதைந்துவிட்டிருந்தது.

"என்னால் உண்மையிலேயே இதைச் சாதிக்க முடியுமா? இதற்குமுண்டியடித்துக்கொண்டிருக்கின்றஇளம்வயதினருடன் போட்டி போடுவது எனக்குச் சாத்தியமாகுமா? என் கணவர் ஜோஷி இந்த யோசனையை ஆதரிப்பாரா? என் மாமனாரும் மாமியாரும் இதை எப்படி எடுத்துக் கொள்வார்கள்?" என்பன போன்ற, பதில் காணப்பட முடியாத கேள்விகள் அவரை வட்டமிட்டன.

மின்னூ தன் யோசனையில் மூழ்கிக் கிடந்தபோது, அவருக்குப் பரிச்சயமானதொரு குரல் அவரை அதிலிருந்து மீட்டது. "மின்னூ, உங்களுக்கு ஒன்றுமில்லையே? பான்டா சார் உங்களைக் கடிந்து கொண்டாரா?" என்று பக்கத்து மேசையிலிருந்து எட்டிப் பார்த்த அவருடைய சகா கேட்டார்.

"இல்லை, சேச்சி. பான்டா சார் என்னைத் தாராளமாகப் பாராட்டினார். வேலையில் என்னுடைய முன்னேற்றம் குறித்து அவர் உண்மையிலேயே அக்கறை தெரிவித்தார். சிஎஸ்இ தேர்வு எழுதி ஓர் அதிகாரியாக ஆகும்படி அவர் எனக்குப் பரிந்துரைத்தார்," என்று பதிலளித்த மின்னூவின் முகத்தை அவரிடம் மலர்ந்த புன்முறுவல் பிரகாசிக்க வைத்தது.

கவலை கொண்டிருந்த அவருடைய சகாவின் முகத்தில் நிம்மதி குடியேறியது. ஊக்குவிக்கின்ற சிரிப்புடன் அவர் பான்டாவின் அறிவுரையை ஆமோதித்தார். "என் இனிய தேவதையே, அது குறித்து நீ உண்மையிலேயே தீவிரமாகச் சிந்திக்க வேண்டும்," என்று கூறிவிட்டு, பாராட்டுகின்ற விதத்தில் மின்னூவின் தோளில் அவர் ஒரு தட்டுத் தட்டினார்.

பான்டாவின் அறிவுரையைத் தன் கணவருடன் பகிர்ந்து கொள்ள வேண்டும் என்ற ஆவல் மின்னூவிடம் பொங்கிக் கொண்டிருந்தது. அவர் மாலை ஐந்து மணிக்குத் தன் அலுவலகத்திலிருந்து கிளம்புவதற்குத் தயாராகிக் கொண்டிருந்தபோது, அவருடைய நெருங்கிய உறவினரான திதீஷ் அங்கு வந்தார். அவரும் கேரளக் காவல்துறையில்தான் பணியாற்றிக் கொண்டிருந்தார். அவரைக் கண்டதும் மகிழ்ச்சியடைந்த மின்னூ, அவரிடம், "திதீஷ், வா, வா. நான் ஜோஷியிடம் ஒரு முக்கியமான விஷயம் குறித்துப்

பேச வேண்டும். அவர் கீழே காத்துக் கொண்டிருக்கிறார். நாம் வழக்கமாகச் செல்கின்ற தேநீர்க் கடைக்குச் சென்று பேசலாம்," என்று பரவசமாகக் கூறினார்.

மின்னூவின் கணவர் ஜோஷி, திருவனந்தபுரத்திலுள்ள விக்ரம் சாராபாய் விண்வெளி மையத்தில் ஒரு தொழில்நுட்பவியலாளராகப் பணியாற்றிக் கொண்டிருந்தார்.

மின்னூ தன் கணவரைக் கண்டதும், "சேட்டா[1] வீட்டுக்குச் செல்வதற்கு முன்பு, நாம் மானவீயம் வீதிக்குச் செல்லலாம். இன்று அலுவலகத்தில் ஒரு முக்கிய விஷயமான நடந்துள்ளது. நான் அதை உங்களிடம் பகிர்ந்து கொள்ளத் துடித்துக் கொண்டிருக்கிறேன்," என்று கூறினார். அவருடைய குரல் உற்சாகத்தில் நடுங்கிக் கொண்டிருந்தது. பின் அவர் தன் ஹெல்மெட்டை அணிந்து கொண்டு, தன் கணவரின் பைக்கின் பின்புறம் ஏறி அமர்ந்து கொண்டார். திதீஷ் தன் வண்டியில் அவர்களைப் பின்தொடர்ந்தார்.

ஒரு கோப்பை தேநீர் அருந்தும்போது பல வியப்பான விஷயங்கள் நிகழலாம்

திருவனந்தபுரத்தின் முக்கிய வீதிகளில் ஒன்றான மானவீயம் வீதி, சாலையோரம் காட்சிப்படுத்தப்பட்டுள்ள கலைப்படைப்புகளுக்கும் கலாச்சார நிகழ்ச்சிகளுக்கும் உணவகங்களுக்கும் பெயர் போன ஒன்று. அவர்கள் மூவரும் அவர்கள் வழக்கமாகச் சென்ற தேநீர்க் கடைக்குச் சென்று அமர்ந்தனர். ஆவி பறந்து கொண்டிருந்த தேநீர் அவர்களுடைய மேசையில் கொலுவீற்றிருக்க, மின்னூ, பான்டாவுடனான தன் சந்திப்பு குறித்தும், தான் சிஎஸ்இ தேர்வெழுதி ஓர் அதிகாரியாக ஆக வேண்டும் என்ற அவருடைய பரிந்துரை குறித்தும் அவர்கள் இருவரிடமும் படுஉற்சாகமாக விவரிக்கத் தொடங்கினார். பின் தன் கணவரிடம், "இந்த யோசனை குறித்து நீங்கள் என்ன நினைக்கிறீர்கள்? நான் சிஸ்இ தேர்வு எழுதட்டுமா?" என்று அவர் கேட்டார். அவருடைய கேள்வியில் பலவிதமான உணர்ச்சிகள் பின்னிப் பிணைந்திருந்தன.

"தாராளமாக. இதைவிட மேம்பட்ட வேலைக்கு நீ முற்றிலும் பொருத்தமானவள். நம்முடைய மகன் ஜெரமயா பிறப்பதற்கு முன்பு, நாம் இருவரும் சிஎஸ்இ தேர்வுப் பயிற்சி மையம் ஒன்றுக்குச் சென்றிருந்தது இப்போது என் நினைவுக்கு

---

1 கேரளத்தில், கணவர், சகோதரர் ஆகிய இருவரையுமே பெண்கள் 'சேட்டன்' என்றே விளிப்பர்.

வருகிறது. நீ குழந்தை பெற்றுக் கொள்ள வேண்டும் என்று என் அம்மா விரும்பியதால் நாம் அந்த யோசனையைக் கைவிட்டுவிட்டோம்," என்று ஜோஷி கூறினார். அவருடைய கண்களில் தன் மனைவிமீதான அபிமானம் பொங்கி வழிந்து கொண்டிருந்தது.

ஜோஷியின் வார்த்தைகள் மின்னூவுக்குப் பெரும் உற்சாகத்தைக் கொடுத்தன. ஆனால், உடனேயே ஒருவிதமான பதற்றம் அவரை ஆட்கொண்டது.

"ஆனால், நம்முடைய இரண்டு-வயதுக் குழந்தையை வளர்க்கின்ற பெரும் பொறுப்பு எனக்கு இருக்கிறது. என் கனவைப் பின்தொடர்வதற்காக நான் அவனை அலட்சியம் செய்வது குறித்து என்னால் ஒரு கணம்கூட நினைத்துப் பார்க்க முடியாது." மின்னூவின் தாய்ப்பாசம் பீறிட்டு வெளிப்பட்டது.

திதீஷ் குறுக்கிட்டு, "மின்னூ, நீ இப்போதும் உன் அலுவலகத்தில் நிறைய நேரம் செலவிட்டுக் கொண்டிருக்கிறாய். ஜோஷியின் பெற்றோர் உன் மகனை சந்தோஷமாகப் பார்த்துக் கொள்கின்றனர். இதற்கு அவர்களை உன்னால் ஒப்புக் கொள்ள வைக்க முடிந்தால், அவனுக்காக அவர்கள் இன்னும் கூடுதலாக நேரம் ஒதுக்கக் கண்டிப்பாக முன்வருவார்கள்," என்று தன் பங்கிற்கு மின்னூவை ஊக்குவித்தார்.

ஆனாலும் மின்னூவின் பதற்றமும் கவலையும் குறையவில்லை. அவருக்குள் பொங்கிக் கொண்டிருந்த உணர்ச்சிக் கலவையை அவருடைய குரல் பிரதிபலித்தது. "மூன்று கட்டங்களை உள்ளடக்கிய அந்தத் தேர்வு மிகவும் கடினமானது. அதற்குச் சில ஆண்டுகால முன்தயாரிப்பு தேவைப்படும். ஆனாலும், முதல் கட்டத்திலேயேகூட நான் தோற்றுவிடக்கூடும்," என்று கூறித் தன் ஆழ்ந்த பயத்தை அவர் வெளிப்படுத்தினார்.

ஆனால், இதில் மின்னூ மட்டும் தனியாக இல்லை. அதன் வெற்றி விகிதம் 0.01 சதவீதம் என்ற அளவில் மிகவும் குறைவாக இருந்ததால், ஐஏஎஸ் கனவோடு இருந்த அனைவரையும் இதன் நிச்சயமின்மை கடுமையாக வாட்டி வதைத்தது.

தன் மனைவி ஏற்கனவே மேற்கொண்டிருந்த எண்ணற்றத் தியாகங்களை முழுமையாகப் புரிந்து கொண்டிருந்த ஜோஷி, மின்னூவை உறுதியாக ஊக்கப்படுத்தினார். தன் மனைவி மிக இளம் வயதிலேயே திருமணம் செய்து கொண்டதோடு, தன் வேலையை ஸ்திரப்படுத்திக் கொள்ளாமல் குடும்பத்திற்கு முன்னுரிமை கொடுத்துத் தன்னுடைய ஐஏஎஸ் கனவை மூட்டை கட்டி வைத்திருந்தது ஜோஷியை உறுத்திக் கொண்டிருந்தது. அதனால், மின்னூவின் கனவிற்கு முழு

ஆதரவு அளிப்பதில் அவர் உறுதியாக இருந்தார்.

“மின்னூ, அடுத்த முதல் நிலைத் தேர்வு தொடங்குவதற்கு இன்னும் ஓராண்டு இருக்கிறது. வேலையில் விடுப்பு எடுத்துக் கொண்டு இதற்கான தயாரிப்பில் உன்னை மூழ்கடித்துக் கொள். உன்னால் இதைச் சாதிக்க முடியும் என்ற நம்பிக்கை எனக்கு இருக்கிறது,” என்று ஜோஷி அவருக்கு நம்பிக்கையளிக்கும் விதத்தில் பேசினார். அதை ஆமோதிக்கும் விதமாக திதீஷும் தலையாட்டினார்.

மின்னூவும் ஜோஷியும் வீடு திரும்பினர். சவால்மிக்க இந்தப் பயணத்தில் ஜோஷியின் பெற்றோரின் ஆதரவு மிக முக்கியமானதாக இருந்தது. அன்று இரவு, ஆப்பத்தைச் சுவைத்து உண்டு கொண்டே அன்றைய தினத்தின் நிகழ்வுகளை ஜோஷி தன் பெற்றோரிடம் பகிர்ந்து கொண்டார். மின்னூவுக்கு அவருடைய அலுவலகத்தில் பணியாற்றிக் கொண்டிருந்த மூத்த ஐபிஎஸ் அதிகாரிகளிடமிருந்து கிடைத்தப் பாராட்டுகளைப் பற்றிக் குறிப்பிட்டுவிட்டு, மின்னூவின் ஐஏஎஸ் கனவைப் பற்றி ஜோஷி தன் பெற்றோரிடம் எடுத்துரைத்தார்.

மின்னூவின் பசி அவரிடமிருந்து எப்போதோ பறந்து போய்விட்டிருந்தது. ஜோஷியின் பெற்றோர் இதற்கு எப்படி எதிர்வினையாற்றுவரோ என்ற பதைபதைப்புடன் அவர் காத்துக் கொண்டிருந்தார்.

ஜோஷியின் அப்பா, போடப்பட்டிருந்த திடீர் குண்டைச் சீரணித்துக் கொள்வதற்காக, தான் சாப்பிட்டுக் கொண்டிருந்ததை நிறுத்தினார். பின் மின்னூவிடம், “மோளே, நீ உண்மையிலேயே இதற்கு ஆசைப்படுகிறாயா? இதைப் பற்றி ஆழமாகச் சிந்திப்பதற்குத் தேவையான நேரத்தை நீ எடுத்துக் கொண்டாயா?” என்று அவர் கேட்டார்.

“அப்பா, கல்லூரி நாள்களிலிருந்தே இதுதான் என்னுடைய கனவாக இருந்து வந்துள்ளது. நான் முதுகலைப் படிப்பு படித்துக் கொண்டிருந்தபோது, ஒரு முறை நான் இதற்கு முயற்சிகூடச் செய்திருந்தேன்,” என்று மின்னூ மரியாதையுடன் பதிலளித்தார். அவருடைய கண்கள் அவருடைய உறுதியைப் பிரதிபலித்தன.

தன் அப்பா உடனடியாக இதை மறுதலித்துவிடுவதைத் தவிர்ப்பதற்காக, ஜோஷி அவரிடம், “அப்பா, மின்னூ எப்போதும் படிப்பில் சுட்டி. அவள் சீக்கிரமாகவே மணமுடித்துக் கொண்டாள். அவளுடைய தகுதிக்கு இந்த எழுத்தர் வேலை பொருத்தமானது அல்ல,” என்று கூறினார்.

தேர்வின் கடுமையைப் புரிந்து கொண்டிருந்த ஜோஷியின் அப்பா, தன் மகனிடம், “இது மிகவும் சவாலான ஒரு தேர்வு.

அதற்குத் தயார் செய்து கொள்வதற்கு மின்னூவுக்கு நீண்ட நாள் விடுப்பு தேவைப்படுமே? பொருளாதாரப் பிரச்சனைகளை நீ எப்படிச் சமாளிப்பாய்?" என்று வினவினார்.

"அவளுக்கு ஒரு சில மாதங்கள் மட்டுமே விடுப்புக் கிடைக்கும். தற்காலிகமாக நாம் நிதி நெருக்கடியை எதிர்கொள்ள நேரிடும் என்பது உண்மைதான். ஆனால், இப்போது நம்மிடம் இருக்கின்ற சேமிப்பை வைத்துக் கொண்டு நம்மால் சமாளித்துவிட முடியும். அவளுடைய முயற்சி வெற்றி பெறவில்லை என்றால், அவள் தன்னுடைய வேலைக்குத் திரும்ப வேண்டியதுதான்," என்று ஜோஷி மின்னூவுக்காக வாதிட்டார்.

அதுவரை அமைதியாகச் சாப்பிட்டுக் கொண்டிருந்த ஜோஷியின் அம்மா, "அவள் இந்த அளவுக்குத் தீவிர விருப்பத்துடன் இருந்தால், அவள் தன் கனவைப் பின்தொடரட்டும். எனக்கும் மின்னூவின் திறமையின்மீது நம்பிக்கை இருக்கிறது. நாம் இந்த வீட்டையும் நம்முடைய முத்தையும் பார்த்துக் கொள்ளலாம்," என்று தெரிவித்தார். ஜோஷியின் பெற்றோர் ஜெரமயாவைச் செல்லமாக 'முத்து' என்று அழைத்தனர்.

மின்னூவின் இதயம் ஆனந்தத்தால் விம்மிப் புடைத்தது. தன் மாமியார்மீதான அவருடைய அபிமானம் வெளிப்படையாகத் தெரிந்தது. தன் மாமியார் குறித்துச் சில விஷயங்களில் மின்னூவுக்கு ஐயவுணர்வு இருந்தபோதிலும், பெண்களின் கல்வியையும் பெண்களுக்கு அதிகாரமளித்தலையும் அவர் பெரிதும் மதித்தார் என்பதை மின்னூ அறிந்திருந்ததால், இந்த விஷயத்தில் அவர் தனக்கு ஆதரவு அளிப்பார் என்று அவர் எதிர்பார்த்திருந்தார்.

புடம்போட்டத் தங்கமாய் மிளிர்வதற்குக் கிடைத்த வாய்ப்பு

மின்னூ தன்னுடைய குழந்தைப் பருவத்திலிருந்தே அனைத்து விஷயங்களிலும் பெரும் ஆர்வம் காட்டுகின்ற ஒருவராகவும், கடின உழைப்பாளியாகவும், பிரகாசமானவராகவும் விளங்கி வந்திருந்தார். பள்ளிப் பருவத்திலும் சரி, கல்லூரிப் பருவத்திலும் சரி, அவர் பல்வேறு வினாடி-வினா போட்டிகளிலும், கட்டுரை மற்றும் பேச்சுப் போட்டிகளிலும் கலந்து கொண்டு வெற்றி பெற்று வந்திருந்தார். அவருடைய தந்தையான பால் ராஜ், உலக நடப்புகளைப் பற்றி அறிந்து கொள்வதன் முக்கியத்துவத்தை மின்னூவிடம் வலியுறுத்தி வந்திருந்தார். அவர் சொற்ப வருவாய் ஈட்டிக் கொண்டிருந்தபோதிலும்,

மின்னூவுக்குத் தினசரிகள், பத்திரிகைகள் மற்றும் புத்தகங்களை வாங்கிக் கொடுத்து, அவருக்கு வாசிப்பில் நாட்டத்தை ஊட்டி வளர்த்தார். மின்னூவுடைய சக மாணவிகள் பாடப்புத்தகங்களைப் பற்றிய விவாதங்களில் ஈடுபட்டுக் கொண்டிருந்தபோது, மின்னூ உலக நடப்பு நிகழ்வுகளைப் பற்றிப் பேசினார். அதனால் அவருடைய தோழிகள், “நீ ஒரு நாள் கலெக்டராகப் போகிறாய்!” என்று கூறி அவரை வம்புக்கு இழுத்தனர்.

ஆனால், விதி அவருடைய வாழ்வில் விளையாடியதால், அவர் ஒரு கலெக்டராக ஆவதற்குப் பதிலாக ஓர் எழுத்தரானார். ஓர் ஐஏஎஸ் அதிகாரியாக ஆக வேண்டும் என்ற அவருடைய கனவு ஒரு வெற்று ஏக்கமாக மாறி, அன்றாடப் பொறுப்புகளுக்குள் புதைந்து போயிற்று.

அன்று இரவு, யூபிஎஸ்சி சிகரத்தை அடைவது குறித்த எண்ணங்கள் மின்னூவின் மனத்திற்குள் கொழுந்துவிட்டு எரிந்து கொண்டிருந்ததால், அவர் தூக்கம் வராமல் புரண்டு கொண்டிருந்தார். படிப்புலகிற்குள் மீண்டும் நுழைந்து யூபிஎஸ்சி தேர்வு எழுதுவதற்குத் தேவையான பரந்துபட்ட அறிவைப் பெறுவது என்பது பயிற்சி வகுப்பில் சேராமல் சாத்தியமில்லை. அத்துடன், மின்னூ தன் நேரத்தை முழுமையாக இதற்காக அர்ப்பணித்துக் கொள்ளத் தயாராக இருக்க வேண்டும்.

அதற்கு அடுத்த நாள், மின்னூ, ஏதோ ஒரு குருட்டு நம்பிக்கையுடன், ஒரு மூன்று மாத விடுப்புக்காக விண்ணப்பித்தார். அன்று பிற்பகலில் அவர் தன் கணவரை அழைத்துக் கொண்டு தனியார் பயிற்சி மையம் ஒன்றிற்குச் சென்றார். அது, பலவிதமான போட்டித் தேர்வுகளுக்கு விண்ணப்பித்திருந்த பலதரப்பட்டவர்களுக்குச் சேவையாற்றிக் கொண்டிருந்த ஒரு சாதாரணமான பயிற்சி நிலையம். அதன் தலைவர் மின்னூவைச் சேர்த்துக் கொள்ளத் தயாராக இருந்தார். ஆனால், அதற்கு 25,000 ரூபாயைக் கட்டணமாக அவர் கேட்டார். ஜோஷி தன் அலுவலகத்திலிருந்து கடன் வாங்கிக் கொள்ள முன்வந்தபோது, தன் தங்க வளையல்களை அடமானம் வைக்கும்படி மின்னூ அவரிடம் கூறினார்.

ஒரு புதிய ஊக்கத்துடன் இருந்த மின்னூ, துல்லியமான கால அட்டவணை ஒன்றைத் தயார் செய்து கொண்டு மீண்டும் படிப்புலகிற்குள் நுழைந்தார். தினந்தோறும் காலை எட்டு மணியிலிருந்து இரவு எட்டு மணிவரை அந்தப் பயிற்சி நிலையத்தில் நடத்தப்பட்ட வகுப்புகளுக்கு அவர் சென்று வந்தார். அவர் கல்விச் சூழலிலிருந்து விலகிப் பல ஆண்டுகள் ஆகிவிட்டிருந்ததால், ஒரு வலிமையான அடித்தளத்தை

அமைத்துக் கொள்வதற்காக, ‘என்சிஇஆர்டி’ என்று சுருக்கமாக அழைக்கப்படுகின்ற ‘தேசிய கல்விசார் ஆய்வு மற்றும் பயிற்சிக் குழுமம்’ வெளியிட்டுள்ள பாடப்புத்தகங்களை அவர் படிக்கத் தொடங்கினார். ஆறாம் வகுப்புப் பாடங்களிலிருந்து தொடங்கி அவர் படிப்படியாக மேல் வகுப்புப் பாடப்புத்தகங்களுக்கு முன்னேறினார்.

வரலாறு, புவியியல், பொருளாதாரம், அரசியல் ஆகியவற்றில் மின்னூவுக்கு இருந்த ஆழ்விருப்பம் அவரை சிஎஸ்இ தேர்வுத் தயாரிப்பில் வெகுவாக உந்தித் தள்ளியது. இத்துறைகளின்மீதான அவருடைய காதல், பள்ளிப் பருவத்திலேயே தொடங்கியிருந்தது. ஆனால், அவருடைய பெற்றோர், அவர் ஒரு மருத்துவராகவோ அல்லது பொறியாளராகவோ ஆக வேண்டும் என்று வற்புறுத்தினர். ஒரு நாள் மாலையில், அவர்களுடைய வீட்டு மொட்டை மாடியில், இந்த விவகாரம் தொடர்பாக மின்னூவுக்கும் அவருடைய பெற்றோருக்கும் இடையே ஒரு சூடான விவாதம் நடைபெற்றது. அவருடைய பாட்டி மின்னூவுக்கு ஆதரவாகப் பேசியபோதிலும், அவருடைய பெற்றோர் தங்களுடைய நிலைப்பாட்டை மாற்றிக் கொள்ளத் தயாராக இருக்கவில்லை.

மின்னூ தொடர்ந்து தினமும் இரண்டு தினசரிகளைப் படித்தார். அவற்றில் இடம்பெற்றிருந்த விஷயங்களைக் கிரகித்துக் கொண்டதோடு, அவற்றைப் பற்றிய குறிப்புகளை அவர் தன் குறிப்பேட்டில் குறித்துக் கொண்டார். முக்கியமான தலையங்கங்கள், செய்திகள் மற்றும் புகைப்படங்களைக் கத்தரித்து, அவர் அவற்றைத் தனியாக ஒரு நோட்டுப் புத்தகத்தில் ஒட்டி வைத்துக் கொண்டார்.

இதில் மின்னூவுக்குச் சவாலாக இருந்தது சிஸாட் தாள்தான். மின்னூ தன்னுடைய பலங்களையும் பலவீனங்களையும் ஆய்ந்தறிந்தார். கொடுக்கப்படுகின்ற பத்தியைப் படித்துப் புரிந்து கொண்டு, கேட்கப்படுகின்ற கேள்விகளுக்குப் பதிலளிப்பதில் தான் சிறந்து விளங்கியதையும், கணிதத்தில் தான் தடுமாறிக் கொண்டிருந்ததையும் அவர் கண்டுகொண்டார். அதனால், முந்தையதில் கவனம் செலுத்துவதென்று அவர் தீர்மானித்தார். ஆனால், அத்தேர்வில் வெற்றி பெறுவதற்கு அது போதுமானதாக இருக்காது என்பதை அவர் அறிந்திருந்ததால், அடிப்படைக் கணிதத் திறமையையும், காரணங்காணுதல் திறமையையும் வளர்த்துக் கொள்ளத் தீர்மானித்து அவர் அம்முயற்சியில் இறங்கினார்.

அவருடைய கடின உழைப்பின் காரணமாக அவருடைய தன்னம்பிக்கை அதிகரிக்கத் தொடங்கியது. காலம் வேகமாக

உருண்டோடியது. திரும்பிப் பார்ப்பதற்குள் முதல் நிலைத் தேர்வு எழுத வேண்டிய நாளும் வந்தது. ஆகஸ்ட் 2016 இல் நடைபெற்ற அத்தேர்வில் அவரால் வெற்றி பெற முடியவில்லை. அது ஜோஷிக்கும் அவருடைய பெற்றோருக்கும் பெரும் ஏமாற்றத்தைக் கொடுத்தபோதிலும், மின்னூ அந்தப் பின்னடைவால் பெரிதாகச் சோர்ந்து போய்விடவில்லை.

"நான் மயிரிழையில்தான் வெற்றி வாய்ப்பைத் தவறவிட்டிருந்தேன். சிஸாட் தாளில் நான் தேர்ச்சி பெற்றிருந்தேன். பொது அறிவுத் தாளிலும் நான் நல்ல மதிப்பெண்களையே பெற்றிருந்தேன். அடுத்த முயற்சியில் என்னால் கண்டிப்பாக வெற்றி பெற்றுவிட முடியும்," என்று மன உறுதி குறையாத மின்னூ பிரகடனம் செய்தார்.

அந்த ஆண்டின் இறுதியில், அவர் தன் கணவர் மற்றும் அவருடைய பெற்றோருடன் சேர்ந்து புனித பூமிக்கு ஒரு புனித யாத்திரை மேற்கொண்டார். அப்பயணம் கேரளத்திற்கு வெளியேயுள்ள உலகை அவருக்குத் திறந்து காட்டியது. அத்துடன், அது அவரிடம் ஒரு புதிய உத்வேகத்தைத் தோற்றுவித்து, ஓர் ஐஏஎஸ் அதிகாரியாக ஆகி இந்தப் பரந்துபட்ட உலகைத் தரிசிக்க வேண்டும் என்ற விருப்பத்திற்குத் தூபம் போட்டது.

ஒவ்வொரு நாளும் அவருடைய உறுதி அதிகரித்துக் கொண்டேயிருந்தது. அந்தக் கடினமான பயணத்தில் வழிகாட்டுவதற்குத் தனக்கு ஒரு பெயர்பெற்றப் பயிற்சி மையத்தின் உதவி தேவை என்ற முடிவுக்கு மின்னூ வந்தார்.

ஒரு தெய்விக ஆசிர்வாதம்

மின்னூ தன் புனிதப் பயணத்தை முடித்துக் கொண்டு ஊர் திரும்பியதும், அவருடைய தோழி ஷெரின் (பெயர் மாற்றப்பட்டுள்ளது) மூலமாக அவருக்கு ஒரு தெய்விக வழிகாட்டுதல் கிடைத்தது. ஒரு தினசரியில் வெளியாகியிருந்த ஒரு விளம்பரத்தைக் கையில் தூக்கிக் காட்டியவாறு, ஷெரின், "சேச்சி, நான் உனக்கு ஒரு நல்ல செய்தி சொல்லப் போகிறேன். சென்னையிலுள்ள மிகப் பிரபலமான ஐஏஎஸ் பயிற்சி மையம் ஒன்று, இங்குத் திருவனந்தபுரத்திலேயே தன்னுடைய கிளையைத் திறக்கப் போகிறது," என்று பரவசமாகக் கூறினார்.

அதைக் கேட்டதும் மின்னூவின் கண்கள் பிரகாசமடைந்தன. அந்தப் பயிற்சி மையம் குறித்தப் பல பாராட்டுரைகளை அவர் ஏற்கனவே கேள்விப்பட்டிருந்தார். ஆனாலும் அவருக்குள் உடனே தோன்றிய ஓர் எண்ணம்

அவருடைய மகிழ்ச்சிக்குக் கடிவாளம் போட்டது. “ஷெரின், அது ஒரு பெரிய பயிற்சி மையமாயிற்றே? அவர்களுடைய கட்டணம் எனக்குக் கட்டுப்படியாகுமா என்று தெரியவில்லை,” என்று அவர் தன் தோழியிடம் கூறினார்.

ஷெரின் உடனடியாக அவருடைய பயத்தைப் போக்கினார். “மின்னூ, இதைக் கவனமாகப் படி. ‘வரிசைத் தேர்வுகள்’ என்ற ஒன்றைத் தாங்கள் துவக்கப் போவதாக அவர்கள் அறிவித்துள்ளனர். அது கட்டுப்படியாகக்கூடிய கட்டணத்தில்தான் இருக்கும். அவர்கள் அங்கு ஒரு படிப்பறையையும் அமைத்துக் கொடுக்கிறார்களாம்.”

ஆனாலும், அது ஏற்படுத்தவிருந்த நிதிச் சுமை குறித்து மின்னூ கவலைப்படத் தொடங்கினார். இரவு உணவிற்குப் பிறகு இச்செய்தியைத் தன் கணவருடன் பகிர்ந்து கொண்ட மின்னூ, தன் கவலையை அவரிடம் வெளிப்படுத்தினார். “கவலைப்படாதே, மின்னூ. பணத்திற்கு இயேசுபிரான் ஏற்பாடு செய்து கொடுத்துள்ளார். பின்-தேதியிடப்பட்டச் சம்பள உயர்வுத் தொகை இன்று எனக்கு மொத்தமாகக் கிடைத்துள்ளது,” என்று ஜோஷி ஒரு பெரும் புன்னகையுடன் அவரிடம் கூறினார். அது மின்னூவிற்குப் பெரும் நிம்மதியளித்தது.

மின்னூ அந்தப் பயிற்சி மையத்தில் 2016 டிசம்பரில் சேர்ந்து, அடுத்து வரவிருந்த முதல் நிலைத் தேர்வுக்கான தயாரிப்புகளில் மும்முரமாக இறங்கினார். அவர் மீண்டும் வேலையில் சேர்ந்துவிட்டிருந்ததால், மாலையில் அலுவலகத்திலிருந்து திரும்பியதும் அவர் படிக்கத் துவங்கினார். பல நேரங்களில் அதிகாலைவரை அவருடைய படிப்பு நீடித்தது. வார இறுதி நாள்களையும் விடுமுறை நாள்களையும் அவர் படிப்பதற்காக முழுமையாகச் செலவிட்டார்.

கடந்த முறைபோலன்றி, இம்முறை அவர் வெறுமனே படிப்பதோடு நிறுத்திக் கொள்ளவில்லை. அவர் பயிற்சி மையத்தின் தொடர் தேர்வுகளில் பங்கேற்றார், முந்தைய ஆண்டுகளின் தேர்வுகளில் கேட்கப்பட்டிருந்த கேள்விகளுக்குப் பதிலளித்து அவற்றைச் சரிபார்த்தார். வேறு சில பயிற்சி மையங்கள் இணையத்தில் பதிவேற்றம் செய்திருந்த கேள்விகளுக்கும் பதிலளித்து அவற்றையும் அவர் சரிபார்த்தார். சராசரியாகத் தினமும் பத்திலிருந்து பதினொரு மணிநேரத்தைப் படிப்பிற்காக அவர் அர்ப்பணித்தார்.

ஆனால், தன்னால் தன் குழந்தையுடன் அதிக நேரம் செலவிட முடியவில்லை என்ற நினைப்பு அவரைத் தொடர்ந்து வாட்டிக் கொண்டிருந்தது. அவனுக்கு உணவூட்டுவதற்கும்,

கதை சொல்வதற்கும், அவன் மழலையர் பள்ளியிலிருந்து திரும்பி வந்ததும் அவனுடன் சேர்ந்து விளையாடுவதற்கும் அவர் ஏங்கினார். அவருடைய கரங்களிலிருந்து மெதுவாக நழுவிக் கொண்டிருந்த அக்கணங்கள் அவருக்கு வருத்தத்தைக் கொடுத்தன.

இதற்கிடையே, பயிற்சி மையத்தின் வரிசைத் தேர்வுகளில் அவர் தொடர்ந்து மேம்பட்டு வந்தது அவருக்கு ஆறுதலாக அமைந்திருந்தது. அநேக நேரங்களில், அந்த மையத்தில் படித்தவர்களிடையே அவர்தான் உயர்ந்த மதிப்பெண்களைப் பெற்றுக் கொண்டிருந்தார். அது அவருடைய தன்னம்பிக்கைக்கு மேலும் உரமூட்டியது. ஜோஷி அவருக்குப் பக்கபலமாக இருந்து வந்தார்; அவருக்கு உணர்வுபூர்வமான ஆதரவு அளித்து வந்தார்; குடும்பப் பொறுப்புகளை அதிகமாகத் தன் தோள்மீது போட்டுக் கொண்டார்; கூடுதல் நிதிச் சுமையைச் சமாளித்துக் கொண்டார்; குழந்தையைக் கவனித்துக் கொண்டார்; சமூக அழுத்தங்களினால் தன் மனைவி பாதிக்கப்படாமலிருக்க அவர் ஒரு கேடயமாகச் செயல்பட்டார்; மின்னூவுக்குச் சுயசந்தேகமும் மன அழுத்தமும் ஏற்பட்டபோதெல்லாம் அவருக்கு ஊக்கமளித்தார்.

2017ஆம் ஆண்டு நடைபெற்ற முதல் நிலைத் தேர்வை எழுதி முடித்தப் பிறகு, மின்னூ தன் கணவரிடம், “சேட்டா, நான் எழுதியிருந்த பதில்களை, அதிகாரபூர்வமாக அறிவிக்கப்பட்டுள்ள விடைகளோடு நான் ஒப்பிட்டுப் பார்த்துவிட்டேன். இம்முறை இதில் நான் தேறிவிடுவேன் என்று நான் உறுதியாக நம்புகிறேன்,” என்று பரவசத்துடன் கூறினார்.

மின்னூவுடைய கணிப்பு துல்லியமானதாக இருந்தது. பிரதானத் தேர்வுக்குத் தேர்ந்தெடுக்கப்பட்டிருந்தவர்களின் பட்டியலில் அவருடைய பெயரும் இடம்பெற்றிருந்தது. அச்செய்தியைக் கேட்டு ஜோஷியின் மொத்தக் குடும்பமும் மகிழ்ச்சியால் துள்ளிக் குதித்தது.

‘வைல்டு-கார்டு’ வழி மூலம் போட்டியில் நுழைந்தது போன்ற உணர்வு

இனி பிரதானத் தேர்வு எனும் இன்னும் பெரிய சவாலை எதிர்கொள்ள வேண்டும் என்ற எதார்த்தத்தோடு மறுநாள் பொழுது விடிந்தது. மின்னூவுக்குப் புவியியல் பாடம் மிகவும் பிடிக்கும் என்பதால் அதை அவர் ஒரு விருப்பப்பாடமாகத் தேர்ந்தெடுத்திருந்தார். ஆனால், பள்ளி நாள்களுக்குப் பிறகு

அதன் பக்கம் செல்வதற்கு அவருக்கு வாய்ப்பில்லாமல் இருந்தது.

அன்று காலையில் ஜோஷியுடன் சேர்ந்து காபி அருந்திக் கொண்டிருந்தபோது, மின்னு அவரிடம், "சேட்டா, பிரதானத் தேர்வில் கேள்விகளுக்கு விரிவான பதில்களை எழுத வேண்டும் என்பதால், அதற்கு அப்பாடங்களில் ஆழ்ந்த அறிவு இருந்தாக வேண்டும். அதனால், ஒரு தேர்ந்த பயிற்றுவிப்பாளரின் வழிகாட்டுதல் எனக்குக் கண்டிப்பாகத் தேவைப்படும் என்று நான் நினைக்கிறேன்," என்று கவலையுடன் கூறினார்.

ஜோஷி அவருடைய பதற்றத்தைத் தணிக்கும் விதமாக அவரைத் தட்டிக் கொடுத்துவிட்டு, "கவலைப்படாதே, மின்னூ! இதற்கு நாம் ஒரு சிறந்த பயிற்சி மையத்தைக் கண்டுபிடிக்கலாம்," என்று கூறினார்.

தீவிரமான அலசல்களுக்குப் பிறகு, திருவனந்தபுரத்திலுள்ள ஒரு பயிற்சி மையத்தை அவர்கள் தேர்ந்தெடுத்தனர். ஐஏஎஸ் கனவில் மிதந்து கொண்டிருந்த அவர்களுக்குத் தெரிந்த ஒருவர், அந்த மையத்தின் புவியியல் பயிற்றுவிப்பாளர்கள் சிறப்பாகச் செயல்பட்டுக் கொண்டிருந்ததாக அவர்களிடம் தெரிவித்திருந்தார்.

அவர்கள் இருவரும் அந்தப் பயிற்சி மையத்தை அடைந்தபோது, அதன் நிறுவனர்களில் ஒருவர் அவர்களை வரவேற்றார். அவர் அவர்களிடம் இன்முகத்துடன் பேசினாலும், அவர்களுக்கு முன் இருந்த சவால் எவ்வளவு பெரியது என்பதைப் பூசி மெழுகவில்லை. அவர் மின்னூவிடம், "நீங்கள் புவியியலைக் கல்லூரிக் காலகட்டத்திற்குப் பிறகு படித்திருக்கவில்லை. பிரதானத் தேர்வுக்கு இன்னும் மூன்று மாதங்கள் மட்டுமே பாக்கியிருக்கின்றன. மொத்தப் பாடத்திட்டத்தையும் இக்குறுகிய காலத்திற்குள் படிப்பது என்பது மிகவும் கடினம்," என்று எச்சரித்தார். அது அவர்கள் இருவர் மனங்களிலும் சந்தேகத்தை விதைத்தது.

ஆனால், அதையடுத்து அவர் கூறிய வார்த்தைகள் அவர்கள் இருவருக்கும் சிறிது நம்பிக்கையளித்தன. "உங்களுடைய எழுத்துத் திறமையைப் பரிசோதித்தப் பிறகு, நான் உங்களை எடுத்துக் கொள்வது குறித்துப் பரிசீலிக்கிறேன்," என்ற உத்தரவாதத்தை அவர் அளித்தார்.

மின்னூ அன்றே மாதிரித் தேர்வு ஒன்றை அங்கு எழுதினார். அவருடைய எழுத்துப் புலமையைப் பார்த்ததும் அந்த மையம் அவரைச் சேர்த்துக் கொள்ளச் சம்மதித்தது. ஆனால், பாடத்திட்டம் முழுவதையும் படித்து முடிப்பதற்கு, மின்னூ, காலையில் 6.00 மணியிலிருந்து 8.00 மணிவரையிலும்,

மாலையில் 4.30 மணியிலிருந்து 6.30 மணிவரையிலும், தினமும் இரண்டு முறை வகுப்புக்கு வந்தாக வேண்டும் என்று அவரிடம் கூறப்பட்டது.

இப்புதிய நடைமுறை, மின்னூவுக்கு மட்டுமல்லாது ஜோஷிக்கும் சவாலாக விளங்கியது. ஏனெனில், காலையில் தன் அலுவலகத்திற்குச் செல்வதற்கு முன்பு ஜோஷி மின்னூவை அந்தப் பயிற்சி மையத்தில் கொண்டு விடவும், மாலையில் அவரை அந்த மையத்திலிருந்து வீட்டுக்கு அழைத்து வரவும் வேண்டியிருந்தது. பயிற்சி மையத்திற்குக் காலையில் சென்ற மின்னூ, புவியியல் பாடம் நடத்தப்பட்டக் காலை வகுப்புகளுக்கும் மாலை வகுப்புகளுக்கும் இடையே, அங்கிருந்த படிப்பறையிலேயே தங்கி மற்றத் தாள்களுக்குத் தேவையான தயாரிப்புகளில் ஈடுபட்டார்.

பிரதானத் தேர்வுக்குப் படிப்பதற்கு இருந்த பிற பாடங்களைப் படிப்பதற்கு ஒரு விரிவான உத்தியை மின்னூ உருவாக்கினார். அவர் கட்டாயமாகத் தேற வேண்டியிருந்த இரண்டு தகுதித் தாள்களில், ஆங்கிலம் அவருக்கு ஒரு பிரச்சனையாக இருக்கவில்லை. ஆனால், அவர் தேர்ந்தெடுத்திருந்த மலையாள மொழிப் பாடத்தை அவர் பள்ளி நாள்களுக்குப் பிறகு தொட்டிருக்கவில்லை என்பதால், அவர் தன் மலையாள அறிவைப் புதுப்பித்துக் கொள்ள வேண்டியிருந்தது. மின்னூவின் அம்மா ஒரு மலையாளப் பாட ஆசிரியராக இருந்ததால், அவர் மின்னூவுக்குக் கற்றுக் கொடுத்து, அவருடைய மாதிரித் தாள்களைத் திருத்திக் கொடுக்கின்ற பொறுப்புகளை ஏற்றுக் கொண்டார்.

பொது அறிவுத் தாள்களைப் பொறுத்தவரை, முதல் நிலைத் தேர்வில் தான் தொட்டிராதவற்றில் மின்னூ முதலில் கவனம் செலுத்தினார். தனக்குக் கவனச்சிதறல்கள் ஏற்படாமல் இருப்பதற்காக அவர் தினந்தோறும் அனைத்துப் பாடங்களையும் படிப்பதற்கு நேரம் ஒதுக்கினார்.

தன்னுடைய விருப்பப்பாடத்தைப் படிப்பதற்கு மின்னூ வேறோர் அணுகுமுறையைக் கையாண்டார். முதல் தாளில், தன்னால் எந்த அளவு முடியுமோ அந்த அளவு மனிதப் புவியியல் தொடர்பான கேள்விகளுக்குப் பதிலளிப்பது என்று அவர் தீர்மானித்தார். ஏனெனில், பௌதிகப் புவியியலைவிட மனிதப் புவியியலில் அவர் அதிக ஆர்வம் கொண்டிருந்தார். இரண்டாவது தாள் இந்தியப் புவியியல் தொடர்பானது. அதில் பொதுவான கேள்விகள்தாம் கேட்கப்பட்டன. மின்னூ, முதல் தாளிலிருந்த கருத்தாக்கங்களைப் படித்ததன் மூலம், இரண்டாவது தாளிலிருந்த கேள்விகளுக்கு மேம்பட்டப்

பதில்களை அளிக்கத் தன்னைத் தயார்படுத்திக் கொண்டார்.

அவர் தன்னுடைய சமூக ஊடகக் கணக்குகள் அனைத்தையும் முடக்கிவிட்டார். நண்பர்களுடன் அரட்டையடிப்பதை முற்றிலுமாக நிறுத்திவிட்டார். சமூக நிகழ்வுகளுக்குச் செல்வதைத் தவிர்த்துவிட்டார். வெளியே சென்று உணவருந்துவதற்கு முழுக்குப் போட்டுவிட்டார். மகாபாரதத்தில் வருகின்ற அர்ச்சுனன், அம்பைச் செலுத்துவதற்கு எப்படி மரத்திலிருந்த பறவையின் கண்களை மட்டுமே குறி வைத்திருந்தானோ, அதைப்போல, மின்னூ, அக்காலகட்டத்தில் பிரதானத் தேர்வில் மட்டுமே தன் கவனத்தைக் குவித்திருந்தார். பிற உலகம் தற்காலிகமாக அவருடைய பார்வையில் தென்படாமல் இருந்தது.

அவருடைய தீவிரமான கடின உழைப்புக்குக் கை மேல் பலன் கிடைத்தது. அவர் பிரதானத் தேர்வில் வெற்றி பெற்றார். அது ஒரு மிகப் பெரிய சாதனையாக இருந்ததால், மின்னூவின் குடும்பம் பல மணி நேரக் கொண்டாட்டத்தில் ஈடுபட்டது.

"அம்மா, நான் நேர்முகத் தேர்வுவரை வந்துவிட்டேன் என்பதை என்னால் நம்பவே முடியவில்லை. டென்னிஸ் போட்டிகளில் 'வைல்டு-கார்டு' வழி மூலம் போட்டியின் முக்கியச் சுற்றுக்கு நேரடியாகத் தேர்ந்தெடுக்கப்பட்டுள்ள ஒரு வீராங்கனையைப்போல நான் உணர்கிறேன்," என்று மின்னூ தன் மாமியாரிடம் பெருமை பொங்கக் கூறினார்.

சுனாமி தாக்குதலைத் துணிச்சலுடன் சமாளித்தல்

அன்று இரவு, அவருடைய தந்தை அவருடன் இல்லாமல் போனது மின்னூவின் மனத்தை வெகுவாக பாதித்தது. மின்னூவின் தந்தை அவருக்கு மிகவும் நெருக்கமானவராக இருந்திருந்தார். அவர்தான் மின்னூவின் கதாநாயகனாகவும், அவருடைய வலிமையாகவும் இருந்திருந்தார்.

"இன்று மட்டும் அவர் என்னுடன் இருந்திருந்தால் மிகவும் பெருமைப்பட்டிருந்திருப்பார், மகிழ்ச்சிக் கடலில் மூழ்கியிருந்திருப்பார்," என்று மின்னூ நினைத்துக் கொண்டார். அவருடைய உள்ளத்திற்குள் ஓர் உணர்ச்சிச் சூறாவளி வீசிக் கொண்டிருந்தது. அது அவருடைய கண்களில் மழையாய் வெளிப்பட்டது. தீவிர மனச்சோர்வுடன் போராடிக் கொண்டிருந்த அவருடைய தந்தை 2007 ஜூன் மாதத்தில் திடீரென்று இறந்துவிட்டதை நினைத்து மின்னூவின் மனம் கொந்தளித்தது.

மின்னூவின் கல்விச் சாதனைகளைப் பாராட்டி அவருடைய தேவாலயம் அவரைக் கௌரவித்த நாளன்று, அவர் தன் தந்தையுடன் கடைவீதிக்குச் செல்ல முடிவு செய்திருந்தார். ஆனால், அதுதான் அவர்கள் இருவரும் கடைசியாகச் சேர்ந்து செல்லவிருந்த ஒன்று என்பதை அப்போது அவர் அறிந்திருக்கவில்லை.

அன்று மின்னூவை வீட்டில் இறங்கிவிட்டுவிட்டு, அவருடைய தந்தை, “நான் மருத்துவரிடம் சென்று மருத்துவச் சான்றிதழ் ஒன்றை வாங்கி வந்துவிடுகிறேன்,” என்று கூறிச் சென்றார். ஆனால், அவர் வெகுநேரமாகியும் வீடு திரும்பாததைக் கண்டு மின்னூவின் குடும்பத்தார் கலக்கமடைந்தனர். அவர் இந்த உலகிலிருந்து மறைந்துவிட்டிருந்த செய்திதான் அவர்களை வந்தடைந்தது. அதைக் கேட்டு அக்குடும்பம் அப்படியே உடைந்து நொறுங்கிவிட்டது. இந்தத் துக்கத்திற்கு நடுவே, மின்னூவின் தந்தையின் இறப்புக்கு மின்னூதான் காரணம் என்ற கிசிகிசுப்பு அவரை வாட்டி வதைத்தது.

அவர் தெருவில் இறங்கி நடந்தபோது, பலர் அவரைச் சுட்டிக்காட்டி, “அதோ போகிறாளே, அவள்தான் தந்தையைத் தின்றவள்!” என்று அவள் காதுபடவே முணுமுணுத்தனர். அவர் பேருந்து நிலையத்தில் காத்துக் கொண்டிருந்தபோது, வேலை வெட்டி இல்லாத இளைஞர்கள், “உனக்குத்தான் இப்போது யாரும் இல்லையே! எங்களுடன் வந்துவிடு!” என்று கூறி அவரைச் சீண்டினர்.

இந்தப் புயலுக்கு நடுவே அவருக்குத் தூண்போல இருந்து ஆதரவு காட்டியது அவருடைய பாட்டியும் அவருடைய மாமா ஜானும்தாம். அவர்களுடைய அன்பு ஒரு கேடயமாக இருந்து இந்த உலகின் கடுமையிலிருந்து அவரைக் காத்தது.

மின்னூவின் கல்லூரிப் படிப்பு முடிவடையவிருந்த நேரத்தில் அவருடைய திருமணம் குறித்தப் பேச்சு எழுந்தது. அவர் தன் தந்தையின் மரணத்திற்குக் காரணமாகிவிட்டிருந்தார் என்ற வதந்தி நிலவியதால், அவரைச் சீக்கிரமாகத் திருமணம் செய்து வைப்பது அவருக்குப் பாதுகாப்பாக இருக்கும் என்று அவருடைய குடும்பத்தார் நினைத்தனர். அவருடைய தந்தையின் மரணத்திற்குப் பிறகு வெறுமையாகிப் போயிருந்த அந்த வீட்டிலிருந்து தப்பித்துச் செல்ல மின்னூவும் விரும்பினார். அதனால், 2011 இல் ஜோஷி குடும்பத்தாரிடமிருந்து சம்பந்தம் வந்தபோது, சிறிதும் யோசிக்காமல் அதை அவர் ஏற்றுக் கொண்டார்.

ஒரு கிறிஸ்துமஸ் பரிசு

மின்னூவின் தந்தை அரசு வேலையில் இருந்தபோதே இறந்துவிட்டதால், கருணை அடிப்படையில், அவருடைய குடும்பத்தைச் சேர்ந்த ஒருவர், அவர் வேலை பார்த்து வந்த அதே குரூப்-சி நிலையிலுள்ள அரசு வேலை ஒன்றைப் பெறுவதற்குச் சட்டத்தில் இடமிருந்தது. மின்னூ அந்த வேலையைப் பெற வேண்டும் என்று அவருடைய குடும்பம் விரும்பியது. அவருடைய மாமா ஜானின் உதவியுடன் மின்னூ அந்த வேலைக்கு விண்ணப்பிக்கின்ற முயற்சியில் இறங்கினார்.

அப்போது அவருடைய மாமா, மின்னூவிடம், "இரண்டு விதமான அரசு வேலைகளுக்கு நீ தகுதி பெற்றிருக்கிறாய். ஒன்று காவலர் பணி. மற்றொன்று எழுத்தர் பணி. நீ எதற்கு விண்ணப்பிக்க விரும்புகிறாய்?" என்று கேட்டார்.

மின்னூ அது குறித்துச் சிந்தித்தார். காவலராகப் பணியாற்றி வந்திருந்த அவருடைய தந்தையின் ஞாபகம் அவருக்கு வந்தது. "காவலர் பணியென்றால் நேரங்காலம் பார்க்காமல் வேலை செய்ய வேண்டியிருக்கும். அத்துடன், அதற்கு உடல் வலுவும் தேவைப்படுமே," என்ற தன் கவலையை அவர் தன் மாமாவிடம் தெரிவித்தார்.

அதை ஏற்றுக் கொண்ட அவருடைய மாமா, "ஆனால், எழுத்தர் பணிக்கான காத்திருப்புப் பட்டியல் நீளமானது. அதனால், அந்த வேலை கிடைப்பதற்கு நீண்டகாலம் ஆகும். காவலர் பணியென்றால் சீக்கிரமாகக் கிடைத்துவிடும்," என்ற தகவலையும் மின்னூவிடம் தெரிவித்தார்.

காவலர் வேலைப் பயிற்சியின் கடுமை குறித்துக் கவலையடைந்திருந்த மின்னூ, அதில் சேர்வதற்குத் தயங்கினார். அதனால், "எழுத்தர் வேலைக்கே விண்ணப்பிக்கலாம். அது வருகின்றவரை நான் படிப்பைத் தொடர்கிறேன்," என்று அவர் கூறினார்.

அவருடைய மாமா அவரைச் சீண்டும் விதமாக, "நீ ஒரு படுசோம்பேறி. காவல்துறை வேலைக்கு நீ சரிப்பட்டு வர மாட்டாய்," என்று கேலி செய்தார்.

இப்படியாக, கருணை அடிப்படையில் வேலைக்கு விண்ணப்பித்திருந்தவர்களின் நீண்ட பட்டியலில் மின்னூவின் பெயரும் சேர்த்துக் கொள்ளப்பட்டது. ஆனால், அந்தப் பட்டியல் ஆமை வேகத்தில் நகர்ந்தது. மாதங்கள் உருண்டோட உருண்டோட, மின்னூவுக்கு நம்பிக்கை குறையத் தொடங்கியது. வேலை விரைவில் கிடைத்துவிடும் என்று அவ்வப்போது கூறி அவருடைய மாமாதான் அவருக்கு ஊக்கமளித்துக்

கொண்டிருந்தார்.

2012 செப்டம்பரில், மின்னூ, உயிர்வேதியியலில் முதுகலைப் பட்டம் பெற்றார். அவர் அதில் பல்கலைக்கழகத்தில் இரண்டாவது 'ரேங்க்' பெற்றிருந்தார். இறுதியில் ஒருவழியாக, அதே ஆண்டு டிசம்பர் மாதத்தின் முதல் வாரத்தில், கேரளக் காவல்துறையில் அவருக்கு எழுத்தர் பணியை வழங்கிய ஒரு கடிதம் அவரை வந்தடைந்தது. 2012 டிசம்பர் 26 அன்று வேலையில் சேர்வதற்காகக் கேரளக் காவல்துறையின் தலைமை அலுவலகத்திற்கு வருமாறு அக்கடிதத்தில் குறிப்பிடப்பட்டிருந்தது.

அந்த நாளில் மின்னூ தன் தந்தையை நினைத்துக் கொண்டதால், அவருடைய உள்ளத்தில் உணர்ச்சி வெள்ளம் பெருக்கெடுத்து ஓடிக் கொண்டிருந்தது. அவருடைய அம்மாவின் கண்களும் குளமாகியிருந்தன. அன்று மின்னூ அதிகாலையிலேயே எழுந்து தேவாலயத்திற்குச் சென்றுவிட்டுத் தன் முதல் நாள் வேலைக்குத் தயாரானார்.

அவர் காவல்துறையின் தலைமையகத்தை அடைந்தபோது, அங்கிருந்த வரவேற்பாளர், அவரிடம், "நீ அதிர்ஷ்டக்காரி. உனக்கு இந்த அலுவலகத்திலேயே வேலை ஒதுக்கப்பட்டிருக்கிறது. முதல் மாடியிலுள்ள 121-வது எண் அறைக்குச் சென்று ஆவணப் பதிவு வேலைகளை முடித்துக் கொள்," என்று கூறினார்.

மின்னூவின் இதயத்தில் மகிழ்ச்சி பெருக்கெடுத்து ஓடியது. தனக்குத் திருவனந்தபுரம் அல்லது அதற்கு அருகிலேயே வேலை கிடைத்தால் நன்றாக இருக்கும் என்று அவர் விரும்பியிருந்தார். அடுத்த மூன்று ஆண்டுகளும் அவர் தன் வேலைக்குத் தன்னை முழுமையாக அர்ப்பணித்துக் கொண்டார். தன் வாழ்க்கை இனி இப்படியே ஒரே சீராக ஓடிக் கொண்டிருக்கும் என்றுதான் மின்னூ நினைத்திருந்தார். ஆனால், பான்டாவின் அறிவுரை அவருடைய வாழ்க்கைப் பயணத்தின் திசையை அடியோடு மாற்றிவிட்டிருந்தது.

தொடர்ந்து கைநழுவிக் கொண்டிருந்த வெற்றி வாய்ப்பு

இப்போது நாம் மார்ச் 2018க்குத் திரும்பலாம்.

2017 ஆம் ஆண்டுக்கான சிஎஸ்இ பிரதானத் தேர்வில் வெற்றி பெற்றதைக் கொண்டாடித் தீர்த்த மறுநாளிலிருந்தே, மின்னூ, நேர்முகத் தேர்வுக்கு உற்சாகமாகத் தயார் செய்யத் தொடங்கிவிட்டார். அந்த இறுதிச் சவாலை எதிர்கொள்வதற்காக, புதுதில்லிக்குப் பயணப்பட்டக் கேரளா

எக்ஸ்பிரஸில் அவர் ஜோஷியுடன் ஏறினார்.

நேர்முகத் தேர்வன்று மின்னூ அதிகாலையிலேயே கண்விழித்துவிட்டார். பதற்றம் காரணமாக அவரால் காலை உணவைச் சாப்பிட முடியவில்லை. அவர் தன்னுடைய சுயவிவரக் குறிப்பையும், சாதனைகள் பற்றிய குறிப்பையும் மீண்டும் ஒரு முறை அவசரமாக உற்று நோக்கிவிட்டு, அன்றைய தினசரியையும் படித்து முடித்தார். அவர்கள் தங்கியிருந்த கேரளா ஹவுஸிலிருந்து அவர்கள் இருவரும் ஓர் ஆட்டோவில் ஏறி, ஷாஜகான் சாலையிலிருந்த கம்பீரமான யூபிஎஸ்சி அலுவலகமான தோல்பூர் ஹவுஸை வந்தடைந்தனர்.

அந்த மாபெரும் கட்டடத்தின் பிரம்மாண்டம் மின்னூவுக்கு மலைப்பு ஏற்படுத்தியது. பாதுகாப்புச் சோதனைகளைக் கடந்து அவர் அங்கிருந்த பெரிய காத்திருப்பு அறைக்குச் சென்றார். அங்கு ஏற்கனவே பல தேர்வர்கள் குழுமியிருந்தனர். அங்கு வந்த யூபிஎஸ்சி அதிகாரி ஒருவர், நேர்முகத் தேர்வு முறைகளை அவர்களுக்கு விளக்கிவிட்டு, அவர்களுக்கு வாழ்த்துத் தெரிவித்துவிட்டு அங்கிருந்து போய்விட்டார்.

மின்னூ அப்போது மிகவும் பதற்றத்தில் இருந்ததால், சக தேர்வர்களுடன் ஓரிரு வார்த்தைகள் பேசிவிட்டுத் தனக்குள் ஒடுங்கிவிட்டார். ஒரு நீண்டநேரக் காத்திருப்புக்குப் பின்னர், மதிய உணவு இடைவேளைக்குச் சற்று முன் அவர் அழைக்கப்பட்டார்.

உள்ளே நுழைந்த அவரை அத்தேர்வுக் குழுவின் தலைவர் வரவேற்றார். பின் மின்னூவிடம், "மதிய உணவு வேளை நெருங்கிவிட்டதால் நாம் சுருக்கமாக முடித்துக் கொள்ளலாம். உங்களை நீங்கள் சுய அறிமுகம் செய்து கொள்வதிலிருந்து தொடங்கலாம்," என்று அவர் கூறினார்.

முகத்தில் ஒரு புன்னகையை வரவழைத்துக் கொண்ட மின்னூ, தன் வாழ்க்கைப் பயணத்தை எடுத்துரைத்தார். அதை மிகக் கவனமாகக் கேட்டுக் கொண்டிருந்த தேர்வுக் குழுத் தலைவர், அடுத்துக் கேட்டக் கேள்வியை மின்னூ சிறிதும் எதிர்பார்த்திருக்கவில்லை என்பதால் அவர் தடுமாறிவிட்டார். "உங்களுடைய விரிவான விண்ணப்பப் படிவத்தில் (டிஏஎஃப்) குறிப்பிடப்படாத ஏதாவது தகவலை நீங்கள் இப்போது சொல்ல விரும்புகிறீர்களா?" என்று அவர் கேட்டார்.

அதற்கு என்ன பதில் சொல்வதென்று தெரியாமல் குழம்பிய மின்னூ, தடுமாற்றத்துடன், "சார், மேலும் சொல்வதற்கு எதுவுமில்லை. நான் நிறைய வாசிப்பவள் மற்றும் பயணம் செய்பவள்," என்று கூறினார்.

"அவை ஏற்கனவே உங்களுடைய விரிவான விண்ணப்பப்

படிவத்தில் குறிப்பிடப்பட்டுள்ளன. அவற்றை நீங்கள் மீண்டும் கூறத் தேவையில்லை," என்று அவர் கூறியது மின்னூவின் பதற்றத்தை மேலும் அதிகரித்தது. அதைத் தொடர்ந்து, கேள்விகள் அவருடைய வேலை மற்றும் அவருடைய படிப்புத் தேர்ந்தெடுப்புகள் பக்கம் திரும்பின. ஆயுதங்களுக்கான உரிமம் வழங்குவதற்குக் கேரளக் காவல்துறைக்கு அதிகாரம் இருந்ததா என்ற கேள்வியும், அவர் உயிரியலில் பட்டம் பெற்றிருந்தும் புவியியலை விருப்பப்பாடமாக எதற்காகத் தேர்ந்தெடுத்திருந்தார் என்ற கேள்வியும் அவரிடம் கேட்கப்பட்டன.

தேர்வுக் குழுவில் இருந்த மற்றோர் உறுப்பினர், மின்னூவிடம், "நீண்டகாலமாகத் திருவனந்தபுரத்தில் வசித்து வந்துள்ள நீங்கள் வேறு ஏதேனும் ஒரு நகரத்திற்கு இடம்பெயர்வது குறித்து எப்போதாவது யோசித்திருக்கிறீர்களா?" என்று கேட்டார்.

அது ஒரு தொடர்பற்றக் கேள்வியாக மின்னூவுக்குப் பட்டது. அவர் தன்னுடைய விரிவான விண்ணப்பப் படிவம் தொடர்பான விஷயங்கள் குறித்து விரிவாகத் தயார் செய்து வந்திருந்தார். ஆனால் அவை குறித்து அதிகமாகக் கேள்விகள் கேட்கப்படவில்லை. நேர்முகம் மொத்தம் பதினைந்து நிமிடங்கள் மட்டுமே நீடித்தது. மின்னூ நம்பிக்கையிழந்தார்.

நேர்முகத் தேர்வு முடிந்த பிறகு, அவர் தன்னுடைய பதில்கள் குறித்து விரிவாக அலசினார். அவரால் தன்னுடைய பலவீனங்கள் பலவற்றை அடையாளம் காண முடிந்தது. அவற்றில் இவை அடங்கியிருந்தன: அவருடைய உடல்மொழி அவருடைய பதற்றத்தை அப்படியே படம் பிடித்துக் காட்டியிருந்தது; அவர் மேற்கொண்டிருந்த மாதிரி நேர்முகத் தேர்வுகள் குறித்து அவருக்கு அளிக்கப்பட்டிருந்த பின்னூட்டக்கருத்துகள் அவருடைய தன்னம்பிக்கையைச் சிதைத்துவிட்டிருந்தன; நேர்முகத் தேர்வு நடந்த இடத்தில், நாட்டின் பல பகுதிகளிலிருந்தும் வந்திருந்த பலதரப்பட்டவர்களைப் பார்த்தவுடன் அவர் தன்மீது வைத்திருந்த நம்பிக்கை சரிந்துவிட்டிருந்தது; பதில் தெரிந்திருந்ததோ இல்லையோ, ஒவ்வொரு கேள்விக்கும் பதிலளிக்க அவர் முனைந்த போக்கு.

கனவுகளின் மகாசரிவு

2018 ஏப்ரல் 27 அன்று மின்னூ பெரும் பதற்றத்தில் இருந்தார். அன்று முடிவுகள் வெளியாகக்கூடும் என்ற வதந்தி டெலிகிராம்

குழுக்களில் வட்டமடித்துக் கொண்டிருந்தது. தன் வேலையில் கவனம் செலுத்த முடியாமல் அவர் தவித்தார். அவர் அடிக்கடி தன் அலைபேசியை எடுத்துப் பார்த்தார். இறுதியில், அன்று மாலையில், தேர்ந்தெடுக்கப்பட்டிருந்தவர்களின் பெயர்கள் அடங்கிய பிடிஎஃப் ஆவணம் ஒன்று அவருக்குக் கிடைத்தது. மூச்சைப் பிடித்துக் கொண்டு மின்னூ அந்தப் பட்டியலில் தன் கண்களை ஓடவிட்டார். அதில் தன் பெயர் இல்லாததைக் கண்டு அவருடைய இதயம் நொறுங்கிப் போயிற்று.

அவர் தேர்ந்தெடுக்கப்படாமல் போனதால் அவருக்கும் அவருடைய குடும்பத்தாருக்கும் ஏற்பட்டிருந்த விரக்தி, அன்று இரவு அவர்கள் அனைவரும் உணவு உண்ண அமர்ந்தபோது வெளிப்படையாகத் தெரிந்தது. அவர்கள் அனைவரின் கண்களிலும் நீர் தழும்பிக் கொண்டிருந்தது. அந்தத் துக்கத்திற்கு இடையிலும் மின்னூ தன்னைத் தேற்றிக் கொண்டு அவர்களுக்கு ஆறுதல் கூறினார். “நீங்கள் மனமுடைய வேண்டாம். நேர்முகத் தேர்வுவரை நான் சென்றதே ஒரு பெரிய சாதனை. அடுத்த ஆண்டு வெற்றியாளர்களின் பட்டியலில் என் பெயரும் கண்டிப்பாக இடம்பெறும்.”

ஆனால், அவருடைய வலிமையையும் மன உறுதியையும் கடவுள் மேலும் சோதிக்கத் திட்டமிட்டிருந்தார் போலும். தேர்வு முடிவுகள் வருகின்றவரை அவருக்கு இருந்த பதற்றம் காரணமாகவும், முடிவினால் ஏற்பட்டிருந்த கடும் விரக்தி காரணமாகவும், இரண்டு வாரங்களில் தொடங்கவிருந்த அடுத்த முதல் நிலைத் தேர்வுக்கு அவரால் போதுமான அளவு முன்தயாரிப்பை மேற்கொள்ள முடியவில்லை.

2018 ஆம் ஆண்டு நடைபெற்ற முதல் நிலைத் தேர்வை மின்னூ சரியாக எழுதியிராதபோதிலும், அதில் தான் தேறிவிடுவோம் என்று அவர் நம்பிக் கொண்டிருந்தார். ஆனால், பிரதானத் தேர்வுக்குத் தேர்ந்தெடுக்கப்பட்டிருந்தவர்களின் பட்டியலில் தன் பெயர் இடம்பெறாமல் போனது கண்டு அவர் வாயடைத்துப் போனார். மதிப்பெண்கள் வெளியானபோது, தான் பொது அறிவுத் தாளில் நல்ல மதிப்பெண்களைப் பெற்றிருந்தபோதிலும், சிஸாட் தேர்வில் தான் தேறியிருக்கவில்லை என்பதை அவர் கண்டறிந்தார்.

இம்முறை தோல்வி அவரை உறைய வைத்தது. அவர் தன் அலுவலக சகாக்களைச் சந்திக்கவே பயந்தார். அதனால் அலுவலகத்திற்குச் செல்வதற்குப் பயந்து வீட்டிலேயே அவர் முடங்கிக் கிடந்தார். ஜோஷி வெகுவாக முயன்றும், பல நாள்கள், மின்னூவை அவருடைய துயரத்திலிருந்து அவரால் மீட்டெடுக்க முடியவில்லை.

ஆனால், ஜோஷியின் உறுதியான ஆதரவு மின்னூவைப் படிப்படியாக வெளியே கொண்டு வந்தது. இறுதியில் அவர் வேறு வழியின்றி அலுவலகத்திற்குத் திரும்பினார். அவருடைய சகாக்களின் பார்வை அவருடைய முதுகைச் சுட்டெரித்தது. ஆனால், நாள்கள் செல்லச் செல்ல, அவர்களுடைய கேலிகளையும் கிண்டல்களையும் மீறி, மீண்டெழுவதற்கான வலுவை அவர் பெற்றார்.

அவர் ஒருவழியாகத் துணிச்சலை வரவழைத்துக் கொண்டு, அலுவலகத்தில் மீண்டும் விடுப்புக்கு விண்ணப்பித்துவிட்டு, 2019 ஆம் ஆண்டு நடத்தப்பட்ட முதல் நிலைத் தேர்வில் கலந்து கொண்டார். ஆனால், விதி மீண்டும் ஒரு முறை அவருடைய வாழ்வில் விளையாடியது. இம்முறையும் சிஸாட் தேர்வு அவருடைய காலை வாரியது.

பெருந்தொற்று அவருடைய வாழ்க்கைக்கு வெளிச்சத்தைக் கொண்டு வந்தது

2020 பிப்ரவரி 12 அன்று, 2020 ஆம் ஆண்டுக்கான யூபிஎஸ்சி தேர்வுக்கான விளம்பரம் பத்திரிகையில் வெளியானதை மின்னூ பார்த்தார். அது அவரிடம் ஓர் உணர்ச்சிக் கலவையைத் தோற்றுவித்தது. ஒரே நேரத்தில், பரவசம், நம்பிக்கை, வருத்தம், விரக்தி என்று பலவிதமான உணர்ச்சிகள் அவருக்குள் தோன்றின. அவர் தன் அலுவலகத்திலிருந்து வெளியே வந்து அந்த விளம்பரத்தை நகலெடுத்தார். வேலை முடிந்து மாலையில் அவர் தன் கணவருடன் காரில் சென்று கொண்டிருந்தபோது, அந்த விளம்பரத்தை அவர் தன் கணவரிடம் காட்டினார்.

"நான் மீண்டும் ஒரு முறை இதற்கு விண்ணப்பிக்க வேண்டுமா? ஒருவேளை நான் மறுபடியும் தோற்றுவிட்டால்?" என்று அவர் தன் கண்கள் பனிக்கக் கேட்டார்.

"மின்னூ, வெற்றி எப்போது நிகழும் என்பது நமக்குத் தெரியாது. அலுவலகத்திலிருந்து விடுப்பு எடுத்துக் கொண்டு விடாமுயற்சியுடன் முயற்சி செய். இம்முறை எனக்காக இதைச் செய்," என்று ஜோஷி அவருடைய கைகளைப் பிடித்தவாறு அவருக்கு ஊக்கமூட்டினார்.

"நான் ஏற்கனவே நிறைய விஷயங்களைத் தொலைத்துவிட்டுள்ளேன். குறிப்பாக டூடுலுடன் (ஜெரமயா) நான் செலவழித்திருக்க வேண்டிய அரிய கணங்கள். தொடர்ந்து என் வாழ்க்கையை இப்படி என்னால் பணயம் வைத்துக் கொண்டிருக்க முடியாது. இதுவே என்னுடைய

கடைசி முயற்சி," என்று மின்னூ உறுதிபடக் கூறினார்.

அடுத்த நாள் காலையில், அவர் புதுப்பிக்கப்பட்ட மன உறுதியுடன் தன் தயாரிப்புகளைத் தொடங்கினார். ஆனால், அவருடைய முன்னேற்றம் கொரோனா பெருந்தொற்றால் தடைபட்டது. தொற்றைத் தடுப்பதற்காக, கேரள அரசு, அனைத்துப் பயிற்சி மையங்களையும் மூடுவதற்கு உத்தரவு பிறப்பித்தது. தேர்வும் காலவரையறையின்றி ஒத்தி வைக்கப்பட்டது.

அக்காலகட்டத்தில், இலட்சக்கணக்கான பிறரைப் போலவே வீட்டுக்குள் முடங்கிக் கிடந்த மின்னூ, தன் வாழ்க்கையின் பல அம்சங்கள் குறித்து விரிவாக அலசினார், அவற்றைச் சீர்தூக்கிப் பார்த்தார். அவருடைய கணவர் ஜோஷி குறித்த அவருடைய கண்ணோட்டம் அதில் முதலாவதாக இருந்தது.

"எங்களுடைய திருமண வாழ்க்கை சரியாகச் சென்று கொண்டிருந்ததற்குக் காரணம், நாங்கள் ஒருவரையொருவர் குறைவான நேரமே பார்த்துக் கொண்டிருந்ததுதான் என்றுதான் நான் அதுவரை நம்பிக் கொண்டிருந்தேன். ஆனால், அது முற்றிலும் தவறு என்பது எனக்குப் புரிந்தது. அக்காலகட்டத்தில் நாங்கள் எப்போதும் ஒன்றாகவே இருந்தோம். நாங்கள் ஒன்றாகச் சேர்ந்து சமைத்தோம், ஒன்றாகத் தொலைக்காட்சி பார்த்தோம், மணிக்கணக்காக உட்கார்ந்து பேசினோம், நாங்கள் இருவரும் ஒன்றாக இருந்த கணங்களை நாங்கள் இரசித்துப் போற்றினோம். இப்போதுதான் நான் ஜோஷியை முழுமையாகப் புரிந்து கொண்டுள்ளேன்," என்று மின்னூ ஒரு ஜூம் அழைப்பில் தன் நெருங்கிய தோழியிடம் ஒப்புதல் வாக்குமூலம் கொடுத்தார்.

ஜோஷி தன் மனைவியின் ஐஏஎஸ் கனவுக்கு ஆதரவளிப்பது குறித்து அவருடைய நண்பர்கள் அடிக்கடி அவரிடம் கேள்வி எழுப்பினர்.

"உன் மனைவி ஓர் ஐஏஎஸ் அதிகாரியாக ஆனால் அதை நீ எப்படிக் கையாள்வாய்? நீ வெறும் தொழில்நுட்பவியலாளன். பதவி அடுக்கதிகாரத்தில் நீ உன் மனைவியைவிடப் பல படிகள் கீழே இருப்பாய். அவர் ஒரு காரில் வலம் வருவார், ஒரு பெரிய மாளிகையில் தங்குவார், பெரும் அதிகாரங்களைக் கொண்டிருப்பார்," என்று அவர்கள் அவரைத் துளைத்தெடுத்தனர்.

ஒரு நாள், ஜோஷி தன் மனைவியிடம், "நீ கலெக்டரான பிறகும் என்னுடன் மோட்டார் பைக்கில் வருவாயா?" என்று வேடிக்கையாகக் கேட்டார்.

மின்னு மனம்விட்டுச் சிரித்துவிட்டு, அவரை அணைத்துக் கொண்டார். "நான் என்னுடைய வேலையைத்தான் மாற்றிக் கொள்ளப் போகிறேன். நான் வேறு ஒரு மனுஷியாக ஆகப் போவதில்லை. ஒரு மோட்டார் பைக்கில் உங்கள் பின்னால் அமர்ந்து செல்வதை நான் என்றென்றும் இரசித்து அனுபவிப்பேன்," என்று அவர் அதற்குப் பதிலளித்தார்.

பயிற்சி நிறுவனத்தின் கொடை

கொரோனா காலகட்டத்தின்போது, மின்னூ தன்னுடைய நெருங்கிய தோழியான அஸ்வதியுடன் இணைந்து (பெயர் மாற்றப்பட்டுள்ளது), ஜூம் மூலமாகத் தன் படிப்பைத் தொடர்ந்து கொண்டிருந்தார். ஒரு நாள், அஸ்வதி மின்னூவிடம், "நம்முடைய பயிற்சி மையத்திற்கு அருகே அதற்குச் சொந்தமான ஒரு ஃபிளாட் இருக்கிறது. அது இப்போது அடைத்துப் போடப்பட்டுள்ளது. அதை நாம் பயன்படுத்திக் கொள்ள அவர்கள் அனுமதித்தால், நாம் இருவரும் அங்குத் தங்கிப் படிக்கலாம். நீ அவர்களுடைய மாதிரித் தேர்வுகளில் உயர்ந்த மதிப்பெண்களைத் தொடர்ந்து பெற்று வந்துள்ளாய்தானே? நீ கேட்டால் அவர்கள் அதற்கு ஒத்துக் கொள்ளக்கூடும்," என்று கூறினார்.

அதைக் கேட்ட உடனேயே மின்னூவின் கண்கள் பிரகாசமடைந்தன. ஆனால், தன் கணவரையும் குழந்தையையும் நீண்டகாலத்திற்குப் பிரிந்திருக்க வேண்டுமே என்ற நினைப்பு வந்தவுடன் அவருடைய சுருதி இறங்கிவிட்டது. அந்த யோசனையைச் செயல்படுத்த வேண்டாம் என்று அவர் முடிவெடுத்தார். ஆனால், அவர்களுடைய உரையாடலைத் தற்செயலாகக் கேட்டுவிட்ட ஜோஷி, அதற்கு மின்னூவை ஒத்துக் கொள்ள வைக்க முயன்றார். "நீ அஸ்வதியுடன் அங்குச் சென்றால், உன்னால் இன்னும் அதிகமாகப் படிப்பில் கவனத்தைக் குவிக்க முடியும்," என்று அவர் கூறினார். மறுநாளே மின்னூ அந்தப் பயிற்சி மையத்தின் பொறுப்பாளரிடம் பேசினார். அவர் அந்த யோசனைக்கு ஒப்புதலளித்தார்.

அங்குச் செல்வதற்காக மின்னூ தன்னுடைய மூட்டை முடிச்சுகளைக் கட்டிக் கொண்டிருந்தபோது, பரவசம் மீண்டும் அவரிடம் தொற்றிக் கொண்டது. ஆனால், கிளம்ப வேண்டிய நேரம் வந்தபோது, தன் கணவரையும் குழந்தையையும் பல மாதங்கள் பிரிய வேண்டியிருக்குமே என்ற ஏக்கம் மீண்டும் அவரைப் பிசைந்து எடுத்தது.

கிளம்புவதற்கு முந்தைய தினம் தன் அறையில் படுத்திருந்த மின்னூவைத் தூக்கம் நெருங்க மறுத்தது. அவருடைய மனத்தில் நினைவலைகள் ஒரு திரைப்படம்போல ஓடிக் கொண்டிருந்தன. அதன் ஒவ்வொரு ஃபிரேமையும் அவருடைய மகனின் பிரகாசப் புன்னகையும், ஜோஷியின் ஆறுதலளிக்கின்ற ஆளுமையும் நிறைத்திருந்தன. கண்ணீர் அவருடைய கன்னங்களில் வழிந்தோடியது.

அடுத்த நாள் காலையில் உணவருந்திய பிறகு, மின்னூ தன் பெட்டியை அவர்களுடைய காரின் டிக்கியில் வைத்தார். அவருடைய மகன் அவருடைய கழுத்தைப் பிடித்துத் தொங்கிக் கொண்டு அவரைவிட்டு விலக மறுத்தான். மின்னூ அவனுக்கு முத்தமழை பொழிந்துவிட்டு, தினமும் வீடியோ அழைப்பில் அவனுடன் பேசுவதாகவும், விரைவில் திரும்பி வருவதாகவும் அவனுக்கு வாக்குறுதி அளித்தார். பின் அவர் தன் கண்ணீரை மறைத்தவாறு காரில் ஏறி அமர்ந்தார். யூபிஎஸ்சி சிகரத்தில் வெற்றிக் கொடியை நாட்டுவதற்கான அழுத்தம் இப்போது தீவிரமடைந்திருந்தது.

மின்னூவும் அஸ்வதியும் அந்த வீட்டிற்குக் குடிபெயர்ந்தவுடன், அவர்கள் கூடுதல் வீரியத்துடன் தங்களுடைய படிப்பில் தீவிரமாக இறங்கினர். நேரத்தை மிச்சப்படுத்துவதற்காக அவர்கள் இரண்டு நாள்களுக்கு ஒரு முறை சமைத்தனர். வாரத்திற்கு ஒரு முறை வீட்டைச் சுத்தம் செய்தனர். இதற்கு நடுவில், அவர்கள் இருவரும் தங்களுடைய வீடுகளுக்குத் தினந்தோறும் தொலைபேசி அழைப்பு விடுத்துத் தத்தம் குடும்பத்தாருடன் பேசினர்.

ஒருவழியாக, *2020* அக்டோபர் *4* அன்று முதல் நிலைத் தேர்வு நடைபெற்றது. நன்றாகப் படித்திருந்தபோதிலும், சிஸாட் தேர்வு குறித்த பயத்தை மின்னுவால் உதறித் தள்ள முடியவில்லை. தேர்வு மையத்திற்குச் செல்கின்ற வழியில், மின்னூ ஜோஷியிடம், “சேட்டா, பொது அறிவுத் தாள் குறித்து நான் மிகுந்த நம்பிக்கையுடன் இருக்கிறேன். ஆனால், சிஸாட் தேர்வு குறித்த பயம் என்னைப் பிடித்து ஆட்டிக் கொண்டிருக்கிறது,” என்று தன் உள்ளத்தில் இருந்ததைக் கொட்டினார்.

“சிஸாட் தேர்வில் நீ வெல்வதற்கு என்னிடம் ஓர் உத்தி இருக்கிறது. நீ பொது அறிவுத் தாளை எழுதி முடித்ததும் அதை நான் உன்னிடம் தெரிவிக்கிறேன்,” என்று ஜோஷி அவருக்கு உறுதியளித்தார்.

மின்னூவின் முந்தைய முயற்சிகளின்போது அவரிடம் ஒரு போக்கு நிலவியதை ஜோஷி கவனித்திருந்தார். ஒவ்வொரு

முறையும், பொது அறிவுத் தாளை எழுதி முடித்துவிட்டு, சிஸாட் தேர்வை எழுதுவதற்கு முன்பாக, மின்னூ காரில் அமர்ந்து கொண்டு, அலைபேசியைக் கையில் வைத்துக் கொண்டு, தான் எழுதியிருந்த பொது அறிவுத் தாளின் பதில்களைச் சரிபார்ப்பதை வழக்கமாகக் கொண்டிருந்தார். அதில் தான் சில கேள்விகளுக்குத் தவறான பதில்களை அளித்திருந்ததை அவர் கண்டுபிடித்தபோது, அது அவருடைய மனநிலையைப் பாதித்தது. அது அவர் சிஸாட் தேர்வை எழுதுவதற்கான தன்னம்பிக்கையின்மீது எதிர்மறைத் தாக்கத்தை ஏற்படுத்தியது.

இம்முறை மின்னூ பொது அறிவுத் தாளை எழுதி முடித்தப் பிறகு, கேள்வித் தாளையும் அவருடைய அலைபேசியையும் ஜோஷி தானே வைத்துக் கொண்டார். "சிஸாட் தேர்வில் நீ வெல்வதற்கு என்னிடம் ஓர் உத்தி இருப்பதாக நான் காலையில் கூறினேன், இல்லையா? அது இதுதான். நீ சிஸாட் தேர்வு எழுதி முடிக்கின்றவரை, நான் இந்தக் கேள்வித் தாளையும் உன்னுடைய அலைபேசியையும் உன்னிடம் கொடுக்கப் போவதில்லை," என்று ஜோஷி அவரிடம் திட்டவட்டமாக அறிவித்துவிட்டார்.

அதன் விளைவாக, மின்னூ, முதல் நிலைத் தேர்வில் வெற்றிகரமாகத் தேறி, பிரதானத் தேர்வுக்குத் தகுதி பெற்றுவிட்டார்.

இறுதி யுத்தம்

முதல் நிலைத் தேர்வின் முடிவுகளுக்காகக் காத்திருக்காமல், மின்னூவும் அஸ்வதியும் பிரதானத் தேர்வுக்கான தயாரிப்பில் உடனே இறங்கினர். மின்னூ, கடைசியாக 2017 இல் தான் எழுதியிருந்த பிரதானத் தேர்வைத் தான் எப்படி எழுதியிருந்தோம் என்று விரிவாக அலசினார். பின் தான் பலவீனமாக இருந்த அம்சங்களில் அவர் தன் கவனத்தைக் குவித்தார். ஒவ்வொரு தாளுக்கும் நடத்தப்பட்ட வரிசைத் தேர்வுகளில் அவர் பங்கேற்றார். கேள்விகளுக்கு விடை எழுதும் பயிற்சியில் அவர் தீவிரமாக ஈடுபட்டார்.

அவர்களுடைய கடின உழைப்புக்குக் கை மேல் பலன் கிடைத்தது. மின்னூ, அஸ்வதி ஆகிய இருவருமே பிரதானத் தேர்வில் வெற்றிகரமாகத் தேறினர்.

நேர்முகத் தேர்வுக்கான பயிற்சியைத் திருவனந்தபுரத்தில் தங்களால் போதுமான அளவு பெற முடியாது என்பதை உணர்ந்த மின்னூவும் அஸ்வதியும், தில்லிக்குச் சென்று அங்கு ஒரு மாத காலம் பயிற்சி எடுக்கத் தீர்மானித்தனர்.

அங்கு அவர்கள் ஏராளமான மாதிரி நேர்முகத் தேர்வுகளில் கலந்து கொண்டனர். அது மின்னூவின் தன்னம்பிக்கையை அதிகரித்தது.

அத்துடன், மின்னூவும் அஸ்வதியும் ஒருவரிடம் மற்றொருவர் மாதிரி நேர்முகத் தேர்வுகளை நடத்திப் பயிற்சி செய்தனர். இறுதியில், அஸ்வதி தன்னுடைய நேர்முகத் தேர்வு முடிந்தவுடன் தில்லியிலிருந்து கிளம்பிவிட்டார். மின்னூவின் தாயார் மின்னூவுடன் வந்து தங்கிக் கொண்டார். அவர் மாதிரி நேர்முகத் தேர்வுகளை மின்னூவுக்காக நடத்தினார். அவருடைய தாயார், அந்த மாதிரி நேர்முகத் தேர்வுகளின்போது, மின்னூவின் உச்சரிப்பு மற்றும் சுயகட்டுப்பாடு குறித்துக் கொடுத்தப் பின்னூட்டக்கருத்துகள் அவருக்குப் பயனுள்ளவையாக இருந்தன.

நேர்முகத் தேர்வுக்கு முதல் நாள் மாலையில், மின்னூ, இதில் அவர் குதிக்கத் தூண்டுகோலாக இருந்த ஐபிஎஸ் அதிகாரியான பான்டாவைத் தொடர்பு கொண்டு, நேர்முகத் தேர்வை எதிர்கொள்வதற்கான அவருடைய வழிகாட்டுதலைக் கோரினார். அவருடைய அறிவுரை எளிமையானதாக இருந்த அதே நேரத்தில் ஆழமானதாகவும் இருந்தது: "நீ இப்போது என்னிடம் எப்படிப் பேசிக் கொண்டிருக்கிறாயோ, அதைப்போலவே வெளிப்படையாகப் பேசு. நீ விஷயங்களைச் சரியாகத்தான் செய்து கொண்டிருக்கிறாய். நீ நீயாகவே இரு." அவருடைய வார்த்தைகள் மின்னூவின் தன்னம்பிக்கைக்கு வலுவூட்டின.

2021 செப்டம்பர் *21* அன்று, மின்னூ ஓர் அழகான பச்சை நிறச் சேலை அணிந்து கொண்டு, மறுபடியும் யூபிஎஸ்சி அலுவலகத்திற்கு நேர்முகத் தேர்வுக்காக வந்தார். அவருடைய நேர்முகத் தேர்வு மதிய உணவுக்குப் பின்னர் ஏற்பாடு செய்யப்பட்டிருந்தது. அவர் தன்னுடைய முறைக்காகக் காத்துக் கொண்டிருந்தபோது, அங்கிருந்த சக தேர்வர்களுடன் அமைதியாகவும் தன்னம்பிக்கையுடனும் அவர் கலந்துரையாடினார். மாலை *5.30* மணிக்கு அவர் நேர்முகத் தேர்வு அறைக்கு அழைத்துச் செல்லப்பட்டார்.

அவர் அந்த அறைக்குள் நுழைந்தவுடன், தேர்வுக் குழு உறுப்பினர்களில் ஒருவர் சர்வசாதாரணமாக, "என்னுடைய பேத்தியின் பெயரும் மீனுதான்," என்று குறிப்பிட்டார். அது ஒரு சிரிப்பலையையும் அங்கிருந்தவர்களின் முகத்தில் புன்னகைகளையும் தோற்றுவித்தது. அந்த இலகுவான கணம், மின்னூவை சௌகரியமாக உணர வைத்தது. அவர் ஒரு பிரகாசமான புன்னகையை அதற்குப் பதிலாக அளித்தார்.

இம்முறை தேர்வுக் குழுவினர் மின்னூவின் விரிவான விண்ணப்பப் படிவம் தொடர்பான பல கேள்விகளைக் கேட்டனர். அவற்றில் உயிர்வேதியியல், புவியியல், அவருடைய காவல்துறை அனுபவம் போன்றவை தொடர்பான கேள்விகளும் இடம்பெற்றன. அத்துடன், அவருடைய பயணங்கள் குறித்தும், அவர் சென்றிருந்த இந்திய மாநிலங்கள் குறித்தும், அவருடைய வெளிநாட்டு அனுபவங்கள் குறித்தும் அவரிடம் கேள்விகள் கேட்கப்பட்டன. அவர்கள் கேட்ட கேள்விகள் துளைத்தெடுப்பவையாக இருந்தாலும், அவை மின்னூவைத் திக்குமுக்காடச் செய்யவில்லை.

நேர்முகத் தேர்வு முடிந்து அவர் யூபிஎஸ்சி அலுவலகத்தைவிட்டு வெளியே வந்தபோது, அத்தேர்வில் தான் அளித்திருந்த பதில்களை அவர் அசைபோட்டார். "இது மிகச் சிறப்பாக முடியும், அல்லது மிக மோசமாக நிறைவடையும். எது எப்படியிருந்தாலும், இதுதான் என்னுடைய இறுதி முயற்சியாக இருக்கும். இத்துடன் நான் என்னுடைய யூபிஎஸ்சி பயணத்திற்கு முற்றுப்புள்ளி வைக்கிறேன்," என்று அவர் தனக்குத் தானே கூறிக் கொண்டார்.

ஒரு இராணியின் ஏறுமுகம்

2021 செப்டம்பர் *24* அன்று மின்னூ தன் அலுவலகத்திற்குள் நுழைந்தபோது, தேர்வு முடிவுகள் குறித்த எதிர்பார்ப்பு எல்லோரிடமும் பரவியிருந்ததை அவரால் உணர முடிந்தது. தேர்வு முடிவுகள் குறித்த யூகச் செய்திகளால் வாட்ஸ்அப் மற்றும் டெலிகிராம் நிரம்பி வழிந்து கொண்டிருந்தன. மின்னூவால் தன் வேலையில் கவனத்தைக் குவிக்க முடியவில்லை. அவர் அடிக்கடி தன் அலைபேசியை உற்றுப் பார்த்துக் கொண்டிருந்தார். காலை *11.00* மணி வாக்கில் ஜோஷி அவரைத் தொலைபேசியில் அழைத்தார்.

"இரண்டாவது கொரோனா தடுப்பூசி போட்டுக் கொள்வதற்கு மாநிலச் சமூகக் கல்லூரியில் இன்று நமக்கு நேரம் ஒதுக்கப்பட்டுள்ளது. நீ நேராக அங்கு வந்துவிடுகிறாயா? அல்லது நான் வந்து உன்னைக் கூட்டிச் செல்லவா?" என்று ஜோஷி கேட்டார்.

பதற்றத்துடன் இருந்த மின்னூ, "சேட்டா, இன்று என்னால் பேருந்தில் வர முடியாது. இன்று தேர்வு முடிவுகள் வெளியாகும் என்று பேசிக் கொள்கின்றனர். நான் மிகவும் பதற்றத்துடன் இருக்கிறேன். நீங்கள் வந்து என்னைக் கூட்டிச் செல்லுங்கள்," என்று அவரிடம் கூறினார்.

அதற்கு ஜோஷி, "நான் நேராக அங்கு வருகிறேன். உன்னை ஆசுவாசப்படுத்திக் கொள். இம்முறை நீ கண்டிப்பாக வெற்றி பெறுவாய்," என்று கூறினார். அவருடைய வார்த்தைகள் மின்னூவுக்கு ஆறுதலளித்தன.

தடுப்பூசி போட்டு முடித்தவுடன் மின்னூவை அலுவலகத்தில் விட்டுவிட ஜோஷி முன்வந்தார். ஆனால், அவருடன் இருக்க விரும்பிய மின்னூ, அதை மறுத்துவிட்டார். "சேட்டா, நான் மிகவும் மன அழுத்தத்தில் இருக்கிறேன். நான் மதியம் விடுப்பு எடுத்துக் கொள்கிறேன். நாம் கடற்கரைக்குச் செல்லலாம்," என்று அவர் கூறினார்.

அவருடைய பதற்றத்தைப் புரிந்து கொண்ட ஜோஷி அதற்கு உடனடியாகச் சம்மதித்தார். அவர்கள் தங்களுடைய காரில் கடற்கரைக்குச் சென்றனர். ஆனால், கடற்கரையில் வெயிலாக இருந்ததால், அவர்கள் இருவரும் காருக்குள்ளேயே உட்கார்ந்து கொண்டனர். பதற்றத்தின் காரணமாக, அங்கு விற்கப்பட்டுக் கொண்டிருந்த பல்வேறு உணவுப் பதார்த்தங்களை வாங்கித் தருமாறு மின்னூ ஜோஷியிடம் கேட்டார். ஜோஷியும் மகிழ்ச்சியுடன் அவற்றை வாங்கிக் கொடுத்தார்.

நேரம் உருண்டோடிக் கொண்டிருந்தாலும், மின்னூவின் பதற்றம் குறையவே இல்லை. திடீரென்று மின்னூ ஜோஷியிடம், "சேட்டா, நான் அஸ்வதியைப் பார்க்க விரும்புகிறேன். நாம் சென்று அவளையும் இங்குக் கடற்கரைக்கு அழைத்து வரலாம்," என்று கூறினார்.

அவர்கள் தங்கள் காரில் சென்று அஸ்வதியை அழைத்துக் கொண்டு மீண்டும் கடற்கரைக்கே வந்தனர். தேர்வு முடிவுகள் குறித்தப் பல தகவல்கள் வெளிவரத் தொடங்கின. அது மின்னூவின் பதற்றத்தை மேலும் அதிகரித்தது. ஒருவழியாக, இரவு 7.00 மணி வாக்கில், டெலிகிராமில் தேர்வு முடிவு ஆவணம் வந்திறங்கியது.

மின்னூவும் அஸ்வதியும் மௌனமாகப் பிரார்த்தித்துக் கொண்டே, இதயம் படபடக்க அந்த ஆவணத்தைத் தரவிறக்கம் செய்துவிட்டு, அந்தப் பட்டியலில் இடம்பெற்றிருந்த பெயர்களை ஒவ்வொன்றாகப் பார்க்கத் துவங்கினர். அவர்களுடைய கைவிரல்கள் நடுங்கிக் கொண்டிருந்தன. அந்த மௌனத்தை, சத்தமானதொரு வெற்றிக் குரல் கலைத்தது: "வாழ்த்துகள், மின்னூ! நீ வெற்றி பெற்றுவிட்டாய். உன் தர வரிசை எண் 150," என்று அஸ்வதி கூச்சலிட்டார். அதனால் பெரும் மகிழ்ச்சியடைந்த ஜோஷி, "மின்னூ, உன்னுடைய கடின உழைப்புக்குப் பலன் கிடைத்துவிட்டது. நான் மிகவும் மகிழ்ச்சியாகவும் பெருமையுடனும் இருக்கிறேன்," என்று

உற்சாகமாகக் கூறினார்.

மின்னூ தன் பெயரையும் வரிசை எண்ணையும் சரிபார்த்துக் கொண்டார். அவருடைய பதற்றம் கரைந்து மறைந்தது. அவருடைய உதடுகளில் ஒரு புன்னகை குடியேறியது. அவருடைய கண்களிலிருந்து ஆனந்தக் கண்ணீர் வழிந்தோடத் தொடங்கியது. ஆனால், அவருடைய கண்கள் தொடர்ந்து அந்தப் பட்டியலிலேயே நிலை கொண்டிருந்தன. தங்கள் இருவரின் வெற்றியைச் சேர்ந்து கொண்டாடுவதற்காக அவர் ஆவலுடன் அஸ்வதியின் பெயரைத் தேடிக் கொண்டிருந்தார்.

அவர்கள் சேர்ந்து அந்தப் பட்டியலை இறுதிவரை பார்த்தனர். மீண்டும் ஒரு முறை அப்பட்டியலை அலசினர். ஆனால், அஸ்வதியின் பெயர் அதில் இடம்பெற்றிருக்கவில்லை. தன்னுடைய நெருங்கிய தோழி தேர்ச்சியடையாமல் போனதைச் சீரணித்துக் கொள்ள மின்னூ மிகவும் சிரமப்பட்டார். அவர்கள் சேர்ந்து பயணித்த ஐந்தாண்டுப் பயணம் ஏற்ற இறக்கங்களால் நிறைந்திருந்தது. வெற்றியைத் தனியாகக் கொண்டாடுவது என்பது மின்னூவுக்கு முழுமையற்றதாகப் பட்டது.

ஒரு நட்சத்திரத்தின் பிறப்பு

அஸ்வதியின் வற்புறுத்தலின் பேரில், அவர்கள் அவரை அவருடைய வீட்டில் இறக்கிவிட்டனர். மின்னூவின் அலைபேசி நிற்காமல் ஒலித்துக் கொண்டிருந்தது. அந்த அழைப்புகளை ஜோஷி கையாண்டு கொண்டிருந்தார். மின்னூ தன் கண்களை மூடியவாறு அமர்ந்திருந்தார். அவருக்குள் ஒருவிதமான வெறுமையுணர்வு குடியேறியிருந்தது. வெற்றி இன்னும் முழுவீச்சில் அவருக்குள் இறங்கியிருக்கவில்லை. மின்னூ அதை ஒரு கனவு என்று நினைத்துக் கொண்டார். அது நிஜம்தான் என்பதை உறுதிப்படுத்திக் கொள்வதற்கு, தன்னைக் கிள்ளுமாறு அவர் ஜோஷியிடம் ஒன்றுக்கு மேற்பட்ட முறை கூறினார்.

ஜோஷி அலைபேசியை மின்னூவிடம் கொடுத்தவாறு, “உன்னுடைய புவியியல் பயிற்றுவிப்பாளர் உன்னிடம் பேச விரும்புகிறார்,” என்று கூறினார். மின்னூவின் இதயத்திற்குள் மகிழ்ச்சி பெருக்கெடுத்து ஓடத் தொடங்கியது.

“வாழ்த்துகள், மின்னூ! நீங்கள் எங்கள் அனைவரையும் பெருமை கொள்ளச் செய்துவிட்டீர்கள்!” அலைபேசி வழியாக வழிந்தோடிய அவருடைய அன்பான வார்த்தைகள், மின்னூவுக்குள் புகுந்து சாதனை உணர்வால் அவரை நிறைத்தன.

“தயவு செய்து நீங்கள் நேராக நம்முடைய பயிற்சி நிலையத்திற்கு வாருங்கள்,” என்று அந்தப் பயிற்றுவிப்பாளர் கூறினார்.

வேறு எதுவும் யோசிக்காமல் மின்னூவும் ஜோஷியும் நேராக அந்தப் பயிற்சி மையத்திற்குச் சென்றனர். அந்த மையத்தின் வாசலில் மொத்தப் பயிற்றுவிப்பாளர்களும் அவர்களுக்காகக் காத்துக் கொண்டிருந்தனர்.

“மிக்க நன்றி, சார்,” என்று கூறி, மின்னூ தன்னுடைய புவியியல் பயிற்றுவிப்பாளருக்கு நன்றி தெரிவித்தார். மின்னூவின் கன்னங்களில் கண்ணீர் வழிந்தோடியது.

அந்த மையத்தின் உள்ளே மின்னூவுக்கு ஓர் ஆச்சரியம் காத்துக் கொண்டிருந்தது. அந்த மையத்தின் நிறுவனர் மின்னூவின் சாதனையைக் கொண்டாடுவதற்காக ஒரு சிறு கொண்டாட்ட நிகழ்ச்சிக்கு ஏற்பாடு செய்திருந்தார். அதில் பிரபலமான அமைச்சர் ஒருவரும் கலந்து கொள்ள வந்திருந்தார். அதற்கு ஊடகவியலாளர்களும் அழைக்கப்பட்டிருந்தனர். புகைப்படக் கேமராக்களின் வெளிச்ச மின்னல்கள் அங்கிருந்தவர்கள் அனைவரின் கண்களையும் கூச வைத்தன. தேர்வு முடிவுகள் வெளியாகிச் சிறிது நேரத்திற்குள்ளாகவே பிரகாச வெளிச்சம் மின்னூவின்மீது வெள்ளமெனப் பாய்ந்தது. அவருக்குப் புதிதாகக் கிடைத்திருந்த நட்சத்திர அந்தஸ்து அவருடைய கால் நிலத்தில் படாதவாறு செய்தது.

அங்கு நடந்து கொண்டிருந்தவற்றைப் பார்த்துக் கொண்டிருந்த ஜோஷி மிகவும் சந்தோஷம் அடைந்தார். தானே ஐஏஎஸ் தேர்வில் வெற்றி பெற்றிருந்ததைப் போன்ற உணர்வில் அவர் திளைத்தார். கடந்த ஆறு ஆண்டுகளாக மின்னூ மேற்கொண்டிருந்த கடின உழைப்பையும், அவர் செய்திருந்த தியாகங்களையும் அவர் நினைவுகூர்ந்தார். தன் குழந்தையுடன்கூட நேரம் செலவழிக்க முடியாமல் போனது குறித்து மின்னூ வேதனைப்பட்டதை நினைத்தபோது, ஜோஷியின் கண்களும் ஈரமாயின.

சுமார் ஒரு மணி நேரத்திற்கும் மேலாக, மின்னூ ஊடகங்களுக்குத் தொடர்ந்து பேட்டியளித்துக் கொண்டிருந்தார். பின்னர்தான் ஜோஷி ஓர் ஓரமாக அமைதியாக நின்று கொண்டிருந்ததை அவர் பார்த்தார். ஜோஷி அவரைக் கண்களில் பெருமிதத்துடனும், உதடுகளில் ஒரு புன்முறுவலுடனும் பார்த்துக் கொண்டிருந்தார். அவர் தன் கணவரின் கண்களோடு தன் கண்களைக் கலந்தபோது, அவரைச் சுற்றியிருந்த இரைச்சல் மின்னூவிடமிருந்து மறைந்தது. நேசமும் நன்றியுணர்வும் அலையெனப் பெருகி

அவரை ஆக்கிரமித்துக் கொண்டன. அவர் சிறுமியாக வெற்றி பெற்றிருந்தபோதெல்லாம் எப்படி அவருடைய தந்தையார் பெருமை கொண்டாரோ, அதைப் போன்ற பெருமை தன் கணவரின் கண்களில் மின்னிக் கொண்டிருந்ததைக் கண்டு மின்னூ பரவசமடைந்தார்.

ஜோஷியும் மின்னூவும் ஒருவழியாக வீடு திரும்பியபோது இரவு மணி 10.30 ஆகியிருந்தது. அங்கு அவர்களை வரவேற்க அவர்களுடைய மகனோடு, ஜோஷியின் பெற்றோரும், மின்னூவின் தாயும் பிற உறவினர்களும் காத்துக் கொண்டிருந்தனர். அங்கு ஊடகவியலாளர்கள் சிலரும் வந்திருந்தனர்.

ஜெரமயா தன் பெற்றோர்களைக் கண்டதும் ஓடி வந்து தன் அம்மாவைக் கட்டிப் பிடித்துக் கொண்டான். ஏற்கனவே ஊடகவியலாளர்கள் அவனுடைய அம்மாவின் வெற்றியைப் பற்றி அவனைத் துளைத்தெடுத்துக் கொண்டிருந்தனர். அதை வைத்து, தன் அம்மா ஏதோ ஒரு மகத்தான சாதனையைச் செய்திருந்ததை அவன் புரிந்து கொண்டான். மின்னூவின் அம்மா, மின்னூவைக் கட்டி அணைத்தவாறு, “இதைக் கொண்டாடுவதற்கு உன்னுடைய அப்பாவும் இங்கு இப்போது நம்முடன் இருந்தால் எவ்வளவு நன்றாக இருந்திருக்கும்,” என்று கூறியபோது அவருடைய குரல் தழுதழுத்தது.

மின்னூவின் இதயம் பெருமையாலும் மகிழ்ச்சியாலும் நிரம்பி வழிந்தது. அவர் அடைந்திருந்த வெற்றியில் தன் சொந்தச் சாதனை மட்டும் அல்லாமல் தன் குடும்பத்தார் அனைவரின் நிபந்தனையற்ற ஆதரவும் அடங்கியிருந்ததை அவர் நன்றியுடன் நினைத்துப் பார்த்துக் கொண்டார். அந்தக் கொண்டாட்டத்தின் நடுவே, தன் தந்தை இறந்த பிறகு தன் அம்மா எதிர்கொண்டிருந்த கஷ்டங்களையெல்லாம் அவர் நினைத்துப் பார்த்தபோது, அதுவரை அவர் அடக்கி வைத்திருந்த பல உணர்ச்சிகள் அவருக்குள்ளிருந்து பீறிட்டுக் கிளம்பின.

இமயமலை அடிவாரத்தில் மலைத்து நின்ற தென்கோடிக் கடற்கரையோரப் பெண்

அடுத்த இரண்டு மாதங்களும், கொண்டாட்டங்கள், பேட்டிகள், மறுகூடல்கள் போன்றவற்றில் பறந்து போயின. 2021 நவம்பர் 30 அன்று, தில்லிக்குச் செல்லவிருந்த விமானத்தைப் பிடிப்பதற்காக மின்னூ தயாராகிக் கொண்டிருந்தார். சிஎஸ்இ தேர்வில் தேர்ந்தெடுக்கப்பட்டவர்களுக்கு,

மஞூரியிலுள்ள லால் பகதூர் சாஸ்திரி தேசிய நிர்வாகப் பயிற்சி நிறுவனத்தில் பயிற்சி அளிக்கப்படும். அவர்கள் அங்குக் கொண்டு வர வேண்டிய பொருள்களின் பட்டியலில் இடம்பெற்றிருந்தவற்றை வாங்குவதற்கு, மின்னூ, கடந்த சில நாள்களைச் செலவிட்டிருந்தார். மின்னூவின் பயணப் பெட்டிகளை ஜோஷி அவர்களுடைய காரின் டிக்கியில் ஏற்றிக் கொண்டிருந்தபோது, கையில் ஒரு பூங்கொத்துடன் அஸ்வதி அங்கு வந்து சேர்ந்தார். அவர் மின்னூவைக் கட்டி அணைத்து, தன்னுடைய இதயபூர்வமான வாழ்த்துகளைத் தெரிவித்துக் கொண்டார். மின்னூ உணர்ச்சி வெள்ளத்தில் திக்குமுக்காடிக் கொண்டிருந்தார். அவர் அஸ்வதியைக் கட்டி அணைத்தவாறு, "அடுத்த ஆண்டு, மஞூரியிலுள்ள பயிற்சி நிறுவனத்தில் உன்னை நான் ஆவலுடன் எதிர்பார்த்துக் கொண்டிருப்பேன்," என்று கூறினார்.

2021 டிசம்பர் 1 அன்று, மின்னூ, மற்றொரு சக தேர்வரான மிதுன் என்பவருடன், தில்லியிலிருந்து மஞூரி செல்கின்ற ஒரு வாடகைக் காரில் ஏறினார். அவர் மஞூரி வந்து சேர்ந்தபோது, அந்த அழகான மலை நகரம் அவருடைய மனத்தைக் கொள்ளை கொண்டுவிட்டது. அவர் லால் பகதூர் சாஸ்திரி தேசிய நிர்வாகப் பயிற்சி நிறுவனத்திற்குள் முதன்முதலாக நுழைந்தபோது, ஆறு ஆண்டுகாலப் போராட்டம் குறித்த நினைவுகள் அவருடைய மனத்தில் ஒரு திரைப்படம்போல ஓடின. தன்னுடைய வாழ்க்கைப் பாதையை மாற்றியிருந்த பான்டாவுடன் தான் மேற்கொண்டிருந்த உரையாடலை அவர் நினைவுபடுத்திக் கொண்டார்.

அடுத்து, அங்குள்ள நர்மதா தங்கும் விடுதியில் தனக்கு ஒதுக்கப்பட்டிருந்த அறைக்கு மின்னூ சென்றார். அவர் அந்த அறைக்குள் நுழைந்தவுடன், தோழமைமிக்க அன்பான முகம் ஒன்று ஒரு புன்னகையுடன் அவரை வரவேற்றது. "வாருங்கள், மின்னூ! உங்களைச் சந்திப்பதற்காக நான் காத்துக் கொண்டிருந்தேன்," என்று அவருடைய அறைத் தோழி கூறினார். அவர் இந்திய தகவல் பணிக்காகத் தேர்ந்தெடுக்கப்பட்டிருந்தார். மின்னூ புன்னகைத்தபடி அவரை அரவணைத்துக் கொண்டார்.

அவர் மின்னூவிடம், "நீங்கள் என்னைவிட மூத்தவர் என்பதால் நான் உங்களை 'அக்கா' என்று அழைக்கட்டுமா? அக்கா என்றால் தமிழில் மூத்தச் சகோதரி என்று அர்த்தம்," என்று கேட்டுக் கொண்டார்.

"தாராளமாக," என்று மின்னூ அன்புடன் கூறினார்.

அன்றைய தினம், அப்பயிற்சி நிறுவனத்திற்கு வந்திருந்த பிற

அதிகாரிகளைச் சந்திப்பதில் கழிந்தது. மாலையில் அவர்கள் ஒன்றாக உணவுக்கூடத்திற்குச் சென்று உணவருந்தினர். அன்று மின்னூ மிகவும் களைப்புடன் இருந்தார். தலைவலி வேறு சேர்ந்து கொண்டது. அவருக்கு உணவு பிடிக்கவில்லை. ஆனால், தங்களுடைய கனவை நனவாக்கியிருந்த, உற்சாகமாக வளைய வந்து கொண்டிருந்த பல இளைய அதிகாரிகளைப் பார்த்து அவர் மகிழ்ச்சியடைந்தார்.

மசூரியின் தட்பவெப்பநிலை அவருக்குப் பரிச்சயமான கேரளத் தட்பவெப்ப நிலையிலிருந்து முற்றிலும் மாறுபட்டு இருந்ததால், முதலில் அது அவருக்கு ஒத்துக் கொள்ளவில்லை. கொரோனா தொற்றின் பரவலும் அதனோடு சேர்ந்து கொண்டதால், அவர் தன் அறைக்குள்ளேயே முடங்கிக் கிடந்தார். ஆனால், 2022 ஆம் ஆண்டு குடியரசு தினத்திலிருந்து அவருடைய உலகம் பிரகாசமடையத் தொடங்கியது. அவர் தன் சக அதிகாரிகளுடன் தொடர்பு ஏற்படுத்திக் கொண்டார், நிகழ்ச்சிகளில் கலந்து கொண்டார், தான் அங்கு இருந்த ஒவ்வொரு கணத்தையும் இரசித்து அனுபவித்தார். தான் மீண்டும் கல்லூரி நாள்களுக்குத் திரும்பிவிட்டிருந்ததைப்போல அவர் உணர்ந்தார்.

மாவட்டப் பயிற்சி வழியாகக் கற்றல்

அடிப்படைப் பயிற்சிக் காலகட்டத்தின்போது, தான் எந்த மாநிலத்திற்கு ஒதுக்கப்பட்டிருந்தோம் என்ற செய்தி மின்னூவை வந்தடைந்தபோது, அது அவருக்கு வியப்பையும் மனநிறைவையும் அளித்தது. அவர் இரண்டாவதாகத் தேர்ந்தெடுத்திருந்த மகாராஷ்டிர மாநிலம் அவருக்கு ஒதுக்கப்பட்டிருந்தது. இனி அதுதான் அவருடைய புதிய இல்லமாக இருக்கப் போகிறது. பூனேயிலுள்ள யஷ்வந்த்ராவ் சவான் வளர்ச்சி நிர்வாகப் பயிற்சி நிறுவனத்தில் ஒரு குறுகிய பயிற்சியை முடித்தப் பிறகு, மின்னூவும் அவருடைய சக அதிகாரிகளும், 'மகாராஷ்டிரா தர்ஷன்' என்று அழைக்கப்படுகின்ற சுற்றுப்பயணத்தை மேற்கொண்டனர். அவர்கள் பணிபுரியவிருந்த மகாராஷ்டிர மாநிலத்தைப் பரிச்சயப்படுத்திக் கொள்வதற்காகச் செய்யப்பட்டிருந்த ஏற்பாடு அது.

அதைத் தொடர்ந்து, மாவட்டப் பயிற்சிக்காக அவருக்கு மகாராஷ்டிராவிலுள்ள வாஷிம் மாவட்டம் ஒதுக்கப்பட்டது. அங்கு அவரை அந்த மாவட்டத்தின் ஆட்சியரான எஸ். சண்முகராஜன் அன்புடன் வரவேற்றார். அவர் மின்னூவுக்கு

ஒரு சிறந்த வழிகாட்டியாகத் திகழ்ந்தார்.

மின்னூ உள்ளூர்க் கலாச்சாரத்தைப் புரிந்து கொள்ளவும் அதனோடு தன்னை ஐக்கியப்படுத்திக் கொள்ளவும் தயாரானார். அவர் மராத்தி மொழியைக் கற்றுக் கொள்ள முயன்றார். உடைந்த மராத்திய மொழியில் பேச அவர் முயன்றபோது, அது அவருடைய ஊழியர்களிடமும் உள்ளூர் மக்களிடமும் புன்னகையை வரவழைத்தது.

அதைத் தொடர்ந்து அவர் பல அரசாங்க அலுவலகங்களோடு இணைக்கப்பட்டார். அதற்குப் பிறகு, வாஷிம் நகராட்சியின் முதன்மை அலுவலர் பொறுப்பு அவருக்குக் கொடுக்கப்பட்டது. அவர் அந்தப் பணியில் சேர்ந்து இரண்டு வாரங்கள் கழித்து, சண்முகராஜன் அவரை அழைத்தார்.

மின்னூ அங்குச் சென்றபோது, சண்முகராஜன் நேரடியாக விஷயத்திற்கு வந்தார். “இந்த நகரம் ஆக்கிரமிப்புகளால் நிரம்பி வழிகிறது. நகரத்தின் தெருக்கள் அடையாளம் காணப்பட முடியாதவாறு மாறிப் போயுள்ளன. அது இங்கு வசிக்கின்ற மக்களுக்குப் பெரும் அசௌகரியங்களைக் கொடுத்துக் கொண்டிருக்கிறது. இந்த ஆக்கிரமிப்புகளை அகற்றுவதற்கு உடனடியாக நடவடிக்கை எடுங்கள்,” என்று அவர் உத்தரவிட்டார்.

அதைக் கேட்டவுடன் மின்னூ மிகவும் அசௌகரியமாக உணர்ந்தார். திடீரென்று ஆக்கிரமிப்புகளை அகற்றினால், எண்ணற்ற மக்கள் தங்களுடைய வீடுகளையும் வாழ்வாதாரங்களையும் இழக்க நேரிடுமே என்ற எண்ணம் அவரிடம் தோன்றியது. அத்துடன், தான் ஒரு மென்மையான அணுகுமுறையைக் கொண்ட ஒரு தோழமையான அதிகாரி என்று பொதுமக்களிடத்தில் தன்னைப் பற்றித் தான் வளர்த்து வைத்திருந்த பிம்பத்திற்குப் பாதிப்பு ஏற்படுமே என்றும் அவர் கவலைப்பட்டார். அந்த விவகாரம் தொடர்பான மனிதாபிமானப் பிரச்சனையைக் கையிலெடுக்க முடிவெடுத்த மின்னூ, சண்முகராஜனிடம், “ஆனால், இது ஆயிரக்கணக்கான மக்களுக்குக் கடும் துன்பத்தை ஏற்படுத்துமே, சார். எண்ணற்றக் குடும்பங்கள் தங்களுடைய வாழ்வாதாரங்களை இழக்குமே?” என்று கேட்டார்.

ஆனால், சண்முகராஜன் தன் முடிவில் உறுதியாக இருந்தார். “அவை சட்டத்திற்குப் புறம்பாகக் கட்டப்பட்டவை. அவை மக்கள் நடமாடுகின்ற தெருக்களை ஆக்கிரமித்துள்ளன. அந்த ஆக்கிரமிப்புகளால் கஷ்டத்திற்கு ஆளாகின்ற பொதுமக்களின் நிலைமையை நினைத்துப் பாருங்கள்,” என்று

அவர் திட்டவட்டமாகக் கூறிவிட்டார்.

அதைத் தவிர்ப்பதற்கு ஏதாவது ஒரு வழியைக் கண்டுபிடிப்பதற்காக, மின்னூ தைரியத்தை வரவழைத்துக் கொண்டு, அவரிடம், "நீங்கள் சொல்வதோடு நான் ஒத்துப் போகிறேன். ஆனால், சார், அங்கு நிரந்தரக் கட்டடங்களும் தற்காலிக அமைப்புகளும் நெருக்கமாக இருக்கின்றன. இதுபோன்ற மிகச் சிக்கலான வேலை ஒரு நிரந்தரமான முதன்மை அதிகாரியால் கையாளப்பட்டால்தான் சரியாக இருக்கும்," என்று வாதிட்டார்.

ஆனால், அந்த மாவட்ட ஆட்சியர் தன் நிலைப்பாட்டில் உறுதியாக இருந்தார். "இது மலைக்க வைக்கின்ற ஒரு வேலைதான் என்பதை நான் ஒப்புக் கொள்கிறேன். ஆனால், இது போன்ற சிக்கலான, கடுமையான பணிகளை உங்களைப் போன்ற பயமறியாத, செல்வாக்குமிக்கவர்களுக்கு அடிபணிய மறுக்கின்ற இளம் அதிகாரிகளால் சிறப்பாகக் கையாள முடியும். அத்துடன், இது உங்களுக்கு விலைமதிப்பிடப்பட முடியாத ஓர் அனுபவமாகவும் அமையும். வருங்காலத்தில் நீங்கள் எதிர்கொள்ளவிருக்கின்ற கடுமையான சவால்களைக் கையாள்வதற்கான பயிற்சியாகவும் இது விளங்கும்," என்று கூறி அவர் மின்னூவை ஊக்குவிக்க முயன்றார்.

பின் அவர் மின்னூவிடம், "இதற்குத் தேவையான அனைத்து உதவிகளையும் நான் உங்களுக்கு அளிக்கிறேன். முன்தயாரிப்புகளை உடனடியாகத் தொடங்குங்கள். இவ்வேலை இரண்டு வாரங்களுக்குள் முடிக்கப்பட்டாக வேண்டும்," என்று உத்தரவிட்டார்.

அந்த மாவட்ட ஆட்சியரிடமிருந்து பெற்றத் திட்டவட்டமான உத்தரவுடனும், ஆக்கிரமிப்புகளின் காரணமாகப் பொதுமக்களுக்கு ஏற்படக்கூடிய அசௌகரியங்களை நிவர்த்தி செய்வதற்கு இது உதவும் என்ற நம்பிக்கையுடனும், அந்த உள்ளூர்ச் சமுதாயத்தின் இணக்கமான முகமாக இருந்த தன்னை, முறியடிக்கப்பட முடியாத ஒரு சக்தியாக மாற்றிக் கொள்ள மின்னூ தயாரானார்.

அவருடைய முயற்சிக்கு உடனடியாகக் கிளம்பிய எதிர்ப்பு, சட்டப் போராட்டம் என்ற வடிவில் வந்தது. மாவட்ட நீதிமன்றத்தில் அவர்மீதும் மாவட்ட ஆட்சியர்மீதும் 150 வழக்குகள் பதிவு செய்யப்பட்டன. இதனால் அயராத மின்னூ, மாவட்ட முதன்மை நீதிபதியை நேரில் சென்று சந்தித்தார். அவர் முன்வைத்த ஆணித்தரமான வாதங்களைக் கேட்டுக் கொண்ட நீதிபதி, அனைத்து வழக்குகளையும் ஒட்டுமொத்தமாகத் தள்ளுபடி செய்தார்.

ஆனால், மின்னூவுக்கு வேறு விதமான சவால்கள் காத்துக் கொண்டிருந்தன. குறிப்பாக, உள்ளூர்த் தலைவர்களிடமிருந்து அவருக்கு அரசியல் அழுத்தம் வந்தது. ஆக்கிரமிப்புகளை அகற்ற வேண்டிய நாள் வந்தபோது, அந்த இடத்தில் பெரும் கூட்டம் ஒன்று கூடியது. அவர்கள் கோஷங்களை எழுப்பினர். அவர்களில் சிலர் கற்களை வீசத் தொடங்கினர். ஆனால், மின்னூ உறுதியுடன் செயல்பட்டு, ஒரு கலவரமாக வெடிக்கச் சாத்தியமிருந்த ஒரு சூழலைத் தணித்தார்.

இறுதியில் ஆக்கிரமிப்புகள் அனைத்தும் நீக்கப்பட்டபோது, அந்த நகரமே முற்றிலும் மாறிப் போயிருந்ததைக் கண்டு அவர் வியந்தார். வாஷிம் நகரின் மக்களால் தங்களுடைய கண்களையே நம்ப முடியவில்லை. முதன்முறையாக அவர்கள் தங்களுடைய நகரத்தின் உண்மையான அழகைத் தரிசித்தனர். ஆக்கிரமிப்புகளுக்குள் மூழ்கிக் கிடந்த அந்த நகரின் அகலமான தெருக்களும் அழகிய நீருற்றுகளும் வெளிப்பட்டபோது, எந்த அளவுக்கு முன்யோசனையுடன் அந்த நகரம் திட்டமிடப்பட்டிருந்தது என்பது தெரிந்தது.

2022 ஆகஸ்ட் மாதத்தில் மின்னூ தன் மாவட்டப் பயிற்சிப் பணியை நிறைவு செய்துவிட்டு வாஷிமைவிட்டுப் புறப்பட்டபோது, அவருக்கு விடைகொடுத்து அனுப்புவதற்காக, அவர் தங்கியிருந்த அரசினர் விருந்தினர் மாளிகையில் ஒரு பெரும் எண்ணிக்கையில் மக்கள் கூடியிருந்தனர். அவருடைய வாகன ஓட்டுநர் மற்றும் தனிப்பட்டப் பாதுகாப்பு அதிகாரியின் குடும்பத்தார், அவர் தன்னுடைய பயணத்தின்போது சாப்பிடுவதற்காகச் சாப்பாடு கட்டி எடுத்துக் கொண்டு வந்திருந்தனர். அதைக் கண்டு மின்னூவிடம் உணர்ச்சிகள் கரைபுரண்டு ஓடின. அவர்களுக்குத் தன் நன்றியைத் தெரிவித்துவிட்டு, மின்னூ தன் காரில் ஏறி அமர்ந்து, புதிய சவால்களை எதிர்கொள்வதற்காக ஒரு புதிய மாவட்டத்தை நோக்கிய தன் பயணத்தைத் தொடங்கினார்.

மின்னூவின் கதையிலிருந்து நினைவில் வைத்துக் கொள்ளப்பட வேண்டிய முக்கிய அம்சங்கள்

1. ஐஏஎஸ் கனவிற்கு ஒருபோதும் சமாதி கட்டிவிடக்கூடாது

இந்தியப் பெண்களில் பலர் திருமணத்திற்கு அல்லது தாய்மைக்குப் பிறகு தங்களுடைய ஐஏஎஸ் கனவிற்கு மூடுவிழா நடத்திவிடுகின்றனர். ஆனால், நீங்கள் உறுதிப்பாட்டுடன் செயல்பட்டால், வீட்டுப் பொறுப்பு, அலுவலக வேலை ஆகிய இரண்டையும் சமாளித்துக் கொண்டே ஐஏஎஸ் கனவை உங்களால் நனவாக்க முடியும் என்பதை மின்னூவின் பயணம் எடுத்துக்காட்டுகிறது.

2. வயது என்பது ஒரு வெறும் எண் மட்டுமே

நீங்கள் உங்களுடைய ஐஏஎஸ் கனவை நோக்கிய பயணத்தை எந்த வயதில் வேண்டுமானாலும் தொடங்கலாம் (யூபிஎஸ்சி குறிப்பிட்டுள்ள வயது வரம்புக்குள் அது இருக்க வேண்டும், அவ்வளவுதான்.) நீங்கள் உங்களைவிட இளையவர்களுடன் போட்டி போட வேண்டியிருக்குமே என்று ஒருபோதும் மனம் தளராதீர்கள். கடின உழைப்பு, ஒரு நேர்த்தியான கால அட்டவணையைத் துல்லியமாகப் பின்பற்றுதல் ஆகியவற்றைக் கொண்டு உங்களால் அந்த வயது இடைவெளியை எளிதாகக் கடந்துவிட முடியும். உங்களுடைய வயதையும் வாழ்க்கை அனுபவங்களையும் ஒரு தடையாகப் பார்க்காமல், அவற்றை ஓர் அனுகூலமாகப் பாருங்கள்.

3. தோல்விகளை வெற்றிக்கான படிக்கட்டுகளாகப் பார்க்க வேண்டும்

சிஎஸ்இ தேர்வில் தோல்விகள் சகஜம். அவற்றைக் கற்றல் அனுபவமாகவே எடுத்துக் கொள்ள வேண்டும். நேர்முகத் தேர்வுவரை வந்து அதற்கு மேல் முன்னேறாமல் போய்விட்டப் பலர் அடுத்த முறை முதல் நிலைத் தேர்வில் தோற்றுப் போகின்ற நிகழ்வுகளும்கூட அரங்கேறிக் கொண்டிருக்கின்றன. அதைக் கண்டு மனம் தளராதீர்கள். தோல்விகளை உங்களுடைய மன

உறுதியை வலுப்படுத்திக் கொள்வதற்கான ஆயுதமாகவும், உறுதிப்பாட்டை முடுக்கிவிடுகின்ற எரிபொருளாகவும் பயன்படுத்திக் கொண்டு, அடுத்த முயற்சியில் சீறிப் பாயுங்கள்.

4. சிஸாட் தேர்வைத் தீவிரமாக எடுத்துக் கொள்ள வேண்டும்

சிஸாட் தேர்வு வெறும் தகுதித் தேர்வாக இருக்கலாம். ஆனால், அது மிகவும் முக்கியமானது. ஒவ்வோர் ஆண்டும், முதல் நிலைத் தேர்வு எழுதுபவர்களில் எண்ணற்றோர் பொது அறிவுத் தாளில் சிறப்பாகச் செய்தும், சிஸாட் தாளில் கோட்டைவிடுவதன் மூலம் தங்களுடைய ஐஏஎஸ் கனவை நனவாக்க முடியாமல் தவிக்கின்றனர். உங்களுடைய பலங்களையும் பலவீனங்களையும் நன்றாக அலசி ஆராய்ந்து, அதற்கேற்ப சிஸாட் தேர்வுத் தயாரிப்பில் நேரத்தை முதலீடு செய்யுங்கள். சிஸாட் தேர்வுக்கு முன்பாக உங்களை ஆசுவாசப்படுத்திக் கொள்ளுங்கள். பொது அறிவுத் தாளை நீங்கள் எப்படிச் செய்திருந்தீர்கள் என்று யோசித்துக் கொண்டிருக்காதீர்கள். சிஸாட் தாளை அமைதியாகவும் கவனம் சிதறா மனத்துடனும் அணுகுங்கள்.

5. போட்டியைக் கண்டு துவளக்கூடாது, தாழ்வு மனப்பான்மை கொள்ளக்கூடாது

போட்டியைக் கண்டு பயப்படாதீர்கள். தில்லி போன்ற பெருநகரங்களிலிருந்து வருகின்ற தேர்வர்களோடு உங்களை ஒப்பிட்டுத் தாழ்வு மனப்பான்மை கொள்ளாதீர்கள். உங்களுடைய கடின உழைப்பு, உறுதிப்பாடு, விடாமுயற்சி ஆகியவைதாம் எல்லாவற்றையும்விட முக்கியம். உங்களுடன் மட்டுமே போட்டி போட்டுக் கொண்டு, தொடர்ந்து உங்களை மேம்படுத்திக் கொண்டிருங்கள். தாழ்வு மனப்பான்மை உங்களைப் பின்னுக்குப் பிடித்திழுக்க அனுமதிக்காதீர்கள்.

6. நேர்முகத் தேர்வின்போது அமைதியாகவும் தன்னம்பிக்கையுடனும் இருக்க வேண்டும், நேர்மையாகப் பதிலளிக்க வேண்டும்

நேர்முகத் தேர்வு என்பது உங்களுடைய அறிவாற்றலை மட்டும் சோதிக்கின்ற ஒன்றல்ல. அது உங்களுடைய ஆளுமையைப் பரிசோதிக்கின்ற ஒன்றும்கூட. அதைத்

தன்னம்பிக்கையுடனும், நேர்மையுடனும், அமைதியான மனப்பாங்குடனும் எதிர்கொள்ளுங்கள். ஒரு கேள்விக்கு உங்களுக்கு விடை தெரியவில்லை என்றால் அதை ஒப்புக் கொள்ள பயப்படாதீர்கள். தேர்வுக் குழுவினர், அறிவை மதிக்கின்ற அளவுக்கு நேர்மையையும் மதிக்கின்றனர். உங்களுடைய நேர்முகத் தேர்வை ஓர் உரையாடலைப்போல பாவியுங்கள். உங்களுடைய உண்மையான ஆளுமை நேர்முகத் தேர்வின் ஊடாகப் பிரகாசிக்குமாறு பார்த்துக் கொள்ளுங்கள்.

சத்தியம் காந்தி

அத்தியாயம் 2

முதல் முயற்சியிலேயே வெற்றிக் கனி

ரேகர்புராவில் வெடித்துக் கிளம்பிய உற்சாகக் கூச்சல்கள்

அது 2021 செப்டம்பர் 24. தில்லியின் கரோல் பாக்கிலுள்ள ரேகர்புரா பகுதியிலிருந்த தெருக்களை மாலைச் சூரியன் தகதகக்க வைத்துக் கொண்டிருந்தான். அது வண்ணங்கள் மற்றும் ஒலிகளின் ஒரு கதம்ப பூமியாக விளங்கியது. அங்கிருந்த சிறிய காபிக் கடைகளும் சாலையோர உணவகங்களும், இசையாலும் வாடிக்கையாளர்களின் இரைச்சல்களாலும் குளிப்பாட்டப்பட்டுக் கொண்டிருந்தன.

ஒரு காலத்தில் தோல் தொழிற்சாலைகள் நிறைந்திருந்த இடமாக இருந்த ரேகர்புரா, இன்று கடைகளும் கட்டண விருந்தினர் விடுதிகளும் மலிந்து கிடக்கின்ற ஓரிடமாக மாறிப் போயுள்ளது. அங்குள்ள விடுதிகள் கட்டுப்படியாகக்கூடிய கட்டணங்களை வசூலிப்பதாலும், தில்லியுள்ள பிரபல பயிற்சி மையங்கள் பலவற்றுக்கு அருகில் இருப்பதாலும், குடிமைப் பணிகள் தேர்வு எழுத முனைந்துள்ளவர்கள் மொய்க்கின்ற ஓர் இடமாக ஆகிப் போகியுள்ளது.

அன்று மாலை சுமார் 6.30 மணியளவில், நெருக்கடிமிக்க அந்தப் பகுதியிலிருந்த, வெகு சாதாரணமாகத் தோற்றமளித்த ஒரு நான்கு-மாடிக் கட்டடத்தின் அறை ஒன்றிலிருந்து வெளிவந்த களிப்புக் கூச்சலால் அப்பகுதி முழுவதும் அதிர்ந்தது. அதன் தரைத் தளத்திலிருந்து பெரும் உணர்ச்சிச் சூறாவளி ஒன்று வெளிப்பட்டுக் கொண்டிருந்தது.

அதே தளத்தில் தங்கியிருந்த மூன்று இளைஞர்கள், அது என்ன சத்தம் என்பதைத் தெரிந்து கொள்வதற்காக அந்த

இடத்தை நோக்கி வந்தனர். சிறிய அறை ஒன்றிலிருந்துதான் அச்சத்தம் வந்து கொண்டிருந்தது. அது சத்தியம் காந்தி என்ற தனிமை விரும்பி இளைஞரின் அறை. அவர் அந்த அறைக்கு ஒன்றரை ஆண்டுகளுக்கு முன்பாகத்தான் குடிபெயர்ந்திருந்தார். அவர் தன் அறையைவிட்டு வெகு அபூர்வமாகவே வெளியே தலைகாட்டினார்.

அங்கு வந்து சேர்ந்த இளைஞர்களில் ஒருவர் அந்த அறைக் கதவைத் தள்ளினார். அது எளிதாக உட்புறமாகத் திறந்து கொண்டது. அங்கு அவர்களை ஒரு கண்கொள்ளாக் காட்சி வரவேற்றது. ஐம்பது சதுர அடி அளவே இருந்த அந்தச் சிறிய அறை, புத்தகங்களாலும் தினசரிகளாலும் இதழ்களாலும் நிரம்பியிருந்தது. அவை அந்த அறையின் மேசை, தரை, படுக்கை என்று சகல இடங்களையும் ஆக்கிரமித்திருந்தன.

அவற்றுக்கு நடுவே, பரவசத்தின் உச்சத்தில் இருந்த சத்தியம் காந்தியை அவர்கள் கண்டனர். அவர் ஒரு சிறு குழந்தையின் உற்சாகத்தோடு, தன் கட்டிலின்மீது ஏறி உற்சாகமாகத் துள்ளிக் குதித்துக் கொண்டிருந்தார். அவருடைய குரலில் ஆனந்தமும் அழுகையும் சம அளவில் கலந்திருந்தன. "நான் சாதித்துவிட்டேன்! என் முதல் முயற்சியிலேயே இதை நான் சாதித்துவிட்டிருக்கிறேன் என்பதை என்னால் நம்பவே முடியவில்லை!" என்று அவர் ஆரவாரக் கூச்சலிட்டார்.

அங்கு வந்திருந்த இளைஞர்களில் தன் ஆர்வத்தைக் கட்டுப்படுத்திக் கொள்ள முடியாத ஒருவர், "நண்பா, என்ன ஆயிற்று?" என்று கேட்டார்.

திடீரென்று தன் அறைக்குள் நுழைந்துவிட்டிருந்த அந்த மூவரையும் கண்டு சிறிது அசௌகரியம் அடைந்த சத்தியம், உடனே சுதாரித்துக் கொண்டு, பெரிதாகப் புன்னகைத்தார். "நான் சிஎஸ்இ தேர்வில் வெற்றி பெற்றுவிட்டேன். என் முதல் முயற்சியிலேயே பத்தாவது 'ரேங்க்கைப்' பெற்றுள்ளேன்!" என்று அவர் கூறினார். நடுநடுவே, தன் கண்களிலிருந்து வழிந்து கொண்டிருந்த ஆனந்தக் கண்ணீரை, நடுங்கிக் கொண்டிருந்த தன் கைகளால் அவர் துடைத்துக் கொண்டார்.

சத்தியம் சிஎஸ்இ தேர்வுக்குப் படித்துக் கொண்டிருந்தார் என்பதை அவர்கள் அரசல் புரசலாக அறிந்திருந்தனர். அவர்கள் அவருடைய அர்ப்பணிப்பை நேரில் பார்த்திருந்தனர். அவர் எப்போதும் தன் அறையில் முடங்கிக் கிடந்ததையும் அவர்கள் கவனித்திருந்தனர். ஆனால், சத்தியத்தின் வெற்றிச் சாதனையின் பிரம்மாண்டம் அவர்களைப் பெரும் வியப்பில் ஆழ்த்தியது. தங்களுடைய சக விடுதிவாசி சிஎஸ்இ தேர்வில் இவ்வளவு உயர்ந்த ரேங்க்கோடு வெற்றி பெறுவார் என்பதை

அவர்கள் எதிர்பார்த்திருக்கவில்லை.

அவர்கள் மூவரும் ஓர் ஒருமித்தக் குரலில், "ஆகா! அசத்திவிட்டாய், நண்பா! உன்னை நினைத்தால் எங்களுக்குப் பெருமையாக இருக்கிறது," என்று உற்சாகமாகக் கூறினர். அவர்கள் சத்தியத்தின் கைகளைப் பிடித்துக் குலுக்கிவிட்டு, அவரைக் கட்டி அணைத்துவிட்டுத் தங்களுடைய இதயபூர்வமான வாழ்த்துகளை அவரிடம் தெரிவித்தனர். பின் எப்படியோ அங்குச் சிறிது இடத்தை ஒதுக்கிவிட்டு அவர்கள் அங்கு அமர்ந்தனர். சத்தியம் தன் அலைபேசி அழைப்புகளை ஏற்பதில் மிகவும் மும்முரமாக இருந்தார். இதற்கிடையே அவருடைய அலைபேசியில் இடைவிடாது வாழ்த்துச் செய்திகள் வந்து விழுந்தவண்ணம் இருந்தன. அந்த அறை சிறியதாக இருந்ததால் அவருடைய தொலைபேசி உரையாடல்களை அந்த மும்மூர்த்திகளால் தெளிவாகக் கேட்க முடிந்தது.

"அப்பா, நான் யூபிஎஸ்சி தேர்வில் வெற்றி பெற்றுவிட்டேன். நான் பத்தாவது ரேங்க் பெற்றுள்ளேன்," என்று சத்தியம் மகிழ்ச்சி பொங்கக் கூறிக் கொண்டிருந்ததை அவர்கள் கேட்டனர்.

"அப்படியாப்பா! சந்தோஷம். எனக்கு உன்மேல் முழு நம்பிக்கை இருந்தது," என்று அவருடைய அப்பா கூறினார். அவருடைய குரலில் பெருமிதம் பொங்கி வழிந்தது.

"அடியே! உன் மகன் கலெக்டராகிவிட்டான்," என்று சத்தியத்தின் அப்பா, சமையலறையில் மும்முரமாக இருந்த தன் மனைவியிடம் கூறினார். தன் சமையலை அப்படியே போட்டுவிட்டு ஓடி வந்த சத்தியத்தின் அம்மா, தன் கணவரின் கையிலிருந்து அலைபேசியைப் பிடுங்கினார்.

"கடவுள் உங்கள் பிரார்த்தனைகளுக்குச் செவிசாய்த்துவிட்டார், அம்மா!" என்று சத்தியம் கூறினார். தன் அம்மாவின் குரலைக் கேட்ட உடனேயே அவருடைய கன்னங்களில் கண்ணீர் உருண்டோடத் தொடங்கியது.

சத்தியத்தின் அம்மா மகிழ்ச்சியாலும் நன்றிப்பெருக்காலும் அழுதது அந்த இளைஞர்களுக்குக் கேட்டது. சில கணங்களுக்குப் பிறகு சுதாரித்துக் கொண்ட அவர், "சிவனின் ஆசிர்வாதம் இன்று நமக்குக் கிடைத்துள்ளது. உன்னை நினைத்தால் எங்களுக்குப் பெருமையாக இருக்கிறது," என்று கூறினார்.

இதற்கிடையே, சத்தியத்தின் கல்லூரித் தோழரான நதான்ஷ், ஒரு சிறிய கேக்குடன் அங்கு நுழைந்தார். சத்தியம் அந்தக் கேக்கைக் குதூகலமாக வெட்டினார். அவர்கள்

ஆளுக்கொரு துண்டு எடுத்துக் கொள்வதற்கு முன்பாக, ஒரு கேக் துண்டை சத்தியத்தின் முகத்தில் விளையாட்டாகப் பூசினர்.

"நாம் வெளியே சென்று இதைக் கொண்டாடலாம்," என்று நதான்ஷ் பரிந்துரைத்தார்.

ஆனால், ஒரு பார்ட்டி கொடுக்கும் அளவுக்கு சத்தியத்திடம் பணம் இருக்கவில்லை. அது அவர்களுக்கும் தெரியும் என்பதால், அவர்கள் அனைவரும், கரோல் பாக்கிலுள்ள குரு கோபிந்த் சிங் சந்தைக்கு அருகேயுள்ள ஒரு சாதாரணமான தேநீர்க் கடைக்குச் சென்றனர். அந்த எளிய தேநீர்க் கடையில், அவர்கள் லட்டுகளைத் தின்று, சூடான தேநீரைக் குடித்தது அந்த இமாலயச் சாதனையின் முத்தாய்ப்பாக அமைந்தது.

திக்ராவின் முதல் காந்தி

சத்தியம், பீகாரின் சமஸ்திபூர் மாவட்டத்திலுள்ள திக்ரா என்ற சிறிய கிராமத்தைச் சேர்ந்தவர். அவருடைய அப்பா அகிலேஷ் குமார், அவர்களுடைய கிராமத்திற்கு அருகேயுள்ள பூசா நகரில் உள்ள இராஜேந்திரா வேளாண்மைப் பல்கலைக்கழகத்தின் கரும்புத் துறையில் ஓர் உதவியாளராகப் பணியாற்றி வந்தார். சத்தியத்தின் அம்மா மஞ்சு தேவி, திறமையாக வீட்டை நிர்வகித்து வந்தார்.

சிறு வயதிலேயே சத்தியம் ஒரு தனித்துவமான அம்சத்திற்குச் சொந்தக்காரராக இருந்தார். அந்தக் கிராமத்திலேயே முதன்முதலாகக் 'காந்தி' என்ற அடைமொழியைப் பெற்றிருந்த நபராக அவர் திகழ்ந்தார். அது ஒரு சுவாரசியமான கதை.

ஒரு முறை, பள்ளி விடுமுறையின்போது, அவருடைய பெற்றோர், தேவ்கர் என்ற இடத்திற்கு ஒரு புனிதப் பயணம் மேற்கொண்டனர். அதனால், அவர்கள் சத்தியத்தையும் அவருடைய தம்பி சிவத்தையும், முசாபர்பூரில் இருந்த அச்சிறுவர்களின் மாமா பிரேம் ரஞ்சன் மற்றும் அத்தை ஸித்தியின் வீட்டில் விட்டுவிட்டுச் சென்றனர்.

ஒரு நாள் மாலையில், ஸித்தி, "சத்தியம் மிகவும் அமைதியான பையனாக இருக்கிறான். அவன் காந்திஜியைப்போலவே அகிம்சையைக் கடைபிடிக்கிறான். தன்னுடைய பொம்மைகளையும் மிட்டாய்களையும் சந்தோஷமாகப் பிறருடன் பகிர்ந்து கொள்கிறான்," என்று ரஞ்சனிடம் கூறினார்.

அதைக் கேட்ட ரஞ்சன், அந்த அறையின் ஒரு மூலையில் அமைதியாக விளையாடிக் கொண்டிருந்த சத்தியத்தைப்

பார்த்தவாறே, "ஆமாம், நீ சொல்வது உண்மைதான். நீ எதைக் கொடுத்தாலும் அதை அவன் மகிழ்ச்சியோடு சாப்பிடுகிறான். பாகற்காய் கொடுத்தால்கூட அவன் அதைப் பற்றிக் குறை கூறுவதில்லை," என்று புன்னகைத்தபடி கூறினார்.

"சரி, நாம் அவனைக் காந்தி என்றே கூப்பிடலாம்," என்று ஸித்தி கூறினார்.

இப்படியாக, சத்தியம், சத்தியம் காந்தியாக ஆனார். சத்தியத்தின் அப்பாவுக்கும் அது மிகவும் பிடித்துப் போய்விட்டதால், சத்தியத்தை, 2005-ல் இராஜேந்திரா பல்கலைக்கழகத்தில் இருந்த கேந்திரிய வித்யாலயா பள்ளியில் சேர்த்துவிட்டபோது, அவருடைய பெயரை சத்தியம் குமார் என்று பதிவு செய்வதற்குப் பதிலாக சத்தியம் காந்தி என்றே பதிவு செய்துவிட்டார்.

சத்தியத்திற்கும் தன் பெயரில் ஒட்டப்பட்டிருந்த காந்தி என்ற பெயர் பிடித்துப் போய்விட்டது. பள்ளியில் நடைபெற்ற மாறுவேடப் போட்டி ஒன்றில் அவர் சந்தோஷமாக மகாத்மா காந்தி வேடம் தரித்தார்.

அந்தக் கிராமத்தில் பெரிதும் மதிக்கப்பட்டப் பெரியவரான சச்சிதானந்த் ராய்க்கு மிகவும் பிடித்தப் பேரக்குழந்தை சத்தியம்தான். ராயும் இராஜேந்திரா பல்கலைக்கழகத்தில் ஓர் உதவியாளராகப் பணியாற்றி ஓய்வு பெற்றிருந்தார். தினந்தோறும் மாலையில், அந்தக் கிராமத்தில் இருந்த அனைத்துக் குழந்தைகளும் ராயின் வீட்டில் குழுமுவர். அவர் அக்குழந்தைகளின் படிப்பிற்கு உதவுவார். அத்துடன், அவர்களுக்கு சுவாரசியமான கதைகளைக் கூறுவார், உண்மை நிகழ்ச்சிகளைப் பற்றி எடுத்துரைப்பார்.

"நம் கிராமத்திற்கு முதன்முதலாகத் தொலைக்காட்சி வந்தபோது, அந்தப் பெட்டிக்குள் யாரோ ஒருவர் உட்கார்ந்து கொண்டு பேசியதாக மக்கள் நினைத்துக் கொண்டனர்," என்ற கதையை அவர் தன் கண்களில் சிரிப்பு தாண்டவமாட அச்சிறுவர் சிறுமியரிடம் கூறுவார்.

"அதேபோல, முதன்முறையாக ஒருவர் ஒரு டார்ச் விளக்கை நம் கிராமத்திற்குக் கொண்டுவந்தபோது, மக்கள், அது தங்களுடைய கைகளைச் சுட்டுவிடும் என்று கருதி அதைத் தொடக்கூட மறுத்துவிட்டனர்," என்று மற்றொரு தகவலை அவர் அவர்களிடம் கூறுவார்.

சத்தியத்தின் தாத்தா, தினந்தோறும் ஒரு தினசரியை சத்தியத்திற்குக் கொடுத்து வந்தார். அது, சத்தியம் இளமையிலேயே வாசிப்பின்மீது காதல் கொள்ள வழிவகுத்தது. தினசரிகளில் அவர் படித்த, கலெக்டர்கள் கிராமங்களுக்கு

விஜயம் செய்து உள்ளூர்ப் பிரச்சனைகளைத் தீர்க்கின்ற கதைகள், அந்தச் செல்வாக்குமிக்க மனிதர்கள்பால் பெரும் ஆர்வத்தை அவரிடம் கிண்டிவிட்டன. ஒரு நாள், தன் ஆர்வத்தை அதற்கு மேல் அடக்கிக் கொள்ள முடியாமல், சத்தியம் தன் தாத்தாவிடம் சென்று அவர்களைப் பற்றிக் கேட்டார்.

“ஓ, அவர்களா? கலெக்டர் என்பவர் ஒரு மாவட்டத்தின் அரசாங்கத் தலைவர். ஐஏஎஸ் அதிகாரிகளால் மட்டுமே கலெக்டர்களாக ஆக முடியும்,” என்று அவர் விவரித்தார். சத்தியம் அதை உன்னிப்பாகக் கேட்டுக் கொண்டிருந்தார்.

தன் கண்களில் நம்பிக்கை மின்ன ராய் மேலும் தொடர்ந்தார். “நாம் ஒரு பெரிய குடும்பமாக இருக்கிறோம். என் பேரக்குழந்தைகளில் ஒருவராவது ஓர் ஐஏஎஸ் அதிகாரியாக ஆவார் என்று நான் நம்புகிறேன்.”

“தாத்தா, நான் உங்களுடைய விருப்பத்தை நிறைவேற்றுவேன். ஒரு நாள் நான் ஓர் ஐஏஎஸ் அதிகாரியாக ஆவேன்,” என்று கண்களில் உறுதி பிரகாசிக்க, கிட்டத்தட்ட ஒரு வாக்குறுதி அளிப்பதைப்போல சத்தியம் அவருடைய தாத்தாவிடம் கூறினார்.

தான் ஓர் ஐஏஎஸ் அதிகாரியாக ஆக வேண்டும் என்ற விருப்பம் அக்கணத்தில் சத்தியத்தின் நெஞ்சில் ஆழமாக வேரூன்றிவிட்டது. ஆனால், அதை அவர் விரைவாக நிறைவேற்ற வேண்டியிருந்தது. ஏனெனில், அப்போது அவருடைய தாத்தாவுக்கு வயது 85.

பட்டை தீட்டப்பட்டுக் கொண்டிருந்த வைரம்

சத்தியத்தின் பெற்றோர், திக்ராவில் ஓர் ஒற்றை அறை வீட்டில் வசித்து வந்தனர். பொழுது புலர்வதற்கு முன்பாகவே அவர்கள் தங்களுடைய வேலைகளைத் தொடங்கிவிடுவர். மஞ்சு தேவி சமையல் செய்து முடித்துவிட்டு, திண்ணையில் படுத்திருக்கும் சத்தியத்தையும் சிவத்தையும் மென்மையாக எழுப்புவார்.

அகிலேஷ் அவர்களுடைய எளிய போக்குவரத்து வாகனமான ஒரு பழைய சைக்கிளைக் கழுவித் துடைத்து, அதன் குறுக்குக் கம்பியின்மீது இரண்டு துண்டுகளைப் போட்டுக் கட்டுவார். அது சத்தியம் மற்றும் சிவத்தின் இருக்கைகளாகச் செயல்படும். அதில் முன்னால் யார் உட்கார்வது என்பதற்கு அவர்கள் இருவரும் தினமும் தங்களுக்கிடையே அடித்துக் கொள்வார்கள். சரியாக காலை 6.30 மணிக்கு, ஐந்து கிலோமீட்டர் தொலைவில் இருந்த பள்ளியை நோக்கிய

அவர்களுடைய பயணம் தொடங்கும்.

சத்தியம் ஒரு புத்திசாலித்தனமான, உற்சாகமான மாணவராக இருந்தார். விவாதப் போட்டிகள் மற்றும் பொது அறிவுப் பேச்சுப் போட்டிகளில் அவர் தவறாமல் கலந்து கொண்டதும், அறிவியல் கண்காட்சிகளில் பங்கு பெற்றதும், அவருடைய புத்திசாலித்தனத்திற்கான ஆதாரங்களாக விளங்கின. அவர் பத்தாம் வகுப்பில் படித்துக் கொண்டிருந்தபோது, பூசா நகரில் காலநிலை மாற்றத்தின் தாக்கம் குறித்து அவர் உருவாக்கியிருந்த மாதிரி, தேசிய அளவில் நடத்தப்பட்டக் குழந்தைகள் அறிவியல் கருத்தரங்கில் காட்சிக்கு வைக்கப்பட்டது.

பதின்ம வயதில் இருக்கின்றபோது, வளர்ந்த பிறகு எந்த வேலைக்குப் போக வேண்டும் என்பது குறித்து ஒருவருக்குப் பல கனவுகள் இருக்கும். சத்தியத்தைப் பொறுத்தவரை, அவர் கொண்டிருந்த ஐஏஎஸ் கனவோடு சேர்த்து, இந்திய இராணுவம், குறிப்பாக விமானப் படை அவரை மிகவும் ஈர்த்தது. தான் ஒரு போர் விமானத்தில் வானில் உயரே பறந்து பலவிதமான சாகசங்களைச் செய்ததுபோல அவர் கனவு கண்டார். பன்னிரண்டாம் வகுப்பை முடித்தப் பிறகு, என்டிஏ நடத்துகின்ற போட்டித் தேர்வில் மிக உயர்ந்த ரேங்க் வாங்குவது விமானப் படையில் சேர்வதற்கு வாய்ப்பளிக்கும் என்பதை அவர் இணையத் தேடல்களின் மூலம் அறிந்து கொண்டார்.

பத்தாவது வகுப்புத் தேர்வு முடிவுகள் வெளியானபோது, சத்தியம் எல்லாப் பாடங்களிலும் நூற்றுக்கு நூறு மதிப்பெண்களைப் பெற்றிருந்தார். அவருடைய குடும்பம், அல்வா தயாரித்து உண்டு மகிழ்ந்து அதைக் கொண்டாடியது. பிற பெற்றோர்களைப்போலவே, தன் மகனும் ஒரு பொறியாளராக ஆக வேண்டும் என்ற கனவு அகிலேஷுக்கு இருந்தது.

சூடான அல்வாவை வாயில் போட்டுச் சுவைத்தவாறு அகிலேஷ் தன் மனைவியிடம், "மஞ்சு, வெகு விரைவில் நீ உன் மகனை ஒரு பொறியாளராகப் பார்ப்பாய்," என்று மகிழ்ச்சியுடன் கூறினார்.

தன் அப்பாவின் திடீர் அறிவிப்பால் அதிர்ச்சிக்குள்ளான சத்தியம், அவரிடம், "அப்பா, நான் அறிவியலைப் படிக்கப் போவதில்லை. நான் கலை தொடர்பான பட்டப்படிப்பை மேற்கொள்ளப் போகிறேன்," என்று தயங்கியவாறு கூறினார்.

அதை ஏற்றுக் கொள்ளாத அகிலேஷ், தன் புருவங்களை உயர்த்தியவாறு, "இல்லை. நீ அறிவியல் பாடங்களைத்தான்

எடுத்துக் கொள்ள வேண்டும். குறைவான மதிப்பெண்களைப் பெற்றுள்ளவர்களும், படிப்பில் கெட்டிக்காரரர்களாக இல்லாதவர்களும் மட்டுமே கலை தொடர்பான மேற்படிப்பை மேற்கொள்வர்," என்று கூறினார்.

அகிலேஷ் குமாரின் முடிவும், அதை அவர் கூறிய விதமும், கண்டிப்பானதாகவும் நியாயமற்றதாகவும் தோன்றலாம். ஆனால், இந்தியாவின் பல பகுதிகளில் நிலவிய எதார்த்தத்தைத்தான் அவர் பிரதிபலித்துக் கொண்டிருந்தார். பெரும்பாலான இந்தியக் குழந்தைகள், தங்களுடைய பெற்றோர்களால் தங்கள்மீது திணிக்கப்படுகின்ற மேற்படிப்புப் பாடத் தெரிவுகளைப் பின்பற்றியாக வேண்டிய நிலையில் இருக்கின்றனர்.

அதனால், பதினொன்றாம் வகுப்பில் சேர்ந்தபோது, சத்தியம், அறிவியல் பாடங்களையே தேர்ந்தெடுக்க நேர்ந்தது. பின்னர் பன்னிரண்டாவது வகுப்பு முடித்தப் பிறகும், ஐஐடியில் சேர்வதற்காக நடத்தப்படுகின்ற ஜேஇஇ நுழைவுத் தேர்வு எழுதும்படி சத்தியம் அவருடைய தந்தையால் வற்புறுத்தப்பட்டார். அவருக்குப் பொறியியலில் ஆர்வம் இல்லாததாலும், போதுமான அளவு தயாரிப்பு இல்லாததாலும், அவர் அந்த நுழைவுத் தேர்வில், ஒரு தொலைபேசி எண்ணைப்போலத் தோன்றிய ஆறு இலக்க ரேங்க்கை எடுத்ததில் வியப்பில்லை.

ஆனாலும், இதனால் துவண்டுவிடாத சத்தியம், தன் பார்வையை தில்லி பல்கலைக்கழகத்தின் பக்கம் திருப்பினார்.

நொறுங்கிய கனவு

2017 செப்டம்பரில் ஓர் அமைதியான மாலைப் பொழுதில், பெங்களூருவின் கரியப்பா காலனியிலுள்ள முப்படைச் சேவைகளுக்கான தேர்வு வாரியத்தின் (சுருக்கமாக, எஸ்எஸ்பி) வளாகத்தில் நாற்பது இளைஞர்கள் படபடக்கும் இதயத்துடனும் பெரும் எதிர்பார்ப்புடனும் காத்துக் கொண்டிருந்தனர். பதினெட்டிலிருந்து இருபது வயதுக்குள் இருந்த அந்த இளைஞர்கள், என்டிஏவில் சேர்ந்து இராணுவத்தில் பணியாற்ற வேண்டும் என்ற கனவுடன் அங்கு வந்திருந்தனர்.

அங்கிருந்த இளைஞர்களின் வெற்றி ஏக்கத்தால் அந்தக் காற்று கனத்துப் போயிருந்தது. அங்கிருந்த கருத்தரங்கு அறையில் போடப்பட்டிருந்த இருக்கைகளில் அமர்ந்திருந்த அந்த இளைஞர்கள், பதற்றத்துடனும் நம்பிக்கையுடனும்

தேர்வு முடிவின் அறிவிப்புக்காக ஆவலுடன் காத்துக் கொண்டிருந்தனர். கடந்த ஏழு நாள்களில், அவர்களுடைய உளவியல் பாங்குகள், அறிவாற்றல், உடல் தகுதி, படைப்பாற்றல் சிந்தனை, கருத்துப் பரிமாற்றத் திறன், தலைமைத்துவப் பண்பு போன்றவற்றைச் சோதிப்பதற்காக வடிவமைக்கப்பட்டிருந்த பலதரப்பட்டத் தேர்வுகளை அவர்கள் எழுதினர், நேர்முகத் தேர்வுகளில் பங்கேற்றனர்.

எஸ்எஸ்பியின் தலைவர், கையில் ஒரு காகிதத்துடன் அந்த அறைக்குள் நுழைந்ததும், அந்த இளைஞர்களின் பதற்றம் உச்சத்தை அடைந்தது. அவரை வரவேற்பதற்காக அனைவரும் எழுந்து நின்றனர்.

“மாலை வணக்கம், இளைஞர்களே! இந்த அறையில் வியாபித்துப் படர்ந்திருக்கின்ற பதற்றத்தை என்னால் உணர முடிகிறது. முடிவுகளை நான் எப்படி அறிவிக்கட்டும்? உங்களுக்கு ஒதுக்கப்பட்டுள்ள பதிவு எண்ணின் வரிசைப்படி அறிவிக்கட்டுமா? அல்லது, அங்கொன்றும் இங்கொன்றுமாக அறிவிக்கட்டுமா?” என்று அவர் கேட்டார்.

“வரிசைக்கிரமமாக வேண்டாம், சார்!” என்ற ஓர் ஏகோபித்த முழக்கம் அங்கு எழுந்தது.

“சரி, அப்படியே செய்கிறேன்! இப்போது நான் கூறப் போவதைக் கவனமாகக் கேளுங்கள். இங்குப் பயில்வதற்குத் தேர்ந்தெடுக்கப்பட்டுள்ளவர்களின் பதிவு எண்கள், முப்பத்தொன்பது, ஐந்து, பதினொன்று மற்றும் இருபத்தெட்டு.”

அவர் பதினொன்றாம் எண் என்று அறிவித்தபோது, தன் காதுகளில் இன்பத் தேன் பாய்ந்ததுபோல சத்தியம் உணர்ந்தார். ஒரு கணம் அவரால் தன் காதுகளையே நம்ப முடியவில்லை. தான் நிஜமாகவே எஸ்எஸ்பி தேர்வில் முதல் முறையிலேயே தேறிவிட்டோமா என்று அவர் வியந்தார். அடுத்தக் கணமே அவர் வானில் பறக்கத் தொடங்கினார். இந்திய விமானப் படையில் சேர்ந்து ஒரு போர் விமானியாக ஆக வேண்டும் என்ற தன் கனவு தனக்குச் சாத்தியப்படப் போகிறது என்ற நம்பிக்கை அவருக்குள் பிறந்தது.

மறுநாள் காலையில், தேர்ந்தெடுக்கப்பட்டிருந்த நான்கு பேரும் முழுமையான மருத்துவத் தேர்வுக்காக பெங்களூருவிலுள்ள இராணுவ மருத்துவமனைக்கு அழைத்துச் செல்லப்பட்டனர். அங்கு ஐந்து நாள்கள் அவர்கள் பலவிதமான பரிசோதனைகளுக்கு உட்படுத்தப்பட்டு, அவர்களுடைய உடல் தகுதி நுணுக்கமாக ஆராயப்பட்டது.

இறுதியாகக் கண் பரிசோதனை நடைபெற்றது. இப்போது மிகுந்த தன்னம்பிக்கையுடன் இருந்த சத்தியம்,

அப்பரிசோதனையில் தான் சிறப்பாகத் தேர்ச்சி பெற்றுவிடுவோம் என்று நம்பிக் கொண்டிருந்தார். இரயிலைப் பிடித்து ஊர் திரும்ப அவர் மிகவும் ஆவலாக இருந்தார். ஏனெனில், அங்கு அவருக்காக ஒரு கோலாகலமான வரவேற்பு காத்துக் கொண்டிருந்தது. அவருடைய மனத்தில், தான் ஒரு போர் விமானியின் சீருடையில், நீல வானில், ஒரு போர் விமானத்தில் படுபயங்கரமான சாகசங்களை நிகழ்த்திக் கொண்டிருந்தது போன்ற காட்சிகள் ஓடிக் கொண்டிருந்தன.

அன்றைய தினம் பார்வைச் சோதனையுடன் தொடங்கியது. அதில் சத்தியம் எளிதாகத் தேறிவிட்டார். அதையடுத்து, ‘விளக்குச் சோதனை’ என்று அழைக்கப்பட்ட ஒரு சோதனைக்காக, மங்கலான வெளிச்சமிருந்த ஓர் அறைக்குள் அவர் அழைத்துச் செல்லப்பட்டார். அந்த அறையில் பல்வேறு நிறங்களில் எல்இடி விளக்குகள் மாட்டப்பட்டிருந்தன. அவர் தன்னம்பிக்கையுடன் அந்த விளக்குகளின் நிறங்களை ஒவ்வொன்றாகச் சொல்லிக் கொண்டே வந்தார். ஆனால், அங்கு அவருடன் நின்று கொண்டிருந்த சக மாணவர்களின் சிரிப்புச் சத்தம் அவரைத் திகைக்க வைத்தது. “அவர்கள் ஏன் இப்படிச் சிரித்துக் கொண்டிருக்கின்றனர்?” என்று அவர் யோசித்தார்.

“சரி, சத்தியம். இப்போது நாம் அடுத்தச் சோதனைக்குள் செல்லலாம். அதற்கு ‘இஷிஹாரா சோதனை’ என்று பெயர்,” என்று அவரைச் சோதித்துக் கொண்டிருந்த மருத்துவர் அறிவித்தார். அவர்கள் அடுத்த அறைக்குள் நுழைந்தனர். அங்குச் சென்றதும், அந்த மருத்துவர், சத்தியத்திடம் ஒரு புத்தகத்தைக் கொடுத்தார். அந்தப் புத்தகத்தின் ஒவ்வொரு பக்கத்திலும், பல நிறங்களில், நெருக்கமான புள்ளிகள் இடம்பெற்றிருந்தன.

“இந்தப் புத்தகத்தின் ஒவ்வொரு பக்கத்தையும் கவனமாக உற்றுப் பார்த்து, அதில் எழுதப்பட்டுள்ள எண் என்ன என்று கூறுங்கள்,” என்று அந்த மருத்துவர் சத்தியத்திடம் கேட்டுக் கொண்டார்.

சத்தியம் அந்தப் புத்தகத்தின் பக்கங்களைக் கவனமாகப் புரட்டியவாறு, அதன் பக்கங்களில் ஒளிந்திருந்த எண்களைக் காண்பதற்கு முயன்றார். “இந்தப் பக்கங்கள் எதிலும் என்னால் எந்த எண்களையும் பார்க்க முடியவில்லை. அவை எனக்கு வெறும் புள்ளிகளாக மட்டுமே தெரிகின்றன,” என்று அவர் உண்மையைக் கூறினார். அவருடைய முகத்தில் வெளிப்படையாக ஒரு குழப்பம் தென்பட்டது.

அந்த மருத்துவர் அடுத்துக் கூறிய வார்த்தைகள்,

சத்தியத்தின்மீது மரண அடியாக விழுந்தன. "இராணுவத்தில் சேர்வதற்கு உங்களுக்குத் தகுதி இல்லை."

சத்தியத்தால் அந்த வார்த்தைகளைச் சீரணித்துக் கொள்ள முடியவில்லை. "அவர் என்ன சொல்கிறார்? அவர் ஏன் அப்படிச் சொல்கிறார்?" திடீரென்று ஏற்பட்ட இந்தத் திருப்பத்தால் அவருடைய மனம் பதைபதைத்தது.

"சார், அப்படிச் சொல்லாதீர்கள். நான் நன்றாகத்தான் இருக்கிறேன். ஏதாவது சிறிய பிரச்சனையாக இருந்தால், அதற்குச் சிகிச்சையெடுத்துக் கொண்டு அதை நான் சரி செய்து கொள்கிறேன்," என்று அவர் மன்றாடினார். பதற்றத்தால் அவருக்குத் தொண்டை அடைத்தது, கண்ணீர் முட்டிக் கொண்டு வந்தது.

"சத்தியம், உங்களுக்கு நிறக்குருடு என்ற பாதிப்பு இருக்கிறது. உங்களால் பல்வேறு வண்ணங்களை வேறுபடுத்திப் பார்க்க முடியாது," என்ற செய்தியை அந்த மருத்துவர் சத்தியத்தின்மீது ஓர் இடிபோல இறக்கினார்.

"சார், இதற்குச் சிகிச்சையெடுத்துக் கொள்கிறேன். இதற்கு ஏதாவது மருந்துகளோ அல்லது அறுவை சிகிச்சையோ கண்டிப்பாக இருக்குமில்லையா?" என்று சத்தியம் பரிதவிப்பான ஒரு குரலில் மன்றாடினார்.

"துரதிர்ஷ்டவசமாக, இதைக் குணப்படுத்த முடியாது. இது மரபியல்ரீதியானதொரு பிரச்சனை. இது வெறும் துரதிர்ஷ்டம்," என்று கூறி, அந்த மருத்துவர் சத்தியத்தை ஆசுவாசப்படுத்த முயன்றார்.

அன்று இரவு சத்தியத்தின் கண்களிலிருந்து கண்ணீர் வற்றாத ஓடைபோல வழிந்தோடிக் கொண்டிருந்தது. "இது எனக்கு ஏன் நிகழ்ந்துள்ளது? இதில் என் தவறு என்ன இருக்கிறது?" என்று அவர் தனக்குள் மருகிக் கொண்டேயிருந்தார்.

படிப்படியாக, நிலைமையின் தீவிரம் அவருக்குப் புரியத் தொடங்கியது. இராணுவப் பணிக்கான கதவுகள் அவருக்கு ஒரேயடியாக மூடப்பட்டுவிட்டன. அந்தக் கசப்பான உண்மையின் சுவை நாக்கில் இருந்து கொண்டிருந்தபோதே, அவருக்குள் ஓர் ஆழமான உறுதி வேரூன்றத் தொடங்கியது.

"என் குடும்பத்தை மேலே உயர்த்துவதற்கும், ஒரு பாங்கான வாழ்க்கையை வாழ்வதற்கும் எனக்கு இப்போது இன்னும் ஒரே ஒரு கதவு மட்டுமே திறந்திருக்கிறது. நான் ஒரு விமானியாக ஆகாமல் ஒரு கலெக்டராக ஆக வேண்டும் என்பதுதான் கடவுளின் விருப்பம்போலும்," என்று அவர் தனக்குத் தானே முணுமுணுத்துக் கொண்டார்.

ஓர் உதாரண புருஷரைக் கண்டுபிடித்தல்

சத்தியம், தில்லி பல்கலைக்கழகத்தைச் சேர்ந்த தயாள் சிங் கல்லூரியில், அரசறிவியலில் இளங்கலைப் பட்டப் படிப்பில் சேர்ந்தார். முதலாம் ஆண்டு இறுதியில், கல்லூரி அறிவிப்புப் பலகையில் ஒட்டப்பட்டிருந்த ஓர் அறிவிப்பு அவருடைய கவனத்தை ஈர்த்தது. கோடை விடுமுறையில், ராஞ்சி மாவட்ட ஆட்சியர் அலுவலகத்தில் சம்பளமில்லாத பயிற்சிப் பணிக்கு விண்ணப்பிப்பதற்கான விளம்பரம் அது. அவர் உடனே அதற்கு விண்ணப்பித்தார். ஒரு சில நாள்களில், அவர் அதற்காகத் தேர்ந்தெடுக்கப்பட்டிருந்ததாக ஒரு கடிதம் வந்ததும் அவர் மிகவும் மகிழ்ச்சியடைந்தார்.

அவர் அந்த மாவட்ட ஆட்சியர் அலுவலகத்திற்குள் நுழைந்தபோது, அங்கு ஏற்கனவே அதே பயிற்சிப் பணிக்குத் தேர்ந்தெடுக்கப்பட்டிருந்த பதினொரு மாணவர்கள் இருந்ததை அவர் கண்டார். அவர்களுடைய பணியைப் பற்றிய அறிமுக உரை மாவட்ட ஆட்சியர் மகிமாபட் ரேயால் வழங்கப்பட இருந்தது. சத்தியத்தைப் பொறுத்தவரை, அவர் அப்போதுதான் ஒரு கலெக்டரை இரத்தமும் சதையுமாக முதன்முதலாகப் பார்க்கவிருந்தார். அது அவரிடம் ஆர்வத்தையும் சிலிர்ப்பையும் ஒருசேரத் தோற்றுவித்தது.

ரேயின் அறிவுக்கூர்மையும் உற்சாகமும் சத்தியத்தை வெகுவாகக் கவர்ந்தன. தேர்ந்தெடுக்கப்பட்டிருந்த பயிற்சிப் பணி மாணவரிடமிருந்து தான் எதிர்பார்ப்பது என்ன என்பதை ரே துல்லியமாகத் தெரிவித்தார்: அரசாங்கத்தின் ஊரக வளர்ச்சித் திட்டங்களின் அமலாக்கத்தை ஆராய்ந்து அவற்றின் தாக்கம் குறித்த அறிக்கை ஒன்றை அவர்கள் ஒவ்வொருவரும் தனித்தனியாகச் சமர்ப்பிக்க வேண்டும்.

ஒவ்வொரு பயிற்சிப் பணி மாணவருக்கும் ஆளுக்கொரு வட்டாரம் ஒதுக்கப்பட்டது. சத்தியத்திற்கு சில்லி வட்டாரம் ஒதுக்கப்பட்டது. அது மேற்கு வங்காளத்தின் எல்லையை ஒட்டி அமைந்திருந்தது. சத்தியம் அங்கு ஒன்றரை மாதங்கள் அந்த வட்டார வளர்ச்சி அலுவலரின் அன்றாடச் செயல்பாடுகளில் தன்னை மூழ்கடித்துக் கொண்டார். ஊரக வளர்ச்சித் திட்டங்களின் தாக்கம் குறித்து ஆராய்ந்ததோடு, 'லீடர் ஆஃப் லைட்' என்ற தனித்துவமான திட்டம் ஒன்றிலும் அவர் தன்னை ஈடுபடுத்திக் கொண்டார். சூரிய ஒளி விளக்குகளின் பாகங்களை ஒன்றிணைத்து அவற்றை ஒரு விளக்காக எப்படி உருவாக்குவது என்பதைப் பெண்கள் சுய உதவிக் குழுக்களுக்குக் கற்றுக் கொடுப்பதன் மூலம் பெண்களுக்கு அதிகாரமளிப்பதை

அத்திட்டம் நோக்கமாகக் கொண்டிருந்தது.

இந்த அனுபவம் சத்தியத்திற்கு ஆத்மார்த்தமான திருப்தியுணர்வை அளித்தது. ஓர் ஐஏஎஸ் அதிகாரியின் வேலை பலதரப்பட்டதாகவும் வலுவான தாக்கம் ஏற்படுத்துவதாகவும் இருப்பதைத் தன் பயிற்சிப் பணி அனுபவத்தின் மூலம் சத்தியம் உணர்ந்து கொண்டது, கலெக்டர் வேலை தொடர்பான ஓர் ஆழமான வேட்கையை அவரிடம் தூண்டியது.

அவர்களுடைய பயிற்சிப் பணியின் நிறைவு நாளின்போது, ரே தன்னுடைய பிரம்மாண்டமான மாளிகையில் அவர்கள் அனைவருக்கும் ஒரு விருந்து கொடுத்தார். அப்போது அவர்களிடம் சகஜமாகப் பழகிய ரே, அவர்கள் ஒவ்வொருவரின் அனுபவத்தையும் பகிர்ந்து கொள்ளுமாறு அவர்களிடம் கேட்டுக் கொண்டார். சத்தியம் தனக்கான ஓர் உதாரண புருஷரை ரேயிடம் கண்டார்.

லஜ்பத் நகரில் ஒரு மொட்டைமாடித் தகரக் கொட்டகை

சத்தியம் தில்லிக்கு வந்த புதிதில், நொய்டாவின் 62-வது செக்டாரிலிருந்த அவருடைய மாமாவின் வீட்டில்தான் தங்கியிருந்தார். அவர் ஒரு கிராமத்திலிருந்து வந்திருந்ததால், அப்பகுதியில் இருந்த விண்ணுயரக் கட்டடங்களும், வழுக்கிக் கொண்டு வேகமாகச் சென்ற மெட்ரோ இரயில்களும், மக்கட்கூட்டமும் முதலில் அவருக்கு பிரமிப்பைக் கொடுத்தன. ஆனால், ஒரு சில மாதங்களுக்குப் பிறகு, தன்னுடைய மாமாவின் வீட்டிலிருந்து கல்லூரிக்குச் சென்று வருவதற்குத் தான் மூன்று மணி நேரத்திற்கு மேல் வீணாக்கிக் கொண்டிருந்ததையும், அது செலவுமிக்கதாக இருந்ததையும் சத்தியம் உணர்ந்தார்.

இரண்டாம் ஆண்டு தொடங்கியபோது, கல்லூரிக்கு அருகே, தங்குவதற்கு ஓரிடத்தை அவர் தேடத் தொடங்கினார். அவர் பல இடங்களைத் தேடி, இறுதியில் லஜ்பத் நகரில் மாதம் ஏழாயிரம் ரூபாய் வாடகைக்கு ஓர் அறையைக் கண்டுபிடித்தார். அது மொட்டைமாடியில் போடப்பட்டிருந்த ஒரு தகரக் கொட்டகை. கட்டில் வாங்கப் பணம் இல்லாததால், தரையில் படுத்துக் கொள்வதற்காக அவர் ஒரு மெத்தையையும், சமைப்பதற்கு ஒரு ஸ்டவ் அடுப்பையும் வாங்கிக் கொண்டார்.

சாப்பாடு ஒரு பெரும் பிரச்சனையாக உருவெடுத்தது. வெளியே சாப்பிட்டால் ஒரு வேளைக்கு நூறு ரூபாய் செலவானதால், அது அவருக்குக் கட்டுப்படியாகவில்லை. செலவைக் குறைப்பதற்காக, சத்தியம் சில வேளைகளில்

சாப்பிடாமல் இருந்தார். அது அவருடைய உடல்நிலையைப் பாதித்தது. 65 கிலோவாக இருந்த அவருடைய எடை, இரண்டாம் ஆண்டின் முடிவில் 52 கிலோவாகக் குறைந்தது.

இந்தச் சிரமங்கள், ஐஏஎஸ் கனவை அவர் தொடர்வதற்கு மேலும் உரமிட்டன. தன் குடும்பத்தாரின் கடினமான வாழ்க்கைக்கு ஒரு முற்றுப்புள்ளி வைக்க வேண்டும் என்பதே அதற்குப் பின்னாலிருந்த நோக்கமாகும். சிஎஸ்இ தேர்வு எழுதுவதற்கான தேவைகள் என்னென்ன என்பதைப் புரிந்து கொள்வதற்கும், அதில் வெற்றி பெறுவதற்கு எந்த வகையான உத்திகளைப் பின்பற்ற வேண்டும் என்பதை அறிந்து கொள்வதற்கும் அவர் விரிவான ஆய்வுகளை மேற்கொண்டார். அதைத் தொடர்ந்து, 'த இந்து' ஆங்கிலத் தினசரியைப் படிப்பது அவருடைய அன்றாடச் சடங்காகிப் போனது.

கல்லூரியில் அவருக்கு, கமல் நயன் சௌபே, பிரகாஷ் ஆகிய இரண்டு வழிகாட்டிகள் கிடைத்தனர். ஆனால், யூபிஎஸ்சி தேர்வு எழுத வேண்டாம் என்றும், ஆசிரியப் பணியின் பக்கம் கவனத்தைத் திருப்புமாறும் எண்ணற்றப் பேராசிரியர்கள் அவருக்கு அறிவுரை வழங்கினர்.

ஆனால், இவற்றினால் மனம் தளர்ந்துவிடாமல், சத்தியம் தன் நிலைப்பாட்டில் உறுதியாக இருந்தார். இரண்டாம் ஆண்டு நிறைவுக்குப் பின்னர், கல்லூரிப் பாடங்கள், சிஎஸ்இ தேர்வுக்கான முன்தயாரிப்பு ஆகிய இரண்டிலும் அவர் சம அளவு கவனம் செலுத்தினார். அவர் தொடங்கவிருந்த கடுமையான பயணத்திற்கான அடித்தளத்தை அவருடைய இந்தத் தொடக்கக்கால அர்ப்பணிப்பு அமைத்துக் கொடுத்தது.

சீக்கிரமாகத் தொடங்க வற்புறுத்திய, மலையென உயர்ந்து கொண்டிருந்த குடும்பக் கடன்

கிராமத்திலிருந்த பட்டுக்தேவ் என்ற ஒரு லேவாதேவிக்காரரிடம் அநியாய வட்டிக்குத் தன்னுடைய அப்பா தொடர்ந்து கடன் வாங்கிக் கொண்டிருந்தது சத்தியத்தை வெகுவாக வாட்டிக் கொண்டிருந்தது. இந்த நிதி நெருக்கடியின் காரணமாக, தன்னுடைய கல்லூரியின் இறுதி ஆண்டிலேயே சிஎஸ்இ தேர்வை எழுதுகின்ற முடிவை சத்தியம் எடுத்தார். 2020-ம் ஆண்டுக்கான சிஎஸ்இ முதல் நிலைத் தேர்வுக்கான தீவிரத் தயாரிப்பு வேலைகளை, சத்தியம், 2018 ஏப்ரலிலேயே தொடங்கிவிட்டார். அதற்காக, அவர் கரோல் பாக்கிலுள்ள ஒரு பிரபலமான பயிற்சி மையத்தில் சேர்ந்தார். ஆனால், அங்குச் சென்று வருவதற்கு ஏராளமான நேரம் வீணானதால்,

லஜ்பத் நகரின் கொட்டகைக்கு அவர் விடைகொடுத்தார்.

பல இடங்களில் தேடி இறுதியில் ரேகர்புராவில் ஒரு சிறிய அறையை அவர் வாடகைக்கு எடுத்தார். ஒரு நான்கு-மாடிக் கட்டடத்தில், பத்தடி நீளமும் ஐந்தடி அகலமும் மட்டுமே இருந்த மிகச் சிறிய அறை அது. அதில், அவர் மிகவும் சிரமப்பட்டு ஓர் ஒற்றைக் கட்டிலை வாங்கிப் போட்டார். படிப்பதற்கு ஒரு சிறிய மேசையையும் நாற்காலியையும் வாங்கிக் கொண்டார். அலமாரி எதையும் வாங்க முடியாததால், புத்தகங்களையும் பத்திரிகைகளையும் அவர் தரையிலும் கட்டிலிலும் வைத்துக் கொண்டார். ஒப்பீட்டுரீதியில் அந்த அறையின் வாடகை குறைவாகவே இருந்தது. அதைவிட முக்கியமாக, அது பயிற்சி மையத்திற்கு அருகே இருந்தது.

அவருடைய குடும்பம் நிதிப் பிரச்சனையால் தள்ளாடிக் கொண்டிருந்ததால் அவர் தன் மாதாந்திரச் செலவுக்கு, 12,000 ரூபாய் என்ற உச்சவரம்பை வைத்துக் கொண்டார். அதில் சுளையாக 8,000 ரூபாயை அவர் வாடகையாகக் கொடுக்க வேண்டியிருந்தது. இதன் காரணமாக, உணவுக்காக அவர் ஒதுக்கிய தொகை மிகவும் குறைவாக இருந்தது. உணவு விற்பனை செய்த ஓரிடத்திலிருந்து அவர் இரண்டு வேளை உணவு வாங்கி உண்டார். ஒரு வேளைக்கு அவர் அதற்கு 65 ரூபாய் கொடுக்க வேண்டியிருந்தது.

பயிற்சி மைய வகுப்புகள் மாலை 5.30 மணியிலிருந்து 7.30 மணிவரை நடைபெற்றன. முதலில் அவர், காலையில் கல்லூரி, மாலையில் பயிற்சி வகுப்பு என்று இரண்டையும் சமமாகக் கொண்டு செல்ல முயன்றார். ஆனால், இந்த ஏற்பாடு காரணமாக சிஎஸ்இ தயாரிப்புக்கு அவரால் குறைவான நேரமே ஒதுக்க முடிந்தது. கல்லூரிக்குச் சென்று வருவதற்கு ஆன செலவும் அவருக்கு ஒரு சுமையாக இருந்தது. அதனால், தேர்வுகளுக்கும், ‘அசைன்ட்மென்ட்டுகளைக்’ கொடுப்பதற்கும் மட்டுமே கல்லூரிக்குச் செல்வது என்ற கடினமான முடிவை அவர் எடுக்க வேண்டியதாயிற்று.

அவர் எப்போதாவது மட்டுமே கல்லூரிக்கு வந்து கொண்டிருந்ததைப் பல பேராசிரியர்கள் இரசிக்கவில்லை. அது அவர்களுக்கு எரிச்சல் ஏற்படுத்தியது. அதனால், அவர் வகுப்புகளுக்கு வந்த நேரங்களில், அவர்கள் அவரைக் ‘கலெக்டர் சாப்’ என்று அழைத்து ஏளனம் செய்தனர். சில பேராசிரியர்கள், வகுப்பில் வேண்டுமென்றே கடினமான கேள்விகளை அவரிடம் கேட்டு அவரை அவமானப்படுத்த முயன்றனர்.

ஆனால், இதுபோன்ற அவமானப்படுத்தல்கள் அவருடைய

உறுதிப்பாட்டை மேலும் வலிமையாக்கவே செய்தன. அவர் தன் முயற்சிகளை இரட்டிப்பாக்கினார், மேலும் கடினமாகப் படித்தார், தன் அறையிலேயே அடைந்து கிடந்து, படிப்பில் மட்டுமே முழுக் கவனத்தையும் செலுத்தினார்.

நேர நிர்வாகத் தந்திரங்கள்

நேர் நிர்வாகம் தொடர்பான சத்தியத்தின் அணுகுமுறை, அவருடைய தேர்வுத் தயாரிப்பின் முக்கியமானதோர் அம்சமாக விளங்கியது. ஒவ்வோர் இரவும் படுக்கச் செல்வதற்கு முன்பாக, அன்றைய தினத்தில் தான் செய்திருந்த அனைத்தையும் அவர் விலாவாரியாக அலசினார். அன்று ஒவ்வொரு நிமிடமும் தான் மேற்கொண்டிருந்த வெவ்வேறு நடவடிக்கைகளை அவர் துல்லியமாக ஒரு தாளில் குறித்துக் கொண்டார். எங்கெல்லாம் நேரம் வீணாகியிருந்தது என்பதை அவரால் இதன் மூலம் கண்டறிய முடிந்தது. பின் அவற்றை அவர் படிப்படியாகச் சீர்செய்து தன்னுடைய சுயகட்டுப்பாட்டை அதிகரித்துக் கொண்டார். இரண்டு மாதங்களுக்குள் இப்பழக்கம் அவருக்குள் ஆழமாக ஊறிப் போனது. அவர் அதிகமான நேரத்தைப் படிப்பிற்கு ஒதுக்குவதற்கு அது உதவியது.

கல்லூரிக்கு மெட்ரோவில் சென்றபோதுகூட நேரத்தை வீணாக்காமல் இருப்பதற்காக, அந்நேரத்தில் படிப்பதற்கு அவர் சிலவற்றை எடுத்துச் சென்றார். கல்லூரி வகுப்புகளின்போதும் அவர் படித்தார். பயிற்சி வகுப்பில் முன்வரிசையில் அமர்ந்து கொள்வதற்காக அவர் சீக்கிரமாகவே அங்குச் சென்றார். வரிசையில் நின்று கொண்டிருந்தபோதுகூட, பிற தேர்வர்கள் அரட்டையில் ஈடுபட்டபோது, சத்தியம் மட்டும் தான் தயாரித்திருந்த குறிப்புகளைப் படிப்பதை வழக்கமாக்கிக் கொண்டிருந்தார்.

பயிற்சி மையத்தில் நடத்தப்பட்டச் சில வகுப்புகள் பெருமளவுக்குத் தனக்குப் பயன்படவில்லை என்பதை அவர் விரைவில் கண்டுகொண்டார். வகுப்புகளில் தான் செலவிட்ட நேரத்தில் மூன்றில் ஒரு பங்கு நேரத்தில் அவற்றைத் தன்னால் மேம்பட்ட விதத்தில் படித்து முடித்துவிட முடிந்ததையும் அவர் உணர்ந்து கொண்டார். பயிற்சி வகுப்புகளுக்கு அவர் 1.6 இலட்சம் கட்டணமாகச் செலுத்தியிருந்தார். ஒரு வகுப்பிற்கு 500 ரூபாய் என்ற விகிதத்தில் அது இருந்தது. ஆனாலும், ஒரு பெரிய தொகையைச் செலுத்திவிட்டுள்ளோம் என்ற காரணத்தினால் அதில் பங்கு கொள்ள வேண்டும் என்று நினைக்காமல், நேரத்தை எப்படிச் செம்மையாகப்

பயன்படுத்திக் கொள்வது என்று அவர் யோசித்தார். அதனால், சுயமாகப் படிப்பதற்குக் கடினமாக இருந்த வகுப்புகளில் மட்டும் அவர் கலந்து கொண்டு படித்தார்.

சமூக ஊடகங்களில் உலாவுவதும், அவற்றில் இடம்பெறுகின்ற வீடியோக்களைப் பார்ப்பதும் நேரத்தை விழுங்கியதைப் புரிந்து கொண்ட அவர், தன்னுடைய அனைத்துச் சமூக ஊடகக் கணக்குகளையும் மூடிவிட்டார். தன்னுடைய புகைப்படத் திறமையை வெளிப்படுத்துவதற்கு அவர் பயன்படுத்திக் கொண்டிருந்த, அவருக்குப் பிடித்தமான 'இன்ஸ்டாகிராம்' கணக்கும் அவற்றில் அடங்கும். இது அவர் தன் படிப்பில் தன் கவனத்தை முழுமையாகக் குவிக்க அவருக்கு வெகுவாக உதவியது.

தன்னுடைய நண்பர்களோடு நேரத்தைச் செலவழிப்பது நேரத்தை விழுங்கிக் கொண்டிருந்ததை உணர்ந்து கொண்ட அவர், தன் நண்பர்களில் பெரும்பாலானோரிடமிருந்து வேண்டுமென்றே தன்னைக் கத்தரித்துக் கொண்டார். எந்தக் காரணத்தைக் கொண்டும் நேரம் விரயம் செய்யப்படக்கூடாது என்ற கொள்கையை சுவீகரித்துக் கொண்ட அவர், உண்மையான நண்பர்கள் தற்காலிகத் துண்டிப்பைப் புரிந்து கொள்வார்கள் என்று நம்பினார்.

ஹர்ஷ், நதான்ஷ் ஆகிய இரண்டு நண்பர்களிடம் மட்டுமே அவர் தொடர்பு வைத்திருந்தார். நதான்ஷ் அவருடைய கல்லூரித் தோழர். பயிற்சி மையத்தின் வாயிலாக அவருக்கு நண்பரானவர் ஹர்ஷ். படிப்பு தொடர்பான தன் சந்தேகங்களைக் களைவதற்கும், பொருளாதாரக் கோட்பாடுகளைக் கிரகித்துக் கொள்வதற்கும், நேரங்காலம் பார்க்காமல் எப்போது வேண்டுமானாலும் அவரால் ஹர்ஷைத் தொடர்பு கொள்ள முடிந்தது.

ஒரு தலைசிறந்த உத்தியாளர்

சிஎஸ்இ தேர்வுத் தயாரிப்புப் பயணத்திற்குள் குதிப்பதற்கு முன்பாக, சத்தியம், அது தொடர்பான விரிவான ஆய்வுகளில் ஈடுபட்டார்; ஐஏஎஸ் தேர்வில் முதல் சில இடங்களைப் பெற்றிருந்தவர்களின் வீடியோக்களைப் பார்த்தார்; அவர்களுடைய வலைப்பதிவுகளையும் விடைத்தாள்களையும் படித்தார். புத்தகங்களையும் குறிப்புகளையும் மீண்டும் மீண்டும் படிப்பதன் முக்கியத்துவத்தை அவர் அவற்றிலிருந்து கற்றுக் கொண்டிருந்தார். அத்துடன், ஓர் உகந்த எண்ணிக்கையில், தேர்ந்தெடுத்தச் சில பாடங்கள் அல்லது குறிப்புகளைப்

படிப்பதும் இன்றியமையாதது என்பதையும் அவர் புரிந்து கொண்டார்.

ஆறு மாத காலத்திற்கான தன் தயாரிப்பு எப்படி இருக்க வேண்டும் என்பதைத் திட்டமிடுகின்ற அசாத்தியமான திறன் சத்தியத்திடம் இருந்தது. அவர் தன்னுடைய குறிக்கோள்களை, வாராந்திர மற்றும் தினசரி இலக்குகளாக உடைத்து, தினந்தோறும் அல்லது வாரந்தோறும் தான் எந்தெந்த அத்தியாயங்களை அல்லது எத்தனை பக்கங்களைப் படித்து முடிக்க வேண்டும் என்று துல்லியமாகத் திட்டமிட்டார். துல்லியமான இலக்குகளை நிர்ணயித்துக் கொள்ளாமல் வெறுமனே பல மணி நேரங்கள் படிப்பது வெற்றிக்கு இட்டுச் செல்லாது என்றும், மாறாக, ஒருவர் தினசரி இலக்குகளை அடைவதற்குப் பாடுபட வேண்டும் என்றும் அவர் உறுதியாக நம்பினார்.

தொடக்கத்தில், முதல் சில மாதங்களுக்கு, சத்தியம் தினந்தோறும் அனைத்துப் பாடங்களையும் படித்து வந்தார். படுக்கச் செல்வதற்கு முன்பாக, ஒவ்வொரு நாளுக்கும் தான் குறித்திருந்த இலக்கை அடைவதற்குத் தீர்க்கமான முயற்சிகளை அவர் மேற்கொண்டார். ஞாயிறு தினத்தை, விட்டுப்போனவற்றைப் படித்து முடிப்பதற்கு அவர் ஒதுக்கி வைத்தார். இந்த உத்தியைத் துல்லியமாகப் பின்பற்றியதன் மூலமும் கடின உழைப்பை மேற்கொண்டதன் மூலமும், முதல் நிலைத் தேர்வுக்கு முன்பாக ஒவ்வொரு பாடத்தையும் அவரால் பல முறை மீண்டும் மீண்டும் படிக்க முடிந்தது.

அத்துடன், அவர் பாடத் தலைப்புகளைக் கவனமாக அலசி, அவற்றில் எவையெல்லாம் தேர்வில் கேட்கப்படுவதற்கான வாய்ப்பிருந்தது என்று ஆய்ந்தறிந்தார். சில தேர்வர்கள், உலக வரலாறு, சுதந்திரத்திற்குப் பிந்தைய வரலாறு போன்ற, கேள்விகள் கேட்கப்படுவதற்குக் குறைவான வாய்ப்பு இருந்த பாடங்களில் ஏராளமான முயற்சியையும் நேரத்தையும் செலவழித்திருந்ததை அவர் அவதானித்திருந்தார். மாறாக, ஆட்சிமுறை, மத்திய கால வரலாறு, பொருளாதாரம், புவியியல் போன்ற, அடிக்கடி கேள்விகள் கேட்கப்படுகின்ற பாடங்களில் கவனம் செலுத்துவதன் மூலம், தேர்வர்கள், தங்களுக்குக் கிடைத்துள்ள குறுகிய காலத்தைச் செம்மையாகப் பயன்படுத்திக் கொள்ள முடியும்.

சத்தியத்தின் உத்தியின் மற்றொரு முக்கியமான அம்சம், பயிற்சி மையத்தின் துணையுடன் நடைபெறுகின்ற படிப்பையும், சுயமாக மேற்கொள்ளப்படுகின்ற படிப்பையும் தனித்தனியாகப் பிரித்து வைத்துக் கொள்வதாகும். பயிற்சி

மையத்தில் கற்றுக் கொள்பவற்றை வீட்டில் வைத்து மீண்டும் அலசுவது எதிர்பார்க்கின்ற விளைவுகளை ஏற்படுத்தாது என்று சத்தியம் நம்பினார். அதனால், அவர் ஒரு தலைகீழ் அணுகுமுறையைப் பின்பற்றினார். பயிற்சி வகுப்பில் சொல்லிக் கொடுக்கப்படவிருந்த பாடங்களை அவர் முந்தைய தினமே படித்துவிடுவார். அது பயிற்சி மைய வகுப்பில் சந்தேகங்களைக் கேட்டுத் தெளிவுபடுத்திக் கொள்வதற்கும், அங்குச் சொல்லிக் கொடுக்கப்பட்டவற்றை ஆழமாகப் புரிந்து கொள்வதற்கும் அவருக்கு உதவியது.

நடப்பு நிகழ்வுகளை விரல்நுனியில் வைத்திருப்பதற்கு, காலையில் 'த இந்து' நாளிதழையும், இரவில் படுக்கப் போவதற்கு முன்பு 'த இந்தியன் எக்ஸ்பிரெஸ்' நாளிதழையும் படிக்கின்ற பழக்கத்தை அவர் உருவாக்கிக் கொண்டார். தொடக்கத்தில் முழு நாளிதழையும் படித்து வந்த அவர், பின்னர், தேர்ந்தெடுத்துச் சிலவற்றைப் படிக்கின்ற அணுகுமுறையைக் கையாண்டார். பின்னர் பிரதானத் தேர்வு எழுதுகின்றபோது கண்டிப்பாக ஏற்படப் போகின்ற மனச்சோர்வைச் சமாளிப்பதற்கு ஒருவர் முன்னதாகவே தன்னுடைய சௌகரிய வட்டத்தை விரிவுபடுத்திக் கொள்ள வேண்டியதன் அவசியத்தை அவர் வலியுறுத்தினார்.

தன்னுடைய பலவீனங்களைக் களைவதற்கு சத்தியம் ஓர் உத்தியைப் பயன்படுத்தினார். அதை அவர் 'தகவமைப்புச் சூத்திரம்' என்று அழைத்துக் கொண்டார். அதன்படி, முதலில் தயார் செய்து கொள்ள வேண்டும்; அடுத்து, மாதிரித் தேர்வு எழுதி அதைச் சோதித்துப் பார்க்க வேண்டும்; அதற்குப் பிறகு, பலவீனங்களை அடையாளம் காண வேண்டும்; பின் அவற்றைக் களைந்துவிட்டு முயற்சிகளில் முழுமையாக இறங்க வேண்டும். மாதிரித் தேர்வுகளில் அவர் எங்கு மதிப்பெண்கள் குறைவாக வாங்கியிருந்தாரோ அவற்றில் அவர் தன் கவனத்தைக் குவித்தார். எந்தத் தலைப்புகளில் அவர் மீண்டும் மீண்டும் தவறுகள் செய்தாரோ, அவற்றின் அடிப்படைகளுக்குள் இறங்கி, தன் தவறுகளின் மூலகாரணத்தைக் கண்டறிந்து அவற்றைச் சரி செய்து கொண்டார்.

ஆனால், பொதுவாகத் தேர்வர்கள் வழமையாக மேற்கொள்கின்ற ஒரு தவற்றை அவர் சாதுரியமாகத் தவிர்த்துவிட்டார். தங்களுடைய பயணத்தின் தொடக்கத்திலேயே மாதிரித் தேர்வுகளை எழுத முனைவதுதான் அது. மாறாக, அவர் தன்னைச் சோதித்துக் கொள்வதற்கு முன்பாக, வலுவான அடிப்படை அறிவை வளர்த்துக் கொள்வதில் கவனம் செலுத்தினார்.

ஒருங்கிணைந்த அணுகுமுறையின் அனுகூலம்

சத்தியம் ஓர் ஒருங்கிணைந்த அணுகுமுறையைக் கையாண்டு, முதல் நிலைத் தேர்வு, பிரதானத் தேர்வு ஆகிய இரண்டுக்கும் சேர்த்தே தன்னைத் தயார்படுத்திக் கொண்டார். வலுவானதொரு முறையில் முதல் நிலைத் தேர்வுக்குத் தன்னைத் தயார்படுத்திக் கொள்வது பிரதானத் தேர்வின் வெற்றிக்கான அடித்தளமாக அமையும் என்று அவர் நம்பினார்.

பிரதானத் தேர்வைப் பொறுத்தவரை, அடிப்படைப் புத்தகங்களை மட்டும் படித்தால் போதாது. இந்தக் குறைபாட்டைப் புரிந்து கொண்ட சத்தியம், கூடுதல் தகவல்களுக்கு, வஜிரம் வெளியீடான ‘எல்லோ புக்ஸ்,’ விஷன் ஐஏஎஸ் வெளியீடான ‘வேல்யூ ஆடட் மெட்டீரியல்ஸ்’ போன்றவற்றைப் படித்தார். தான் எடுத்துக் கொண்டிருந்த குறிப்புகள் தரமானவையாக இருப்பதை உறுதி செய்து கொள்வதற்காக, அவர் ஒரே நேரத்தில் இரண்டு புத்தகங்களில் ஒரே தலைப்புகளைப் படித்துக் குறிப்புகள் எடுத்தார். இதற்கு அதிக நேரம் பிடித்தது என்றாலும், அது அவருடைய படித்தலின் ஆழத்தை அதிகப்படுத்தி, தரத்தைச் செழுமைப்படுத்தியது.

2020 செப்டம்பரில், சத்தியம், பிரதானத் தேர்வுப் பாடத்திட்டத்தைக் கவனமாக அலசினார். அவற்றைக் கோர்வையாக ஒரு தாளில் எழுதி, தன் படிப்பு மேசைக்கு எதிராக, தன் கண்களில் படும்படி அதை ஒட்டி வைத்துக் கொண்டார். அத்தேர்வு தொடர்பான தலைப்புகள் குறித்த ஒரு பருந்துப் பார்வையை அது அவருக்கு அளித்தது. பொருத்தமான தலைப்புகளை மட்டுமே படிப்பதற்கு அது அவருக்கு உதவியது.

தொடக்கத்தில், குறிப்பெடுப்பதற்கு, பைன்ட் செய்யப்பட்ட நோட்டுப் புத்தகங்களையே சத்தியம் பயன்படுத்தினார். ஆனால், அவருடைய தயாரிப்பு அதிகரித்தபோது, தான் ஏற்கனவே எடுத்திருந்த குறிப்புகளில் புதியவற்றைச் சேர்ப்பதற்கு அந்த அணுகுமுறை உதவாது என்பதை அவர் விரைவில் புரிந்து கொண்டார். அதனால், தனித்தனியாகத் தாள்களில் குறிப்பெடுக்கின்ற முறைக்கு அவர் மாறினார். பாடப் புத்தகங்களிலிருந்து குறிப்புகள் எடுத்தப் பிறகு, அதே தலைப்புகளில் பத்திரிகைகள் மற்றும் இதழ்களிலிருந்து குறிப்புகள் எடுத்தபோது அந்த அணுகுமுறை அவருக்கு வெகுவாகக் கைகொடுத்தது.

தடம்புரள வைத்த கொரோனா பெருந்தொற்று

2020 மார்ச் மாதத்தில், வேண்டா விருந்தாளியாகக் கொரோனா வைரஸ் இந்தியாவின் கதவுகளைத் தட்டியது. பிற நாடுகளில் அந்த வைரஸ் ஏற்படுத்திக் கொண்டிருந்த பேரழிவுகளைப் பற்றி சத்தியம் படித்திருந்ததால், அதன் தீவிரத்தன்மையை அவர் தெளிவாகப் புரிந்து வைத்திருந்தார். 2020 மார்ச் 15 அன்று, தில்லியில் வெறும் பத்து நோயாளிகள் மட்டுமே கண்டறியப்பட்டிருந்தபோதிலும், நிலைமை வெகுசீக்கிரம் படுமோசமாகும் என்பதை சத்தியம் உணர்ந்து கொண்டார். அதனால், அவர் அவசர அவசரமாகத் தன் புத்தகங்களை இரண்டு பைகளில் திணித்துக் கொண்டு, சூழ்நிலை விரைவில் கட்டுப்பாட்டிற்குள் வந்துவிடும் என்ற நம்பிக்கையில், தான் தங்கியிருந்த அறையைக் காலி செய்யாமலேயே தன் சொந்த ஊருக்குப் புறப்பட்டார். சண்டிகரில் படித்துக் கொண்டிருந்த அவருடைய தம்பி சிவமும் அவருடன் சேர்ந்து கொண்டார்.

சத்தியமும் சிவமும், புத்தகங்கள் நிரம்பி வழிந்த பைகளுடன் பூசா நகரில் வந்திறங்கினர். அந்தக் கனமான பைகளை எப்படி வெளியே எடுத்துக் கொண்டு செல்வது என்று அவர்கள் யோசித்துக் கொண்டிருந்தபோது, இரண்டு காவலர்கள் அவர்களை நோக்கி விரைந்து வந்தனர். அது அந்தச் சகோதரர்களிடம் அச்சத்தை ஏற்படுத்தியது.

அக்காவலர்களில் ஒருவர் அதட்டலாக, "இந்தப் பைகளில் என்ன வைத்திருக்கிறாய்? உடனே திறந்து காட்டு," என்று உத்தரவிட்டார்.

"இவற்றில் புத்தகங்கள் மட்டும்தாம் இருக்கின்றன. நீங்களே பார்த்துக் கொள்ளுங்கள்," என்று கூறியவாறே, சிவம் அந்தப் பைகளில் ஒன்றைத் திறந்து காட்டினார்.

ஆனால், அது அந்தக் காவலர்களைத் திருப்திப்படுத்தவில்லை. "எங்களை மடையர்கள் என்று நினைத்துக் கொண்டிருக்கிறாயா? அவ்வளவு புத்தகங்களையும் வெளியே எடுத்துக் காட்டு. புத்தகங்களுக்கு அடியில் நீங்கள் இருவரும் மதுபாட்டில்களை ஒளித்து வைத்திருப்பது எனக்குத் தெரியும்," என்று மற்றொரு காவலர் இரைந்தார்.

பீகாரில் மது முழுமையாகத் தடை செய்யப்பட்டிருந்தாலும், மதுவைக் கடத்துவது மிகச் சாதாரணமாக நடைபெற்றுக் கொண்டிருந்ததால், அவ்விரு இளைஞர்களும் தங்களுடைய சொந்த நலனுக்காகக் கொரோனா சூழ்நிலையைப் பயன்படுத்திக் கொண்டிருந்ததாக அக்காவலர்கள் சந்தேகப்பட்டனர்.

அவர்களுடைய சந்தேகத்தைப் போக்குவதற்காக, சத்தியமும் சிவமும், தங்கள் பைகளில் தாங்கள் திணித்து வைத்திருந்த அனைத்துப் புத்தகங்களையும் வெளியே எடுத்து வைத்தனர்.

கொரோனா பெருந்தொற்றின் காரணமாக, 2020 மே 20 அன்று நடைபெறுவதாக அறிவிக்கப்பட்டிருந்த முதல் நிலைத் தேர்வு, அதே ஆண்டு அக்டோபர் 4-ம் தேதிக்குத் தள்ளி வைக்கப்பட்டது. நிலைமை நிச்சயமற்றதாக இருந்ததால், அத்தேர்வுக்கு விண்ணப்பித்திருந்தவர்கள் தேர்வு எழுதுவதற்குத் தேர்ந்தெடுத்திருந்த ஊர்களை மாற்றிக் கொள்வதற்கு அவர்களுக்கு அனுமதி அளிக்கப்பட்டது. சூழ்நிலையைக் கருத்தில் எடுத்துக் கொண்ட சத்தியம், தான் தேர்வு எழுதுவதற்குத் தேர்ந்தெடுத்திருந்த நகரத்தை, தில்லியிலிருந்து பாட்னாவுக்கு மாற்றினார்.

ஆனால், வீட்டிலிருந்து படிப்பது பெரும் சவாலான காரியம் என்பதை சத்தியம் விரைவில் உணர்ந்து கொண்டார். அதனால், 2020 ஜூலையில், கொரோனா பெருந்தொற்று தணியாத நிலையில், ஆபத்தைப் பொருட்படுத்தாமல் அவர் தில்லிக்குத் திரும்பினார். பெருந்தொற்றின் காரணமாக, தேர்வுக்குத் தயார் செய்து கொள்வதற்குக் கூடுதல் கால அவகாசம் கிடைத்தது ஒரு விதத்தில் ஒரு வரப்பிரசாதமாகவே அமைந்தது. அந்தக் காலத்தை அவர் கூடுதல் குறிப்புகளை எடுப்பதற்கும், முன்பு தொட்டிராத தலைப்புகளைப் படிப்பதற்கும் பயன்படுத்திக் கொண்டார்.

ஆனால், அவருடைய உறுதிப்பாட்டிற்குத் திடீரென்று பெரும் சோதனை ஒன்று முளைத்தது. தேர்வு நெருங்கிக் கொண்டிருந்த சமயத்தில், செப்டம்பர் 30 அன்று, சத்தியத்திற்குக் கடும் காய்ச்சல் ஏற்பட்டது. அவருடைய உடல் சூடு 104 டிகிரியைத் தொட்டது. காய்ச்சல் அவ்வளவு கடுமையாக இருந்தும், மருத்துவமனைக்குச் செல்வதை அவரால் நினைத்துக்கூடப் பார்க்க முடியவில்லை. ஏனெனில், அது அவருடைய கடைசி நேரப் படிப்பைத் தடம்புரள வைத்துவிடும் என்று அவர் அஞ்சினார். அதனால், அருகேயிருந்த மருந்துக்கடையில் பாராசிட்டமால் மாத்திரையையும் சில மல்டிவிட்டமின் மாத்திரைகளையும் அவர் வாங்கிச் சாப்பிட்டார்.

அவர் தன் தேர்வு நகரைப் பாட்னாவிலிருந்து மீண்டும் தில்லிக்கு மாற்றிக் கொள்ள வழி இல்லாததால், கடும் காய்ச்சலுடன் அவர் பாட்னாவுக்குஇரயிலேறினார்.தேர்வுக்குப் பிறகு, பயிற்சி மையம் வெளியிட்ட அதிகாரபூர்வமான

பதில்களோடு, தான் எழுதியிருந்த பதில்களை ஒப்பிட்டபோது, தான் பிரதானத் தேர்வுக்குத் தேர்ந்தெடுக்கப்பட்டுவிடுவோம் என்ற நம்பிக்கை அவருக்குப் பிறந்தது. ஓர் இரண்டு-நாள் ஓய்வுக்குப் பிறகு, அவர் பிரதானத் தேர்வுக்குப் படிப்பதைத் தொடர்ந்தார்.

இரண்டாம் தடையைச் சமாளித்தல்

முதல் நிலைத் தேர்வுக்குப் பிறகு வந்த மாதத்தில், சத்தியம், மீதமிருந்த தலைப்புகளுக்கான குறிப்புகளைத் தயார் செய்தார். அதற்காக அவர் தினந்தோறும் குறைந்தபட்சம் பன்னிரண்டு மணி நேரத்தைச் செலவு செய்தார். மிகச் சிறப்பாகத் திட்டமிட்டு, பல்வேறு பாடங்களைப் படிப்பதற்கும், பதில் எழுதிப் பழகுவதற்கும் இடையே ஒரு சமநிலையை அவர் கடைபிடித்து வந்தார்.

ஆனால், மீண்டும் ஒரு பெரிய நிதி நெருக்கடி அவரைச் சூழ்ந்து கொண்டது. சத்தியம், பொது அறிவுத் தாள்களுக்குப் பயிற்சி மையங்கள் தயாரித்து விற்பனை செய்த மாதிரித் தேர்வுகளை வாங்க விரும்பினார். அத்துடன், அரசறிவியல் மற்றும் சர்வதேச உறவுகள் பாடங்களுக்கு விரைவுப் பயிற்சியில் சேர்ந்து கொள்ளவும் அவர் விரும்பினார். அவற்றுக்கு அவருக்கு சுமார் 1 இலட்சம் ரூபாய் தேவைப்பட்டது. ஆனால், அதற்குக் கடன் வாங்கினால், அது குடும்பத்தின் கடன் சுமையை மேலும் அதிகரிக்கும் என்பதை அவர் அறிந்திருந்தார்.

ஒரு நாள், சத்தியம் இது குறித்து ஒரு தீவிரமான யோசனையில் ஆழ்ந்திருந்தபோது, அவருடைய நண்பர் ஹர்ஷ், "உனக்கு என்ன பிரச்சனை?" என்று அவரிடம் கேட்டார். ஹர்ஷ் ஒரு வசதியான குடும்பத்தைச் சேர்ந்தவர். அவர் எப்போதும் அடக்கமாகவும், அர்ப்பணிப்புடனும், நேரத்தை வீணாக்குவதை வெறுப்பவராகவும் இருந்ததால், அவர்மீது சத்தியம் மதிப்பு வைத்திருந்தார். அவர் வற்புறுத்திக் கேட்டதால், தன் பணத் தேவையையும், தன் குடும்பத்தின் நிதி நிலைமையையும் சத்தியம் அவரிடம் கூறினார்.

அன்று மாலை, ஹர்ஷின் அப்பா, சத்தியத்தைத் தொலைபேசியில் அழைத்து, அவர் மாதிரித் தேர்வுகளை வாங்குவதற்கும், விரைவுப் பயிற்சியில் சேர்வதற்கும் தேவையான பணத்தை அவருக்கு அளிக்கத் தான் தயாராக இருந்ததாகத் தெரிவித்தார். சத்தியம் அது குறித்து நன்றியுணர்வு கொண்டாலும், அப்பணத்தைப் பெற்றுக் கொள்ள அவர் தயங்கினார். ஆனால், அதைக் கடனாகப்

பெற்றுக் கொள்ளுமாறும், பின்னர் முடிகின்றபோது திருப்பிக் கொடுத்துக் கொள்ளலாம் என்றும் ஹர்ஷின் தந்தை வற்புறுத்தியதால், சத்தியம் அதற்கு ஒப்புக் கொண்டார். அந்த மாதிரித் தேர்வுத் தாள்கள் அவர் தன்னுடைய தேர்வு எழுதும் திறமையை மேம்படுத்திக் கொள்ள வெகுவாக உதவின.

கட்டுரைத் தேர்வுக்கு, சத்தியம், துருஷெட்டியின், 'ஃபன்டமென்டல்ஸ் ஆஃப் எஸ்ஸே அன்ட் ஆன்சர் ரைட்டிங்' என்ற நூலை ஆழமாகப் படித்தார். அதோடு, செய்தித்தாள்களிலிருந்து தான் பெற்றிருந்த உள்நோக்குகளையும், பிற புத்தகங்களையும், பயிற்சி மையங்களில் கற்றபோது தான் எழுதி வைத்திருந்த குறிப்புகளையும் அவர் பயன்படுத்திக் கொண்டார். முதலில் ஆங்கில மொழியறிவு தனக்குத் தடையாக இருக்கும் என்று சத்தியம் கவலைப்பட்டார். கட்டுரை, தங்குதடையின்றிப் படிக்கப்படக்கூடிய விதத்தில், ஆழமான அறிவைப் பறைசாற்றுகின்ற முறையில் எழுதப்பட்டால், சாதாரணமான ஆங்கில மொழி நடையில் எழுதினாலே நல்ல மதிப்பெண்களைப் பெற்றுவிடலாம் என்பதை அவர் கண்டுபிடித்தபோது, அவருடைய அந்தக் கவலையும் பறந்து போயிற்று. தொடர்ச்சியான பயிற்சி, விரிவான வாசித்தல், திருத்தியவர்கள் அளித்தப் பின்னூட்டக்கருத்துகளைத் துல்லியமாக அலசி ஆராய்தல், இலக்குபூர்வமான மேம்பாட்டு முயற்சிகள் போன்றவற்றின் மூலம் சத்தியம் தன் ஆங்கிலப் புலமையையும் சிறப்பாக மேம்படுத்திக் கொண்டார். தன் கட்டுரையில் குறிப்பிடுவதற்காக அவர் சிறப்பான மேற்கோள்கள் அடங்கிய ஒரு தொகுப்பையும் உருவாக்கி வைத்துக் கொண்டார்.

அறநெறியியல் தாளைப் பொறுத்தவரை, பத்திரிகைகளிலிருந்து எடுக்கப்பட்டக் குறிப்புகள், மாதிரித் தேர்வுகள், பயிற்சி மையங்கள் அளித்தக் கூடுதல் தகவல்கள், முந்தைய தேர்வுகளில் உயர்ந்த ரேங்க்குகளை எடுத்திருந்தவர்களின் வீடியோக்கள் போன்றவற்றை அவர் அடித்தளமாக வைத்துக் கொண்டார். அத்துடன், கட்டுரையில் பயன்படுத்திக் கொள்வதற்காக, நிஜ வாழ்க்கை எடுத்துக்காட்டுகள் அடங்கிய சேகரிப்பு ஒன்றையும் அவர் தயாரித்துக் கொண்டார்.

தெளிவான கையெழுத்தும் வேகமாகத் தேர்வு எழுத முடிதலும் வெற்றிக்கு இன்றியமையாதவை என்பதைப் புரிந்து கொண்ட அவர், அவை இரண்டையும் மேம்படுத்துவதில் அக்கறை செலுத்தினார். அனைத்துக் கேள்விகளுக்கும் பதிலெழுதுதல், ஒதுக்கப்பட்டுள்ள நேரத்திற்குள் விடைகளை

எழுதி முடித்துவிடுதல் ஆகியவை பிரதானத் தேர்வின் வெற்றிக்கு இன்றியமையாதவை என்று வெற்றியாளர்களின் வீடியோக்கள் வலியுறுத்தியிருந்தது அவர் மனத்தில் எப்போதும் எதிரொலித்துக் கொண்டே இருந்தது.

தொடக்கத்தில், அவர் தேர்ந்தெடுத்திருந்த அரசறிவியல், சர்வதேச உறவுகள் ஆகிய இரண்டு விருப்பப்பாடங்களையும் அவர் தொடவே இல்லை. நவம்பர் மாதத்தில்தான் அவற்றை அவர் படிக்கத் தொடங்கினார். புத்தகப் படிப்பின் மூலமாக மட்டுமே அந்த இரண்டு பாடங்களையும் தன்னால் கிரகித்துக் கொள்ள முடியும் என்று நம்பிய அவர், அவற்றைப் படித்தபோது குறிப்புகள் எதையும் எடுத்துக் கொள்ளவில்லை. ஆனால், முதல் மாதிரித் தேர்வின் முடிவுகள் எதார்த்த நிலையை அவருக்குப் பொட்டில் அறைந்ததுபோலக் காட்டின. தன்னுடைய தவற்றின் ஆழத்தை உணர்ந்த அவர், 'லிப்ஜென் டாட் ஐஎஸ்' என்ற வலைத்தளத்திலிருந்து ஏகப்பட்டக் குறிப்புகளையும் புத்தகங்களையும் தரவிறக்கம் செய்தார். பிறகு, ஒரு பிரபல பயிற்சி மையத்தின் பயிற்றுவிப்பாளர் ஒருவரின் குறிப்புகளோடு அவற்றையும் சேர்த்து அவர் தன் சொந்தக் குறிப்புகளைத் தயாரித்துக் கொண்டார்.

மனத்தளர்ச்சியால் பாதிப்பு

சத்தியம் தினந்தோறும் பன்னிரண்டு மணிநேரம் தீவிரப் படிப்பில் மூழ்கிப் போனார். தொடக்கத்தில் அவர் இரவு 11.00 மணிக்குத் தூங்கச் சென்று கொண்டிருந்தார். ஆனால், விரைவிலேயே, இரவு நேரம் அமைதியாக இருந்ததையும், கவனச்சிதறல் இல்லாமல் படிப்பதற்கு அது உகந்ததாக இருந்ததையும் அவர் கண்டுகொண்டார். அதிகாலைப் படிப்பின் பலன்கள் குறித்தக் கருத்துகளைப் புறந்தள்ளிவிட்டு, அவர் இரவு முழுவதும் படித்துவிட்டுக் காலையில் 8 மணிக்குத் தூங்கி மாலையில் 3 மணிக்கு எழுந்திருக்கத் தொடங்கினார்.

தன்னுடைய குடும்பத்தின் நிதி நெருக்கடி காரணமாகத் தன்னால் மீண்டும் மீண்டும் சிஎஸ்இ தேர்வை எழுதிக் கொண்டிருக்க முடியாது என்ற எதார்த்தம் அவருக்குக் கடுமையான மன அழுத்தத்தைக் கொடுத்தது. பிரதானத் தேர்வு நெருங்க நெருங்க, அதன் பாடத்திட்டங்களின் வீச்சும், அவர் இன்னும் தொட்டிருக்காத தலைப்புகள் குறித்த எண்ணங்களும் அவருடைய பதற்றத்தை மேலும் அதிகரித்தன. இவை அனைத்தும் சேர்ந்து, பிரதானத் தேர்வுக்குச் சில நாள்களுக்கு முன்பு, 2020 டிசம்பர் 29 அன்று அவருக்குப்

பெரும் மனத்தளர்ச்சியை ஏற்படுத்தின.

அவர் தினமும் இரவு 9 மணிக்குத் தன் குடும்பத்தாருடன் அலைபேசியில் பேசுவார். அன்றும் அவர் அப்படித்தான் தொடர்பு கொண்டார். அவருடைய அம்மாவின் குரலைக் கேட்டவுடனேயே அவர் சத்தமாக அழத் தொடங்கிவிட்டார். அதைக் கேட்டு அவருடைய அம்மா பதறிவிட்டார்: "சத்தியா, என்ன ஆயிற்று? ஏன் அழுகிறாய்? அழுகையை நிறுத்திவிட்டு முதலில் பேசு."

"அம்மா, என்னை மன்னித்துவிடுங்கள். நான் படிப்பதற்காக நீங்கள் ஏகப்பட்டப் பணத்தைக் கடன் வாங்கியுள்ளீர்கள். ஆனால், என்னால் இந்த முறை தேர்வில் வெற்றி பெற முடியாது. இன்னும் கடினமாகப் படித்து அடுத்த முறை எழுதுகிறேன். எனக்கு இப்போது இருபத்தொரு வயதுதான் ஆகிறது. இன்னும் பல முறை முயற்சி செய்வதற்கு எனக்கு வாய்ப்பிருக்கிறது," என்று கூறிய சத்தியம், தேற்றப்பட முடியாதபடி தொடர்ந்து அழுதார்.

அவருடைய அம்மா எப்போதும்போலவே அவருக்கு ஆறுதல் கூறினார். "எனக்கு உன் நிலைமை புரிகிறது. முதல் நிலைத் தேர்வில் முதல் முயற்சியிலேயே வெற்றி பெற்றதன் மூலம் நீ எங்களுக்குப் பெருமை சேர்த்துள்ளாய். நீ பணத்தைப் பற்றிக் கவலைப்படத் தேவையில்லை. முதலில் உன்னை அமைதிப்படுத்திக் கொள். உனக்கு எவ்வளவு காலம் தேவையோ அதை எடுத்துக் கொள். ஒன்றும் பிரச்சனை இல்லை. அடுத்த முறை எழுதிக் கொள்ளலாம்," என்று தன் மகனை அவர் தேற்றினார். அவருடைய அப்பாவும் இதை ஆதரித்தார்.

அலைபேசி அழைப்பு முடிந்த பிறகு, சத்தியம் வெகுநேரம் அப்படியே உட்கார்ந்திருந்தார். அந்த உரையாடல், முதல் முயற்சியிலேயே ஓர் ஐஏஎஸ் அதிகாரியாக ஆக வேண்டும் என்ற அவருடைய உறுதிப்பாட்டுக்குப் புத்துயிரும் வலுவும் அளித்தது. அவர் தன் படிப்புக்குத் திரும்பினார். காலை 8 மணிவரை அவர் படித்துக் கொண்டிருந்தார். பின் தன் அலைபேசியை அணைத்துவிட்டுத் தூங்கச் சென்றார். மதியம் 3 மணிக்கு வழக்கம்போல அவர் கண்விழித்தபோது, அவருடைய பெற்றோரிடமிருந்து 60 அழைப்புகள் அவருடைய அலைபேசிக்கு வந்திருந்ததைக் கண்டு அவர் அதிர்ந்து போனார். அவர் உடனே தன் பெற்றோரைத் தொடர்பு கொண்டார். அவர் 'ஹலோ' என்று சொல்லியதும், அவருடைய அம்மா எதுவும் பேசவில்லை. அவருடைய தேம்பல்களும், அழுகையும், கத்தல்களும் மட்டுமே சத்தியத்திற்குக் கேட்டன.

பின் ஒருவழியாகத் தன்னைத் தேற்றிக் கொண்ட

அவருடைய அம்மா, “எங்கே போய்த் தொலைந்தாய், சத்தியா? ஏன் எங்களால் உன்னுடைய அலைபேசியைத் தொடர்பு கொள்ள முடியவில்லை? உனக்கு ஒன்றுமில்லையே? நீ நன்றாக இருக்கிறாயா? நீ எங்களிடம் இரவு பேசியதைத் தொடர்ந்து நாங்கள் மிகவும் கவலை அடைந்துவிட்டோம், பயந்துவிட்டோம். உன் நிலைமை எங்களுக்குப் புரிகிறது. நீ இப்போது இத்தேர்வை எழுதாவிட்டால் பரவாயில்லை. அதனால் ஒன்றும் குடிமுழுகிப் போய்விடாது. ஆனால், எதிர்மறை எண்ணங்களுக்கு இடம் கொடுத்துவிடாதே. பைத்தியக்காரத்தனமாக எதையும் செய்து தொலைத்துவிடாதே!” என்று மூச்சே விடாமல் பேசினார்.

தான் நிஜமாகவே நலமாக இருந்ததையும், தினந்தோறும் காலையில் தூங்கி மாலையில் எழுவதைத் தான் வழக்கமாக வைத்திருந்ததையும் அவர்களுக்குச் சொல்லிப் புரிய வைக்க சத்தியம் படாதபாடு பட்டார்.

சத்தியத்தை ஒரு புறம் குற்றவுணர்வு வாட்டினாலும், மறுபுறம், தன்மீது இவ்வளவு அன்பும் அக்கறையும் காட்டிய ஒரு குடும்பத்தில் பிறந்திருந்ததற்குத் தான் பாக்கியம் செய்திருக்க வேண்டும் என்ற நன்றியுணர்வும் அவரிடம் தோன்றின. தான் ஓர் ஐஏஎஸ் அதிகாரியாக ஆக வேண்டும் என்பது தன்னுடைய தனிப்பட்டக் கனவு மட்டுமல்ல, அது தன் குடும்பம் மொத்தத்திற்கும் சொந்தமானது என்பதை அவர் தெள்ளத் தெளிவாகப் புரிந்து கொண்டார்.

தன் தனிமையுணர்வையும் மனத்தளர்ச்சியையும் போக்கிக் கொள்வதற்காக, அருகிலிருந்த ஒரு நூலகத்திற்கு அவர் செல்லத் தொடங்கினார். தன்னைச் சுற்றி மக்கள் இருந்ததைக் கண்டு அவர் மகிழ்ச்சியடைந்தார். அந்தப் புதிய சுற்றுச்சூழல் அவருக்குப் பிடித்திருந்தது. நான்கு மணி நேரத் தூக்கம், பின் ஆறு மணி நேரப் படிப்பு என்ற சுழற்சி மாறி மாறி வரும்படி அவர் தன் நேர அட்டவணையை மாற்றி அமைத்துக் கொண்டார். முதல் நிலைத் தேர்விலிருந்து பிரதானத் தேர்வுவரை தன் தலைமுடியை வெட்டிக் கொள்வதில்லை என்று அவர் முடிவெடுத்திருந்தார். அதனால் அவருடைய தலைமுடி நீளமாக வளர்ந்திருந்தது. அவருடைய கல்லூரித் தோழர்கள் யாராவது அவரைப் பார்த்திருந்தால், குண்டாகவும், நீண்ட தலைமுடியுடனும், தாடி மீசையுடனும் இருந்த அவரை அடையாளம் கண்டிருந்திருக்க மாட்டார்கள்.

நுழைவு அட்டை விவகாரம்

2021 ஜனவரி 7 அன்றுதான் பிரதானத் தேர்வு தொடங்கியது.

முதல் தேர்வு கட்டுரைத் தாள். சத்தியம் அன்று அதிகாலைவரை படித்துவிட்டுத் தூங்கச் சென்றார். அவர் கண்விழித்தபோது மணி 7 ஆகிவிட்டிருந்தது. அவர் அவசர அவசரமாக எழுந்திருந்து, தேர்வு மையத்திற்கு எடுத்துச் செல்ல வேண்டிய நுழைவு அட்டையையும் ஆதார் அட்டையையும் தேடினார். ஆனால், அவற்றை அவரால் கண்டுபிடிக்க முடியவில்லை. அவர் பதற்றத்துடன் அறை முழுவதிலும் தேடினார். கட்டிலிலும் மேசையிலும் தரையிலும் வைக்கப்பட்டிருந்த புத்தகக் குவியல்களையும் அவர் புரட்டிப் பார்த்தார். அவ்விரு அட்டைகளின் பிரதிகளை அவர் தன்னுடைய அலைபேசியில் சேமித்து வைத்திருந்தார். ஆனால், துரதிர்ஷ்டவசமாக, அலைபேசிகள் தேர்வு மையத்திற்குள் அனுமதிக்கப்படுவதில்லை.

பெரும் பதற்றத்துடன் அவர் தன் அறையைவிட்டு வெளியே வந்தார். தில்லியின் குளிர் உச்சத்தில் இருந்த சமயம் அது. வெளியே கடுங்குளிராக இருந்தது. மூடுபனி தெருக்களை ஒரு போர்வையைப்போலப் போர்த்தியிருந்தது. அந்த ஆவணங்களைத் தரவிறக்கம் செய்து அச்சடித்துக் கொள்வதற்காக, அருகேயிருந்த கரோல் பாக் பகுதிக்கு அவர் ஓடினார். ஆனால், எந்தவொரு கடையும் திறந்திருக்கவில்லை. அந்தக் கடைகளின் வாசல்களில் குறிப்பிடப்பட்டிருந்த அலைபேசி எண்களை அழைத்து, கடையைத் திறந்து தனக்கு அந்த ஆவணங்களை அச்சிட்டுக் கொடுத்து உதவுமாறு அவற்றின் உரிமையாளர்களிடம் அவர் கெஞ்சினார். ஆனால், எவரும் அவருடைய வேண்டுகோளுக்குச் செவி சாய்க்கவில்லை. கையறு நிலையும் விரக்தியும் சேர்ந்து கொள்ள, சாலையோரம் உட்கார்ந்து கொண்டு அவர் அழத் தொடங்கினார். அவருடைய அந்த இக்கட்டான நிலை அவரைத் திக்குமுக்காட வைத்தது, அவருடைய கண்களிலிருந்து கண்ணீர் பெருக்கெடுத்து ஓடியது.

பின் அவர் தன் கைக்கடிகாரத்தைப் பார்த்தார். அப்போது 8 மணி ஆகியிருந்தது. இன்னும் அரை மணி நேரத்தில் தேர்வு மையத்திற்குள் நுழைவதற்குத் தேர்வர்கள் அனுமதிக்கப்படுவர். கடும் பரிதவிப்பில் இருந்த அவர், தன்னை ஒருவாறு தேற்றிக் கொண்டு, ஓர் ஆட்டோ பிடித்து நேராகத் தேர்வு மையத்திற்குச் செல்வதென்று தீர்மானித்தார். போகின்ற வழியில், அற்புதம் ஒன்றை நிகழ்த்திக் காட்டுமாறு கடவுளிடம் அவர் தொடர்ந்து பிரார்த்தித்துக் கொண்டே இருந்தார்.

அதிர்ஷ்டவசமாக, அவருடைய பிரார்த்தனைக்குப் பலன் கிடைத்தது. அந்தத் தேர்வு மையத்தின் பொறுப்பாளராக

இருந்தவர், சத்தியம் விஷயத்தில் விதிவிலக்கு அளிக்க முன்வந்தார். சத்தியம், தேர்வு அறைக்குத் தன்னுடைய அலைபேசியை எடுத்துச் சென்று, அதிலிருந்த ஆவணங்களைத் தேர்வுக்கூடக் கண்காணிப்பாளரிடம் காட்டிவிட்டு, பின் அந்த அலைபேசியைக் கொண்டு வந்து தன்னிடம் ஒப்படைப்பதற்கு அவர் அனுமதியளித்தார். ஆனால், அந்தக் காலை நேரத்தில் நிகழ்ந்த குளறுபடிகள் அவருடைய கவனக்குவிப்புத் திறன்மீது பெரும் பாதிப்பை ஏற்படுத்தியிருந்தன. அந்தக் கட்டுரைத் தாளில் எழுதுவதற்காக அவர் கடினமாக உழைத்துச் சேகரித்து மனப்பாடம் செய்து வைத்திருந்த மேற்கோள்கள் மற்றும் உண்மைக் கதைகள் அனைத்தும் அவருக்குச் சுத்தமாக மறந்துவிட்டன. அத்துடன், பல தகவல்கள், புள்ளிவிவரங்கள் போன்றவையும் அவருடைய ஞாபகத்திலிருந்து மறைந்துவிட்டிருந்தன. ஆனாலும், அத்தாளில் எழுதப்பட வேண்டியிருந்த இரண்டு கட்டுரைகளையும் அவர் முழுமையாக எழுதி முடித்தார்.

ஆனால், அதற்குப் பிறகு நடைபெற்றப் பொது அறிவுத் தாள்கள் மற்றும் விருப்பப்பாடத் தாள்கள் அனைத்தையும் சத்தியம் மிகச் சிறப்பாக எழுதினார், அவர் எல்லாக் கேள்விகளுக்கும் பதிலளித்தார். அனைத்துத் தாள்களையும் எழுதி முடித்தப் பிறகு சத்தியம் மிகவும் நம்பிக்கையுடன் இருந்தார், பிரதானத் தேர்வில் தான் தேர்ச்சி பெறுவதற்குத் தனக்கு 90 சதவீத வாய்ப்பு இருந்ததாக அவர் கணித்தார்.

நடுத்தெருவில் ஒரு நடனம்

பிரதானத் தேர்வை எழுதி முடித்தவுடன், தன் உடல் ஆரோக்கியத்திற்கு முன்னுரிமை கொடுப்பதென்று சத்தியம் தீர்மானித்தார். அவர் தினமும் மெதுவோட்டத்தில் ஈடுபட்டார், உடற்பயிற்சிக்கூடத்திற்குச் சென்றார். பிறகு தன் சொந்த ஊருக்குச் சென்று குடும்பத்தாருடன் நேரம் செலவிட்டார். மலைநடைப் பயணம் ஒன்றைக்கூட அவர் மேற்கொண்டார்.

2021 மார்ச் 24 அன்று, அவருடைய பயிற்சி மையத்தின் டெலிகிராம் குழுவில், பிரதானத் தேர்வு முடிவுகள் எந்நேரமும் வெளியிடப்படலாம் என்ற ஊகங்கள் கொடிகட்டிப் பறந்தன. அன்று முழு நாளும் பதற்றத்துடன் காத்திருந்த சத்தியம், மாலையில் உடற்பயிற்சிக்கூடத்திற்குச் செல்ல முடிவெடுத்தார். அங்குப் பாதி உடற்பயிற்சியில் ஈடுபட்டிருந்தபோது, அவர் தன் அலைபேசியைப் பார்த்தார். அவருடைய இதயம் ஒரு

நிமிடம் துடிப்பதை நிறுத்தியது. யாரோ ஒருவர் பிரதானத் தேர்வு முடிவுகளின் பிடிஎஃப் வடிவத்தை அவருக்கு அனுப்பி வைத்திருந்தார்.

சத்தியம் உடனே உடற்பயிற்சிக்கூடத்தைவிட்டு வெளியே வந்து அந்த ஆவணத்தைத் தரவிறக்கம் செய்தார். பின் அதன் தேடுதல் பகுதியில் தன் பதிவு எண்ணைத் தட்டச்சு செய்தார். அது அவருடைய எண்ணைக் காட்டியதும் அவரைப் பரவசம் தொற்றிக் கொண்டது, பெரும் மகிழ்ச்சி அவருக்குள்ளிருந்து வெடித்துக் கிளம்பியது. நடுத்தெரு என்றுகூடப் பார்க்காமல் அவர் துள்ளிக் குதித்து நடனமாடத் தொடங்கினார். தன் முஷ்டியை வானை நோக்கி உயர்த்தி வெற்றிக் கூச்சல்களை எழுப்பினார். உடற்பயிற்சிக்கூடத்தின் கண்ணாடிச் சன்னல் வழியாக அந்தக் காட்சியைப் பார்த்தப் பிற உடற்பயிற்சியாளர்கள், அவர் எதற்காக அப்படி நடந்து கொண்டார் என்பது புரியாமல் அவரை வியப்புடன் நோக்கினர்.

தான் நடுத்தெருவில் நடனமாடிக் கொண்டிருந்தோம் என்பதையும், தன் கொண்டாட்டத்தை இரசித்து ஒரு சிறு கூட்டம் தன்னைச் சுற்றிக் கூடியிருந்ததையும் உணர்ந்து கொண்ட சத்தியம், அதனால் வெட்கமடைந்து அவசர அவசரமாக மீண்டும் உடற்பயிற்சிக்கூடத்திற்குள் நுழைந்தார். உடனே, அங்கிருந்தவர்கள், அவர் எதற்காக நடனமாடினார் என்பதைத் தெரிந்து கொள்வதற்காக அவரைச் சூழ்ந்து கொண்டனர்.

அவர் அந்த சந்தோஷச் செய்தியை அவர்களிடம் பகிர்ந்து கொண்டபோது, அங்கிருந்தவர்களை வியப்பும் நம்பிக்கையின்மையும் ஒருசேரச் சூழ்ந்து கொண்டன. பல முறை முயன்றும் முதல் நிலைத் தேர்வில்கூடத் தேர்ச்சி பெற முடியாமல் தவித்துக் கொண்டிருந்த சிலரும் அங்கிருந்தனர். சத்தியத்தின் வெற்றி அவர்களிடம் பிரமிப்பை ஏற்படுத்தியது. அவர்களில் ஒருவர், “நீ முதலாண்டு மாணவனைப்போல இருக்கிறாய். உன்னால் எப்படி இவ்வளவு கடினமான தேர்வில் வெற்றி பெற முடிந்தது?” என்று கேட்டார். அங்கிருந்தவர்கள் அனைவரின் மனங்களிலும் எழுந்திருந்த சந்தேகத்தை அவர் பிரதிபலித்திருந்தார்.

மறுபிறப்பு

2021 மே *31* அன்று நேர்முகத் தேர்வு நடைபெறும் என்ற அறிவிப்பு சத்தியத்தை வந்தடைந்தது. அது குறித்து அவர்

பரவசத்துடன் இருந்தபோது, கொரோனா வைரஸின் மறுவிஜயம் சத்தியத்தின் உலகை மீண்டும் புரட்டிப் போட்டது. இம்முறை, கொரோனா வைரஸின் 'டெல்டா' வகைப் பிரிவு இந்தியா முழுவதும் கோரத் தாண்டவம் ஆடியது. 2021 ஏப்ரல் 10 அன்று, சத்தியம் கடுமையான காய்ச்சலால் பீடிக்கப்பட்டார். அவர் தொடர்ந்து இருமிக் கொண்டிருந்தார். தன்னைப் பரிசோதித்துக் கொள்ள அவர் தீர்மானித்தார். பரிசோதனையின் முடிவு, அவரைக் கொரோனா வைரஸ் தாக்கியிருந்த சோகச் செய்தியை அவர்மீது இடியென இறக்கியது.

தில்லியில் நிலைமை மிகவும் மோசமாக இருந்தது. கொரோனா நோய்த் தாக்குதலுக்கு ஆளாகியிருந்தவர்கள், மருத்துவமனையில் ஒரு படுக்கையைப் பெறுவதற்குப் படாதபாடு பட வேண்டியிருந்தது. ஆக்சிஜனுக்குக் கடுமையான தட்டுப்பாடு நிலவியது. தில்லியில் தன்னந்தனியாக ஓர் அறையில் அந்த வைரஸுக்குத் தான் இரையாகவிருந்தோம் என்ற எண்ணமே சத்தியத்திடம் பெரும் கிலியை ஏற்படுத்தியது. அதனால், எப்படியாவது மருத்துவச் சேவையைப் பெற்றுவிட வேண்டும் என்று தீர்மானித்த சத்தியம், டாக்டர் ராம் மனோகர் லோகியா மருத்துவமனைக்குச் சென்றார்.

அங்கு அவர் கண்ட காட்சி அவரை நிலைகுலைய வைப்பதாக இருந்தது. அவசர ஊர்திகள் அணிவகுத்து நின்று கொண்டிருந்தன; ஆக்சிஜன் சிலிண்டர்களைப் பெறுவதற்காக மக்கள் வரிசைகளில் காத்துக் கொண்டிருந்தனர்; சடலங்கள் பிளாஸ்டிக் பைகளில் சுற்றப்பட்டு எடுத்துச் செல்லப்பட்டுக் கொண்டிருந்தன. சத்தியம் அதைக் கண்டு பதற்றமும் பயமும் அடைந்தபோதிலும், மனந்தளராமல், அருகிலிருந்த பி. எல். கபூர் மருத்துவமனைக்குச் சென்றார். அங்கும் முதல் மருத்துவமனையில் அவர் எதிர்கொண்டிருந்த அதே காட்சி அரங்கேறிக் கொண்டிருந்தது. ஆனாலும் அங்குக் காத்திருக்க அவர் துணிந்தார். ஒரு நீண்டநேரக் காத்திருப்புக்குப் பின்னர், அவரால் ஒருவழியாக அந்த மருத்துவமனையின் தாழ்வாரத்தில் ஒரு மருத்துவரைச் சந்திக்க முடிந்தது.

தான் தில்லியில் தன்னந்தனியாக வசித்து வந்ததாகவும், தன்னைப் பார்த்துக் கொள்ள யாரும் இல்லை என்பதாலும், தன்னை மருத்துவமனையில் உள்நோயாளியாக எடுத்துக் கொள்ளும்படி அவர் அந்த மருத்துவரிடம் மன்றாடினார். அதைக் கேட்டு அந்த மருத்துவர் கல்மனத்துடன் சிரித்தார். "நீ இளம் வயதில் இருக்கிறாய். பார்த்தால் நன்றாக இருப்பதுபோலத்தான் தெரிகிறது. நீ வெளியே பார்த்தாய்

இல்லையா? உன்னைவிடத் தீவிரமான நோயாளிகள் நூற்றுக்கணக்கில் அங்குக் காத்துக் கொண்டிருப்பது உன் கண்களில் படவில்லையா? உன்னைவிட அவர்களுக்குத்தான் மருத்துவமனைப் படுக்கை தேவை," என்று கூறிவிட்டு அவர் அங்கிருந்து போய்விட்டார்.

அதனால் மிகவும் வருத்தமும் விரக்தியும் அடைந்த சத்தியம், வேறு வழியின்றித் தன் அறைக்குத் திரும்பினார். வழியில், வாட்ஸ்அப்பில் வட்டமடித்துக் கொண்டிருந்த ஒரு மருத்துவச் சீட்டின் உதவியுடன், பாராசிட்டமால், அசித்ரோமைசின், ஸிங்க் மற்றும் மல்டிவிட்டமின் மாத்திரைகளையும், பல்ஸ் ஆக்சிமீட்டர் ஒன்றையும் அவர் வாங்கிக் கொண்டார். அவர் வேளாவேளைக்கு மாத்திரைகளை உட்கொண்டார். தன் உடலின் ஆக்சிஜன் அளவை அவர் தொடர்ந்து கண்காணித்து வந்தார். மூன்றாம் நாளன்று அவருடைய உடலின் ஆக்சிஜனின் அளவு 88 ஆகக் குறைந்தபோது அவருடைய பதற்றம் உச்சத்தை அடைந்தது. தன் நிலைமை இன்னும் மோசமாகிவிடுமோ என்ற பயம் அவரை வதைத்தது. ஆனால், நல்லவேளையாக, ஆக்சிஜன் அளவு அதற்குக் கீழே இறங்கவில்லை.

இது அவருக்கு ஒரு தற்காலிக ஆசுவாசத்தை அளித்தபோதிலும், அவர் கடுமையான உடல் வலியால் அவதிப்பட்டார், மூச்சுவிடுவதற்குச் சிரமப்பட்டார், தனிமையும் பயமும் அவரைப் பிய்த்துத் தின்றன. அவரைச் சுற்றி ஆள்நடமாட்டம் இல்லாமல் இருந்தது. அவ்வப்போது கேட்ட அவசர ஊர்தியின் அலறல் சத்தம், அவருடைய தனிமையுணர்வை மேலும் ஊதிப் பெரிதாக்கியது. அவருடைய பெற்றோரும் தம்பியும் அவருடைய நிலை குறித்துப் பெரிதும் கவலையடைந்திருந்தனர்.

அவருக்கு உணவு வழங்கிக் கொண்டிருந்த கடை மூடப்பட்டது அவருடைய கவலையை மேலும் அதிகரித்தது. சாப்பாட்டுக்கு என்ன வழி என்று அவர் மண்டையைப் பிய்த்துக் கொண்டிருந்தபோதுதான், தான் லஜ்பத் நகர் கொட்டகையில் இருந்தபோது சமைக்கப் பயன்படுத்தியிருந்த ஸ்டவ்வை தான் அந்த அறைக்கு எடுத்து வந்திருந்தது அவருக்குத் திடீரென்று ஞாபகம் வந்தது. அதை அவர் தேடிக் கண்டுபிடித்துத் துடைத்துப் பற்ற வைத்தபோது, அவருக்குச் சிறிது நம்பிக்கை பிறந்தது. அருகிலிருந்த மளிகைக்கடை ஒன்றில் அவர் சிறிதளவு அரிசி வாங்கி அதைச் சமைத்து உண்டார்.

அவருடைய காய்ச்சல் படிப்படியாகக் குறைந்தபோது, வாழ்வா-சாவா என்ற போராட்டத்திலிருந்து அவர் மீண்டார்.

தான் மறுபிறவி எடுத்திருந்ததைப்போல அவர் உணர்ந்தார். ஆனால், அவருடைய நெஞ்சு இறுக்கம் குறையவில்லை. தன்னைக் குணப்படுத்திக் கொள்வதற்காக, நொய்டாவிலிருந்த தன் மாமாவின் வீட்டில் அவர் மறுபடியும் தஞ்சமடைந்தார். ஆனால், கொரோனா தாக்குதலின் பின்விளைவு காரணமாக, அவர் மூன்று மாதங்கள் படுத்த படுக்கையாக இருந்தார். அதிர்ஷ்டவசமாக, மே மாதம் நடத்தப்படவிருந்த நேர்முகத் தேர்வு, கொரோனா பெருந்தொற்றின் காரணமாக, 2021 செப்டம்பர் 1-க்குத் தள்ளி வைக்கப்பட்டது. இது, அவர் மீண்டெழுவதற்கும், மீண்டெழுந்த பின்னர் நேர்முகத் தேர்வுக்குத் தன்னைத் தயார்படுத்திக் கொள்வதற்கும் தேவையான கால அவகாசத்தை அவருக்கு வழங்கியது.

நேர்முகத் தேர்வின்போது, தான் சமர்ப்பித்திருந்த விரிவான விண்ணப்பப் படிவத்திலிருந்து கேட்கப்படுவதற்குச் சாத்தியமிருந்த கேள்விகளுக்குச் சிறந்த முறையில் பதிலளிப்பதற்கு அவர் தன்னைத் தயார்படுத்திக் கொண்டிருந்தார். தன் தன்னம்பிக்கையை அதிகரித்துக் கொள்வதற்காகவும், தன்னுடைய ஆங்கிலப் புலமையை மேம்படுத்திக் கொள்வதற்காகவும், இணையத்தின் மூலமாகவும் நேரிலும் நடத்தப்பட்ட எண்ணற்ற மாதிரி நேர்முகத் தேர்வுகளில் அவர் கலந்து கொண்டார். முந்தைய ஆண்டுகளில் யூபிஎஸ்சி தேர்வில் அதிக மதிப்பெண்களுடன் தேறியிருந்தவர்களின் மாதிரி நேர்முகத் தேர்வுகளை அவர் யூடியூபில் பார்த்தார். குறிப்பாக, நேர்முகத் தேர்வில் 200-க்கும் அதிகமான மதிப்பெண்களைப் பெற்றிருந்தவர்களின் மாதிரி நேர்முகத் தேர்வுகளை அவர் தேடித் தேடிப் பார்த்தார். தன்னுடைய ஆங்கில மொழித் திறமையை வளர்த்துக் கொள்வதற்கு அவர் ஆங்கில நாடகங்களைப் பார்த்தார், ஆங்கிலப் புதினங்களையும் அபுதினங்களையும் படித்தார்.

அவர் கலந்து கொண்டிருந்த மாதிரி நேர்முகத் தேர்வுகள் குறித்து அவருக்குக் கிடைத்த நேர்மறையான பின்னூட்டக்கருத்துகள் அவருடைய தன்னம்பிக்கையை அதிகரித்தன. மாதிரி நேர்முகத் தேர்வில் அவரிடம் கேள்வி கேட்டவர்கள், அவர் அடிக்கடி தன்னுடைய புருவங்களை உயர்த்துவதைக் குறைத்துக் கொள்ள வேண்டும் என்றும், கைகளை ஆட்டிப் பேசுவதைத் தவிர்க்க வேண்டும் என்றும், ஒரு இராணுவ அதிகாரியைப்போல நெஞ்சை உயர்த்தி நிமிர்ந்து உட்கார வேண்டும் என்றும், இன்னும் மென்மையாகவும் இங்கிதமாகவும் பேச வேண்டும் என்றும் அவருக்கு அறிவுரை வழங்கினர். இதுபோன்ற விஷயங்களில்

கவனம் செலுத்துவதற்கு அதிக முக்கியத்துவம் கொடுத்தால், பதில்களை மறப்பதற்கு அது வழிகோலும் என்று சத்தியம் கருதியதால், தனக்குப் பரிந்துரைக்கப்பட்ட மாற்றங்களைப் படிப்படியாகவும் மெதுவாகவும் அவர் தன்னிடம் புகுத்திக் கொண்டார்.

ஓர் அரிய பாராட்டுரை

நேர்முகத் தேர்வு அவருடைய நிதிச் சுமையை மேலும் அதிகரித்தது. நேர்முகத் தேர்வுக்காக அவர் ஒரு புதிய சட்டை, டை, சூட், மற்றும் காலணிகளை வாங்க வேண்டியிருந்தது. அதற்கு அவருக்கு 10,000 ரூபாய் தேவைப்பட்டது. இதற்காக அவருடைய அப்பா, மீண்டும் லேவாதேவிக்காரர் பட்டுக்தேவிடமிருந்து அநியாய வட்டிக்குக் கடன் வாங்கினார்.

2021 செப்டம்பர் 21 அன்று காலை 11 மணியளவில், சத்தியம், தான் வாங்கியிருந்த புதிய ஆடைகளை அணிந்து கொண்டார். பிறகு முகக்கவசத்தையும் கையுறைகளையும் அவர் அணிந்து கொண்டார். கண்ணாடியில் அவர் தன்னைப் பார்த்துக் கொண்டபோது, அது அவருக்கே நகைப்பாகத் தோன்றியது. ஓர் அணு உலைக்குள் நுழைகின்ற ஒருவரைப்போலத் தான் உடையணிந்திருந்ததாக அவருக்குத் தோன்றியது. பின் அவர் யூபிஎஸ்சி அலுவலகத்தை நோக்கிப் பயணப்பட்டார். உணவு இடைவேளைக்குப் பிறகு அவருக்கு நேரம் ஒதுக்கப்பட்டிருந்தது.

அவர் யூபிஎஸ்சி அலுவலகத்தின் மத்திய அறைக்குச் சென்றபோது, அங்கு ஐம்பது, அறுபது தேர்வர்கள் ஏற்கனவே காத்துக் கொண்டிருந்ததை அவர் கண்டார். அச்சூழல், அவர் பங்கு பெற்றிருந்த மாதிரி நேர்முகத் தேர்வுச் சூழலைப்போல இருக்கவில்லை. அச்சூழலில் ஒருவிதமான இறுக்கம் வியாபித்திருந்தது. நேர்முக அறையும் வித்தியாசமாக இருந்தது. மாதிரித் தேர்வு அறைகள் கேமராக்கள் பொருத்தப்பட்டுப் பெரிதாக இருந்தன. ஆனால், இந்த அறை, வழமையான அரசாங்க அலுவலக அறையைப்போலவே காட்சியளித்தது. அங்குப் போடப்பட்டிருந்த ஒரு மேசைக்குப் பின்னால், தேர்வுக் குழு உறுப்பினர்கள் ஐவர், ஓர் அரைவட்ட வடிவில் அமர்ந்திருந்தனர். அந்த அறையின் தோற்றம் சத்தியத்திற்குச் சற்றுத் திகைப்பளித்தது. ஒருவேளை தான் தவறான அறைக்கு வந்துவிட்டோமோ என்ற எண்ணம் அவரிடம் சட்டென்று தோன்றி மறைந்தது.

காலாண்டுக்கான மொத்த உள்நாட்டு உற்பத்தித்

தரவு அன்றைய தினத்தின் காலைநேரத் தினசரியில் வெளியாகியிருந்தது. பொருளாதாரம் அவருடைய பலவீனமான பாடங்களில் ஒன்றாக இருந்ததால், அது தொடர்பான கேள்விகள் தன்னிடம் கேட்கப்படுமோ என்று சத்தியம் கவலைப்பட்டுக் கொண்டிருந்தார். நல்லவேளையாக அது தொடர்பான கேள்விகள் எவையும் அவரிடம் கேட்கப்படவில்லை.

சத்தியம் அந்த அறைக்குள் நுழைந்தவுடன், தேர்வுக் குழுவின் தலைவர், சத்தியம் அணிந்திருந்த முகக்கவசத்தை அகற்றுமாறு சைகை காட்டினார். அதையடுத்து, அவரை அறிமுகப்படுத்திக் கொள்ளும்படி அத்தலைவர் சத்தியத்திடம் கேட்டுக் கொண்டார். இது, அவருடைய விரிவான விண்ணப்பப் படிவம் தொடர்பான பல கேள்விகள் அவரிடம் கேட்கப்படுவதற்கு இட்டுச் சென்றது. எஸ்எஸ்பி தேர்வுக்காக அவர் என்டிஏவுக்குச் சென்றிருந்தபோது, அங்கு அவருக்கு ஏற்பட்டிருந்த அனுபவங்கள் பக்கம் தேர்வுக் குழுவின் கேள்விகள் திரும்பின.

அதையடுத்து, பீகார் மற்றும் ஜார்க்கண்ட் மாநிலங்கள் எதிர்கொண்டுள்ள வளர்ச்சிச் சவால்கள் பக்கம் நேர்முகத் தேர்வு திரும்பியது. அடுத்து, கல்லூரியில் படித்தபோது அங்கிருந்த புகைப்படக் கழகத்தின் தலைவராகச் சத்தியம் செயல்பட்டிருந்தது குறித்து அவர்கள் கேள்வி கேட்கத் தொடங்கினர். அப்போது அவர் வகித்திருந்த தலைமைத்துவப் பொறுப்பின் மூலம் அவர் என்னென்ன பண்புநலன்களை வளர்த்துக் கொண்டார், என்னென்ன முன்னெடுப்புகளை மேற்கொண்டார் என்று சத்தியத்திடம் அவர்கள் கேட்டனர். அதைத் தொடர்ந்து விவாதம் இலகுவாக, இந்தியாவில் திரைப்படங்களின் வருங்காலத்திற்குத் தாவியது.

சத்தியம், அறிவியல் புனைகதைகள் படிப்பது தன்னுடைய பொழுதுபோக்குகளில் ஒன்று என்று குறிப்பிட்டிருந்ததால், தேர்வுக் குழு உறுப்பினர்களில் ஒருவர், இந்தியாவில் விண்வெளித் துறையின் நிலையைப் பற்றி சத்தியத்திடம் கேட்டார். அத்துறை ஏன் வளர்ச்சி பெற்றிருக்கவில்லை என்று அவர் சத்தியத்திடம் வினவினார். அறிவியல் புனைகதைத் திரைப்படங்களில் சித்தரிக்கப்படுகின்ற சித்திரங்கள் வருங்காலத்தில் நிஜத்தில் நடைபெறுவதற்கான சாத்தியக்கூறுகள் பற்றி விவாதம் இயல்பாகத் திரும்பியது.

திடீரென்று அவர்கள் விவாதத்தை ஒரு புதிய திசைக்கு மாற்றினர். இந்தியப் பிரதமரின், உள்ளூருக்கு முக்கியத்துவம் அளிக்கின்ற அணுகுமுறை பற்றி அவர்கள் சத்தியத்திடம்

கேட்டனர். அதையடுத்து, வளர்ச்சியைப் பொறுத்தவரை ஒப்பீட்டளவில் இந்தியாவும் சீனாவும் எந்த நிலையில் இருக்கின்றன என்பதன் பக்கம் விவாதம் திரும்பியது. சத்தியம் அதற்கு அளித்த பதில், தேர்வுக் குழு உறுப்பினர்களில் ஒருவருக்குத் திருப்தியளிக்கவில்லை. அவர் தன் அதிருப்தியை வெளிப்படையாகவே வெளிப்படுத்திக் கொண்டிருந்தார். சத்தியம் அவரை நேருக்கு நேராகப் பார்க்க முயற்சித்தபோதும், அவர் தன் பார்வையைச் சன்னலுக்கு வெளியேயே வைத்துக் கொண்டார். அது ஒருவிதமான இறுக்கத்தைத் தோற்றுவித்தது. தன்னுடைய உளவியல் உறுதியைச் சோதிப்பதற்கான உத்தியாக சத்தியம் அதை எடுத்துக் கொண்டார். இதற்கிடையே, அந்த மேசையின் ஓர் ஓரமாக அமர்ந்திருந்த ஒரு பெண்மணி, சத்தியத்தின் அமைதியான பாங்கையும், அவருடைய பேச்சுப் பாணியையும் உன்னிப்பாக அவதானித்துக் கொண்டிருந்தார்.

நேர்முகத் தேர்வு நிறைவடைந்தபோது, அதில் தான் நன்றாகப் பேசியிருந்தோமா இல்லையா என்ற மயக்கம் சத்தியத்திற்கு ஏற்பட்டிருந்தது. ஆனால், அவர் நேர்முகத் தேர்வு அறையைவிட்டு வெளியேறிக் கொண்டிருந்தபோது, பீகார் மற்றும் ஜார்கண்ட் மாநிலங்களின் வளர்ச்சி தொடர்பான கேள்விகளைக் கேட்டிருந்த உறுப்பினர், சத்தியம் முற்றிலும் எதிர்பார்த்திராத பாராட்டு ஒன்றை வழங்கினார்: “நீங்கள் சிறப்பாகச் செய்துள்ளீர்கள்.”

இதுபோன்ற நேர்மறையான பின்னூட்டக்கருத்துகளைத் தேர்வுக் குழுவினர் அவ்வளவு எளிதில் வழங்கிவிடுவதில்லை என்பதால், அது சத்தியத்திற்குப் பெரும் மகிழ்ச்சியளித்தது. அடுத்து வரவிருந்த காத்திருப்புக் கட்டத்தை நம்பிக்கையுடன் எதிர்கொள்ள அது அவருக்குத் தெம்பளித்தது.

மூட்டை கட்டியாயிற்று. அடுத்து எங்கே? மசூரியா அல்லது திக்ராவா?

தன் குடும்பத்தின் நிதி நிலைமையை அறிந்திருந்த சத்தியம், இந்த முறை தான் தேர்வில் வெற்றி பெறாவிட்டால் மீண்டும் ஒரு முறை தேர்வு எழுதுவதற்காகத் தான் தில்லியில் தங்கியிருக்க முடியாது என்பதை அறிந்திருந்தார். தில்லியில் தங்கியிருப்பதற்கும், பயிற்சி மையங்களுக்குக் கட்டணம் செலுத்துவதற்கும் ஆகின்ற செலவுக்காக அநியாய வட்டிக்குத் தன் பெற்றோர் கடன் வாங்குவதை இனியும் தன்னால் அனுமதிக்க முடியாது என்பது சத்தியத்திற்குத் தெளிவாகப் புரிந்தது. ஏற்கனவே தன்னால் தன் பெற்றோர் கஷ்டப்பட்டுக்

கொண்டிருந்தனர் என்ற குற்றவுணர்வால் அவர் தவித்துக் கொண்டிருந்தார். அதனால், வெற்றி பெற்றால், நேராக மசூரி; தோற்றுவிட்டால், திக்ராவுக்குப் புத்தக மூட்டைகளுடன் சென்று படிப்பது என்ற முடிவுக்கு அவர் வந்தார்.

2021 செப்டம்பர் 24 அன்று சத்தியம் பதற்றத்துடன் இருந்தார். ஏனெனில், அன்று யூபிஎஸ்சி தேர்வு முடிவுகள் வெளியாகலாம் என்ற தகவல் வாட்ஸ்அப்பிலும் டெலிகிராமிலும் பரவலாகப் பரவிக் கொண்டிருந்தது. ஒரு கட்டத்திற்கு மேல் அழுத்தத்தைப் பொறுத்துக் கொள்ள முடியாத சத்தியம், மாலை 3 மணிவாக்கில் தன் படிப்பை நிறுத்தினார். அவருடைய டெலிகிராமில் மாலை 6.15 மணிக்கு ஒரு பிடிஎஃப் கோப்பு தோன்றியபோது அந்த அழுத்தம் உச்சத்தில் இருந்தது.

தேர்வு முடிவை உடனே தெரிந்து கொண்டுவிடுவது என்று தீர்மானித்த அவர், அந்தக் கோப்பைத் தன் அலைபேசியில் தரவிறக்கம் செய்தார். பின் தன் அலைபேசியை ‘ஏர்பிளேன் மோடில்’ போட்டுவிட்டு, அமைதியாகப் பிரார்த்தனை செய்துவிட்டு, முதல் ரேங்க்கிலிருந்து, தேர்ந்தெடுக்கப்பட்டிருந்தவர்களின் பெயர்களை வாசிக்கத் தொடங்கினார். அவருக்கு வியப்பளிக்கும் விதத்தில், அவர் தன் பெயரை முதல் பக்கத்திலேயே பார்த்தார். அவருக்குத் தன் கண்களையே நம்ப முடியவில்லை. அதனால், மீண்டும் ஒரு முறை அதைத் தன் பதிவு எண்ணுடன் ஒப்பிட்டார். ஆனாலும், தன்னைக் கலாய்க்க யாரோ போலியாக ஓர் ஆவணத்தை உருவாக்கியிருந்திருக்கலாம் என்று சந்தேகித்த அவர், தன் அலைபேசியை ‘ஆன்’ செய்தார். அவருடைய அலைபேசியில் கடலலையென வந்து விழுந்து கொண்டிருந்த பாராட்டுச் செய்திகளைப் பார்த்தவுடன் அவருடைய சந்தேகம் பறந்தோடிவிட்டது.

செய்தி மனத்திற்குள் இறங்கியவுடன், தான் தன்னுடைய சொந்த வாழ்க்கையின் போக்கை மட்டும் மாற்றியிருக்கவில்லை, தன்னுடைய மொத்தக் குடும்பத்தின் தலைவிதியையும் மாற்றியிருந்தோம் என்பது அவருக்கு உறைத்தது. தன் தாத்தாவின் விருப்பமும் தன் பெற்றோரின் கனவும் நிறைவேறியிருந்தது அவருக்குப் பெரும் ஆனந்தத்தைக் கொண்டுவந்தது.

இதற்கிடையே, ஊடகவியலாளர்கள், திக்ராவிலுள்ள சத்தியத்தின் வீட்டை மொய்க்கத் தொடங்கினர். அவர் அங்கு இல்லாததால், அவருடைய பெற்றோர், ஊடகவியலாளர்களின் கேள்விகளை இங்கிதமாகக்கையாண்டனர். தங்கள் மகள்களுக்கு

ஓர் ஐஏஎஸ் மாப்பிள்ளையைத் தேடிக் கொண்டிருந்த பெற்றோரும் அங்குக் குழுமினர் என்பது சுவாரசியமான செய்தி. அது தொடர்பான ஒரு செய்தி வீடியோவில், தன்னுடைய அம்மா தன் புகைப்படத்திற்குத் திலகமிட்டதைக் கண்டபோது, தன்னுடைய முகத்தில் அரும்பிய புன்னகையை சத்தியத்தால் மறைக்க முடியவில்லை. அதிர்ஷ்டக் காற்று அவருடைய வாழ்க்கையில் வீசத் தொடங்கியிருந்தது.

ஒரு வெற்றி வீரனின் வீடு திரும்பல்

ஓர் ஐஏஎஸ் அதிகாரியாக ஆவது, குறிப்பாக மிக உயர்ந்த ரேங்க்கில் தேர்வாவது, பீகாரைப் பொறுத்தவரை ஒரு மாபெரும் நிகழ்வாகும். அதனால், கணக்கிலடங்காத எண்ணிக்கையில் அவருடைய நலன்விரும்பிகள் அவருடைய வீட்டை நோக்கிப் படையெடுத்ததில் வியப்பேதுமில்லை. ஆரவாரம் ஏதுமின்றித் தன் பெற்றோரைச் சந்திக்க விரும்பிய சத்தியம், யாருக்கும் தெரியப்படுத்தாமல், 2021 அக்டோபர் 19 அன்று ஊருக்குத் திரும்ப இரயில் டிக்கெட் எடுத்திருந்தார். ஆனால், அவர் ஊர் திரும்பியபோது நடந்ததே வேறு.

அவர் பூசா இரயில் நிலையத்தில் வந்திறங்கியபோது, அங்கு அவருடைய பெற்றோரும் தம்பியும் மட்டும் இருக்கவில்லை. அவருக்கு மாலை அணிவித்து, தாரை தப்பட்டையுடன் அவரை வரவேற்க அங்கு ஒரு சிறு கூட்டமே கூடியிருந்தது. இரயில் நிலையத்திற்கு வெளியே பல கார்கள் அணிவகுத்து நின்றன. ஒரு கார் வண்ண வண்ண மலர்களால் அலங்கரிக்கப்பட்டிருந்தது. மாலையும் கழுத்துமாக அவர் அந்தப் பிளாட்பாரத்தில் நின்றபோது, அந்த மொத்த இடமும் களைகட்டியிருந்தது.

அவர் தன் கிராமத்தை வந்தடைந்தபோது, அங்கு அவருக்குக் காத்துக் கொண்டிருந்த பிரம்மாண்டமான வரவேற்பு அவரைத் திக்குமுக்காட வைத்துவிட்டது. அந்தக் கிராமத்தின் எல்லையில், மலர்களால் ஆன ஒரு தோரண வாயில் அவரை வரவேற்றது. அது மட்டுமல்ல. அந்தக் கிராமத்தின் ஒவ்வொரு தெருவிலும் அதைப் போன்ற வரவேற்பு வாயில்கள் அமைக்கப்பட்டிருந்தன. அவருடைய புகைப்படத்தைத் தாங்கிய வரவேற்புச் சுவரொட்டிகள் அக்கிராமத்தின் தெருக்களை அலங்கரித்துக் கொண்டிருந்தன. அவர் சென்ற வழி நெடுகிலும் மக்கள் மலர்தூவி அவரை வரவேற்றனர். ஒட்டுமொத்தத்தில், அந்த மொத்த ஊரும் திருவிழாக் கோலம் பூண்டிருந்தது. அந்தக் கொண்டாட்டத்தில்

அக்கிராமத்தில் இருந்த அனைவரும் கோலாகலமாகக் கலந்து கொண்டனர். அது அவருடைய பெற்றோருக்கும் அவருடைய தாத்தாவுக்கும் மட்டற்ற மகிழ்ச்சியைக் கொடுத்தது.

ஆர்ப்பாட்டங்கள் எதுவும் சத்தியத்திற்குப் பிடிக்காது என்பதை அறிந்திருந்த அவருடைய அம்மா, அது அந்தக் கிராமத்தார் அவர்மீது காட்டும் அன்பின் வெளிப்பாடு என்றும், அதை அவர் பொறுத்துக் கொள்ள வேண்டும் என்றும் சத்தியத்திடம் எடுத்துக் கூறினார். “சத்தியா! இதைப் பார்த்துக் கோபப்படாதே! உன்மீதுள்ள அன்பை அவர்கள் வெளிப்படுத்துகின்ற விதம் இது. இப்போது இச்சமுதாயத்தின் உதாரண புருஷனாக நீ ஆகியுள்ளாய். நீ ஓர் அகங்காரக்காரன் என்று அவர்கள் எண்ணுவதற்கு இடம் கொடுத்துவிடாதே!” என்று அவர் அறிவுரை கூறினார்.

அவருடைய வீட்டுக்கு வெளியே பொதுக்கூட்டம் ஒன்று நடத்தப்பட்டது. அதில் அந்தக் கிராமத்தின் பிரபலங்கள் கலந்து கொண்டனர். சொற்பொழிவுகள் நிகழ்த்தப்பட்டன. சத்தியம் களைத்துப் போய் இருந்தபோதும், கூட்டத்தின் முடிவில், தன் எண்ணங்களை அவர்களுடன் பகிர்ந்து கொள்ளுமாறு அவர் மேடைக்கு அழைக்கப்பட்டார்.

சில நாள்களுக்குப் பிறகு, அவருடைய பள்ளி, அவரை ஒரு விழாவுக்குத் தலைமை விருந்தாளியாக அழைத்தபோது, சத்தியம் அது குறித்துப் பெருமகிழ்ச்சி கொண்டார். வெறும் மூன்று ஆண்டுகளுக்கு முன்புதான், அதே பள்ளியின் ஆண்டு விழா மற்றும் விளையாட்டு தின நிகழ்ச்சியின்போது, அங்கு வருகை தந்த மாவட்ட நீதிபதி போன்ற பெருந்தகையாளர்களை வரவேற்பதற்கு சத்தியம் வரிசையில் காத்து நின்றிருந்தார். இப்போது, அவர் அங்குத் தலைமை விருந்தாளியாகச் சென்றார். மாணவர்கள், அன்று அவர் நின்றிருந்ததைப்போலவே அணிவகுத்து நின்று கொண்டிருந்தனர். அது அவருக்குப் பெரும் மனநிறைவையும் மகிழ்ச்சியையும் அளித்தது.

அவர் கிராமத்தில் இருந்த சமயத்தில், பெரும்பாலான நேரங்களில் மக்கள் அவரை மொய்த்த வண்ணம் இருந்தனர். பல பெரும் பணக்காரர்கள் தங்களுடைய மகள்களை அவருக்குக் கட்டிக் கொடுக்கும் யோசனையுடன் அவருடைய வீட்டுக்கு வந்தனர். பழங்களுடனும் இனிப்புகளுடன் பெரிய பெரிய கார்களில் பலர் வந்து இறங்கியதைக் கண்டு அவருடைய பெற்றோர் புளகாங்கிதம் அடைந்தனர். எண்ணற்ற உறவினர்கள், அவர்களிடம் ஒருபோதும் பேசியிராதவர்கள் உட்பட, அவருடைய வீட்டின் முன் வரிசைகட்டி நின்றனர்.

தனக்கு ‘பீகார் கேடர்’ கிடைக்கும் என்று சத்தியம்

முதலில் பெரும் நம்பிக்கையுடன் இருந்தார். ஆனால் அந்த முறை வெற்றிப் பட்டியலில் முதல் இடத்தையும் ஏழாவது இடத்தையும் பெற்றிருந்தவர்களும் பீகாரைச் சேர்ந்தவர்கள் என்பதை வாட்ஸ்அப் குழுக்களின் வழியாகத் தெரிந்து கொண்டவுடன், அவருடைய உற்சாகம் வற்றிவிட்டது.

தேர்வில் வெற்றி பெற்றிருந்தவர்களின் மாநில ஒதுக்கல் பட்டியல் வெளியானபோது, மகாராஷ்டிர மாநிலம் அவருக்கு ஒதுக்கப்பட்டிருந்ததைக் கண்டு அவருடைய குடும்பத்தார் மட்டுமல்லாது, மொத்தக் கிராமமுமே விரக்தியடைந்தது. அதைத் தொடர்ந்து, திருமணச் சந்தையில் அவருடைய மவுசு தேய்பிறையாயிற்று. பலர் சத்தியத்தின் குடும்பத்தின்மீது காட்டிய பாசமும் ஆவியாகத் தொடங்கியது.

ஒரு புத்தகப் புழுவின் பரிணாம வளர்ச்சி

லால் பகதூர் சாஸ்திரி நிர்வாகப் பயிற்சி நிறுவனத்தில் உடற்கட்டில் பெரும் ஆர்வம் காட்டுகின்ற ஒருவராக சத்தியம் மாறிப் போனார். வகுப்புகள் முடிந்தவுடன், அவர் நேராக மைதானத்திற்கு ஓடிச் சென்று, குதிரையேற்றத்தைக் கற்றுக் கொள்வதற்கு தினந்தோறும் ஒன்றரை மணி நேரத்தைச் செலவிட்டார். அதைத் தொடர்ந்து அவர் உடற்பயிற்சிக்கூடத்திற்குச் சென்றார். அவர் பல விளையாட்டுகளில் பங்கெடுத்துக் கொண்டார். காலையில் ஓட்டப் பயிற்சிக்குச் சென்றார். வார இறுதி நாள்களில், தன் நண்பர்களுடன் இணைந்து மலைநடைப் பயணங்களை மேற்கொண்டார்.

அவர் ‘பெருந்தீனிக்காரர்’ என்ற பெயரைச் சம்பாதித்திருந்தபோதிலும், அவருடைய இந்தத் தீவிரமான உடற்பயிற்சிகள் காரணமாக அவர் ஐந்து கிலோ எடை இழந்தார். அவருடைய எடை 72 கிலோவிலிருந்து 67ஆகக் குறைந்தது. அவர் நீச்சல் கற்றுக் கொள்ள ஆர்வமாக இருந்தும், நீருக்குள் இருந்தபோது அவருக்கு மூச்சு வாங்கியதாலும், நீர் அவரைத் திக்குமுக்காட வைத்ததாலும் அவர் வேறு வழியின்றி அந்த முயற்சியைக் கைவிட்டார்.

ஆனால், அவருடைய அறைத் தோழரான அபிஷேக் இதற்கு நேரெதிரான நடைமுறையைக் கடைபிடித்து வந்தார். சத்தியம் தன் காலைநேர உடற்பயிற்சிகளை முடித்துவிட்டு அறைக்குத் திரும்பும்போதுகூட அபிஷேக் ஆழ்ந்து தூங்கி கொண்டிருப்பார். அவரை எழுப்புவதற்காக, சத்தியம் அவருடைய பல்துலக்கியில் பற்பசையை வைத்துக் கொண்டு

அவரைத் தாஜா செய்து கொண்டிருப்பார். இறுதியாக, “நண்பா, ஒன்பது மணி வகுப்புக்குத் தாமதமாகச் சென்றால், விளக்கம் கேட்டு உனக்கு ஒரு கடிதம் வரும்,” என்று அவர் பயமுறுத்துவார்.

துலேயில் குழந்தைத் திருமணப் பிரச்சனையைக் கையாள்தல்

சத்தியம் அவருடைய மாவட்டப் பயிற்சிக்காக மகாராஷ்டிரத்திலுள்ள துலே மாவட்டத்திற்கு அனுப்பப்பட்டார். அப்போது அந்த மாவட்டத்தின் ஆட்சியராக இருந்த 2014-ம் வருடத்திய ஐஏஎஸ் அதிகாரியான ஜலஜ் சர்மாவின் வழிகாட்டுதலின் கீழ் அவர் இயங்கினார். சர்மாவின் தோரணையையும் நடத்தையையும் ஒரு தேங்காயோடு ஒப்பிடுவது பொருத்தமாக இருக்கும். அவர் வெளியே கரடுமுரடாகத் தெரிந்தாலும், உள்ளுக்குள் பரிவான ஒருவராகவே இருந்தார். குறிப்பாக, தன் கீழ் பணியாற்றிய பயிற்சி ஐஏஎஸ் அதிகாரிகளிடம் அவர் கனிவாக நடந்து கொண்டார். அலுவலகக் கூட்டங்கள் மராத்தி மொழியில் நடைபெற்றதால், அங்கு நடந்தவற்றைப் புரிந்து கொள்வதற்கு சத்தியம் தொடக்கத்தில் தடுமாறினாலும், போகப் போகச் சமாளித்து கொண்டார்.

சத்தியத்தின் மனத்தில் மற்றொரு கவலையும் குடியேறியிருந்தது. தான் மிகவும் இளையவராக இருந்தோம் என்பதுதான் அது. அதனால், அதிகார அடுக்கமைப்பில் தனக்குக் கீழேயிருந்த, வயதில் தன்னைவிட மூத்தவர்களைத் தான் எப்படிக் கையாள்வது என்று அவர் தீவிரமாக யோசித்துக் கொண்டிருந்தார். ஆனால், அது தனக்கு ஒரு பிரச்சனையாகவே இல்லை என்பதைக் கண்டு அவரே வியந்தார். அவர் ஒரு வட்டார வளர்ச்சி அலுவலராக, வட்டாட்சியராக, மற்றும் துணைக்கோட்டக் குற்றவியல் நடுவராகத் தனிப் பொறுப்பு வகித்தபோது, அந்த வேலைகளை அவர் மிகவும் இலாவகமாகக் கையாண்டார்.

அத்துடன், அரசியல் தலையீடுகளைத் தவிர்க்கின்ற அதே வேளையில், அரசியல்வாதிகளிடமிருந்து வருகின்ற தொலைபேசி அழைப்புகளைக் கையாள்கின்ற வித்தையை அவர் கற்றுக் கொண்டு, அரசியல் அழுத்தங்களைத் திறமையாகச் சமாளித்தார்.

துலே மாவட்டம் பழங்குடியினர் வசிக்கின்ற பகுதியைச் சேர்ந்ததாக இருந்ததால், அது தனக்கே உரிய சவால்களைக்

கொண்டிருந்தது. அங்குக் குழந்தைத் திருமணங்கள் பரவலாக இருந்தன. இன்னும் சொல்லப் போனால், மொத்தத் திருமணங்களில் நாற்பது சதவீதம் குழந்தைத் திருமணங்களாகவே இருந்தன. குழந்தைத் திருமணங்கள் அவர்களுடைய மகள்களின் உடல் ஆரோக்கியத்திற்குக் கேடு விளைவிப்பவை என்பதை உள்ளூர் மக்களுக்குப் புரிய வைப்பதற்காக அவர் பழங்குடியினரின் கிராமங்களுக்குப் பல முறை சென்றார். 1098 என்ற கட்டணமில்லாத் தொலைபேசி எண்ணை, இதன் முக்கியத்துவம் குறித்த விழிப்புணர்வை ஏற்படுத்துவதற்கு அவர் சாதுரியமாகப் பயன்படுத்திக் கொண்டார். அத்துடன், குழந்தைத் திருமணங்கள் நடைபெறவிருந்த எண்ணற்ற இடங்களில் அதிரடியாகப் புகுந்து அவர் அவற்றைத் தடுத்து நிறுத்தினார்.

இதுபோன்ற தலையீடுகளின்போது, தன்னுடைய தனிப்பட்டக் கண்ணோட்டத்திற்கும் உள்ளூர் மக்களின் கண்ணோட்டத்திற்கும் இடையே ஒரு பெரும் வித்தியாசம் இருந்ததை அவர் கண்டார். வறுமையும், கல்வியறிவு பெறுவதற்கான குறைவான வாய்ப்பும் அந்த மக்களுடைய கண்ணோட்டங்களைச் செதுக்கியிருந்தன. பதினைந்து வயதிற்குக் குறைவான ஒரு பெண்ணுக்கு மணமுடித்து வைத்தல் சட்டப்படி ஒரு குற்றம் என்பதையே அவர்கள் அறிந்திருக்கவில்லை. அவர்களைப் பொறுத்தவரை, தங்களுடைய பெண்களைத் தங்களுடைய காலத்திற்குப் பிறகு பார்த்துக் கொள்வதற்கு ஏற்ற ஒருவரைப் பெறுவதற்கான ஒரு வழிமுறையாகவே அவர்கள் குழந்தைத் திருமணத்தைப் பார்த்தனர்.

வெறும் சட்டங்கள் மற்றும் கொள்கைத் திட்டங்களால் மட்டும் மாற்றத்தைக் கொண்டுவந்துவிட முடியாது என்பதைப் புரிந்து கொண்ட சத்தியம், மக்களின் கண்ணோட்டங்களுக்கு மதிப்பளிக்க வேண்டியதன் அவசியத்தை உணர்ந்தார். மக்களுக்குப் புரிகின்ற மொழியையும் கண்ணோட்டங்களையும் பயன்படுத்தி, சரியான கண்ணோட்டங்களை ஏற்றுக் கொள்ள அவர்களைச் சம்மதிக்க வைப்பது ஒரு சவாலான காரியம்தான். ஆனால், சமூக மாற்றத்தைக் கொண்டுவருவதற்கு இந்த அணுகுமுறையை விட்டால் வேறு வழியில்லை.

சத்தியத்தின் கதையிலிருந்து நினைவில் வைத்துக் கொள்ளப்பட வேண்டிய முக்கிய அம்சங்கள்

---

1. உங்களுடைய முதல் முயற்சியிலேயே உயர்ந்த ரேங்க் எடுப்பது சாத்தியம்தான்

உங்களுடைய முதல் முயற்சியிலேயே யூபிஎஸ்சி சிகரத்தில் வெற்றிக் கொடி நாட்டுவதோடு, அதில் உயர்ந்த ரேங்க் எடுப்பதும் நடைமுறையில் சாத்தியம்தான். திட்டமிட்ட முறையில் உருவாக்கப்பட்ட ஓர் உத்தி, சுயகட்டுப்பாட்டுடன்கூடிய தினசரி நடவடிக்கைகள், காலக்கெடுவை மதித்து அதன்படி ஒழுகுதல், முழுமையாக உங்களை அர்ப்பணித்துக் கொள்ளுதல் ஆகியவை உங்களிடம் இருந்தால், பட்டப்படிப்பை முடித்தக் கையோடு உங்களால் யூபிஎஸ்சி தேர்வில் வெற்றிக் கனியைத் தட்டிப் பறிக்க முடியும்.

2. பின்னடைவுகளை வெற்றிக்கான படிக்கட்டுகளாக மாற்றிக் கொள்ள வேண்டும்

பின்னடைவுகளும் தோல்விகளும் உங்களை ஊக்கமிழக்கச் செய்ய அனுமதிக்காதீர்கள். ஒரு கதவு மூடினால், மற்றொரு கதவு கண்டிப்பாகத் திறக்கும். பெரும்பாலான சமயங்களில் அவை மேம்பட்ட வாய்ப்புகளுக்கு இட்டுச் செல்லும். உங்களுடைய உறுதிப்பாட்டை வலுப்படுத்திக் கொள்வதற்கும், உங்களுடைய முயற்சிகளைப் புதுப்பித்துக் கொள்வதற்கும், உங்களுடைய இலக்குகளில் மீள்கவனம் செலுத்துவதற்குமான ஒரு கிரியாவூக்கியாகத் தோல்விகளைப் பயன்படுத்திக் கொள்ளுங்கள். ஒவ்வொரு பின்னடைவும் உங்களுக்குக் கிடைத்துள்ள ஒரு படிப்பினையாகும். அடுத்த முறை இலக்கைத் துல்லியமாகக் குறி வைக்க அது உங்களுக்கு வழிகாட்டும்.

3. தேர்வு நாளன்று ஏற்படுகின்ற அழுத்தத்தைக் குறைப்பதற்கு ஒழுங்குமுறையைக் கடைபிடிக்க வேண்டும்

தேர்வு மையத்திற்குக் கொண்டு செல்லப்பட வேண்டிய அத்தியாவசிய ஆவணங்கள் அனைத்தையும் தயார் செய்து, எளிதில் கண்களில் படுகின்ற ஓர் இடத்தில் வைத்துக் கொள்ளுங்கள். அவற்றை எங்கோ வைத்துவிட்டுத் தேர்வு நாளன்று அவற்றைத் தேடிக் கொண்டிருந்தால், தேவையற்ற மன அழுத்தம் ஏற்படும், உங்களுடைய கவனம் சிதறும். அவை உங்களுடைய செயல்திறனுக்குக் குந்தகம் விளைவிக்கும். அனைத்தையும் முந்தைய இரவே தயார் செய்து வைத்துவிடுங்கள். அது, நீங்கள் தேர்வு நாளை அமைதியுடனும் தெளிந்த மனத்துடனும் தொடங்குவதற்கு உதவும், உங்களுடைய தேர்வில் முழுக் கவனத்தையும் குவிக்க உங்களை அனுமதிக்கும்.

4. நேர நிர்வாகத்தில் தலைசிறந்து விளங்க வேண்டும்

உங்களுடைய நேரத்தைச் செம்மையாகப் பயன்படுத்துங்கள். உங்களுடைய அன்றாட நடவடிக்கைகளைக் குறித்து வைத்துக் கொள்வதன் மூலம் உங்களால் நடைமுறைக்கு உகந்ததொரு கால அட்டவணையை உருவாக்கிக் கொள்ள முடியும். நீங்கள் சுயகட்டுப்பாட்டை வளர்த்துக் கொள்வதையும், உருப்படாத விஷயங்களில் நேரம் வீணாக்கப்படாமல் இருப்பதையும் அது உறுதி செய்யும். படிப்பில் நீங்கள் உங்களை முழுமையாக ஆழ்த்திக் கொள்வது, நண்பர்களுடனான உரையாடல்களைக் கட்டுக்குள் வைத்துக் கொள்வது, சமூக ஊடகங்களில் செலவழிக்கின்ற நேரத்தைக் கணிசமாகக் குறைத்துக் கொள்வது போன்றவை உங்களுடைய உற்பத்தித்திறனைப் பெருக்கும்.

5. உங்களுடைய விருப்பப்பாடத்தை ஒதுக்கி வைக்கக்கூடாது

நீங்கள் தேர்ந்தெடுத்துள்ள விருப்பப்பாடம், நீங்கள் உங்களுடைய கல்லூரியில் படித்திருந்த பாடமாக இருந்தாலும்கூட, அதை அலட்சியம் செய்யாதீர்கள். பாடத்திட்டம், பரிந்துரைக்கப்படுகின்ற புத்தகங்கள், திருத்துபவரின் எதிர்பார்ப்புகள் போன்றவை கணிசமாக வேறுபட்டிருக்கும். உங்களுடைய விருப்பப்பாடத்தில்

நல்ல மதிப்பெண்களைப் பெறுவது உங்களுடைய ஒட்டுமொத்த வெற்றி வாய்ப்பை உயர்த்துவதோடு, பின்னர் நீங்கள் விரும்புகின்ற பணிப் பிரிவைத் தேர்ந்தெடுப்பதற்கும், விரும்புகின்ற மாநிலத்தைப் பெறுவதற்கும்கூட உதவும்.

6. அவமானங்களும் இகழ்ச்சிகளும் நிகழ்ந்தாலும் கவனக்குவிப்புடன் இருத்தல் வேண்டும்

உங்களை அவமானப்படுத்துவதற்கு மேற்கொள்ளப்படுகின்ற முயற்சிகளையும் இகழ்ச்சிகளையும் கண்டு ஊக்கமிழக்காதீர்கள். நீங்கள் வெற்றி பெறக்கூடும் என்ற எண்ணமே பலருக்கு உங்கள்மீது பொறாமையைத் தூண்டக்கூடும். உங்களுடைய தயாரிப்பின்மீது முழுக் கவனத்தையும் செலுத்துங்கள். உங்களுடைய வெற்றி அவர்களுடைய எதிர்மறைகளுக்கான செயல்விடையாக இருக்கட்டும்.

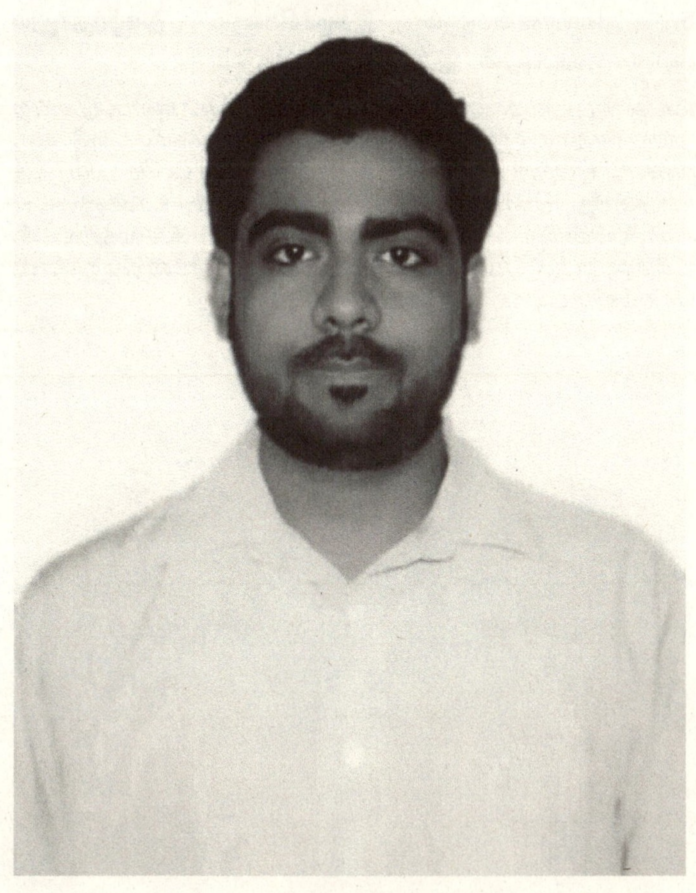

பரத் சிங்

அத்தியாயம் 3

பணியாளர் குடியிருப்பிலிருந்து கலெக்டர் பங்களாவுக்கு

'ஒரு நாள் நான் ஒரு பங்களாவில் வசிப்பேன்'

2001 டிசம்பரில் ஒரு குளிரான காலைப் பொழுதில், தில்லியின் சிவில் லைன்ஸ் பகுதியிலிருந்த ஒரு பிரம்மாண்டமான பங்களா, இதயத்தைக் கசக்கிப் பிழிகின்ற ஒரு மோதலுக்கான களமாக ஆயிற்று. அந்த பங்களா இருந்த வளாகத்திற்குள்ளேயே இருந்த பணியாளர்கள் குடியிருப்புகளில் வசித்துக் கொண்டிருந்தவர்களோடு பொதுப்பணித் துறை அதிகாரிகள் ஒரு சூடான வாக்குவாதத்தில் ஈடுபட்டிருந்தனர். அந்த வளாகத்தின் வாசற்கதவருகே ஒரு சிறு கூட்டம் கூடியிருந்தது.

சமீப காலம்வரை, தில்லியின் தலைமைச் செயலாளராக இருந்த பி. வி. ஜெயகிருஷ்ணன் அந்தப் பெரிய பங்களாவில் வசித்து வந்தார். அந்தப் பணியாளர் குடியிருப்புகளில் வசித்து வந்த மூன்று குடும்பங்கள் கண்ணீரோடு ஜெயகிருஷ்ணன் தம்பதியருக்குப் பிரியாவிடை கொடுத்திருந்தனர். அவர்களில் உமாவும் ஒருவர். அந்தக் குடியிருப்புவாசிகளின் கூட்டுப் பதற்றத்தை வெளிப்படுத்துகின்ற குரலாக இப்போது அவர் செயல்பட்டுக் கொண்டிருந்தார்.

உமா, தன்னுடைய கணவர் தீகம் சிங், தன்னுடைய எட்டு வயது மகள் டாலி, மற்றும் ஆறு வயது மகன் பரத் ஆகியோருடன் கடந்த ஆறு ஆண்டுகளாக அந்த வீட்டில் வசித்து வந்திருந்தார். பரத் அந்த வீட்டில்தான் பிறந்தான். தீகம் சிங், கமலா நகரில் ஒரு கடையில் பணியாற்றி வந்தார். இப்போது, அந்த மாளிகை காலியாகியிருந்ததால், அவர்கள் அனைவரும்

அந்த இடத்தை உடனடியாகக் காலி செய்தாக வேண்டும் என்று பொதுப்பணித் துறை அதிகாரிகளுடன் வந்திருந்த உதவிப் பொறியாளர் அடம்பிடித்துக் கொண்டிருந்தார்.

அதற்கு எதிர்ப்பு தெரிவித்துக் கொண்டிருந்த உமா, "சார், நீங்கள் எங்களை ஏன் காலி செய்யச் சொல்கிறீர்கள்? நாங்கள் இங்குப் பல ஆண்டுகளாக வாழ்ந்து வருகிறோம்," என்று வாதிட்டார்.

"மாளிகையில் எவரும் வசிக்கவில்லை என்றால், அதிலுள்ள பணியாளர் குடியிருப்பில் வசிப்பதற்கு எவரையும் எங்களால் அனுமதிக்க முடியாது," என்று அந்தப் பொறியாளர் கறாராகக் கூறினார்.

மற்றொரு குடியிருப்புவாசியான கங்கா, மன்றாடும் கண்களுடன், "சார், தயவு செய்து கருணை காட்டுங்கள். இந்தக் கடுங்குளிரான சமயத்தில், இந்த இளம் குழந்தைகளைக் கூட்டிக் கொண்டு திடீரென்று நாங்கள் எங்கே போவோம்?" என்று கேட்டார்.

ஆனால், அந்தப் பொறியாளர், வெட்டு ஒன்று துண்டு இரண்டு என்ற ரீதியில் பேசினார். "எத்தனை முறைதான் உங்களுக்குச் சொல்வது? நீங்கள் இனியும் இங்குத் தங்கியிருப்பதற்கு விதிமுறைகள் இடம் கொடுக்காது."

உமாவின் குரலில் பரிதவிப்பு மேலும் அதிகமாயிற்று. அவர் அந்த அதிகாரிகளை நோக்கிக் கையெடுத்துக் கும்பிட்டவாறு இறுதி வேண்டுகோள் ஒன்றை விடுத்தார். "சார், புதிய தலைமைச் செயலாளர் ஒரு சில நாள்களில் இங்குக் குடியேறிவிடுவார். நாங்கள் அவருக்குப் பணியாற்றுவோம். அதனால், தயவு செய்து எங்களை இங்குத் தங்க அனுமதியுங்கள்."

அந்த உதவிப் பொறியாளரின் குரலில் இறுதி எச்சரிக்கை ஒலித்தது. "அது சாத்தியமில்லை என்று நாங்கள் ஏற்கனவே சொல்லிவிட்டோம். அதனால், இனியும் எங்களுடைய நேரத்தை வீணாக்கிக் கொண்டிருக்காமல், உங்களுடைய உடைமைகளைத் தூக்கிக் கொண்டு நாளைக்குள் இங்கிருந்து வெளியேறிவிடுங்கள். இல்லையெனில், உங்களை நாங்கள் வலுக்கட்டாயமாக வெளியேற்ற வேண்டியிருக்கும்," என்று அவர் பிரகடனம் செய்துவிட்டு, உமாவைப் பிடித்துத் தள்ளிவிட்டு, தன் ஆட்களுடன் அங்கிருந்து வெளியேறினார்.

அந்த மூன்று குடும்பங்களும் அதிர்ச்சியில் உறைந்து நின்றன. அப்போது குளிர்காலம் உச்சத்தில் இருந்தது. அவர்கள் வசிப்பதற்கு மாற்று இடங்கள் எதுவும் இருக்கவில்லை. அருகிலிருந்த பங்களாக்களில் இருந்த பணியாளர் குடியிருப்புகளில் வசிப்பதற்கு இவ்வளவு குறுகிய

காலத்திற்குள் ஓர் இடம் தேடுவது சாத்தியப்படவில்லை. அவர்கள் சம்பாதித்துக் கொண்டிருந்த சொற்ப வருமானத்தில், அருகிலிருந்த சேரியில் வாடகைக்கு ஒரு வீடு எடுப்பதுகூட அவர்களைப் பொறுத்தவரை ஒரு மலைப்பான காரியமாக இருந்தது. அன்று இரவு அக்குடும்பங்களால் தூங்க முடியவில்லை.

தன் மனத்தைத் திடப்படுத்திக் கொண்ட உமா, மறுநாள் மீண்டும் ஓர் உருக்கமான வேண்டுகோளை அந்த அதிகாரிகளிடம் முன்வைப்பதென்று முடிவெடுத்தார். ஆனால், மறுநாள் காலையில் அவருடைய வேண்டுகோள், செவிடன் காதில் ஊதப்பட்டச் சங்காக இருந்தது. இம்முறை அவர்கள் காவல்துறையினருடனும் கூலித் தொழிலாளர்களுடனும் அங்கு வந்தனர். அவர்கள் எல்லோருமாகச் சேர்ந்து இரக்கமின்றி அப்பணியாளர்களின் உடைமைகளை எடுத்து வெளியே வீசினர்.

தங்களுடைய சொற்பச் சாமான்களை ஒரு சைக்கிள் ரிக்ஷாவில் ஏற்றியபோது உமாவின் இதயம் வலித்தது. அவருடைய மனத்தில் ஆற்றாமையுணர்வு பொங்கி வழிந்து கொண்டிருந்த அதே நேரத்தில், ஒருவிதமான எதிர்ப்புணர்வும் அவரிடம் முளைத்திருந்தது. தன் குழந்தைகளைக் கட்டிப் பிடித்தபடி அவர் அந்த பங்களாவிலிருந்து வெளியேறியபோது, பொதுப்பணித் துறை அதிகாரிகளால் தன் குடும்பம் அடாவடித்தனமாக நடத்தப்பட்டது அவருடைய மனத்தைச் சுட்டெரித்துக் கொண்டிருந்தது. அவருடைய கண்களிலிருந்து கண்ணீர் பெருக்கெடுத்து ஓடியது. "என் குழந்தைகள் பெரிய அதிகாரிகளாக ஆவார்கள். நானும் ஒரு நாள் ஒரு பங்களாவில் வசிப்பேன்," என்று அவர் தன் மனத்திற்குள் மௌனமாகச் சூளுரைத்தார்.

கடுமையான வாழ்க்கைப் போராட்டம்

என்ன செய்வதென்று தெரியாமல் திகைத்த உமா, தில்லி குடிநீர் வாரியத்தில் ஓர் ஓட்டுநராக வேலை பார்த்து வந்த தன் அண்ணன் ராஜேஷ் சௌகானிடம் தஞ்சமடைந்தார். ராஜேஷ், குடிநீர் வாரியத்தின் ஒற்றை அறைக் குடியிருப்பு ஒன்றில், தன் மனைவியுடனும் இரண்டு மகள்களுடனும் வசித்து வந்தார். இடம் பற்றாக்குறையாக இருந்தபோதிலும், அவருடைய மனம் விசாலமாக இருந்ததால், அவர் தயக்கமின்றி உமாவிற்கு உதவிக் கரம் நீட்டினார்.

ஆனால், அங்குக் குடியேறியவுடன், தங்களுடைய வருகை

அக்குடும்பத்திற்குப் பெரும் இடைஞ்சலாக இருந்ததை உமாவும் தீகமும் உணர்ந்தனர். அதனால், அந்த வீட்டின் மொட்டைமாடியில் போடப்பட்டிருந்த கொட்டகைக்குத் தங்கள் குடும்பத்தை இடம் மாற்றிக் கொள்வதென்று அவர்கள் தீர்மானித்தனர். அவர்கள் ராஜேஷை வற்புறுத்தி அதற்குச் சம்மதிக்க வைத்தனர்.

அந்த மொட்டைமாடிக் கொட்டகை, *80* சதுர அடி கொண்ட ஒரு வெற்று இடமாக இருந்தது. ஒழுகிக் கொண்டிருந்த ஒரு தாழ்வான தகர மேற்கூரையை அது கொண்டிருந்தது. அந்த இடம் மிகவும் அசௌகரியமாக இருந்தபோதிலும், மழை மற்றும் வெயிலிலிருந்து அது துளிகூடப் பாதுகாப்பு அளிக்காமல் இருந்தபோதிலும், வேறு போக்கிடம் இல்லாததால் உமாவின் குடும்பம் ஓராண்டுக்கு அந்த இடத்திலேயே வசிக்க வேண்டியதாயிற்று. அதற்கு அருகேயிருந்த ஓர் ஐஏஎஸ் அதிகாரியின் பங்களாவில் இருந்த பணியாளர் குடியிருப்பில் வசிப்பதற்கு அவர்களுக்கு ஒரு வாய்ப்புக் கிடைத்தவுடன், அவர்கள் அந்த மொட்டைமாடிக் கொட்டகையைக் காலி செய்தனர்.

அவர்களுடைய புதிய விசாலமான குடியிருப்பில் வாழ்க்கை ஓரளவு சமாளிக்கத்தக்கதாக மாறியது. உமா அந்த அதிகாரியின் வீட்டில் ஒரு வேலைக்காரியாக வேலைக்குச் சேர்ந்தார். ஆனால், இந்த ஆசுவாசம் ஓராண்டுகூட நீடிக்கவில்லை. ஓராண்டுக்குப் பிறகு, அவர்கள் அங்கிருந்து வெளியேற வேண்டிய நிர்ப்பந்தம் ஏற்பட்டது. ஆனால், உமாவுக்கு, அருகிலிருந்த தில்லி மின்வாரியத்திற்குச் சொந்தமான அடுக்குமாடிக் குடியிருப்பில் ஒரு வீட்டில் வீட்டுவேலை செய்வதற்கு ஒரு வாய்ப்புக் கிடைத்ததால், அந்த அடுக்குமாடி வளாகத்திற்குள்ளிருந்த பணியாளர் குடியிருப்புகளில் ஒன்றுக்கு அவர் தன் குடும்பத்துடன் இடம் பெயர்ந்தார்.

14 பணியாளர் குடியிருப்புகளை உள்ளடக்கிய அந்த வளாகம் ஒரு குட்டிக் காலனிபோலக் காட்சியளித்தது. தீகமின் தம்பி அமர் சிங்கின் குடும்பமும் அங்கிருந்த ஒரு குடியிருப்பில்தான் வசித்து வந்தது. டாலி மற்றும் பரத்தின் பள்ளி அதே சாலையின் எதிர்ப்புறத்தில் இருந்ததாலும், சேர்ந்து விளையாடுவதற்கு அவர்கள் வயதை ஒத்த வயதுடைய குழந்தைகள் பலர் அந்தக் காலனியில் இருந்ததாலும், உமாவும் தீகமும் மகிழ்ச்சியடைந்தனர்.

ஆனால், அந்தக் காலனியின் சூழல் தங்களுடைய குழந்தைகளின் வளர்ப்புக்கு ஏதுவாக இல்லை என்பதை

அவர்கள் விரைவில் உணர்ந்தனர். அங்கிருந்த பிற குழந்தைகள் எப்போதும் விளையாடிக் கொண்டிருந்தனர், கெட்ட வார்த்தைகளைத் தாராளமாகப் பயன்படுத்திக் கொண்டிருந்தனர். தங்களுடைய குழந்தைகளின் எதிர்காலம் குறித்துக் கவலைப்பட்ட உமாவும் தீகமும், டாலியும் பரத்தும் அக்குழந்தைகளுடன் சேர்ந்து விளையாடுவதற்குத் தடை விதித்தனர். உமாவும் தீகமும் சேர்ந்து வெளியே சென்றபோதெல்லாம், அவர்கள் தங்களுடைய இரு குழந்தைகளையும் அந்த வீட்டில் வைத்துப் பூட்டிவிட்டுச் சென்றனர். டாலியும் பரத்தும், வெளியே தங்களுடைய நண்பர்கள் ஆனந்தமாக விளையாடிக் கொண்டிருந்ததைச் சன்னல் வழியாக ஏக்கத்துடன் பார்த்தனர்.

அவர்களுடைய வீட்டில் கேபிள் இணைப்பு எதுவும் இருக்கவில்லை என்பதால், டாலிக்கும் பரத்துக்கும் பார்ப்பதற்கு தூர்தர்ஷன் சேனல் மட்டுமே இருந்தது. அதோடு, அவர்களுடைய பள்ளித் தேர்வு நெருங்கும்போதெல்லாம், உமா தங்கள் தொலைக்காட்சியின் மின்னிணைப்பு ஒயரையும் ஆன்டெனா ஒயரையும் கழற்றி ஒரு போர்வையில் பொதிந்து சுருட்டி வைத்துவிடுவார்.

வாழ்க்கையை மாற்றிய ஒரு சந்தர்ப்பம்

2003-ல் ஒரு நாள் மாலை, தீகம் ஓர் இனிப்புப் பாக்கெட்டுடனும் பிரகாசமான முகத்துடனும் வீடு திரும்பினார். “சாணக்கியபுரியிலுள்ள சன்ஸ்கிருதி பள்ளியில் எனக்குப் பியூன் வேலை கிடைத்துள்ளது,” என்று அவர் அறிவித்தார். அந்த இனிப்புப் பாக்கெட்டை அவர் திறந்தபோது, அவருடைய கண்கள் பெருமிதத்தால் மின்னின.

“சாணக்கியபுரி வெகு தொலைவில் இருக்கிறதே. நீங்கள் அங்கு எப்படித் தினந்தோறும் போய் வருவீர்கள்?” என்று உமா கவலையுடன் கேட்டார்.

“உமா, அது ஒரு பிரசித்தி பெற்றப் பள்ளி. ஐஏஎஸ் அதிகாரிகள், இராணுவ அதிகாரிகள் மற்றும் அமைச்சர்களின் பிள்ளைகள் அங்குப் படிக்கின்றனர். அத்துடன், அங்குக் கிடைக்கின்ற சம்பளமும் இப்போது நான் சம்பாதித்துக் கொண்டிருப்பதைவிடக் கணிசமாக அதிகம்,” என்று தீகம் கூறினார். அது உமாவின் கவலைகளைத் தணிக்கும் என்று அவர் நம்பினார்.

உமாவால் தன் கனவைச் சத்தமாகக் கூறாமல் இருக்க முடியவில்லை. “என்றாவது ஒரு நாள் டாலியும் பரத்தும்

அந்த சன்ஸ்கிருதி பள்ளியில் படிப்பார்கள் என்று நான் நம்புகிறேன்.”

சில நேரங்களில் இதயபூர்வமாக முன்மொழியப்படுகின்ற விருப்பங்கள், நேரடியாக தெய்வத்தின் காதுகளை அடைந்து, கவனமாகச் செவிசாய்க்கப்பட்டு, வரமாகக் கொடுக்கப்பட்டுவிடுகின்றனபோலும்.

இரண்டு ஆண்டுகள் கழித்து ஒரு நாள், தீகம் வீடு திரும்பியபோது, அவருடைய முகம் ஜொலித்துக் கொண்டிருந்தது. உமா அவர் குடிப்பதற்குத் தண்ணீர் எடுத்து வந்தார். தீகத்தால் தன் உற்சாகத்தைக் கட்டுப்படுத்திக் கொள்ள முடியவில்லை. “வாழ்க்கையைப் புரட்டிப் போட்டுவிடக்கூடிய ஒரு வாய்ப்பு பரத்திற்கு வாய்த்துள்ளது. அவனால் சன்ஸ்கிருதி பள்ளியில் சேர முடியும்,” என்ற தகவலை அவர் தன் மனைவியுடன் பகிர்ந்து கொண்டார். அவருடைய கண்களில் நம்பிக்கை ரேகைகள் மின்னின.

அதைக் கேட்டு உமா மனமகிழ்ந்தாலும், அது குறித்து அவருக்குச் சந்தேகம் முளைத்தது. அவர் தன் கணவரிடம், “அது எப்படிச் சாத்தியம்? சன்ஸ்கிருதி பள்ளி ஐஏஎஸ் அதிகாரிகள் மற்றும் பிற உயரதிகாரிகளின் பிள்ளைகளுக்கு மட்டுமே உரித்தானதுதானே?” என்று கேட்டார்.

தன் மனைவியின் இந்தக் கேள்வியை எதிர்பார்த்திருந்த தீகம், “கல்வி கற்பதற்கான உரிமைச் சட்டத்தின் காரணமாக, அனைத்துப் பள்ளிகளும், ஏழைக் குடும்பங்களைச் சேர்ந்த சில குழந்தைகளைத் தங்களுடைய பள்ளிகளில் கட்டாயம் சேர்த்தாக வேண்டும். அந்த சன்ஸ்கிருதி பள்ளி விரைவில் ஒரு நுழைவுத் தேர்வு நடத்தவிருக்கிறது. அப்பள்ளியில் வேலை பார்க்கின்ற நபர்களின் குழந்தைகளுக்கு முன்னுரிமை வழங்கப்படும்,” என்று விளக்கினார்.

அதைக் கேட்டு உமா மட்டற்ற மகிழ்ச்சி அடைந்தாலும், உடனே பணக் கவலை அவருடைய மனத்திற்குள் புகுந்தது. “பள்ளிக் கட்டணம் கடுமையாக இருக்குமே. அத்துடன், புத்தகங்கள், சீருடைகள் போன்றவற்றை நாம் வாங்க வேண்டியிருக்கும், இல்லையா?” என்று அவர் பதற்றத்துடன் கேட்டார்.

“கவலைப்படாதே, உமா. நம்மைப் போன்ற ஏழைக் குடும்பத்தைச் சேர்ந்த குழந்தைகளின் கல்விக் கட்டணங்கள் தள்ளுபடி செய்யப்பட்டுவிடும். அத்துடன், பள்ளியே சீருடைகளையும் புத்தகங்களையும் இலவசமாக வழங்கும்,” என்று தீகம் தன் மனைவியின் கவலையைப் போக்கும் விதமாகக் கூறினார்.

தன் பெற்றோரின் இந்த உரையாடலை மௌனமாகக் கேட்டுக் கொண்டிருந்த பரத்தின் மனத்தில் கலவையான உணர்ச்சிகள் தோன்றி அவனைத் திக்குமுக்காட வைத்தன. சன்ஸ்கிருதி பள்ளியில் படிப்பதற்கான வாய்ப்பு குறித்து அவன் உற்சாகம் அடைந்திருந்தபோதிலும், தான் அப்போது படித்துக் கொண்டிருந்த அரசுப் பள்ளியிலிருந்த தன்னுடைய நண்பர்களைத் தான் பிரிய நேருமே என்ற கவலை அவனுடைய மனத்தைச் சுண்டியிழுத்தது.

சில தினங்கள் கழித்து, ஆறாம் வகுப்பிற்கான நுழைவுத் தேர்வு எழுதுவதற்காக சன்ஸ்கிருதி பள்ளியின் ஒரு வகுப்பறையில் அவன் உட்கார்ந்திருந்தான். அவனுடன் வேறு சில மாணவர்களும் அத்தேர்வை எழுதிக் கொண்டிருந்தனர். அவன் அதை எழுதி முடித்துவிட்டு வீட்டுக்கு வந்த பிறகு, அதன் முடிவுக்காக மூச்சைப் பிடித்துக் கொண்டு காத்திருந்தான். மறுநாள் தீகம் வீடு திரும்பியபோது, அவருடைய கரங்களில், புத்தகங்கள் நிரம்பி வழிந்த ஒரு புதிய பள்ளிப் பையும், ஒரு புதிய நேர்த்தியான சீருடையும் இருந்தன.

ஆனந்தக் கண்ணீர் தன் கண்களில் வழிந்தோட, பரத் சன்ஸ்கிருதி பள்ளியில் சேர்த்துக் கொள்ளப்பட்டுவிட்டான் என்ற செய்தியை தீகம் பெருமையுடன் அறிவித்தார்.

அவரைப் போன்ற ஓர் எளிய பின்புலத்தைக் கொண்ட பெற்றோர்களுக்கு, தங்களுடைய குழந்தைகள், தலைசிறந்த அரசு அதிகாரிகள் மற்றும் அரசியல்வாதிகளின் குழந்தைகள் படிக்கின்ற அதே பள்ளியில் அவர்களுடன் சேர்ந்து படிப்பர் என்ற செய்தியைக் காட்டிலும் அதிக மகிழ்ச்சியும் பெருமையும் அளிக்கக்கூடியது வேறு எதுவும் இருக்க முடியாது.

புதிய சூழலில் ஐக்கியமாதல் பிரச்சனை

அதற்கு அடுத்த நாளே பரத்தின் வாழ்க்கை ஒரு மாபெரும் திருப்புமுனையைக் கண்டது. தன்னுடைய கல்வித்திறன், உடற்திறன், சமூக ஏற்பு, மன உறுதி ஆகிய அனைத்தும் தொடர்ச்சியாகச் சோதிக்கப்படக்கூடிய ஒரு சூழலுக்குள் தான் தள்ளப்படுவோம் என்று பரத் கற்பனைகூடச் செய்திருக்கவில்லை.

காலையில் பள்ளியை அடைவது அவனுடைய முதல் சவாலாக இருந்தது. உமா தினமும், பெரும்பாலான குழந்தைகள் ஆனந்தமாகத் தூங்கி கொண்டிருக்கின்ற நேரமான அதிகாலை 4.30 மணிக்கே பரத்தை எழுப்பிவிடுவார். பள்ளி தொடங்குவதற்கு ஒரு மணி நேரத்திற்கு முன்பே தீகம் பள்ளியில்

இருந்தாக வேண்டும் என்பதால், பரத்தும் அவருடன் சேர்ந்து சீக்கிரமாகவே கிளம்புவதைத் தவிர அவனுக்கு வேறு வழி இருக்கவில்லை. வீட்டுக்கு அருகே இருந்த பேருந்து நிறுத்தத்தில் அதிகாலை 5 மணிக்குத் துவங்கிய அவர்களுடைய பயணம், நெரிசல்மிக்க மூன்று பேருந்து மாற்றங்களுக்குப் பிறகு அவனுடைய பள்ளிக்கு அருகே நிறைவடைந்தது.

அதேபோல, மாலையிலும், பள்ளி முடிந்தவுடன் பரத்தால் வீடு திரும்ப முடியாது. தீகத்தின் பணி மாலை 4 மணிக்குத்தான் நிறைவடையும் என்பதால், பரத்தும் அதுவரை பள்ளியிலேயே காத்திருந்தாக வேண்டும். மீண்டும் அதேபோல நெரிசலான மூன்று பேருந்துகளைப் பிடித்து அவர்கள் வீடு திரும்பும்போது, மாலை 6 மணியாகிவிடும். அது அவனுக்குப் பெரும் களைப்பு ஏற்படுத்தியது. பரத் உடனே தனிப்பயிற்சி வகுப்புகளுக்குச் செல்வான். அங்கிருந்து திரும்பும்போது இரவு 8 மணியாகிவிடும். சில நேரங்களில், மாலையில் அவன் தன் தந்தையுடன் வீடு திரும்புகின்றபோது, பயிற்சி வகுப்புக்குத் தாமதமாகிவிடக்கூடாது என்பதற்காக, டாலி தன் கையில் ஒரு டிபன் பாக்ஸுடன் பேருந்து நிறுத்தத்திலேயே பரத்துக்காகக் காத்துக் கொண்டிருப்பாள். அவன் அங்கிருந்து வீடு திரும்புகின்றபோது மிகவும் களைத்திருப்பான் என்பதால், தன் நண்பர்களுடன் சேர்ந்து விளையாடுகின்ற நிலையில் அவன் இருக்க மாட்டான்.

பள்ளியில் பரத்தின் முதல் நாள் அவனைத் திக்குமுக்காட வைத்துவிட்டது. அங்கிருந்த பிற மாணவர்களோடு ஐக்கியப்படுவது தனக்கு ஓர் இமாலயச் சாதனையாக இருக்கும் என்பது அவனுக்குத் தெளிவாயிற்று. பள்ளியில் காலையில் அனைத்து அறிவுறுத்தல்களும் ஆங்கிலத்தில் கொடுக்கப்பட்டதால், அவற்றைப் புரிந்து கொள்ள அவன் மிகவும் சிரமப்பட்டான். அவன் சக மாணவர்களிடம் உதவி கேட்டபோது, அவர்களும் ஆங்கிலத்திலேயே பதிலளித்தது அவனை மேலும் மிரளச் செய்தது.

வகுப்பறைச் செயல்பாடு பரத்திற்குப் பெரும் சவாலாக விளங்கியது. அந்த வகுப்பில் அவனைப்போலவே பொருளாதாரத்தில் நலிந்த பிரிவைச் சேர்ந்த பங்கஜ், சுஷில், ஹீரா, குர்மீத் ஆகிய மேலும் நான்கு மாணவர்கள் இருந்தனர். அவர்கள் அனைவரும் சக மாணவர்களால் ஒதுக்கி வைக்கப்பட்டனர். அங்குப் படித்துக் கொண்டிருந்த மாணவர்களில் பெரும்பாலானோர் செல்வச் செழிப்பான பின்னணியிலிருந்து வந்தவர்கள் என்பதால், அங்கு அவர்களுக்கும் அந்த வகுப்பிலிருந்த, பொருளாதாரத்தில்

நலிந்த பிரிவினருக்கும் இடையே, கடக்கப்பட முடியாத ஓர் இடைவெளி நிலவியது. இந்த மாணவர்களின், எண்ணெய் வடிந்த சிகையலங்காரம், மை தீட்டப்பட்டக் கண்கள், பலவீனமான ஆங்கிலம், அவர்களிடம் இருந்ததாகக் கருதப்பட்டத் தாழ்வு மனப்பான்மை போன்றவற்றைப் பணக்கார மாணவர்கள் எள்ளி நகையாடினர், அவர்களை ஏளனம் செய்தனர். ஒல்லியாகவும் எடை குறைவாகவும் இருந்த பரத், அவர்களால் சீண்டப்படுவதற்கும் மிரட்டப்படுவதற்குமான இலகுவான இலக்காக இருந்தான்.

பரத்தின் முந்தைய அரசுப் பள்ளிக்கும், அவன் இப்போது சேர்ந்திருந்த சன்ஸ்கிருதி பள்ளிக்கும் இடையேயிருந்த மாபெரும் கல்விசார் இடைவெளி வெளிப்படையாகத் தெரிந்தது. பரத் முந்தைய பள்ளியில் வகுப்பில் முதல் மாணவனாக வந்தபோதிலும், இங்குப் பிற மாணவர்களோடு ஈடு கொடுப்பதற்கு அவன் போராடினான். ஆசிரியர்கள் ஆங்கிலத்தில் பாடம் எடுத்ததால், கருத்துப் பரிமாற்றப் பிரச்சனைகள் அதிகரித்தன. வாய்மொழித் தேர்வுகள் பரத்திற்குக் குலை நடுக்கத்தைக் கொடுத்தன. ஏனெனில், அப்போது அவன் ஆங்கிலத்தில் பேச வேண்டியிருந்தது.

பொருளாதாரத்தில் நலிந்த பிரிவிலிருந்து வந்திருந்த மாணவர்களுக்கு உதவுவதற்காக, அப்பள்ளி தனியாகப் பாட வகுப்புகளை நடத்தியது. அவ்வகுப்புகளில் ஆஷியா என்ற ஆசிரியை பரத்தின் வழிகாட்டியாகச் செயல்பட்டு, அவனுடைய ஆங்கிலப் புலமை மெதுவாக மேம்படுவதற்கு உதவினார். அதன் மூலம் அவனுடைய தன்னம்பிக்கையும் படிப்படியாக அதிகரிக்கத் தொடங்கியது.

அவன் கடுமையாக முயற்சி செய்தபோதிலும், தேர்வுகளில் நல்ல மதிப்பெண்களைப் பெறுவதற்கு அவன் மிகவும் சிரமப்பட்டான். தன் பெற்றோர் தன்னைக் கடிந்துரைக்கக்கூடும் என்பதாலும், தான் அவர்களுக்கு ஏமாற்றத்தைக் கொடுக்கக்கூடாது என்பதற்காகவும், தேர்வுகளில் தான் பெற்றிருந்த மதிப்பெண்களை அவன் தன் பெற்றோரிடம் காட்டாமல் மறைத்தான். ஆனால், ஆசிரியர்-பெற்றோர் சந்திப்பு நிகழ்வுகளின் மூலம் அது தீகத்திற்குத் தெரிய வந்தபோது, அவர் பரத்தைக் கடுமையாகத் திட்டினார்; சில நேரங்களில் அவனுக்கு அடியும் விழுந்தது. தான் தன்னுடைய பழைய பள்ளிக்குத் திரும்பிச் சென்றுவிட்டால் நன்றாக இருக்கும் என்று அவன் ஏங்கினான். தன் நிலை குறித்து அவன் கொண்டிருந்த திருப்தியின்மை அவனுடைய சுயமதிப்பின்மீது ஓர் எதிர்மறையான தாக்கம் ஏற்படுத்தி, அவனிடம் தாழ்வு

மனப்பான்மையைத் தோற்றுவித்தது.

முதல் மூன்று ஆண்டுகள் பரத்திற்கு ஒரு கொடுங்கனவாக இருந்தன. ஆனால், அவன் ஒன்பதாம் வகுப்பில் அடியெடுத்து வைத்தபோது, அவன் ஒருவாறு தன்னை நிலைநிறுத்திக் கொள்ளத் தொடங்கினான். மாணவர்களுக்கு இடையே நிலவிய கண்காணாத் தடுப்புச் சுவரைத் தகர்த்தெறிந்து, மேல்தட்டு மாணவர்களுடன் அவன் ஐக்கியப்படத் தொடங்கினான். அந்தப் பள்ளியில் நிலவிய அழுத்தத்தைத் தாங்க முடியாமல், பொருளாதாரத்தில் நலிந்த பிரிவைச் சேர்ந்த பிற மாணவர்களில் பெரும்பாலானோர் பள்ளியிலிருந்து விலகிவிட்டிருந்தபோதிலும், பரத் எப்படியோ சமாளித்துக் கொண்டு அங்குத் தன் படிப்பைத் தொடர்ந்தான்.

சரியான நேரத்தில் ஓர் அபாய எச்சரிக்கை

சன்ஸ்கிருதி பள்ளியில் இருந்தபோதுதான், மேல்தட்டுசார் குடிமைப் பணிகள் உலகம் அவனுக்கு அறிமுகமாயிற்று. அவனுடைய சக மாணவர்கள், இத்தகைய மதிப்புமிக்கப் பணிகளிலிருந்த தங்களுடைய பெற்றோர்களைப் பற்றிய கதைகளை அடிக்கடி அவனுடன் பகிர்ந்து கொண்டனர். குடிமைப் பணிகள் தேர்வில் வெற்றி பெறுவது தன்னுடைய குடும்பத்தின் போராட்டங்களைக் களைவதற்கும், அவர்களுடைய சமூக அந்தஸ்தை உயர்த்துவதற்கும் உதவும் என்ற எண்ணம் அவனுக்குள் ஊன்றப்படுவதற்கு அவை உதவின.

பத்தாம் வகுப்பில் அவன் 88 சதவீத மதிப்பெண்கள் எடுத்தான். 11-வது வகுப்பில், பெரும்பாலான மாணவர்கள் தேர்ந்தெடுக்கின்ற, கணிதம், இயற்பியல், வேதியியல், கணினி அறிவியல் ஆகிய பாடங்களை அவன் தேர்ந்தெடுத்தான். தன் சக மாணவர்களின் பாணியைப் பின்பற்றி, ஐஐடி நுழைவுத் தேர்வான ஜேஇஇ தேர்வை எழுத விரும்பிய அவன், அதற்காகத் தனிப்பயிற்சியில் சேர்வதற்குத் தன் பெற்றோரை நச்சரித்து, அவர்களுக்குக் கட்டுப்படியாகாத 1 இலட்சம் ரூபாயை அவர்கள் செலவழிக்கும்படி செய்தான். ஆனால், அத்தேர்வை அவன் தீவிரமாக எடுத்துக் கொள்ளவில்லை.

பள்ளியில் தேர்ச்சி பெறுவதற்கு எடுத்தாக வேண்டிய குறைந்தபட்ச மதிப்பெண்களை எடுத்தால் போதும் என்ற மனநிலையில் அவன் இருந்ததால், மற்றொரு மாணவனுடன் சேர்ந்து கொண்டு அவன் வகுப்புகளுக்கு மட்டம் போட்டான். படிப்பில் ஒரு பேரடி வாங்குவதற்கான நிச்சயமான வழியாக

அது இருந்தது. அது விரைவில் வெளிப்படவும் செய்தது. பன்னிரண்டாம் வகுப்புப் பொதுத் தேர்வுக்குச் சில மாதங்களுக்கு முன்பாக, பள்ளி நடத்திய மாதிரித் தேர்வுகளில் அவன் மூன்று பாடங்களில் தோற்றுப் போனான். அதைப் பார்த்து தீகம் வெகுண்டெழுந்துவிட்டார். அது அவருக்கு அவமான உணர்வை அளித்தது. வீட்டுக்கு வந்ததும் அவர் அவனைத் திட்டித் தீர்த்துவிட்டார்.

“பள்ளியில் எனக்கு இருந்த நற்பெயரை நீ கெடுத்துவிட்டாய். இன்று மதியம், பள்ளியின் தலைமையாசிரியர் என்னை அவருடைய அறைக்கு அழைத்து என்னைத் திட்டினார். பொதுத் தேர்வில் பள்ளியின் ஒட்டுமொத்த வெற்றி விகிதத்தை நீ பாழடித்துவிடக்கூடும் என்பதால் உன்னைப் பள்ளியைவிட்டே நீக்கிவிடப் போவதாக அவர் என்னை அச்சுறுத்தினார்,” என்று தீகம் தன் மகனிடம் கோபப்பட்டார்.

தன் கணவர் அளவுக்கு மனமுடைந்து போயிருந்த உமாவும், அடுத்த நாள் காலையில், நிம்மதி வேண்டி பரத்தை நான்கு கோவில்களுக்கு அழைத்துச் சென்றார்.

பரத் இதைத் தனக்கு விடப்பட்ட ஓர் அபாய எச்சரிக்கையாக எடுத்துக் கொண்டான். அதனால் அவன் உடனே செயலில் இறங்கினான். அடுத்த நான்கு மாதங்களுக்கு அவன் தீவிரமான படிப்பில் தன்னை மூழ்கடித்துக் கொண்டான். அவனுடைய கடின உழைப்பு அவனுடைய 12-வது வகுப்புத் தேர்வில் வெளிப்பட்டது. அவன் தேர்ந்தெடுத்திருந்த நான்கு பாடங்களில் அவன் 88 சதவீத மதிப்பெண்களைப் பெற்றிருந்தான். அத்துடன், ஜேஇஇ நுழைவுத் தேர்வில் அவனால் வெற்றி பெற முடியவில்லை என்றபோதிலும், அனைத்திந்திய பொறியியல் நுழைவுத் தேர்வில் அவன் ஒரு நல்ல ரேங்க் எடுத்தான். அது அவனுக்குத் தில்லி தொழில்நுட்பக் கழகத்தில் ஓரிடத்தைப் பெற்றுக் கொடுத்தபோது, உமாவும் தீகமும் அளவற்ற மகிழ்ச்சியடைந்தனர்.

கார்கள்மீது அவனுக்கு இருந்த மோகத்தின் காரணமாக, அங்கு அவன் இயந்திரப் பொறியியலைத் தேர்ந்தெடுத்தான். சிஎஸ்இ தேர்வில் இயந்திரப் பொறியியலும் விருப்பப்பாடங்களில் ஒன்றாக இருந்ததை அவன் தெரிந்து கொண்டபோது, தன் தேர்ந்தெடுப்பு குறித்து அவனுக்குக் கூடுதல் திருப்தி கிடைத்தது. சன்ஸ்கிருதி பள்ளியில் அவனிடம் தோன்றியிருந்த குடிமைப் பணிகள்மீதான ஆர்வம், ஆழ்மனரீதியாக அவனிடம் வேரூன்றியிருந்தது.

ஹாங்காங்கில் 'டீம் இந்தியா'

தில்லி தொழில்நுட்பக் கழக வளாகத்திற்குள் பரத்தால் ஒரு புதிய சமத்துவத்தைத் தரிசிக்க முடிந்தது. அங்கு மேட்டிமைத்தனம் எதுவும் நிலவவில்லை. பழைய பள்ளியில் அவருக்கு ஒரு பெருஞ்சுமையாகிப் போயிருந்த, பொருளாதாரத்தில் நலிந்த பிரிவைச் சேர்ந்தவர் என்ற முத்திரை இங்கு அவர்மீது குத்தப்படவில்லை. இன்னும் சொல்லப் போனால், அவருடைய குடும்பப் பின்புலமே எவருக்கும் தெரியாது. அவருடைய தந்தை அவருக்குப் பரிசளித்திருந்த ஓர் அலைபேசியும், மாதாந்திர ஆயிரத்து ஐந்நூறு ரூபாய் பணமும் அவருடைய சுதந்திர உணர்வை மேலும் முடுக்கிவிட்டன.

தில்லி தொழில்நுட்பக் கழகத்தின் கார் டீம்கள் பரத்தின் கவனத்தை வெகுவாகக் கவர்ந்தன. அங்கிருந்த 'சோலாரிஸ் டீம்', சூரிய ஒளி ஆற்றலில் இயங்கிய கார்களில் கவனம் செலுத்தியது. 'டிஃபயன்ஸ் ரேசிங் டீம்', அதிவேகக் கார்களில் ஆர்வம் காட்டியது. ஆனால், எல்லாவற்றையும்விட, அங்கிருந்த 'வாகனப் பொறியியல் உயர் ஆய்வு மற்றும் ஆராய்ச்சி மையம்தான்' எல்லோராலும் பிரமிப்புடன் பார்க்கப்பட்டது. அது அனைவராலும் செல்லமாக, 'பயோடீசல் பரிசோதனைக்கூடம்' என்று அழைக்கப்பட்டது. அந்தப் புதுமைப்புனைவு மையம், வாகனங்களுக்கான மாற்று எரிபொருள் மற்றும் மேம்பட்ட பிரேக்கிங் அமைப்பு ஆகியவற்றில் ஆய்வுகளை மேற்கொண்டது.

ஆனால், அந்த மையத்தின் உறுப்பினராக ஆவதற்கு பரத் ஒரு கடினமான நுழைவுத் தேர்வை எதிர்கொள்ள வேண்டியிருந்தது. அதில் பரத்தால் வெற்றி பெற முடியவில்லை என்பதால் அவருடைய அந்தக் கனவு தகர்ந்து போனது. அது அவருக்கு மனவருத்தத்தைக் கொடுத்தபோதிலும், அவர் அதனால் துவண்டு போய்விடவில்லை. பார்வைத்திறன் இல்லாதவர்களுக்கு உதவுகின்ற சாதனங்களை வடிவமைப்பதற்கான ஒரு போட்டி அறிவிக்கப்பட்டிருந்ததை அவர் தற்செயலாகக் கண்டுபிடித்தார். அந்த உலகப் போட்டியின் இறுதிச் சுற்று ஹாங்காங் நகரில் நடைபெறவிருந்தது. அதில் இந்தியாவைப் பிரதிநிதித்துவப்படுத்துவதற்கு இருந்த வாய்ப்பு, அந்தப் போட்டியை வெல்ல வேண்டும் என்ற உத்வேகத்தை அவரிடம் தோற்றுவித்தது. பரத் உடனடியாக ஒரு குழுவை உருவாக்கினார். அதில், அக்கல்லூரியின் வெவ்வேறு துறைகளில் படித்துக் கொண்டிருந்த ஆஷிஷ், கௌதம், முகம்மது ஸுபைர் ஆகியோரை அவர் சேர்ந்துக் கொண்டார்.

அவர்கள் இணைந்து, 'நேத்ரா' என்று பெயர் சூட்டப்பட்டிருந்த 'அதிதிறன் கைத்தடி' ஒன்றைக் கண்டுபிடித்தனர்.

அந்தக் கைத்தடி பல அம்சங்களைக் கொண்டிருந்தது: அது வெளிச்சத்தின் அளவை உணர்ந்து, இருட்டில் தானாகவே ஓர் எல்இடி பல்பை ஆன் செய்துவிடும்; அதிலுள்ள 'மீயொலி உணரி' அதைப் பயன்படுத்துபவர் ஏதாவது ஒரு பொருளுக்கு மிக அருகில் சென்றுவிட்டால் அவர்களை எச்சரிக்கும்; அதிலுள்ள சிம் கார்டுடன் இணைக்கப்பட்டுள்ள அவசர காலப் பொத்தானை அவர்கள் அழுத்தினால், உதவி கோரும் அழைப்பையும், அவர்கள் அப்போது இருக்கும் இடத்தையும் (அதிலுள்ள ஜிபிஎஸ் கருவியின் துணையுடன்), முன்பே தேர்ந்தெடுக்கப்பட்டு வைத்துள்ள சில அலைபேசி எண்களுக்கு அது தானாகவே அனுப்பி வைத்துவிடும். இத்தகவல்களையும் அவர் இருக்குமிடத்தையும் காட்டுகின்ற பிரத்யேகமான ஆன்ட்ராய்டு செயலி ஒன்றையும் அவர்கள் உருவாக்கினர்.

அவர்களுடைய கண்டுபிடிப்பு உடனடியாகப் பெரும் வரவேற்பைப் பெற்றது. தேசிய அளவிலான போட்டியில் வென்றதன் மூலம், 2013 செப்டம்பரில், இயந்திரப் பொறியாளர் நிறுவனம் என்ற அமைப்பு நடத்திய உலகப் போட்டியில் அவர்கள் கலந்து கொள்வது உறுதிப்படுத்தப்பட்டது. தேசிய அளவில் நடைபெற்றப் போட்டியில் அவர்கள் தில்லி ஐஐடியைத் தோற்கடித்திருந்தது அவர்களுக்குப் பெரும் குதூகலத்தைக் கொடுத்தது. பதினெட்டு வயதில் ஒரு சர்வதேச அரங்கில் தோன்றுகின்ற பரவசத்தை வார்த்தைகளால் வர்ணிப்பது கடினம்.

ஹாங்காங்கில், 'டீம் இந்தியாவின்' நேத்ரா, உலகின் கவனத்தையும் பாராட்டையும் பெற்றது. அப்போட்டியின் நடுவர்கள் அதன் அம்சங்களையும், மலிவு விலையையும், பயன்பாட்டுத் தோழமைத்துவத்தையும் மனதாரப் பாராட்டினர். அந்தச் சாதனை, அந்தக் கைத்தடியைச் சோதனை முறையில் பயன்படுத்திய பார்வைத்திறனற்ற நபர்களின் பாராட்டுகளைப் பெற்றதோடு, அப்படிப்பட்டதொரு கண்டுபிடிப்பை மேற்கொண்டதற்காக அவர்கள் அக்குழுவினருக்குத் தங்களுடைய இதயபூர்வமான நன்றியையும் வெளிப்படுத்தினர். பரத்தும் அவருடைய குழுவினரும் அந்தப் போட்டியில் இரண்டாவது இடத்தைப் பெற்றதோடு, நூறு பவுன்டு பணப் பரிசும் கிடைத்தது அவர்களுக்குப் பெரும் மகிழ்ச்சியைக் கொடுத்தது. வெற்றி பெற்றக் குழுக்களுக்கு ஹாங்காங்கின் நிர்வாகத் தலைவர் ஓர் அபாரமான விருந்தளித்து அவர்களைக் கௌரவித்தபோது,

அவர்களைக் கையில் பிடிக்க முடியவில்லை.

குறைவான மதிப்பெண் பெற்றவருக்கு மிகச் சிறந்த வேலை

ஹாங்காங்கில் பெற்றப் பெரும் வெற்றி, பரத்திற்கு அவர் மிகவும் விரும்பியிருந்த பயோடீசல் பரிசோதனைக்கூடத்திற்குள் நுழைகின்ற வாய்ப்பைப் பெற்றுக் கொடுத்தது. அவர் அந்த ஆராய்ச்சிகளில் தீவிர ஆர்வத்தை வளர்த்துக் கொண்டார், அங்கு நீண்ட நேரத்தைச் செலவழித்தார். அத்துடன், அவர் எழுதிய இரண்டு அறிவியல் கட்டுரைகள், புகழ்பெற்ற சர்வதேச அறிவியல் இதழ்களில் வெளியாயின. ஒன்று, ஹைட்ரஜனை மாற்று எரிபொருளாகப் பயன்படுத்துவதைப் பற்றியது. மற்றொன்று, 'ரீஜெனரேட்டிவ் பிரேக்கிங்' தொடர்பானது.

அந்தப் பரிசோதனைக்கூடத்தைச் சேர்ந்த ஒரு பேராசிரியர், பரத் மற்றும் அவருடைய நண்பர் அம்யா காக்கிடம் ஒரு சவாலை முன்வைத்தார். பத்தாண்டுகள் பழமையான, பெட்ரோலில் இயங்கிய ஒரு ஜெனரேட்டரை ஹைட்ரஜனில் இயங்க வைக்க முயல்வதுதான் அது. அந்தச் சவாலை ஆர்வத்துடன் ஏற்றுக் கொண்ட அந்த இருவரும், அவர்களுக்கு ஒதுக்கப்பட்டிருந்த மிகக் குறைவான நிதியை வைத்துக் கொண்டு, மூன்று மாத காலம் இராப்பகலாக அதில் ஈடுபட்டனர். ஒரு நாள் மாலை, அவர்களுடைய கடின உழைப்பிற்குப் பலன் கிடைத்தது. அந்த ஜெனரேட்டர் ஹைட்ரஜன் ஆற்றலில் ஓடத் தொடங்கியது. அந்த வெற்றி அந்தப் பரிசோதனைக்கூடத்தில் இருந்தவர்களைப் பெரும் வியப்பில் ஆழ்த்தியது.

ஆனால், பரத் அந்த ஆய்வில் தன்னை மூழ்கடித்துக் கொண்டது அவருடைய படிப்பில் பின்னடைவை ஏற்படுத்தியது. இரண்டாம் ஆண்டு அவருடைய சராசரி மதிப்பெண் வெறும் 58 சதவீதம் மட்டுமே இருந்தது. அப்போது, மூன்றாம் ஆண்டு படித்துக் கொண்டிருந்தவர்களுக்கு, படிப்பு முடிவதற்கு முன்பாகவே வேலை வாய்ப்பை அளிக்க முன்வந்த நிறுவனங்கள் குறைந்தபட்சம் 65 சதவீதத்தையாவது எதிர்பார்த்தன என்பதை அவர் கண்டறிந்தார். தன் மதிப்பெண்களை உயர்த்திக் கொள்ளத் தீர்மானித்த பரத், அதில் மூழ்கி, 66 சதவீத மதிப்பெண்களைப் பெற்றார்.

2015 ஆகஸ்ட் 1 அன்று, பல நிறுவனங்கள், வேலைக்கு மாணவர்களை நேர்முகம் செய்வதற்காக அந்தக் கல்லூரிக்கு வந்தன. பரத்தின் மொத்த மதிப்பெண்கள் 70 சதவீதத்திற்கும்

குறைவாக இருந்ததால், அவரைப் பல நிறுவனங்கள் நிராகரித்தன. அவரை அனுமதித்தச் சில நிறுவனங்கள் வைத்த எழுத்துத் தேர்வில் அவர் தோல்வி அடைந்தார். 2015 செப்டம்பர் 15 வாக்கில், அவருக்கு எந்தவொரு வேலை வாய்ப்பும் கிட்டியிருக்கவில்லை. டாடா மோட்டார்ஸ் நிறுவனம் இன்னும் அங்கு வந்திருக்கவில்லை என்பது பரத்திற்குச் சிறிதளவு தெம்பைக் கொடுத்தது. டாடா மோட்டார்ஸ் நிறுவனம் 16-ம் தேதி நடத்திய எழுத்துத் தேர்வில் பரத் தேறினார். நேர்முகத் தேர்வு அவருடைய ஆராய்ச்சித் திட்டங்களின்மீது கவனம் செலுத்தியதால் அது நன்றாகச் சென்றது.

பரத் மிகக் குறைவான மதிப்பெண்களைப் பெற்றிருந்தபோதிலும், மொத்த வகுப்பில் கீழ்மட்ட 10 சதவீத மாணவர்கள் குழுவில் அவர் இடம்பெற்றிருந்தபோதிலும், டாடா மோட்டார்ஸ் நிறுவனத்தில் அவர் வெற்றிகரமாக ஒரு வேலையைப் பெற்றபோது, அவருடைய சக மாணவர்கள் மட்டுமல்லாமல், அவருடைய கல்லூரிப் பேராசிரியர்களும் வியப்படைந்தனர். பயோடீசல் பரிசோதனைக்கூடத்தில் அவர் மேற்கொண்டிருந்த ஆராய்ச்சிகளும், சர்வதேச அறிவியல் இதழ்களில் அவருடைய ஆய்வுக் கட்டுரைகள் வெளியாகியிருந்ததும், அவருக்கு டாடா மோட்டார்ஸில் வேலை கிடைத்ததற்கான முக்கியக் காரணங்களாகும்.

டாடா மோட்டார்ஸ் நிறுவனம் பரத்தைத் தங்களுடைய தில்லி அலுவலகத்தில் வேலை பார்க்க நியமித்தது. பூனேயிலிருந்த அவர்களுடைய பொறியியல் ஆய்வு மையத்திற்குத் தான் அனுப்பப்படாதது குறித்து அவருக்கு வருத்தம் இருந்தது. ஆனால், விதி அவருக்கு வேறொரு திட்டம் வைத்திருந்தது அப்போது அவருக்குத் தெரியாது.

மிக மிக முக்கியமான முடிவு

டாடா நிறுவனத்தில் வேலை கிடைத்தபோது, ஒரு பெரும் சுமை தன் தோளிலிருந்து இறக்கப்பட்டிருந்ததைப்போல பரத் உணர்ந்தார். அவர் அந்த நிறுவனத்தில் வேலைக்குச் சேர்வதற்குக் கிட்டத்தட்ட ஓராண்டு கால இடைவெளி இருந்ததால், பிற வாய்ப்புகளைத் தேடுவதற்கு அவருக்கு ஏகப்பட்ட நேரம் இருந்தது. பிரம்மாண்டமான ஏதாவது ஒன்றைச் சாதிக்க வேண்டும் என்ற வேட்கை அவருடைய அடிமனத்தில் இருந்தது. அதுவரை அவருடைய ஆழ்மனத்தில் பதுங்கியிருந்த ஐஏஎஸ் கனவு இப்போது உறுதியுடன்

தலைதூக்கியது.

பரத்திற்கு தன்னுடைய ஐஏஎஸ் கனவு குறித்து சுயசந்தேகம் இருந்ததால், தன் ஆசை குறித்து அவர் யாரிடமும் வாய் திறக்கவில்லை. ஆனால், சிஎஸ்இ தேர்வு குறித்து அவர் கூகுளில் ஆழமாக அலசினார். அது தொடர்பான வீடியோக்களை அவர் யூடியூபில் பார்த்தார். சிஎஸ்இ தயாரிப்பிற்கான தொடக்கப் புள்ளி என்சிஇஆர்டி புத்தகங்கள்தாம் என்பதைத் தெரிந்து கொண்ட அவர், இரகசியமாக அவற்றைப் படிக்கத் தொடங்கினார்.

2016 ஆகஸ்ட்டில், பரத், டாடா மோட்டார்ஸ் நிறுவனத்தின் மும்பை அலுவலகத்தில் சேர்ந்து பெருநிறுவன உலகிற்குள் காலடி எடுத்து வைத்தார். ஒரு வாரம் கழித்து அவர் பயிற்சிக்காக லக்னோவுக்கு அனுப்பி வைக்கப்பட்டார். கையில் சுளையாக மாதத்திற்கு 45,000 ரூபாய் சம்பளமாகக் கிடைத்ததாலும், வீட்டிலிருந்து அவர் வெகுதூரம் தள்ளி இருந்ததாலும், அவர் புகைபிடிக்கும் பழக்கத்திற்கு அடிமையானார். அவருடைய வாழ்வில் வீசவிருந்த பெரும் புயலைப் பற்றி அப்போது அவர் அறிந்திருக்கவில்லை.

அவர் லக்னோவிலுள்ள டாடா மோட்டார்ஸ் நிறுவனத்தின் விருந்தினர் குடியிருப்பில் வசித்துக் கொண்டிருந்தபோது, ஒரு நாள் அதிகாலை 4.30 மணிக்கு அவர் கடும் இருமலால் திடுக்கிட்டுக் கண்விழித்தார். தன்னுடைய எச்சிலில் இரத்தம் கலந்திருந்ததைக் கண்டதும், தான் ஏதோ ஒரு பெரிய நோயால் பீடிக்கப்பட்டுவிட்டோம் என்று அவர் அரண்டுவிட்டார். அவருடைய கண்களிலிருந்து கண்ணீர் பெருக்கெடுத்து ஓடத் தொடங்கியது. இருத்தல் தொடர்பான பல கேள்விகள் அவர் மண்டைக்குள் வட்டமடிக்கத் தொடங்கின. வாழ்வின் நிலையாமையை அவர் எதிர்கொண்டார். "என் பெயர் சொல்லும்படி நான் எதை விட்டுச் செல்லப் போகிறேன்? நான் திடீரென்று இறந்துவிட்டால், திருமணத்திற்குக் காத்துக் கொண்டிருக்கின்ற என் சகோதரியின் கதி என்னவாகும்? விரைவில் ஓய்வு பெறப் போகின்ற என் தந்தை எந்தவிதமான வருமானமும் இல்லாமல் எப்படிக் குடும்பத்தை நடத்துவார்?" நிலைமையின் தீவிரம் பரத்தை உலுக்கியது.

அக்கணத்தில், அவருடைய வாழ்க்கையையே புரட்டிப் போடவிருந்த இரண்டு தீர்மானங்களை அவர் மேற்கொண்டார். முதலாவது, புகைபிடிக்கின்ற பழக்கத்தை உடனடியாக நிறுத்துவது. இரண்டாவது, யூபிஎஸ்சி என்ற சிகரத்தை அடைய உண்மையாக முயற்சிப்பது. தன் குடும்பத்தைப் பொருளாதாரப்

பிரச்சனைகளிலிருந்து நிரந்தரமாக மீட்பதற்கும், ஓர் உயர்ந்த சமூக அந்தஸ்தை அடைவதற்கும் அது இன்றியமையாதது என்று அவர் கருதினார்.

அடுத்து, பரத்தின் வாழ்க்கைச் சக்கரம் மெதுவாகச் சுழலத் தொடங்கியது. லக்னோவில் அவர் தன் பயிற்சியை முடித்ததும், தில்லி போக்குவரத்துக் கழகத்தின் ரோகிணி பணிமனையில் அவர் நியமிக்கப்பட்டார். அங்கிருந்த பேருந்துகளை நிர்வகிக்கின்ற குழுவை மேற்பார்வையிடுகின்ற பணி அது. அதை அவர் மிகவும் இரசித்துச் செய்தார். ஏனெனில், அப்போதுதான் முதன்முறையாக அவர் பலரை வைத்து வேலை வாங்கிக் கொண்டிருந்தார். அத்துடன், அவர்கள் அவருடைய வழிகாட்டுதலுக்காக அவரை அண்ணாந்து பார்த்துக் கொண்டிருந்தனர். பரத், ஒரு புறம் தன் வேலையை நிர்வகித்துக் கொண்டே தன் கனவைப் பின்தொடர்கின்ற வேலையிலும் ஈடுபட்டிருந்தார். வேலை நேரம் போக மீதி நேரத்தில் அவர் தீவிரமான படிப்பில் ஈடுபட்டார். 2017 சிஎஸ்இ தேர்வுக்கு அவர் விண்ணப்பித்தார்.

வாரத்தில் ஆறு நாள்கள் கடுமையான வேலை, பல்வேறு ஷிஃப்டுகள் போன்றவற்றின் காரணமாக அவரால் தேர்வுத் தயாரிப்புக்குப் போதுமான நேரம் ஒதுக்க முடியவில்லை. ஆனாலும், 2017 ஜூன் 18 அன்று அவர் முதல் நிலைத் தேர்வு எழுதினார். ஆனால், அதை அவர் சரிவரச் செய்திருக்கவில்லை.

பொது அறிவுத் தாளை முடித்துவிட்டு சிஸாட் தாளை எழுதுவதற்கு முன்பு, அவர் தன் தந்தையுடன் அருகிலிருந்த ஒரு பூங்காவில் உணவருந்திக் கொண்டிருந்தபோது, தீகம் அவரிடம், “முதல் தாளை எப்படி எழுதியுள்ளாய்?” என்று கேட்டார்.

“அப்பா, இம்முறை நான் தேறுவேன் என்று எனக்குத் தோன்றவில்லை. இதில் தேற வேண்டுமென்றால், நான் என் வேலையை விட்டுவிட்டு முழு நேரம் படித்தால் மட்டுமே அது சாத்தியம்,” என்று பரத் தன் மனத்தில் பட்டதை ஒளிவுமறைவின்றித் தன் தந்தையிடம் கூறினார்.

அவருடைய பரிந்துரையின் தீவிரத்தை அவருடைய தந்தை உணர்ந்தார். பரத் முழு நேரம் படிக்க வேண்டுமென்றால், டாடா நிறுவன வேலையையும், குடும்பத்திற்கு அப்போதுதான் கிடைத்திருந்த பொருளாதார ஸ்திரத்தன்மையையும், இலேசாக எட்டிப் பார்த்துக் கொண்டிருந்த சமூக மரியாதையையும் அதற்குக் காவு கொடுக்க வேண்டியிருக்கும் என்பது அவருக்குப் புரிந்தது. ஆனாலும், துணிச்சலுடன், தன் மகன் அவனுடைய கனவைப் பின்தொடர பரத்துக்கு அவர் ஆசி

வழங்கினார். "வேலையைப் பற்றிக் கவலைப்படாதே. முழு அர்ப்பணிப்போடு இதற்குத் தயார் செய். இதயபூர்வமாக இதில் குதித்துச் சாதித்துக் காட்டு," என்று அவர் கூறினார்.

அது பரத்திற்கு ஓர் இன்ப அதிர்ச்சியாக இருந்தது. தன் வேலையை உதறித் தள்ளுகின்ற மிகப் பெரிய தீர்மானத்தை எடுத்தவாறு, பரத் தன் தந்தையிடம், "அப்பா, நான் உங்களுக்கு வாக்குறுதி அளிக்கிறேன். நீங்கள் என்மீது வைத்துள்ள நம்பிக்கையை நான் பொய்யாக்க மாட்டேன்," என்று கூறினார்.

தன் கனவைப் பின்தொடர்கின்ற துடிப்பால் உந்தப்பட்ட பரத், மறுநாள் தன்னுடைய இராஜினாமா கடிதத்தைத் தன் அலுவலகத்தில் சமர்ப்பித்தார்.

இரண்டு மாபெரும் தவறுகள்

முதல் நிலைத் தேர்வில் பொது அறிவுத் தாளுக்குத் தன்னைத் தயார்படுத்திக் கொள்வதற்கு ஒரு பிரபலமான பயிற்சி மையத்தில் சேர்ந்து படிக்க பரத் மிகவும் விரும்பினார். ஆனால், அதற்கான கட்டணத் தொகை 1.5 இலட்சம் ரூபாய்க்கு மேல் என்பதை அறிந்து கொண்டவுடன், அந்த யோசனையை அவர் கைவிட்டார். ஆனால், ஒரு கதவு மூடுகின்றபோது மற்றொரு கதவு எப்போதுமே திறக்கும் – நீங்கள் ஆழமாகவும் உண்மையாகவும் அதை விரும்புகின்றபோது!

பரத் டாடா நிறுவனத்தில் வேலை பார்த்தபோது அவருடைய அதிகாரியாக இருந்த ரஜத் என்பவர், ஓராண்டுக்கு முன்பாக, பரத்தைப்போலவே தன் ஐஏஎஸ் கனவைப் பின்தொடர்வதற்காகத் தன் வேலையை விட்டிருந்தார். அவருடைய யோசனையை நாட பரத் முடிவெடுத்தார். ரஜத், தில்லியிலிருந்த ஒரு பிரபலமான பயிற்சி மையத்தில் பொது அறிவுத் தாளில் பயிற்சி பெறுவதற்காகச் சேர்ந்திருந்தார். அந்தப் பாடம் தொடர்பான, ஏற்கனவே பதிவு செய்யப்பட்ட விரிவுரைகளை அவர்கள் அவருக்கு வழங்கியிருந்தனர். பரத்தின் நிதி நிலைமையை அறிந்து கொண்ட ரஜத், பரத்திடம், "நீங்கள் ஹார்டு டிரைவ் ஒன்றைக் கொண்டு வந்து என் மடிக்கணினியில் இருக்கின்ற அனைத்து விரிவுரைகளையும் பிரதியெடுத்துக் கொள்ளுங்கள்," என்று பெருந்தன்மையுடன் கூறினார்.

அதைக் கேட்டு பரத் வியப்பில் உறைந்துவிட்டார். ரஜத்தின் பெருந்தன்மை நம்புதற்கரியதாக இருந்தது. அடுத்த நாள் காலையிலேயே பரத் அவருடைய வீட்டுக்குச்

சென்று அந்த விரிவுரைகள் அனைத்தையும் பிரதியெடுத்துக் கொண்டார். பிறகு அவர் ரஜத்திற்குத் தன் இதயபூர்வமான நன்றியைத் தெரிவித்தார்.

அதற்கு அடுத்த சவால், பிரதானத் தேர்வுக்கான விருப்பப்பாடத் தேர்வு. தேர்ந்தெடுப்பதற்கு ஏகப்பட்டப் பாடங்கள் இருந்தும் பரத் புவியியலைத் தேர்ந்தெடுத்தார். சமூக அறிவியல் பாடங்களிலேயே அதிக ஆர்வத்தைத் தூண்டுகின்ற ஒன்றாகப் புவியியல் இருந்ததாக அவர் கருதினார். அத்துடன், அந்தப் பாடத்தோடு தொடர்புடைய, கடத்துதிறன், வெப்பச்சலனம், காற்றின் தட்பவெப்பநிலை, வளிமண்டல அழுத்தம், மழைப்பொழிவு போன்றவற்றை அவர் ஏற்கனவே படித்திருந்தார்.

ஆனாலும், மூன்றரை மாதங்கள் புவியியலைக் கற்றுக் கொடுத்த ஒரு பயிற்சி மையத்திலும் அவர் சேர்ந்தார். அவற்றில் அவர் ஒரு தீவிரத்துடன் கலந்து கொண்டார். அனைத்து வகுப்புகளிலும் அவர் முன்வரிசையில் அமர்ந்து பாடங்களை உன்னிப்பாகக் கவனித்துக் கேட்டார்.

வீட்டிலிருந்து படித்தபோது தன்னால் முழுமையாக அதில் கவனம் செலுத்த முடியவில்லை என்பதை அவர் விரைவில் உணர்ந்தார். அதனால், அவர் கரோல் பாக்கிலிருந்த தனியார் நூலகம் ஒன்றில் ஓர் உறுப்பினராகச் சேர்ந்தார். அது, அடிப்படையில் குளிரூட்டம் செய்யப்பட்டிருந்த ஒரு படிப்பறை, அவ்வளவுதான். அங்கு உட்கார்ந்து படிப்பதற்குச் சில நாற்காலிகளும், எழுதுவதற்குச் சில மேசைகளும் போடப்பட்டிருந்தன.

அவர் காலையில் 7 மணிக்குக் கிளம்பி மெட்ரோ இரயிலில் அந்த நூலகத்திற்குச் சென்றார். இரயிலில் பயணித்தபடியே அன்றைய தினத்தின் செய்திப் பத்திரிகைகளை அவர் படித்து முடித்தார். இரவு ஒன்பது மணிக்கு அவர் வீடு திரும்பியபோது, இரயிலில் வைத்து, அன்றைய தினம் தான் எடுத்திருந்த குறிப்புகளை மீண்டும் ஒரு முறை படித்தார்.

முதல் நிலைத் தேர்வுக்கு முதல் நாள் பரத்தைப் பதற்றம் தொற்றிக் கொண்டது. அதனால், அன்று இரவு அவரால் வெறும் இரண்டு மணி நேரம் மட்டுமே தூங்க முடிந்தது. டாடா மோட்டார்ஸ் நிறுவனத்தில் தான் பார்த்து வந்த வேலையை ஓராண்டுக்கு முன்பே விட்டுவிட்டுத்தான் தான் இதற்கு வந்திருந்தோம் என்பதை அவர் தனக்கு நினைவுபடுத்திக் கொண்டார். அவர் வேலை பார்த்து வந்தபோது சேமித்திருந்த பணம் வேகமாகக் கரைந்து கொண்டிருந்தது. இந்த ஆண்டு அவர் அத்தேர்வில் வெற்றி பெற்றாக வேண்டிய

அவசியத்தையும் அவசரத்தையும் அது பறைசாற்றியது. இதில் தோல்வியடைந்தால், அவர் மேலும் ஓராண்டு கஷ்டப்படவும் காத்திருக்கவும் வேண்டியிருக்கும்.

பரத் முதல் நிலைத் தேர்வைச் சிறப்பாக எழுதினார். தான் எழுதியிருந்த விடைகளை, பயிற்சி மையங்கள் கொடுத்த விடைகளோடு அவர் ஒப்பிட்டுப் பார்த்தபோது, அவருக்கு நம்பிக்கை பிறந்தது. அதனால், அவர் மேலும் நேரத்தை வீணடித்துக் கொண்டிராமல் பிரதானத் தேர்வுக்கு ஆயத்தமானார்.

ஆனால், அவர் பிரதானத் தேர்வுக்குப் படித்துக் கொண்டிருந்தபோது, ஒரு பெரிய தவறு செய்துவிட்டார். கேள்விகள் குறைவாக வருகின்ற, சுதந்திரத்திற்குப் பிந்தைய இந்திய வரலாறு மற்றும் உலக வரலாறு ஆகியவற்றைப் படிப்பதற்கு அவர் ஒரு மாதத்தை வீணாக்கியிருந்தார். அவர் இன்னொரு தவறும் செய்திருந்தார். புவியியல் பாடத்தைப் பொறுத்தவரை, அவர் பாடப்புத்தகங்களைப் படிக்காமல், பயிற்சி மையங்கள் தயாரித்திருந்த குறிப்புகளை அவர் பெருமளவு சார்ந்திருந்தார். அவர் பிரதானத் தேர்வை எழுதி முடித்தப் பிறகு, தான் அத்தேர்வைச் சிறப்பாக எழுதியிருக்கவில்லையோ என்ற பயம் ஒரு கருமேகம்போல அவரைச் சூழ்ந்து கொண்டது.

வெற்றியும் தோல்வியும் கலந்த ஒரு கதம்பம்

அதனால், அவர் மிகவும் மனமுடைந்து, ஒரு மாதகாலம் எதுவும் செய்யாமல் வீட்டில் சும்மா இருந்துவிட்டார். ஆனால், பிரதானத் தேர்வு முடிவுகளைப் பார்த்தபோது, அவரால் தன் கண்களையே நம்ப முடியவில்லை. அதில் அவர் வெற்றி பெற்றிருந்தார். 2019 மார்ச் 8 அன்று நேர்முகத் தேர்வுக்கு அவர் அழைக்கப்பட்டிருந்தார்.

நேர்முகத் தேர்வு நாளன்று அவர் அதிகாலையிலேயே கண்விழித்துவிட்டார். பரத்தின் தாயார் உமா, அன்று அதிகாலையிலேயே எழுந்து பல மணி நேரங்களாக பயபக்தியுடன் அவனுடைய வெற்றிக்காகப் பிரார்த்தனை செய்து கொண்டிருந்தார். தீகம், வழக்கம்போலக் காலை 5.30 மணிக்குத் தன் வேலைக்குக் கிளம்புவதற்கு முன்பாக பரத்தை ஆசிர்வதித்தார். பெயருக்கு எதையோ கொறித்துவிட்டு, பரத் தன் தாயின் ஆசிர்வாதத்தைப் பெற்றுக் கொண்டு, ஓர் ஆட்டோ பிடித்து யூபிஎஸ்சி அலுவலகத்திற்குச் சென்றார்.

நேர்முகத் தேர்வு அறையை நோக்கிய பயணம்

ஓரிடத்திலிருந்து மற்றோர் இடத்திற்குச் செல்கின்ற வெறும் நகர்வு அல்ல. அது அபிலாஷைகளின் புனிதப் பயணம். அவர் நேர்முகத் தேர்வு அறைக்குள் நுழைந்தபோது, பதற்றம் அவரை ஆட்கொண்டிருந்தது. அவர் பல மாதிரி நேர்முகத் தேர்வுகளில் எதிர்கொண்டிருந்த அதே கேள்விதான் அவரிடம் முதலில் கேட்கப்பட்டக் கேள்வி. அது அவருடைய பெயரைச் சுற்றி இருந்தது. அதற்கான பதிலை அவர் நன்றாகவே தயார் செய்து வைத்திருந்தார்.

ஆனால், அதைத் தொடர்ந்து அத்தேர்வுக் குழு உறுப்பினர் ஒருவர் திடீரென்று திசையை மாற்றி, பரத் சிறிதும் எதிர்பார்த்திராத கேள்வி ஒன்றை அவரை நோக்கி வீசினார். “பெரும்பாலான திரைப்படங்களில் ஷாருக் கான் ஏற்று நடிக்கும் பாத்திரத்திற்கு ஏதேனும் ஒரு பொதுவான பெயர் உண்டா?” அக்கேள்வி, பரத் தயாரித்து வந்திருந்த விஷயங்களிலிருந்து முற்றிலும் வித்தியாசமாக இருந்ததால், அவர் தடுமாறினார். ஆனாலும், அந்த உறுப்பினர் தொடர்ந்து திரைப்படங்களைச் சுற்றியே கேள்வி கேட்டார். “திரைப்படங்களில் நடிகர்கள் ஏன் பெரும்பாலும் ஒரே பெயரையே தேர்ந்தெடுக்கின்றனர்? அது மூடநம்பிக்கையின் காரணமாகவா?” என்று கேட்டார். பின் திடீரென்று அவர் ஒரு கூக்ளியை வீசினார்: “மனோஜ் குமார் திரைப்படங்களில் ஏற்று நடித்தக் கதாபாத்திரங்களின் பொதுவான பெயர் என்ன? எதற்காக அந்தப் பெயரை அவர் தேர்ந்தெடுத்தார்?”

நேர்முகத் தேர்வு முடிந்து அதன் முடிவுகளுக்காக பரத் காத்துக் கொண்டிருந்தபோது, அவருடைய பாட்டியின் மறைவு அவருடைய குடும்பத்தின்மீது ஒரு கருநிழலைப் போர்த்தியது. அவர்கள் அந்தத் துயரத்திலிருந்து இன்னும் மீண்டிருக்காத நிலையில், பரத்தின் தேர்வு முடிவும் வெளியாயிற்று. வெற்றியாளர்களின் பட்டியலில் அவர் பெயர் விடுபட்டிருந்தது.

உமாவும் தீகமும் பெரும் ஏமாற்றமடைந்தபோதிலும், அதை அவர்கள் இருவருமே சாமர்த்தியமாக பரத்திடமிருந்து மறைத்துவிட்டனர். “உன்னுடைய முதல் முயற்சியிலேயே நீ நேர்முகத் தேர்வுவரை சென்றதே ஒரு சாதனைதான். மீண்டும் ஒரு முறை முயற்சி செய். அடுத்த முறை நீ கண்டிப்பாக ஓர் ஐஏஎஸ் அதிகாரியாக ஆவாய்,” என்று கூறி அவர்கள் அவனை ஊக்கப்படுத்தினர்.

ஆனால், ஐஏஎஸ் கனவுடன் இருக்கின்ற தேர்வர்களுக்கு மூச்சுவிடுவதற்குக்கூட நேரமிருக்காது. தேர்வு முடிவுகள் வெளியாகி ஒரு சில தினங்களுக்குள், அடுத்த முதல் நிலைத்

தேர்வுக்கான அறிவிப்பு வெளியாயிற்று. முந்தைய தேர்வில் தோல்வியடைந்திருந்தவர்களின் கண்ணீர் காய்வதற்குக்கூட யூபிஎஸ்சி நேரம் கொடுப்பதில்லை. அதனால், பரத் மீண்டும் தன் முழுக் கவனத்தையும் படிப்பின்மீது திருப்பினார்.

இப்போது பணயம் வைக்கப்படவிருந்த விஷயங்கள் மேலும் தீவிரமடைந்திருந்தன. சவால்கள் கூர்மையடைந்திருந்தன. பரத்தின் உறுதியும் அதேபோல அதிகரித்திருந்தது.

அகல வலை விரிப்பு

2019 சிஎஸ்இ முதல் நிலைத் தேர்வு முடிவு, ஒரு பிரகாசமான வருங்காலம் குறித்த நம்பிக்கைக் கீற்றை பரத்திடம் மீண்டும் தோற்றுவித்தது. அதே நேரத்தில், 2018 சிஎஸ்இ பிரதானத் தேர்வில் தேர்வர்கள் எடுத்திருந்த மதிப்பெண்களையும் யூபிஎஸ்சி அறிவித்தது. தான் தேர்ந்தெடுத்திருந்த விருப்பப்பாடமான புவியியலில் தான் குறைவான மதிப்பெண்களைப் பெற்றிருந்ததுதான் தன்னுடைய கனவுக்கு உலை வைத்திருந்தது என்பதை அவர் தெரிந்து கொண்டார். அதனால், இம்முறை அப்படி நேர்ந்துவிடாமல் இருப்பதற்காக அவர் புவியியலுக்கு அதிக நேரம் ஒதுக்கினார். அதற்காக அவர் பாடப்புத்தகங்களை மிகவும் கவனமாகப் படித்ததோடு, முக்கியமான பயிற்சி மையங்கள் தயாரித்திருந்த குறிப்புகளிலும் அவர் கவனம் செலுத்தினார்.

ஆனால், அவர் தன்னுடைய ஆகச் சிறந்த முயற்சிகளை மேற்கொண்டிருந்தும்கூட, பிரதானத் தேர்வில் அவருடைய விருப்பப்பாடமான புவியியலில் அவர் மீண்டும் சுமாராகவே தேறியிருந்தார். அதன் விளைவாக, இம்முறையும் வெற்றி தனக்குக் கைகூடுமா என்ற சந்தேகம் அவரை அலைக்கழித்தது. அதனால், தன்னுடைய வலையை அகலமாக விரிக்கும் நோக்கத்துடன் அவர் மத்தியப் பிரதேச அரசுப் பணியாளர் தேர்வாணையத்தின் தேர்விலும் கலந்து கொள்ள முடிவு செய்தார். ஐஏஎஸ் தேர்வு எழுத முனைகின்ற பலர் தயக்கத்துடன் இதுபோன்ற மாற்றுத் திட்டம் ஒன்றைச் சுவீகரித்துக் கொள்கின்றனர். அந்தத் தேர்வு அதற்கே உரித்தான பல சவால்களைக் கொண்டிருந்தது. குறிப்பாக, அந்த மாநிலம் சார்ந்த கேள்விகள் அதில் அதிகமாகக் கேட்கப்படும்.

ஒரு நல்ல வேலையையும் மரியாதைமிக்க ஒரு வாழ்க்கையையும் தேடிக் கொண்டிருந்த பரத், மத்திய இராணுவக் காவல் படையில் உதவி கமான்டன்ட் வேலைக்கான தேர்வையும் எழுதினார். எழுத்துத் தேர்வு

வெற்றி மூலம் அவருக்குக் கிடைத்திருந்த மகிழ்ச்சி சொற்பக் காலமே நிலைத்தது. ஒரு கடுமையான உடல்சார் சவால் அவருக்காகக் காத்திருந்தது. 100 மீட்டர் தூரத்தை 16 நொடிகளுக்குள் ஓடிக் கடத்தல், 800 மீட்டர் தூரத்தை 3 நிமிடங்கள் 45 நொடிகளுக்குள் ஓடிக் கடத்தல், 3.5 மீட்டர் தூரம் நீளம் தாண்டுதல், 4.5 மீட்டர் தூரம் குண்டெறிதல் போன்றவற்றை அது உள்ளடக்கியிருந்தது.

அந்தச் சவால்களை எதிர்கொள்வது பரத்திற்கு இயலாததாக இருந்தது. ஏனெனில், சிஎஸ்இ தேர்வுக்காக அவர் ஒரு சிறு துரும்பைக்கூட அசைக்காமல், உட்கார்ந்த இடத்திலேயே இருந்து கொண்டு படித்து வந்திருந்ததால், அவருடைய உடல் எடை 100 கிலோவாக ஆகியிருந்தது. அவர் அதீதப் பருமனாக இருந்ததோடு, அந்தச் சோதனைகளுக்குத் தேவையான தாங்குதிறனும் அவரிடம் இருக்கவில்லை. ஆனால், இது போன்ற சவால்மிக்கத் தருணங்களில்தான் ஒருவருடைய உண்மையான குணாதிசயம் வெளிப்படும்.

இவற்றைக் கண்டு மலைந்துவிடாத பரத், ஓர் இமாலய முயற்சி மேற்கொண்டு, வெறும் 25 நாள்களில் 15 கிலோ எடையைக் குறைத்தார். உடல் வலுவைச் சோதிக்கின்ற தேர்வு நாளன்று அவர் ஒரு கட்டான உடலுடனும், பொங்கி வழிந்த ஆற்றலுடனும் இருந்தார். 100 மீட்டர் மற்றும் 800 மீட்டர் ஓட்டங்களைக் குறிப்பிட்ட நேரத்திற்குள் அவர் எளிதாகக் கடந்துவிட்டார். குண்டெறிதல் போட்டியிலும் அவர் தன் மன உறுதியால் அவர்கள் குறிப்பிட்டிருந்த தூரத்திற்கு அந்தக் குண்டை எறிந்துவிட்டார். ஆனால், நீளம் தாண்டுதல் அவருடைய காலை வாரிவிட்டுவிட்டது. முதல் முயற்சியின்போதே அவர் தன் காலைச் சுளுக்கிக் கொண்டார். அதனால், அதில் அவர் தேறவில்லை.

பரத்தின் வாழ்வில் இறங்குமுகப் போக்கு மேலும் தொடர்ந்தது. இந்திய ரிசர்வ் வங்கியில், ‘பி’ கிரேடு அதிகாரிக்கான நுழைவுத் தேர்வை அவர் எழுதினார். ஆனால், அதிலும் அவர் தோற்றுப் போனார். அதனால், தன் எதிர்பார்ப்பின் வீச்சைக் குறைத்துக் கொண்டு, ஒன்றிய அரசுப் பணியாளர் தேர்வாணையம் நடத்திய, பட்டதாரிகளுக்கான பொதுத் தேர்வை எழுத அவர் விண்ணப்பித்தார். ஆனால், அறியாமல் செய்த ஒரு பிழையின் காரணமாக, அவர் அதன் முக்கியமான ஒரு படிவத்தைப் பூர்த்தி செய்யாமல் விட்டுவிட்டார். அதனால், தேர்வுக்கான நுழைவு அட்டையை அவரால் தரவிறக்கம் செய்ய முடியாமல் போயிற்று. இவையெல்லாம் சேர்ந்து அவருடைய ஊக்கத்தைத்

தரைமட்டமாக்கின.

நாள்கள் செல்லச் செல்ல, தன்னுடைய கனவு தன் கரங்களிலிருந்து நழுவிக் கொண்டிருந்ததைக் கண்ட பரத், டாடா மோட்டார்ஸ் நிறுவனத்தில் தான் பார்த்துக் கொண்டிருந்த நல்லதொரு வேலையைவிட்டுத் தான் விலகியது புத்திசாலித்தனமான செயல்தானா என்று சந்தேகிக்கத் தொடங்கினார். அவர் தன்னுடைய ஐஏஎஸ் கனவைப் பின்தொடர்வதற்காக மூன்று ஆண்டுகளைத் தொலைத்திருந்தபோது, அவருடைய நண்பர்கள், பெருநிறுவன ஏணிப்படிகளில் வேகமாக மேலே ஏறிச் சென்று கொண்டிருந்தனர். அவர்கள் படித்த எம்பிஏ படிப்பு, பெரும் சம்பளத்தோடுகூடிய வேலைகளுக்கான கதவுகளை அவர்களுக்குத் திறந்துவிட்டிருந்தது.

ஒரு நாள், அவருடைய போராட்டத்தின் பளு, அவரால் தாங்கிக் கொள்ள முடியாத அளவுக்கு அதிகரித்திருந்தது. அதனால், அவர் தன் தாயின் முன்னால் உடைந்து நொறுங்கி அழத் தொடங்கிவிட்டார். தன் மகனின் அழுகையைக் கண்ட அந்தத் தாயின் உள்ளம் பதறித் துடித்தது. பின் அவர் தன்னைத் தேற்றிக் கொண்டு, தன் மகனின் தோள்மீது தன் கையை வைத்து அழுத்தி, “பரத், உன்னுடைய பயணம் இன்னும் முடிவடையவில்லை. உன்மீது நம்பிக்கை வை. உன்னுடைய கனவு இப்போதும் உன் கைக்கெட்டும் தூரத்தில்தான் இருக்கிறது,” என்று ஆறுதல் கூறினார்.

பரிதவிப்புடன் வேலை தேடுதல்

நிச்சயமின்மை என்ற கத்தி தலைக்கு மேல் தொங்கிக் கொண்டிருந்த அச்சமயத்தில், பரத், தேவையும் கனவும் ஒன்றையொன்று குறுக்காகச் சந்தித்துக் கொண்டிருந்த அந்த நாற்சந்தியில் தான் நின்று கொண்டிருந்ததாக உணர்ந்தார். “நான் ஒரு நிறுவனத்தில் வேலைக்குச் சேர்ந்தால், சிஎஸ்இ தேர்வுக்கு என்னால் படிக்க முடியாது. நான் சம்பாதிக்கவும் வேண்டும். அதே நேரத்தில், இத்தேர்வுக்குப் படிப்பதற்குப் போதுமான நேரத்தையும் பெற வேண்டும். என்ன செய்வது?” என்று அவர் தவிப்புடன் யோசித்தார்.

ஒரு தீவிரமான சிந்தனைக்குப் பிறகு, பயிற்சி மையம் ஒன்றில் பயிற்சிப் பாடங்களைத் தயாரிக்கின்ற பணிக்குச் செல்லலாம் என்று அவர் முடிவு செய்தார். அது தனக்கு வருவாயையும் ஈட்டிக் கொடுக்கும். அதே நேரத்தில் தன்னால் சிஎஸ்இ தேர்வுக்குப் படிக்கவும் முடியும் என்று அவர்

எண்ணினார். ஆனால், அவருடைய இந்த யோசனையை எந்தவொரு பயிற்சி மையமும் பரிசீலிக்கவில்லை.

இவற்றால் சோர்ந்து போகாத பரத், பயிற்சி மையங்களின் மெக்காவாகத் திகழ்ந்த கரோல் பாக் பகுதிக்குச் சென்று, அங்கு ஒவ்வொரு மையமாக ஏறி இறங்கினார். அவர் தன் நோக்கத்தை வெளிப்படுத்திய உடனேயே அவற்றின் கதவுகள் சாத்தப்பட்டுவிட்டன. அவ்வளவு ஏமாற்றங்களையும் விழுங்கிக் கொண்டு, அவர் 'மலூக்கா ஐஏஎஸ்' என்ற ஒரு மையத்திற்குள் நுழைந்தார். அதன் உரிமையாளர் லச்சன் சிங் மலூக்கா, முப்பதுகளின் மத்தியில் இருந்த ஒரு சீக்கியர். ஒரு கசங்கிய சட்டையுடனும், வியர்வையில் குளித்திருந்த தோற்றத்துடனும், விரக்தி வெளிப்படையாக வெளிப்பட்டுக் கொண்டிருந்த ஒரு முகத்துடனும் தன் முன்னால் நின்று கொண்டிருந்த அந்த இளைஞனை அவர் ஏறிட்டுப் பார்த்தார்.

மற்றொரு நிராகரிப்பை எதிர்பார்த்த பரத், அவரிடம், "சார், நான் உங்களுடன் பேச ஆசைப்படுகிறேன்," என்று கூறினார். ஆனால், மலூக்கா அவரைத் திருப்பி அனுப்பவில்லை. மாறாக, அவரைத் தன் எதிரில் அமரும்படி கூறிவிட்டு அவருக்கு ஒரு டம்ளர் தண்ணீர் கொடுத்தார்.

பரத் அதை ஒரே மடக்கில் குடித்து முடித்துவிட்டுத் தன்னுடைய சோகக் கதையை அவரிடம் கூறினார். "சார், நான் இந்த ஆண்டு உட்பட இரண்டு முறை சிஎஸ்இ முதல் நிலைத் தேர்வில் வெற்றிகரமாகத் தேறியிருக்கிறேன். பயிற்சிப் பாடங்களைத் தயாரித்துக் கொடுக்கின்ற வேலையை நான் தேடிக் கொண்டிருக்கிறேன்."

பரத் விருப்பப்பாடமாக எதை எடுத்திருந்தார் என்று மலூக்காக கேட்டபோது, அவரிடம் நம்பிக்கை துளிர்க்கத் தொடங்கியது. ஆனால், அவர் கூறிய அடுத்த வார்த்தைகள் பரத்தின் நம்பிக்கையின்மீது ஒரு கரிய நிழலைப் போர்த்தின.

"துரதிர்ஷ்டவசமாக, என்னுடைய பயிற்சி மையம் அவ்வளவு பெரியது அல்ல. பாடத்திட்டங்களை உருவாக்குவதற்கு நான் ஏற்கனவே மூன்று நபர்களை வேலைக்கு வைத்திருக்கிறேன்," என்று மலூக்கா கூறினார்.

ஆனாலும், அதற்கு அடுத்து மலூக்கா உதிர்த்த வார்த்தைகள் பரத்தின் நம்பிக்கைக்கு மீண்டும் உயிர் கொடுத்தன. "ஆனால், புவியியல் பாடத்தை நடத்துவதற்கு எனக்கு ஒரு பயிற்றுவிப்பாளர் தேவை. உங்களால் பாடம் நடத்த முடியுமா? ஓர் இரண்டரை மணி நேர வகுப்புக்கு என்னால் 1,600 ரூபாய் கொடுக்க முடியும்."

துளிகூட யோசிக்காமல் பரத் அதற்கு உடனே ஒப்புக்

கொண்டார். அவருடைய இதயம் நன்றிப்பெருக்கால் திணறியது. அந்த வாய்ப்பு தனக்குப் பணத்தைப் பெற்றுக் கொடுப்பதோடு, அந்தப் பாடத்தில் தன் அறிவை ஆழமாக்கிக் கொள்ளவும் தனக்கு உதவும் என்பதை அவர் உணர்ந்தார். மலூக்காவின் வார்த்தைகள் பரத்தின் தன்னம்பிக்கைக்குப் புத்துயிர் அளித்தன.

மீண்டெழுதல்

பரத்தின் வாழ்வில் மற்றொரு குரூரத் திருப்பத்தை ஏற்படுத்த விதி திட்டமிட்டிருந்தது. 2020 ஜனவரி 14 அன்று, 2019 சிஎஸ்இ பிரதானத் தேர்வு முடிவுகள் வெளியாயின. அதில் பரத் வெற்றி பெற்றிருக்கவில்லை. அச்சமயத்தில் அவர் அத்தேர்வில் பெற்றிருந்த மதிப்பெண்கள் வெளியிடப்பட்டிருக்கவில்லை என்றாலும், இம்முறையும் புவியியல்தான் தன் காலை வாரிவிட்டிருக்கும் என்று அவர் உறுதியாக நம்பினார். அதனால், அவர் துணிச்சலானதொரு முடிவை எடுத்தார். 2020 சிஎஸ்இ தேர்வுக்கு விண்ணப்பித்தபோது, அரசறிவியல் மற்றும் சர்வதேச உறவுகள் ஆகிய இரண்டையும் விருப்பப்பாடங்களாக அவர் தேர்ந்தெடுத்தார்.

2020 மார்ச்சில் இந்தியாவில் கொரோனா வைரஸ் ஆடிய கோரத் தாண்டவத்தின் காரணமாக, முதல் நிலைத் தேர்வு தள்ளி வைக்கப்பட்டது. அந்த இருண்ட காலகட்டம், பரத் தான் தேர்ந்தெடுத்திருந்த புதிய பாடங்களைப் படிப்பதற்குத் தேவையான கால அவகாசத்தை அவருக்குக் கொடுத்தது. அப்பாடத்திற்குப் பரிந்துரைக்கப்பட்ட வழக்கமான புத்தகங்களை அவர் வாங்கிக் கொண்டார். அத்துடன், ஒரு பிரபலமான பயிற்றுவிப்பாளரின் குறிப்புகளையும் அவர் பயன்படுத்தினார்.

அப்போது அவருடைய தன்னம்பிக்கை மிகவும் குறைவாக இருந்ததால், இந்தியக் கடலோரக் காவல் படையில் உதவி கமான்டன்ட் வேலைக்கும், தேசிய வேளாண்மை மற்றும் கிராமப்புற வளர்ச்சி வங்கியில் (சுருக்கமாக, நபார்டு) உதவி மேலாளர் வேலைக்கும் அவர் விண்ணப்பித்தார். கடற்கரைக் காவல் படைத் தேர்வு முதலில் வந்தது. அதன் முதல் கட்டத்தை அவர் எளிதாகக் கடந்துவிட்டார். நபார்டின் முதல் நிலைத் தேர்விலும் அவர் தேறினார்.

2020 அக்டோபர் மற்றும் நவம்பர் மாதங்கள் பரத்திற்குப் பல வாய்ப்புகளையும் பல சவால்களையும் ஒருசேரக் கொண்டு வந்தன. நபார்டு பிரதானத் தேர்வு, கடற்கரையோரக் காவல்

படையின் இரண்டாம் கட்டத் தேர்வு, 2020 சிஎஸ்இ முதல் நிலைத் தேர்வு ஆகியவை அடுத்தடுத்து வந்தன.

முதலில் கடலோரக் காவல் படைத் தேர்வு வந்தது. அதில் பரத் வெற்றி பெற்றார். ஆனால், அவருடன் வெற்றி பெற்றிருந்த பிற தேர்வர்களைப்போல பரத் அது குறித்துப் பெரிதாக மகிழ்ச்சி அடையவில்லை. கடலோரக் காவல் படையில் சேர்வது ஒருபோதும் அவருடைய கனவாக இருந்திருக்கவில்லை என்பதால் அதில் வியப்பேதுமில்லை. பரத் சிஎஸ்இ முதல் நிலைத் தேர்விலும் தேறியிருந்தார், நபார்டு பிரதானத் தேர்விலும் தேறியிருந்தார்.

ஆனால், வெற்றி என்பது நீங்கள் அருகே செல்கின்றபோது உங்களைச் சீண்டி விளையாடக்கூடிய ஒன்று. கடலோரக் காவல் படை, பரத்தை, 2020 டிசம்பர் 26 அன்று பணியில் சேருமாறு கேட்டுக் கொண்டது. ஆனால், பரத்தின் சிஎஸ்இ பிரதானத் தேர்வு 2021 ஜனவரி 10 அன்று நடக்கவிருந்தது. தான் பணியில் சேர்ந்தால், அந்த நாளில் தன்னால் விடுப்பு எடுக்க முடியுமா என்று அவர் கடலோரக் காவல் படையிடம் கேட்டபோது, அவர்கள் முடியாது என்று கூறிவிட்டனர். அதனால், பரத் அதையும் உதறித் தள்ளுகின்ற துணிச்சலான முடிவை எடுக்க வேண்டியதாயிற்று. பரத் தன்னுடைய நிச்சயமற்றக் கனவைப் பின்தொடர்வதற்காக, கிடைத்த ஒரு வேலையை மீண்டும் ஒரு முறை தியாகம் செய்தார். எப்போதும் அவருக்குப் பக்கபலமாக விளங்கிய அவருடைய பெற்றோர் இம்முறையும் அவருடைய இந்தத் துணிச்சலான முடிவுக்கு மனமுவந்து ஆதரவளித்தனர்.

விரைவில் நபார்டு தேர்வின் முடிவுகள் வெளியாயின. வெற்றியாளர்களின் பட்டியலில் அவருடைய பெயரும் இடம் பெற்றிருந்தது. 2021 மார்ச் 23 அன்று, பரத், லக்னோவிலுள்ள நபார்டு ஊழியர் பயிற்சி மையத்திற்குள் நுழைந்தார். அத்துடன், வேலையில்லாமல் அவர் பயணித்திருந்த மூன்றாண்டுகாலப் பயணம் ஒரு முடிவுக்கு வந்தது. ஒரு-வாரகாலப் பயிற்சிக்குப் பிறகு, நபார்டின் சிம்லா கிளையில் அவர் பணியமர்த்தப்பட்டார்.

யூபிஎஸ்சி கனவாளிகளின் கல்லறை

ஆனாலும், விதி தன்னுடைய தூரிகையால் தொடர்ந்து பரத்தின் கதையை எழுதிக் கொண்டிருந்தது. பரத் நபார்டில் வேலைக்குச் சேர்ந்த மறுநாள் சிஎஸ்இ பிரதானத் தேர்வு முடிவுகள் வெளியாயின. அதில் அவர் வெற்றி பெற்றிருந்தார்.

மீண்டும் அவரை உற்சாகம் தொற்றிக் கொண்டது. ஆனால், அவருடைய வெற்றிக் களிப்பு, விரைவில், நபார்டு அலுவலகத்தில் பரவியிருந்த பொறாமைத் தீயில் கருகத் தொடங்கியது.

தங்கள் ஊழியர்கள் தங்களுடைய ஐஏஎஸ் கனவைப் பின்தொடர்வதை நபார்டு சகித்துக் கொள்வதில்லை என்று ஓர் அதிகாரி பரத்திடம் தெரிவித்தார். நபார்டும் ரிசர்வ் வங்கியும் ஐஏஎஸ் கனவாளிகளின் கல்லறை என்று அவர் கூறினார். நபார்டில் இருக்கின்ற கிட்டத்தட்ட அனைத்து அதிகாரிகளும் குறைந்தது ஒரு முறையாவது சிஎஸ்இ தேர்வு எழுதித் தோற்றவர்கள் என்ற நிதர்சனத்தையும் அவர் வெளிப்படுத்தினார். அங்கு வந்த பிறகும் ஐஏஎஸ் கனவைப் பின்தொடர்ந்து கொண்டிருப்பவர்களின் தோல்வியை உறுதி செய்வதற்கு அவர்களுடைய பணிச்சுமை கணிசமாக அதிகப்படுத்தப்படுவதை அந்த அதிகாரிகள் வாடிக்கையாகக் கொண்டிருந்தனர்.

அந்த அதிகாரி கூறிய அனைத்தும் உண்மைதான் என்பதை பரத் விரைவில் புரிந்து கொண்டார். பொறாமை பிடித்த அவருடைய மேலதிகாரிகள், அவர் சிஎஸ்இயின் கடைசி எல்லையை வெற்றிகரமாகக் கடந்துவிடக்கூடாது என்று கங்கணம் கட்டிக் கொண்டு, வேண்டுமென்றே அவருடைய வேலைப் பளுவைக் கணிசமாக அதிகரித்தனர். அவர் மேற்பார்வைத் துறையில் பணியமர்த்தப்பட்டிருந்தார். பொதுவாக அத்துறையில் பட்டயக் கணக்காளர் பட்டம் பெற்றிருந்தவர்களேயே நியமிப்பர். பிராந்திய ஊரக வங்கிகள் மற்றும் பிராந்தியக் கூட்டுறவு வங்கிகளின் கணக்குகளைப் பரிசோதித்துத் தணிக்கை செய்ய வேண்டிய கடுமையான பணி பரத்திற்குக் கொடுக்கப்பட்டது. தேவையில்லாமல் அவருக்குத் திட்டு விழுந்தது. நியாயமற்ற முறையில் அவர் அவமானப்படுத்தப்பட்டார். எந்தவிதமான காரணங்களுமின்றி அவர் பந்தாடப்பட்டார்.

இந்தச் சூறாவளிச் சூழலுக்கு மத்தியிலும், தூரத்தில் தெரிந்து கொண்டிருந்த நம்பிக்கைக் கீற்றுதான் பரத்திற்கு ஓரளவு தெம்பளித்துக் கொண்டிருந்தது. அவர் நேரம் கிடைத்தபோதெல்லாம் தயாரிப்பில் ஈடுபட்டார். தன்னுடைய ஐஏஎஸ் கனவைப் பின்தொடர்வதற்கான கடைசி வாய்ப்பு இதுவாகத்தான் இருக்கும் என்பதை அவர் அறிந்திருந்ததால், நேரம் வேகமாகக் கரைந்து கொண்டிருந்ததை அவர் பிரக்ஞையுடன் அவதானித்துக் கொண்டிருந்தார்.

பயிற்சி மையங்கள் குறித்து யூபிஎஸ்சி கொண்டிருக்கும் இகழ்ச்சியின் சுவை

பரத் தன்னுடைய இரண்டாவது நேர்முகத் தேர்வின்போது, அவர் முற்றிலும் எதிர்பார்த்திராத ஒரு கடினமான சவாலை எதிர்கொண்டார். அவர் சிஎஸ்இ தேர்வுக்காக விண்ணப்பித்த சமயத்தில் மலூக்கா ஐஏஎஸ் பயிற்சி மையத்தில் வேலை பார்த்துக் கொண்டிருந்ததால், அதைத் தன்னுடைய விரிவான விண்ணப்பப் படிவத்தில் அவர் குறிப்பிட்டிருந்தார். ஆனால், பின்னர் அவர் நபார்டில் சேர்ந்திருந்தபோதிலும், அப்புதிய தகவலை விரிவான விண்ணப்பப் படிவத்தில் சேர்த்துக் கொள்வதற்கு வழியேதும் இருக்கவில்லை என்பதால் அதைப் பற்றி அவர் குறிப்பிட்டிருக்கவில்லை.

தற்போது அவர் நபார்டில் பணியாற்றிக்கொண்டிருந்ததால், நேர்முகத் தேர்வில், வங்கித் துறை, காப்பீட்டுத் துறை மற்றும் நிதித் துறை தொடர்பான கேள்விகள் தன்னிடம் கேட்கப்படும் என்று அவர் எதிர்பார்த்திருந்தார். அதற்கு அவர் தன்னைத் தயார்படுத்தியிருந்தார். அவர்கள் தன்னுடைய பயிற்சி மையப் பணி குறித்துக் கேட்டால்கூட, இப்போது தான் நபார்டில் பணியாற்றிக் கொண்டிருந்ததைப் பற்றிக் கூறி, உரையாடலின் திசையைத் தன்னால் திருப்பிவிட முடியும் என்று அவர் நம்பிக் கொண்டிருந்தார். ஆனால், எப்போதுமே நாம் நினைப்பது ஒன்றாகவும் நடப்பது வேறொன்றாகவும் இருக்கிறது. இந்த விஷயத்தில் காரியங்கள் பரத் எதிர்பார்த்திருந்தபடி நிகழவில்லை.

தேர்வுக் குழுவினர், பயிற்சி மையக் கலாச்சாரத்தை அடியோடு வெறுத்தனர். அதனால், முன்பு அப்படிப்பட்ட தொரு மையத்தில் பரத் வேலை பார்த்திருந்த காரணத்தால், அவரை அவர்கள் வறுத்தெடுத்துவிட்டனர். முதல் கணையைத் தேர்வுக் குழுத் தலைவர் ஏவினார். சமூகப் பொருளாதார இடைவெளி குறித்த பரத்தின் கண்ணோட்டத்தைக் கேள்விக்கு உட்படுத்தும் விதமாக, "இருப்பவர்களுக்கும் இல்லாதவர்களுக்கும் இடையில் நடந்து கொண்டிருக்கின்ற காரியங்கள் நல்லதென்று நீங்கள் நினைக்கிறீர்களா?" என்று அவர் கேட்டார்.

அடுத்த அம்பு இன்னும் கூர்மையானதாக இருந்தது: "பயிற்சி மையங்கள் சரியான செயலைச் செய்து கொண்டிருப்பதாக நீங்கள் கருதுகிறீர்களா?" தேர்வுக் குழுத் தலைவர், பயிற்சி மையங்கள் குறித்து யூபிஎஸ்சி கொண்டிருக்கின்ற வெறுப்பை வெளிப்படையாகவே வெளிப்படுத்தினார். "ஒரு மாணவர்

ஒரு தலைப்பில் 200 பக்கங்கள் படிக்க வேண்டும் என்று யூபிஎஸ்சி எதிர்பார்க்கிறது. ஆனால், பயிற்சி மையத்தைச் சேர்ந்த நீங்கள் என்னவென்றால், அவற்றிலிருந்து சாறு பிழிந்து 20 பக்கங்களாகச் சுருக்கிக் கொடுத்துவிடுகிறீர்கள். இது நியாயம் என்று நீங்கள் நினைக்கிறீர்களா?" பரத் மேலும் வறுத்தெடுக்கப்பட்டார். அந்தப் பயிற்சி மையத்தில் தான் இனியும் பணியாற்றிக் கொண்டிருக்கவில்லை என்பதை அவர் தெளிவுபடுத்த முயன்றபோதிலும், தேர்வுக் குழுத் தலைவர் தன் தாக்குதலை நிறுத்தவில்லை.

ஆனால், பரத் அத்தாக்குதலைத் துணிச்சலுடன் எதிர்த்து வாதிட்டார். தேர்வுக் குழுவினர் கொண்டிருந்த, பயிற்சி மையங்களுக்கு எதிரான போக்கை எதிர்த்து பரத் தன் வாதங்களை ஆணித்தரமாகவும் தன்னம்பிக்கையுடனும் எடுத்துரைத்தார். பயிற்சி மையங்கள் வகிக்கின்ற பாத்திரம் குறித்தத் தன் எண்ணங்களை அவர் அவர்கள் முன்பு வைத்தார். பயிற்சி மையங்கள் வெறும் வழிகாட்டுதலை மட்டுமே வழங்குகின்றன என்றும், பாடங்களில் ஆழமாகச் செல்ல வேண்டிய பொறுப்பு தேர்வு எழுதுபவர்களுடையது என்றும் அவர் வாதிட்டார். அவருடைய அமைதியான அணுகுமுறையின் காரணமாகவும், அவர்களுடைய சரமாரியான தாக்குதல்களுக்கு அவர் பகுத்தறிவுரீதியாகப் பதிலளித்த விதத்தின் காரணமாகவும், அவர்கள் வேறு விஷயங்களுக்குத் தாவினர். தேர்வுக் குழுவினர் அடுத்து அவருடைய பொழுதுபோக்குகள் பக்கம் திரும்பியது பரத்திற்கு ஆசுவாசமளித்தது. பரத்திற்கு வியப்பளிக்கும் விதமாக, அவரிடம் நபார்டு பற்றியோ அல்லது நிதித் துறை பற்றியோ எந்தவொரு கேள்வியும் கேட்கப்படவில்லை.

கார் நிறுத்துமிடத்தில் சத்தமாக ஓர் அழுகை

2021 செப்டம்பர் 24 அன்று, சிம்லாவிலுள்ள நபார்டு நடத்திய கருத்தரங்கு ஒன்றில், பரத் தன்னுடைய உதவியாளர் ரோஹனுடன் கலந்து கொண்டிருந்தார். அதில் அவரால் கவனம் செலுத்த முடியவில்லை. அதைக் கவனித்துவிட்ட அவருடைய மேலதிகாரி அவரைத் திட்டினார். அன்று சிஎஸ்இ தேர்வு முடிவுகள் வெளியாகும் என்ற வதந்தி அன்று காலையிலிருந்தே பரவியிருந்தது. யூபிஎஸ்சி அலுவலகத்தின் அறிவிப்புப் பலகையிலிருந்த பிற அறிவிப்புகள் அனைத்தும் நீக்கப்பட்டு அது காலியாக இருந்ததைக்கூட ஒருவர் புகைப்படம் எடுத்து இணையத்தில் பகிர்ந்திருந்தார்.

அடுத்து நடக்கவிருந்த சிஎஸ்இ தேர்வு எழுதுவதற்கு ரோஹன் தன்னைத் தயார்படுத்திக் கொண்டிருந்தார் என்பதால், பரத் அவரிடம் இத்தகவலைப் பகிர்ந்து கொண்டிருந்தார். அக்கூட்டத்தில் பரத்தின் பங்கு மாலை 6 மணிக்கு முடிந்துவிட்டதால், அவர் அங்கிருந்து வெளியேறியபோது, ரோஹன் தன் காரில் அவரை அவருடைய வீட்டில் இறக்கிவிட முன்வந்தார். அவர் பரத்திடம், "கார் நிறுத்துமிடத்தில் நீங்கள் காத்திருங்கள். நான் மேலேயுள்ள அறைக்குச் சென்று என்னுடைய காரின் சாவியை எடுத்து வருகிறேன்," என்று கூறிவிட்டு அங்கிருந்து போய்விட்டார்.

பரத் கார் நிறுத்துமிடத்தில் காத்துக் கொண்டிருந்தபோது தன்னுடைய டெலிகிராம் செயலியைத் திறந்தார். அதைப் பார்த்தவுடன் அவருடைய இதயம் ஒரு நிமிடம் நின்று துடித்தது. யாரோ ஒருவர் 2020 சிஎஸ்இ தேர்வு முடிவுகள் அடங்கிய பிடிஎஃப் கோப்பு ஒன்றை அதில் தரவேற்றியிருந்தார். பரத் தன் மூச்சைப் பிடித்துக் கொண்டு அந்தக் கோப்பைத் திறந்து அதில் தன் பெயரைத் தேடினார். அங்கு 'பரத் சிங்' என்ற பெயரைப் பார்த்ததும் ஒரு கணம் அவர் அப்படியே உறைந்துவிட்டார். துல்லியமாக அக்கணத்தில் அவருடைய அலைபேசி ஒரு தெய்விகத் தற்செயல் நிகழ்வுபோல ஒலித்தது. அவருடைய அம்மாவிடமிருந்து வந்த அழைப்பு அது. பரத்தின் அம்மா வழக்கமாக அவரை மாலை வேளைகளில் அந்த நேரத்தில் தொடர்பு கொண்டு அவருடைய உடல்நலம் பற்றி விசாரிப்பார்; பரத் வீடு திரும்பும்போது வீட்டிற்கு வாங்கிச் செல்ல வேண்டிய பொருள்கள் எவையேனும் இருந்தால் அவற்றை பரத்துக்கு நினைவுபடுத்துவார்.

தான் எப்போது ஐஏஎஸ் தேர்வில் வென்றாலும் அச்செய்தியை முதலில் தெரிந்து கொள்கின்ற நபராகத் தன் அம்மாதான் இருக்க வேண்டும் என்று பரத் எப்போதுமே நினைத்து வந்தார். கடவுள் அன்று அவருடைய ஆசையை நிறைவேற்றியிருந்தார். அவர் தன் தேர்வு முடிவைத் தெரிந்து கொண்ட துல்லியமான அக்கணத்தில் அவருடைய அம்மா அவரை அழைத்திருந்தார். தன்னுடைய அம்மாவின் குரலைக் கேட்டவுடன் பரத் மிகவும் உணர்ச்சிவசப்பட்டார். அவரால் தன் கண்ணீரைக் கட்டுப்படுத்த முடியவில்லை. அது கார் நிறுத்துமிடம் என்றுகூடப் பார்க்காமல் அவர் சத்தமாக அழத் தொடங்கிவிட்டார். அங்கிருந்த காவலாளியும் மற்றவர்களும் தன்னை எப்படி எடைபோடுவார்கள் என்பது பற்றி அவர் கிஞ்சித்தும் கவலைப்படவில்லை.

"அம்மா, இப்போது உங்கள் மகன் ஓர் ஐஏஎஸ் அதிகாரி!"

என்று பரத் பெருமையுடனும் அளவிலா மகிழ்ச்சியுடனும் தன் அம்மாவிடம் அறிவித்தார்.

உற்சாகத்தின் உச்சிக்கே சென்றுவிட்ட உமா, தன்னைக் கட்டுப்படுத்திக் கொள்ள முடியாமல், "டாலியின் அப்பா, இங்கே ஓடி வாருங்கள்! பரத் தேர்ச்சி பெற்றுவிட்டான்," என்று மகிழ்ச்சியாகக் கத்தினார். அவருடைய கண்களிலிருந்து ஆனந்தக் கண்ணீர் வழிந்தது.

பரத் இந்தப் பரவச வெள்ளத்தில் நீந்திக் கொண்டிருந்தபோது, ரோஹன் அங்கு ஓடி வந்தார். அவர் தன்னுடைய டெலிகிராம் செயலியில் தேர்வு முடிவுகளைப் பார்த்திருந்ததால், பரத்திடம், "வாழ்த்துகள் சார்! நீங்கள் சாதித்துவிட்டீர்கள்!" என்று தன் பாராட்டுகளைத் தெரிவித்தார். தன் மகிழ்ச்சியைக் கட்டுப்படுத்திக் கொள்ள முடியாத ரோஹன், பரத்தை இறுக்கமாகக் கட்டியணைத்து அவரைத் தன் தோள்களுக்கு மேலே தூக்கினார். அப்போதும் பரத் தன் குடும்பத்தாருடன் தொடர்ந்து பேசிக் கொண்டிருந்தார்.

ஒரு புதிய உலகில் அவதரிப்பு

பரத் ஒருவழியாகத் தன் குடும்பத்தாருடனான உரையாடலை நிறைவு செய்தார். ஆனாலும், தன்னுடைய அடுத்தக் கட்ட நடவடிக்கை என்னவாக இருக்க வேண்டும் என்ற யோசனையில் அவர் அப்படியே ஆணியடித்தாற்போல அங்கேயே நின்று கொண்டிருந்தார். ஆனாலும் ஓர் ஆழமான ஆசுவாசம் அவரிடம் பரவியது. இனியும் அவர் சிஎஸ்இ என்ற பயங்கரமான சுழற்சி வட்டத்திற்குள் உழன்று கொண்டிருக்கத் தேவையில்லை. யூபிஎஸ்சி என்ற சிகரத்தில் அவர் வெற்றிக் கொடி நாட்டிவிட்டார்.

"சார், மேலே மூத்த அதிகாரிகளின் கூட்டம் இன்னும் முடியவில்லை. நாம் அங்குச் சென்று இச்செய்தியை அவர்களுக்குத் தெரிவிக்கலாம்," என்ற ரோஹனின் குரல் பரத்தை இவ்வுலகிற்கு மீட்டுக் கொண்டு வந்தது. பரத்தின் மனம் இன்னும் உணர்ச்சிக் கொந்தளிப்பிலிருந்து முழுமையாக மீண்டிராத நிலையில், அவர் மௌனமாக ரோஹனைப் பின்தொடர்ந்து சென்றார். அதிகாரிகளின் கூட்ட அறைக்குள் நுழைவதற்கு முன்பாக, தன் மனத்தை அமைதிப்படுத்திக் கொள்வதற்காக அவர் ஒப்பனை அறைக்குச் சென்று தன் முகத்தைக் கழுவிக் கொண்டார்.

இதற்கிடையே, அந்த அறைக்கு வெளியே காத்திருந்த சஞ்சய் என்ற பியூனிடம், பரத் ஐஏஎஸ்ஸாகத் தேர்வாகியிருந்த

செய்தியை ரோஹன் அறிவித்தார். சஞ்சய் ஒரு பியூனாக இருந்தபோதிலும், அவர் தலைமைப் பொது மேலாளரின் பியூனாக இருந்ததால், தன்னைப் பற்றிய ஒரு மிதப்பு எப்போதும் அவருக்கு இருந்தது. பரத் போன்ற உதவி மேலாளர்களின் வணக்கங்களைக்கூட அவர் மதித்துப் பதில் வணக்கம் செலுத்த மாட்டார். ஆனால், அந்த அசாதாரணமான நாளில், பரத் அவரை நெருங்கியபோது, சஞ்சய் கிட்டத்தட்ட பரத்தின் கால்களில் விழுந்து அவருக்கு வாழ்த்து தெரிவித்தார்.

அப்போதும் பிரமிப்பிலிருந்து மீளாதிருந்த பரத், சஞ்சயின் வாழ்த்துகளை ஏற்றுக் கொண்டு ரோஹனுடன் கூட்ட அறைக்குள் நுழைந்தார். ரோஹன், தனக்கும் தலைமைப் பொது மேலாளருக்கும் இடையே இருந்த அடுக்கதிகார இடைவெளியை ஒரு கணம் அலட்சியம் செய்துவிட்டு, நேராக அவரிடம் சென்று, "சார், பரத் சார் தேர்வாகிவிட்டார்," என்று அறிவித்தார்.

ஒரு கீழ்நிலை எழுத்தரால் தன்னுடைய கூட்டத்திற்கு இடையூறு ஏற்பட்டிருந்தது குறித்து எரிச்சல் அடைந்த அந்தப் பொது மேலாளர், ஒரு கடுகடுப்பான குரலில், "எதற்குத் தேர்வாகி இருக்கிறார்?" என்று கேட்டார். "ஐஏஎஸ்ஃக்கு, சார்! சில நிமிடங்களுக்கு முன்புதான் முடிவுகள் வெளியாயின," என்று கூறிய ரோஹன், தனக்குப் பின்னால் அமைதியாக நின்று கொண்டிருந்த பரத்தைச் சுட்டிக்காட்டினார்.

தலைமைப் பொது மேலாளர் உடனே தன் இருக்கையைவிட்டு எழுந்து பரத்தைப் பாராட்டும் விதமாக அவருடன் கைகுலுக்கினார். அங்கிருந்த பிற அதிகாரிகளும் அவருடைய வழியைப் பின்பற்றி பரத்துக்குத் தங்களுடைய வாழ்த்துகளைக் கூறினர். பரத் நேர்முகத் தேர்வுக்குப் படிப்பதற்கு விடுப்பு அளிக்க மறுத்திருந்த, அவரை அவ்வப்போது தேவையில்லாமல் பாடாய்ப் படுத்தியிருந்த துணைப் பொது மேலாளர்கூட, ஓர் அசட்டுப் புன்னகையுடன், "பரத், நான் உன்னை எப்போதாவது பார்க்க வந்தால், எனக்கு நேரம் ஒதுக்கி, எனக்கு இருக்கை தந்து, என்னிடம் பேசுவாயா?" என்று கூறியவாறே தன் வாழ்த்துகளைத் தெரிவித்தார். அந்த அறை சிரிப்பால் அதிர்ந்தது.

சிஎஸ்இ முடிவுகள் வெளியான சில கணங்களுக்கு உள்ளாகவே, தான் ஒரு புதிய உலகில் அவதரித்திருந்ததைப்போல பரத் உணர்ந்தார்.

எதார்த்தம் வசப்பட மறுத்தது

வெற்றிகரமாகத் தேர்ச்சி பெற்றப் பிற தேர்வர்களைப்போல அல்லாமல், பரத்தும் அவருடைய பெற்றோரும் பரத்தின் வெற்றியை அடக்கி வாசிக்கத் தீர்மானித்தனர். தேர்ந்தெடுத்த ஒரு சிலருடன் மட்டுமே அந்த மகிழ்ச்சியான செய்தியை அவர்கள் பகிர்ந்து கொண்டனர். நபார்டில் தன் வேலையில் கவனம் செலுத்திய பரத், தன் தில்லிப் பயணத்தை வெகு நாள்களுக்குத் தள்ளிப்போட்டார். இருபது நாள்களுக்குப் பிறகு அவர் தில்லி திரும்பியபோது, அவருடைய அம்மா அவருக்கு ஆரத்தி எடுத்து அவரை வரவேற்றார். அவர்கள் தங்களுடைய குடும்பத்திற்குள்ளாக ஒரு கேக் வெட்டி அதைக் கொண்டாடி மகிழ்ந்தனர்.

தன் பெயர் அப்பட்டியலில் இருந்ததைப் பல முறை பார்த்து உறுதி செய்து கொண்டபோதும், வெற்றியின் எதார்த்தம் பரத்திற்குள் இறங்க நேரம் பிடித்தது. பல சமயங்களில், “அது ஒரு கனவா?” என்றுகூட அவர் நினைத்தார். தன் வெற்றி தன்னிடமிருந்து பறிக்கப்பட்டுவிடுமோ என்று அஞ்சிய அவர், தான் அதிகாரபூர்வமாக லால் பகதூர் சாஸ்திரி தேசிய நிர்வாகப் பயிற்சி நிறுவனத்தை அடைகின்றவரை, அதை ஒரு இரகசியமாக வைத்திருக்கும்படி அவர் தன் பெற்றோரைக் கேட்டுக் கொண்டார்.

அத்துடன், பொதுவாக சிஎஸ்இ தேர்வில் தேறியவர்கள், பயிற்சி மையங்களுக்கு வழங்குகின்ற வெற்றி முழக்கம் தெறிக்கின்ற பேச்சுகளைத் தான் வழங்கப் போவதில்லை என்ற தீர்மானத்தையும் அவர் பிரக்ஞைபூர்வமாக எடுத்தார். ஆனால், ஓர் இக்கட்டான காலகட்டத்தில் தனக்கு உதவியிருந்த மலூக்காவுக்குத் தான் கடன்பட்டிருந்ததாக உணர்ந்த பரத்தால், அவருடைய வேண்டுகோளை மட்டும் தட்டிக்கழிக்க முடியவில்லை.

மலூக்காவின் மையத்திற்கு வந்து சேர்ந்த பரத், விரிவுரை வழங்குகின்ற அறைக்குச் சென்றபோது, அவருடைய நினைவுகள் ஓராண்டு பின்னோக்கிச் சென்றன. 2020-ல், பிரதானத் தேர்வில் அவர் தோற்றிருந்த செய்தி அவரை வந்தடைந்திருந்தபோது, அவர் அதே பத்தடிகளை எடுத்து வைத்ததை அவர் நினைவுபடுத்திக் கொண்டார். அப்போது, அவர் தன் தலையைத் தொங்கப் போட்டவாறு நடந்து சென்றார். அவமான உணர்வு அவரைப் பிய்த்துத் தின்று கொண்டிருந்தது. தன் தேர்வு முடிவுகள் குறித்து மாணவர்களிடமிருந்து வரும் கேள்விகளைத் தான் எப்படிச்

சமாளிக்கப் போகிறோம் என்ற யோசனையில் மூழ்கியிருந்த அவர், அம்மாணவர்களின் கண்களை நேருக்கு நேராகப் பார்ப்பதைத் தவிர்த்துக் கொண்டிருந்தார்.

ஆனால், இப்போது நிலைமை முற்றிலுமாக மாறியிருந்தது. இப்போது மலூக்கா சகிதம் நடந்து சென்ற பரத், மகிழ்ச்சியுடனும் பெருமிதத்துடனும் நெஞ்சை உயர்த்தி நடந்து சென்றார். அவர்கள் அந்த அறையை அடைந்ததும், மலூக்கா பரத்திற்கு மாலை அணிவித்து அவரைக் கௌரவப்படுத்தினார். பரத் அந்த மாணவர்களுடன் ஒன்றரை மணி நேரம் ஆத்மார்த்தமாகப் பேசினார்.

மாநிலங்கள் ஒதுக்கப்படுகின்ற புதிர்

2022 மார்ச் 14 அன்று மாலை 7 மணியை ஒட்டி, லால் பகதூர் சாஸ்திரி தேசிய நிர்வாகப் பயிற்சி நிறுவனத்திலிருந்த 'காவேரி விடுதியில்' இருந்த தன் அறையில் பரத் தனியாக அமர்ந்திருந்தார். அவருடைய அறைத் தோழர் அன்று இரவு உணவு உண்பதற்காகச் சீக்கிரமாகவே போய்விட்டிருந்தார். மசூரியின் பிரபலமான கடைவீதிப் பக்கம் தன் நண்பர்களுடன் சென்றுவிட்டு அப்போதுதான் தன் அறைக்குத் திரும்பியிருந்த பரத், ஒரு மணிநேரத்திற்குப் பிறகு அதிகாரிகளின் உணவறையில் மீண்டும் தன் நண்பர்களைச் சந்திப்பதை எதிர்பார்த்துக் காத்திருந்தார்.

அவர்களுடைய அடிப்படைப் பயிற்சி 2022 மார்ச் 17 அன்று நிறைவடைய இருந்ததால், அந்தப் பயிற்சி நிறுவனத்தை ஒருவிதமான பரபரப்பு தொற்றிக் கொண்டிருந்தது. அந்தக் கடைசி நேரங்களைத் தன் நண்பர்களுடன் சேர்ந்து கழிப்பது குறித்து பரத் ஆர்வமாக இருந்தார். யூபிஎஸ்சி தேர்வில் தேறியிருந்த அனைவருக்கும் சேர்த்து அளிக்கப்படுகின்ற அடிப்படைப் பயிற்சி முடிந்த பிறகு, ஐஏஎஸ் தவிர பிற பணிகளுக்குத் தேர்ந்தெடுக்கப்பட்டிருந்தவர்கள் தங்களுக்கு ஒதுக்கப்பட்டிருந்த துறைசார் பயிற்சி நிறுவனங்களுக்குச் சென்றுவிடுவர் என்பதால், பரத்தின் நண்பர்களில் சிலரும் அங்கிருந்து கிளம்பிவிடுவர்.

திடீரென்று அவருடைய அறைக்கு வெளியே இருந்த தாழ்வாரத்தில் ஒரு கூச்சல் எதிரொலித்தது. "மாநிலங்கள் ஒதுக்கல் பட்டியல் வெளியாகிவிட்டது!"

மாநிலங்கள் ஒதுக்கப்படுதல் என்பது மிகவும் முக்கியமான ஒன்றாகும். ஏனெனில், ஓர் ஐஏஎஸ் அதிகாரி, தனக்கு ஒதுக்கப்படுகின்ற மாநிலத்தின் உள்ளூர் மொழியைக் கற்றுக்

கொள்ள வேண்டியிருக்கும். அத்துடன், தங்களுடைய சேவைக் காலத்தின் பெரும்பகுதியை அவர்கள் அங்கேதான் கழிக்க வேண்டியிருக்கும். பரத் தன்னுடைய அலைபேசியை எடுத்து வாட்ஸ்அப் செயலியைத் திறந்தார். மாநிலங்கள் ஒதுக்கல் பட்டியலின் பிடிஎஃப் கோப்பு ஒன்று அங்கு அவருக்காகக் காத்துக் கொண்டிருந்தது.

தன்னுடைய ரேங்க் மற்றும் தான் அளித்திருந்த முன்னுரிமைகளின் அடிப்படையில் தனக்கு ஆந்திரப் பிரதேச மாநிலம் ஒதுக்கப்படும் என்று பரத் எதிர்பார்த்திருந்தார். ஆனால், அப்பட்டியலில் அவருடைய கண்கள் ஓடியபோது, தான் மேற்கு வங்காள மாநிலத்திற்கு ஒதுக்கப்பட்டிருந்ததை அவர் கண்டார். அது குறித்த யோசனையில் அவர் ஆழ்ந்திருந்தபோது, அவருடைய அலைபேசி ஒலித்தது. அழைத்தவர், அவருடைய நண்பரும் ஓர் ஐபிஎஸ் அதிகாரியுமான ராகுல் ரெட்டி. ரெட்டி அவருடைய மாநில ஒதுக்கல் குறித்து அவருக்குப் பாராட்டுகளைத் தெரிவித்தார்.

பரத் அவரிடம், "ரெட்டி, எனக்குக் குழப்பமாக இருக்கிறது. நான் ஆந்திரப் பிரதேசத்தை எதிர்பார்த்துக் கொண்டிருந்தேன்," என்று கூறினார்.

"உங்களுடைய குடும்பத்திலிருந்து யார் ஆந்திரப் பிரதேசத்தில் வசிக்கின்றனர்? உங்களுக்குத் தெலுங்கு மொழி தெரியுமா? அங்குள்ள செல்வாக்குமிக்க மனிதர்கள் யாரையாவது உங்களுக்குத் தெரியுமா?" என்று ரெட்டி அவருடன் அமைதியாக வாதிட்டார்.

சிறிது நேர ஆலோசனைக்குப் பிறகு, "இல்லை," என்று பரத் பதிலளித்தார்.

"அப்படியானால், நீங்கள் மேற்கு வங்கத்தில் வேலை பார்த்தால் என்ன அல்லது ஆந்திராவில் வேலை பார்த்தால் என்ன? அது என்ன வித்தியாசத்தை ஏற்படுத்திவிடப் போகிறது?" என்று ரெட்டி கேட்டார். அவருடைய கேள்வியிலிருந்த தர்க்கம் சரியானதாக இருந்தது.

ரெட்டியின் அறிவுரை பரத்தின் முகத்தில் ஒரு புன்னகையைப் படரவிட்டது. அந்த இரண்டு மாநிலங்களுமே தில்லியிலிருந்து வெகு தொலைவில் இருந்தன. அந்த இரண்டு மாநிலங்களில் அவர் எங்குச் சென்றாலும் அவர் புதிதாக ஒரு மொழியைக் கற்றுக் கொண்டுதான் ஆக வேண்டும். ஒரு பரந்துபட்டக் கண்ணோட்டத்தில் பார்த்தால், அந்த இரண்டு மாநிலங்களுக்கும் இடையேயான வேறுபாடு முக்கியத்துவமற்றதாகவே இருந்தது.

கங்காசாகர் மேளாவில் பாடம் கற்றுக் கொள்ளல்

லால் பகதூர் சாஸ்திரி தேசிய நிர்வாகப் பயிற்சி நிறுவனத்தில் தன்னுடைய முதற்கட்டப் பயிற்சியை முடித்தப் பிறகு பரத் பெற்ற மாவட்டப் பயிற்சி அவருக்கு மிகச் சிறந்த பாடங்களைக் கற்றுக் கொடுத்தது. 'தெற்கு 24 பர்கனா' மாவட்டம் அவருக்கு ஒதுக்கப்பட்டது. அங்கு அவர் பல்வேறு துறை அலுவலகங்களில் பணியாற்றினார். அத்துடன், அதன் கோட்ட வளர்ச்சி அலுவலகத்தின் தலைவராகவும் அவர் பணியாற்றினார்.

ஆனால், அவர் மிகவும் இரசித்து அனுபவித்த ஓர் அனுபவம், சாகர் தீவில் நடைபெற்ற கங்காசாகர் மேளாவை நடத்தியதுதான். அக்குழுவை அந்த மாவட்டக் குற்றவியல் நடுவர் தலைமையேற்று நடத்தினார்.

அந்த மாபெரும் திருவிழாவுக்கு, கிழக்கு உத்தரப் பிரதேசம், பீகார், ஜார்க்கன்ட் மற்றும் சட்டிஸ்கர் மாநிலங்களிலிருந்து புனிதப் பயணியர் வருவர். மகர சங்கராந்தியன்று, கங்கையாறு கடலில் கலக்கின்ற இடத்தில் புனித நீராடுவதற்கு இலட்சக்கணக்கானோர் அங்குக் கூடுவர்.

அதை ஏற்பாடு செய்வதிலுள்ள ஒரு முக்கியப் பிரச்சனை, பெரும் மக்கட்கூட்டத்தை நிர்வகிப்பது. அத்துடன், அது நடைபெறுகின்ற இடம் வெறும் 280 சதுர கிலோமீட்டர் அளவே உள்ள ஒரு சிறிய தீவாக இருப்பது இன்னொரு பிரச்சனை. கூட்டத்தைக் கண்காணிக்கின்ற பொறுப்பு பரத்திற்கு வழங்கப்பட்டது. கண்காணிப்புக் கேமராக்களைப் பயன்படுத்திச் சட்டம் ஒழுங்கு சீர்குலையாமல் பார்த்துக் கொள்ள வேண்டியது அவருடைய பொறுப்பாக இருந்தது. அத்துடன், அவ்விழாவின் பல்வேறுபட்டப் பங்குதாரர்களை ஒருங்கிணைக்கின்ற பணியும் அவருடைய தலையின்மீது விழுந்தது. ஒன்றிய மற்றும் மாநில அரசு அதிகாரிகள் வகிக்கின்ற பாத்திரங்கள் குறித்துப் புரிந்து கொள்வதற்கு அது பரத்திற்கு ஒரு நல்ல வாய்ப்பாக அமைந்தது.

அந்த விழாவுக்கு வந்திருந்த எண்ணற்றப் பிரமுகர்களின் விஜயங்களை ஒருங்கிணைத்ததன் மூலம், முக்கியப் பிரமுகர்களுக்கு வழங்கப்படுகின்ற அரசாங்க மரியாதைகளைப் பற்றி பரத் கற்றுக் கொண்டார். அத்துடன், அவர் வகித்தப் பொறுப்பின் காரணமாக, ஊடகங்களை நேர்த்தியாகக் கையாள்கின்ற லாவகத்தையும் அவர் கற்றுக் கொண்டார். அந்தப் பெருவிழாவின் மூலமாக அவருக்குப் பன்முக அனுபவங்கள் கிடைத்தன. அதன் ஊடாக, இதுபோன்ற மிக

முக்கியமான விழாக்களின்போது பல்வேறு சக்திகள் எப்படி ஒரு சிக்கலான முறையில் சேர்ந்து இயங்கும் என்பதையும் அவர் கற்றுக் கொண்டார். உள்ளூர் மக்களிடம் தொடர்ந்து கலந்துறவாட வேண்டியிருந்ததன் காரணமாக அவர் தன்னுடைய வங்காள மொழிப் புலமையைக் கூர்தீட்டிக் கொண்டார்.

பரத்தின் வாழ்க்கைப் பயணத்தில், அவருடைய அம்மாவும் அப்பாவும் கொல்கத்தா வந்து அவரைப் பார்த்தது ஒரு குறிப்பிடத்தக்க மைல்கல்லாகும். அவர்கள் பரத்தின் பங்களாவுக்குள் நுழைந்தபோது, உமாவின் கண்கள் பெருமையால் தகதகவென மின்னின. அவருடைய மௌனக் கண்ணீர் பல கதைகளைப் பேசியது. இருபதாண்டுகளுக்கு முன்பு, அதையொத்த ஒரு பங்களாவிலிருந்து அவர்கள் வலுக்கட்டாயமாக வெளியேற்றப்பட்டக் காட்சிகள் அவருடைய மனத்தில் விரிந்தன.

பரத்தின் வெற்றி அவருடைய வாழ்க்கையை மட்டும் உயர்த்தியிருக்கவில்லை. அது அவருடைய குடும்பத்தின் போராட்டங்களுக்கு ஓர் அர்த்தத்தையும் கொடுத்திருந்தது. அவர்களுடைய கடந்தகாலக் கஷ்டங்களை, மீண்டெழுதல் மற்றும் வெற்றிக்கான உத்வேகக் கதையாக அது மாற்றியிருந்தது.

பள்ளியின் வெற்றிச் செல்வனுக்கு ஒரு தங்கமான வரவேற்பு

2023 ஜூலை 27 அன்று, முன்பு அவர் படித்திருந்த சன்ஸ்கிருதி பள்ளியில் 2012-ம் ஆண்டில் அவர் தன்னுடைய உயர்நிலைப் பள்ளிப் படிப்பை முடித்தப் பிறகு மீண்டும் இப்போது அங்குக் கால் பதித்தபோது, பரத்தை உற்சாகமும் பதற்றமும் ஒருசேரப் பற்றிக் கொண்டிருந்தன. அந்தப் பள்ளியின் இருபத்தைந்தாம் ஆண்டுவிழா நிகழ்ச்சி அது.

அப்போது, அங்குப் படித்துக்கொண்டிருந்த மாணவர்களை ஊக்குவிப்பதற்காக, அப்பள்ளி அன்று ‘குடிமைப் பணிகள் வேலையிலுள்ள சவால்களும் சந்தோஷங்களும்’ என்ற தலைப்பில் ஒரு கலந்துரையாடலுக்கு ஏற்பாடு செய்திருந்தது. பரத், தனக்கு எப்போதும் ஓர் அசைக்கப்பட முடியாத தூணாக விளங்கிய தன் அம்மாவையும் அங்கு அழைத்துச் செல்லத் தீர்மானித்திருந்தார். அங்குத் தனக்கு எப்பேற்பட்டதொரு வரவேற்பு காத்திருந்தது என்பதை அவர் அறிந்திருக்கவில்லை.

அவர் அப்பள்ளிக்குள் நுழைந்தபோது, தன்னைப் பெருமையுடன் வரவேற்ற எண்ணற்றப் பதாகைகள் அந்த

வளாகமெங்கும் வைக்கப்பட்டிருந்ததைக் கண்டு அவர் பிரமித்தார். அதேபோல, அங்கிருந்த ஆசிரியர்களுக்கு, படிப்பில் பெரிய அளவுக்குப் பிரகாசித்திராத தங்களுடைய மாணவர்களில் ஒருவன் இப்போது வெற்றியின் மொத்த உருவமாகக் காட்சியளித்துக் கொண்டிருந்தது பிரமிப்பை ஏற்படுத்தியது.

அலைகடலெனத் திரண்டிருந்த மாணவர் பட்டாளத்திற்கு நடுவே, அனைவரின் கவனத்தையும் ஈர்த்துக் கொண்டிருந்த ஒரு கதாநாயகனாக பரத் அங்கு வலம் வந்தார். அங்கிருந்த ஆசிரியர்கள், மாணவர்கள், ஊழியர்கள் என்று சகலரும் அவரை உற்சாகத்துடன் அணுகினர், அவருடன் 'சுயபடம்' எடுத்துக் கொள்ள முண்டியடித்தனர். அங்கிருந்தவர்கள் எழுப்பிய வியப்புக் குரல்கள் அப்பள்ளியின் தாழ்வாரங்களில் எதிரொலித்துக் கொண்டிருந்தன.

பரத் ஆசிரியர்களின் அறைக்குள் நுழைந்தபோது, அவர்களுடைய கனிவான வரவேற்பில் அவர் குளித்தார். அகமகிழ்ந்த பரத், பள்ளிப் பருவத்திற்கு அடுத்து வந்த தன் வாழ்க்கை அத்தியாயங்களை அவர்களுடன் பகிர்ந்து கொள்ளத் தொடங்கினார்.

அவருக்குப் பாடமெடுத்திருந்த ஆசிரியர்களில் ஒருவரான நீத்தா கங்குலி, "நான் அடுத்த முறை கங்காசாகர் மேளாவுக்கு வருகின்றபோது, உங்களுடைய 'கொண்டை வைத்தக் காரில்' நான் பயணிக்கப் போகிறேன்," என்று பரத்தை வம்புக்கு இழுத்தார்.

மனிஷா சௌபே, ஷராவஸ்தி ஆகிய இரண்டு ஆசிரியைகளும் அதில் சேர்ந்து கொண்டனர். தாங்கள் அடுத்த முறை கொல்கத்தா வருகின்றபோது, போக்குவரத்துச் சிவப்பு விளக்குகளை மீறிச் செல்லப் போவதாகவும், கார் நிறுத்தத் தடை செய்யப்பட்டுள்ள இடங்களில் தங்களுடைய வாகனங்களை நிறுத்தப் போவதாகவும் கூறி அவர்கள் பரத்தைக் கலாய்த்தனர். அந்த இலகுவான உரையாடலின் ஒவ்வொரு கணத்தையும் பரத் இரசித்து அனுபவித்தார். அவருடைய மனத்தில் நன்றியாறு பெருக்கெடுத்து ஓடியது. சிறு வயதில் தன்னுடைய கட்டுரைகளை ஒரு சிவப்பு மை பேனாவால் மிகக் கவனமாகத் திருத்தியிருந்த ருச்சி சைகல் என்ற ஆங்கில ஆசிரியருக்கு பரத் தனிப்பட்ட முறையில் நன்றி தெரிவித்தார்.

பரத்துக்குப் பின்னால் அமர்ந்திருந்த அவருடைய பெற்றோர் இருவரும் பெருமையிலும் ஆனந்தத்திலும் மிதந்து கொண்டிருந்தனர். தீகத்தின் சக ஊழியர்கள் தங்களுடைய

பிரமிப்பை வெளிப்படுத்த அந்த நேரத்தைப் பயன்படுத்திக் கொண்டனர். அவர்களில் ஒருவர், பரத்திடம், “நான் உங்களுடன் ஒரு சுயபடம் எடுத்துக் கொண்டு அதை என் மகனிடம் காட்டப் போகிறேன். உங்களுடைய சாதனைகள் அவனுக்குப் பெரும் ஊக்குவிப்பாக இருக்கும்,” என்று பரவசமாகக் கூறினார்.

அதற்குப் பிறகு பரத் விழா அரங்கிற்குச் சென்றார். அங்கு மாணவர்களும் ஆசிரியர்களும் ஆர்வத்துடன் காத்துக் கொண்டிருந்தனர். முதல் வரிசையில் அமர்ந்திருந்த அவருடைய பெற்றோர் அவரையே கண்ணிமைக்காமல் பார்த்துக் கொண்டிருந்தனர்.

“சன்ஸ்கிருதி பள்ளி என் வாழ்க்கையில் ஒரு முக்கியமான இடம் வகிக்கிறது,” என்று பரத் தன் உரையைத் துவக்கினார். “நான் இங்குப் படித்தது மட்டும் அதற்குக் காரணமல்ல. என் அப்பா தன்னுடைய வாழ்க்கையின் இருபத்தைந்து ஆண்டுகளை இப்பள்ளிக்காக அர்ப்பணித்திருந்தார் என்பதும் ஒரு காரணம்.” அவருடைய உணர்ச்சியின் பளுவை அவருடைய குரல் பிரதிபலித்தது.

பரத் தொடர்ந்து பேசினார். “நான் இப்பள்ளியில் ஆறாம் வகுப்பில் சேர்ந்த பிறகுதான், நாடுவதற்கு வேறு ஒரு வாழ்க்கை இருக்கிறது என்பதையும், வெற்றியை அடைவதற்கு ஒரு மார்க்கம் இருக்கிறது என்பதையும் நான் புரிந்து கொண்டேன்.” அவருடைய பயணத்தால் கவரப்பட்டிருந்த பார்வையாளர்கள் அனைவரும் அவரிடமிருந்து வெளிப்பட்ட ஒவ்வொரு வார்த்தையையும் மெய்மறந்து கேட்டனர்.

பொருளாதாரத்தில் நலிந்த பிரிவைச் சேர்ந்த மாணவர்களை நோக்கி அவர் பேசியபோது, அவருடைய வார்த்தைகளில் உண்மை தெறித்தது. “நீங்கள் பள்ளிச் சீருடையில் இருக்கின்றபோது, பிறரோடு நீங்கள் சமமாக இருப்பதுபோல உணரக்கூடும். ஆனால், நீங்கள் பள்ளியைவிட்டு வெளியே சென்றவுடன், ஒரு மாபெரும் இடைவெளி நிலவுவதை நீங்கள் காண்பீர்கள். அந்த இடைவெளியைக் கடப்பதற்கான பாலமாக உங்களுடைய கடின உழைப்பும் சாதனைகளும் இருக்கட்டும்,” என்று அவர் கூறியவுடன் எழுந்த பெரும் கைதட்டல் அந்த அரங்கு முழுவதும் எதிரொலித்தது.

அந்த விழா முடிவடைந்தபோது, பரத் பெருமையிலும் ஆனந்தத்திலும் திளைத்திருந்தார். ஆசிரியர்கள் திரண்டு வந்து பரத்திற்கு மட்டுமல்லாமல், உமாவுக்கும் தீகத்திற்கும்கூட நன்றி தெரிவித்தனர். அவருடன் சேர்ந்து புகைப்படம் எடுத்துக்

கொள்ள ஆசிரியர்களுக்கும் மாணவர்களுக்கும் இடையே கடும் போட்டி நிலவியது. தான் பல முறை மீண்டும் மீண்டும் பின்னடைவுகளைச் சந்தித்தபோதிலும், தன் பெற்றோர் தடுமாற்றமற்ற ஆதரவைத் தனக்கு அளித்து வந்திருந்ததை பரத் அக்கணத்தில் பாசத்துடன் நினைவுகூர்ந்தார்.

தான் மிகவும் ஆசிர்வதிக்கப்பட்டவராக உணர்ந்த பரத், தன் பெற்றோரைக் கட்டிப் பிடித்துக் கொண்டார். அவருடைய அரவணைப்பில் நன்றியுணர்வும் சாதனையுணர்வும் தெறித்தன.

பரத்தின் கதையிலிருந்து நினைவில் வைத்துக் கொள்ளப்பட வேண்டியமுக்கிய அம்சங்கள்

1. ஒரு குடும்பத்தின் பயணம்

யூபிஎஸ்சி சிகரத்தில் வெற்றிக் கொடி நாட்டுவது என்பது ஒரு தேர்வரின் தனிப்பட்டப் போராட்டம் மட்டுமல்ல. அது அவருடைய குடும்பத்தின் போராட்டம். பரத்தின் பெற்றோர், அவர்களுடைய நிதி நிலைமை மிக மோசமாக இருந்தும், அவர்களுக்கு வேறு முக்கியமான தேவைகள் இருந்தும், துணிந்து முடிவெடுக்க பரத்தை ஊக்குவித்தனர், அவருக்குப் பின்னடைவு ஏற்பட்டபோது அவருக்கு ஆதரவளித்தனர், அவர் துவண்டு போனபோது அவருக்கு உத்வேகமளித்தனர். பரத் தடுமாற்றம் அடையாமல் தன் இலக்கில் குறியாக இருப்பதற்கு உதவிய ஒரு நங்கூரமாக அவர்கள் திகழ்ந்தனர்.

2. துளிகூட அசையாத மன உறுதி அத்தியாவசியம்

சிஎஸ்இ தேர்வில் வெற்றி பெறுவதற்கு, துளிகூட அசையாத மன உறுதி அத்தியாவசியம். தோல்விகள், மனச்சோர்வு, நிச்சயமின்மை, வெளிச்சமின்மை ஆகியவை அப்பயணத்தின் பிரிக்கப்பட முடியாத அம்சங்கள். என்ன வந்தாலும் விடாப்பிடியாகப் பயணிப்பவர்களுக்கே லால் பகதூர் சாஸ்திரி தேசிய நிர்வாகப் பயிற்சி நிறுவனத்தின் வாசற்கதவு திறக்கும்.

3. நேரத்தின் விவேகமான பயன்பாடு

சிஎஸ்இ பயணம் என்பது காலத்தோடு போட்டி போடுகின்ற ஒன்று. பிரம்மாண்டமான பாடத்திட்டங்களை ஒரு குறுகிய காலத்திற்குள் நீங்கள் படித்து முடித்தாக வேண்டும். ஒவ்வொரு தலைப்பிலும் எத்தகைய கேள்விகள் மீண்டும் மீண்டும் கேட்கப்படுகின்றன என்பதைத் தெரிந்து கொள்வதற்கு, முந்தைய ஆண்டுகளின் கேள்வித் தாள்கள் அலசப்பட வேண்டியது அவசியம். தேர்வர்கள் தங்களுடைய நேரத்தை விவேகமாகப் பயன்படுத்தி, கேட்கப்படக்கூடிய சாத்தியக்கூறுகள் அதிகமாக இருக்கின்ற தலைப்புகளில் தங்களுடைய கவனத்தைக் குவிக்க வேண்டும்.

4. விருப்பப்பாடங்கள் கவனமாகத் தேர்ந்தெடுக்கப்பட வேண்டும்

நீங்கள் தேர்ந்தெடுக்கின்ற விருப்பப்பாடங்கள் உங்களுடைய சிஎஸ்இ பயணத்தின் வெற்றி அல்லது தோல்வியை நிர்ணயிக்க வல்லவை. மேலோட்டமாக இணையத்தில் மேய்ந்துவிட்டு ஏதோ ஒன்றை விருப்பப்பாடமாகத் தேர்ந்தெடுக்காதீர்கள். பாடத்தில் உங்களுடைய ஆர்வம், அதன் பாடத்திட்டம், படிப்பதற்குக் கிடைக்கின்ற புத்தகங்கள், நல்ல மதிப்பெண்களைப் பெறுவதற்கான சாத்தியக்கூறு, பொது அறிவுப் பாடங்களோடு அவை ஒத்துப் போகின்றனவா என்ற அலசல் போன்ற பலதரப்பட்ட அம்சங்களைக் கணக்கில் எடுத்துக் கொண்ட பிறகே உங்கள் விருப்பப்பாடத்தைத் தேர்ந்தெடுங்கள்.

5. குறிப்புகளுக்கு அப்பால்

பிறர் உருவாக்கியுள்ள குறிப்புகளை மட்டுமே நம்பியிருப்பது தோல்விக்கான உத்தரவாதமாகும். குறிப்புகளைத் தவிர, ஆழமான புரிதலுக்கும் பதில்களைச் செழுமைப்படுத்துவதற்கும், பரிந்துரைக்கப்படுகின்ற தலைப்புகளை உள்ளடக்கியுள்ள வழமையான பாடப்புத்தகங்களையும் நீங்கள் படிக்க வேண்டும்.

அஞ்சலி சர்மா

அத்தியாயம் 4

இழந்தது கண்பார்வையைத்தான், இலட்சியப் பார்வையை அல்ல

ஓர் இருண்ட பள்ளத்தாக்கு

2011 டிசம்பரில் ஒரு நாள் மதியம், பாட்னாவிலுள்ள ஒரு மருத்துவமனையின் ஒரு குறுகலான அறையில் அஞ்சலி கண்விழித்தபோது அவளுடைய குரல் நடுங்கியது.

"அப்பா, நீங்கள் எங்கே இருக்கிறீர்கள்? இங்கே ஒரே இருட்டாக இருக்கிறது. விளக்கைப் போடுங்கள்," என்று அவள் அலறினாள். அவள் தான் படுத்திருந்த படுக்கையிலிருந்து எழுந்து உட்காரப் போராடியபோது, தன்னுடைய மனத்தில் பளிச்சிட்ட நினைவுகளைப் புரிந்து கொள்ள அவள் முனைந்தாள். ஆனால், அதற்குள் அவள் மீண்டும் சுயநினைவை இழந்தாள்.

அஞ்சலி, பீகாரின் சமஸ்திபூர் மாவட்டத்தைச் சேர்ந்த வியாஸ்பூர் என்ற சிற்றூரில் 1997-ல் பிறந்தாள். 2008-ல், தன் அம்மா சஞ்சு சர்மா, அப்பா அசோக் சர்மா, தன் சகோதரி சுவாதி மற்றும் தன் சகோதரன் சன்ஸ்கார் ஆகியோருடன் சிக்கிமிலுள்ள ஓர் அழகான மலைப்பிரதேசத்திற்கு அவள் குடிபெயர்ந்தாள். கேங்டாக்கிலுள்ள தாடோங் என்ற இடத்திலிருந்த கேந்திரிய வித்யாலயா பள்ளியில் அவள் சேர்த்துக் கொள்ளப்பட்டாள். அவளுடைய அப்பா ஒரு மருந்துத் தொழிற்சாலையில் பணியாற்றினார். அவளுடைய அம்மா ஓர் இல்லத்தரசி.

படிப்பில் கெட்டிக்காரியாக இருந்த அஞ்சலிக்கு, தொடர்ச்சியான தலைவலிகள் வரத் தொடங்குவதற்கு முன்புவரை வாழ்க்கை நன்றாகவே போய்க் கொண்டிருந்தது.

தொடக்கத்தில் அந்தத் தலைவலிக்கு அவள் சாதாரண வலி நிவாரணியை உட்கொண்டாள். ஆனால், நாளுக்கு நாள் அதிகரித்துக் கொண்டே போன அந்தத் தலைவலி, ஒரு நாள் அவளால் தாங்கிக் கொள்ள முடியாததாக ஆகியது. அருகிலிருந்த சிகிச்சையகத்தில் அவள் எடுத்துக் கொண்ட சிகிச்சையால் பலனேதும் ஏற்படவில்லை.

ஒரு சில நாள்களுக்குப் பிறகு, அஞ்சலி வலியால் துடித்தாள், தொடர்ந்து வாந்தியெடுத்தாள். உடனே அவளுடைய பெற்றோர், வாடகைக் கார் ஒன்றை அமர்த்திக் கொண்டு, கலிம்போங்கிலுள்ள ஒரு மருத்துவமனைக்கு அவளை அழைத்துச் சென்றனர். அந்த இரண்டு மணி நேரப் பயணம் அக்குடும்பத்திற்கு ஒரு பயங்கரமான அனுபவமாக இருந்தது. ஆனால், எப்படியோ அவர்கள் அங்குச் சென்றடைந்தனர். அங்கிருந்த ஒரு செவிலிப் பெண், அஞ்சலியின் உடலில் ஓர் ஊசியைச் செருகிக் கொண்டிருந்தபோதே அஞ்சலி தன் சுயநினைவை இழந்தாள்.

கடும் வேதனைமிக்க அடுத்த ஆறு நாள்களை, அசோக்கும் சஞ்சுவும் மூச்சைக் கையில் பிடித்துக் கொண்டு கழித்தனர். அவர்கள் அஞ்சலியை முதலில் கலிம்போங்கிலிருந்து சிலிகுரிக்கும், பின்னர் பாட்னாவுக்கும் சிகிச்சைக்காக அழைத்துச் சென்றனர். அஞ்சலி தொடர்ந்து ஓர் அரை-மயக்க நிலையிலேயே இருந்தாள். தன்னைச் சுற்றி என்ன நடந்து கொண்டிருந்தது என்பதை அறிந்து கொள்கின்ற நிலையில் அவள் இருக்கவில்லை.

விளக்கைப் போடும்படி அஞ்சலி கதறியதும், அவளுடைய பெற்றோரின் இதயம் பயத்தால் படபடத்தது. "நான் இங்கேதான் இருக்கிறேன், அஞ்சலி," என்று அசோக் ஒரு தழுதழுப்பான குரலில் கூறினார். அஞ்சலியால் எதையும் பார்க்க முடியவில்லை என்பதால், அவளுடைய குழப்பம் மேலும் அதிகரித்தது. "நீங்கள் ஏன் விளக்கைப் போட மறுக்கிறீர்கள்?" என்று எரிச்சலும் விரக்தியும் கலந்த ஒரு குரலில் அஞ்சலி கேட்டாள்.

"அஞ்சலி, இந்த அறையில் போதுமான வெளிச்சம் இருக்கிறது. இப்போது நீ உன் கண்களை முழுமையாகத் திறக்க முயற்சி செய்," என்று சஞ்சு கூறினார். அவருடைய குரல் பயத்தால் நடுங்கியது.

அஞ்சலி குழப்பத்துடன் தன் புருவங்களை நெறித்தவாறு, தன் பெற்றோர் தனக்கு இட்ட உத்தரவுகளைப் பின்பற்ற முயன்றாள். "அப்பா, விளையாடாதீர்கள். என் அலைபேசியை என்னிடம் கொடுங்கள். மின்சாரம் தடைபட்டிருந்தால்,

அதிலுள்ள டார்ச் விளக்கை நான் ஆன் செய்கிறேன்," என்று அவள் கூறினாள். இப்போது அவள் மிகுந்த எரிச்சலில் இருந்தது வெளிப்படையாகத் தெரிந்தது.

அஞ்சலியின் வார்த்தைகள் அசோக்கின் இதயத்தில் ஒரு கத்திபோலப் பாய்ந்தன. என்ன நடந்து கொண்டிருந்தது என்பதைப் புரிந்து கொள்ள அவர் போராடிக் கொண்டிருந்தபோது, அவருடைய மனத்தில் பலவிதமான எண்ணங்கள் அலைமோதின. அஞ்சலியைப் பார்த்துக் கொள்ளும்படி தன் மனைவியிடம் கூறிவிட்டு, உதவி கேட்டு அவர் அந்த அறையைவிட்டு மின்னலென வெளியேறினார்.

"சிஸ்டர், உதவி செய்யுங்கள்!" என்ற சஞ்சுவின் பரிதவிப்புக் கூக்குரல் அத்தாழ்வாரம் முழுவதும் எதிரொலித்தது.

அஞ்சலியின் மருத்துவருக்காக அவர்கள் மணிக்கணக்கில் காத்திருந்தனர். இறுதியில் அந்த மருத்துவர் ஒரு செவிலியுடன் அந்த அறைக்குள் நுழைந்தார். அவர் அஞ்சலியைக் கவனமாகப் பரிசோதித்துக் கொண்டிருந்தபோது, படிப்படியாக மாறிய அவருடைய முகபாவம், எது நடக்கக்கூடாது என்று அஞ்சலியின் பெற்றோர் பயந்து கொண்டிருந்தார்களோ துல்லியமாக அதுதான் நடந்திருந்தது என்பதை அவர்களுக்கு வெளிச்சம் போட்டுக் காட்டியது.

"அஞ்சலி தன்னுடைய பார்வையை இழந்துவிட்டதுபோலத் தெரிகிறது. இது தற்காலிகமானதாகவும் இருக்கலாம் அல்லது நிரந்தரமானதாகவும் இருக்கலாம். இப்போது அதை உறுதியாகச் சொல்ல முடியாது," என்று அந்த மருத்துவர் பிரகடனம் செய்தார். அதிர்ச்சியும் துக்கமும் மலைப்பும் அஞ்சலியின் பெற்றோரின் இதயங்களைத் துளைத்தன.

அஞ்சலியின் கண்களிலிருந்து தாரைதாரையாக நீர் கொட்டிக் கொண்டிருந்தது. ஒரு சீட்டுக்கட்டு மாளிகையைப்போல அஞ்சலியின் வாழ்க்கை அவளுடைய கண்முன்னாலேயே உடைந்து நொறுங்கிக் கொண்டிருந்தது. "என்னால் பார்க்க முடியவில்லை. என்னால் எதையும் பார்க்க முடியவில்லை," என்று அவள் முணுமுணுத்தாள். அவளுடைய குரலில் துக்கம் மண்டிக் கிடந்தது.

அக்குடும்பம், அதற்கு முன்பு அவர்கள் ஒருபோதும் அறிந்திராத ஓர் இருளுக்குள் ஆழமாக மூழ்கியது.

ஒரு தெய்விகத் தலையீடு

அஞ்சலியின் உடல்நிலை படுவேகமாக மோசமடைந்து கொண்டிருந்ததால், அவளுடைய உயிரைக் காப்பாற்றுவதே

மருத்துவர்களின் முதல் கவலையாக இருந்தது. அவளுடைய கைகளை முடக்குவாதம் பீடிக்கத் தொடங்குவதற்கான அறிகுறிகள் தென்பட்டன. அதனால், அந்த மருத்துவமனையிலிருந்த மருத்துவர்கள், தில்லியிலுள்ள அனைத்திந்திய மருத்துவ அறிவியல் கழக மருத்துவமனைக்கு (சுருக்கமாக, எய்ம்ஸ்) அஞ்சலியைக் கொண்டு செல்லும்படி அவளுடைய பெற்றோரிடம் பரிந்துரைத்தனர்.

எய்ம்ஸ் மருத்துவமனை மருத்துவர்கள், அஞ்சலியின் ஆபத்பாந்தவர்களாக மாறினர். அவளைத் தாக்கியிருந்து மூளைக் காசநோய் என்பதைக் கண்டறிந்த அவர்கள், அது மேலும் பரவுவதை வெற்றிகரமாகத் தடுத்து நிறுத்தினர். அவளுடைய கைகளை முடக்குவாதம் தாக்குவதைத் தடுப்பதில் அவர்கள் வெற்றி கண்டிருந்தபோதிலும், துரதிர்ஷ்டவசமாக, அந்த நோயால் அவளுடைய பார்வை நரம்பு ஏற்கனவே சேதமடைந்திருந்ததால், அவளுடைய பார்வையை அவர்களால் மீட்டெடுக்க முடியவில்லை. சிகிச்சைக்குப் பிறகு அவள் 95 சதவீதப் பார்வைக் குறைபாடு உடைய ஒருத்தியாக ஆனாள். கண்களுக்கு வெகு அருகே இருந்த பொருள்களை மட்டுமே அவளால் பார்க்க முடிந்தது. அவையும் தெளிவற்றும், கருப்பு வெள்ளை நிறத்திலும் மட்டுமே அவளுக்குத் தெரிந்தன.

பார்வையிழப்பு அஞ்சலியின் உற்சாகத்தின்மீது ஒரு கருநிழலைப் போர்த்தி, அவள் மகிழ்ச்சியுடன் அனுபவித்து வந்த அவளுடைய துடிப்பான வாழ்க்கையை அவளிடமிருந்து பறித்துவிட்டது. அவளுடைய வாழ்க்கையிலிருந்து வண்ணங்கள் மறைந்து போயின. தன்னால் மீண்டும் எதையுமே பார்க்க முடியாது என்ற செய்தி இடியென அவளைத் தாக்கியது. அதற்குப் பிறகு வீட்டுக்குள்ளேயே முடங்கிவிட்ட அவள், எந்நேரமும் துக்கத்தின் மடியில் சுருண்டு கிடந்தாள்.

அவள் தன்னுடைய குடும்பத்தின் திடமான ஆதரவின் துணையுடன், மெதுவாகத் தன்னுடைய புதிய எதார்த்தத்தைச் சமாளிக்கக் கற்றுக் கொள்ளத் தொடங்கினாள். தன்னுடைய வீட்டுக்குள் மெதுவாக நடப்பதற்கு அவள் கற்றுக் கொண்டாள். பல நேரங்களில், சுயசார்புடன் இருக்க வேண்டும் என்று அவள் செய்த முயற்சிகள் அவளுக்குக் காயங்களையும் விரக்தியையும் கண்ணீரையும் பரிசாக அளித்தன. ஆனாலும், அவள் தன் முயற்சியைக் கைவிட மறுத்தாள்.

அத்தகைய விரக்தியான நிலையில்கூட, அவளுடைய அறிவுப் பசி, அடங்காத ஒன்றாக இருந்தது. பல நேரங்களில், கண்களில் கண்ணீருடன் அவள் தன்னுடைய புத்தகங்களைக் கேட்டு மன்றாடினாள். அவளுடைய இந்தப்

போராட்டங்களைக் கண்டு அவளுடைய பெற்றோரும் அவளுடைய சகோதரியும் வேதனையடைந்தனர்.

அந்த இருளின் ஊடாக, ஆறு மாதங்களுக்குப் பிறகு ஒரு நாள் காலையில், ஓர் ஒளிக் கீற்று ஊடுருவியது. அஞ்சலி காலை உணவு சாப்பிடுவதற்குச் சஞ்சு அவளுக்கு உதவிக் கொண்டிருந்தார். அடுத்த அறையில், அசோக் தன் அலுவலகத்திற்குக் கிளம்புவதற்குத் தயாராகிக் கொண்டிருந்தார். அப்போது அவருடைய அலைபேசி ஒலித்தது. அஞ்சலியின் சமூக அறிவியல் ஆசிரியரான சுமித் அவரை அழைத்திருந்தார்.

அசோக் சுமித்துடன் பேசி முடித்தவுடன், அஞ்சலி இருந்த அறைக்கு அவர் உற்சாகமாக ஓடி வந்தார். “அஞ்சலி, வாழ்த்துகள்! நீ பத்தாம் வகுப்பில் தேர்ச்சி பெற்றுவிட்டாய்!” என்று அவர் தன் மகளிடம் பெருமை பொங்கக் கூறினார். அஞ்சலியால் அதை நம்ப முடியவில்லை. “இறுதித் தேர்வு எழுதாமலேயே எப்படி என்னால் தேர்ச்சி பெற முடியும்?” என்று அவள் வியப்புடன் கேட்டாள்.

“கடவுள் உனக்கென்று சில திட்டங்களை வைத்திருக்கிறார் என்று நான் நம்புகிறேன்,” என்று கூறிய அசோக்கின் குரலில் மகிழ்ச்சி நிரம்பியிருந்து. அவர் பின்வருமாறு அவளுக்கு விளக்கினார்: அந்த ஆண்டிலிருந்து மத்திய இடை நிலைக் கல்வி வாரியம் (சுருக்கமாக, சிபிஎஸ்இ), பத்தாம் வகுப்புக்கான பொதுத் தேர்வை இரத்து செய்திருந்தது. அதற்குப் பதிலாக, பத்தாம் வகுப்புக்கான இறுதித் தேர்வுகளை அந்தந்தப் பள்ளிகளே நடத்திக் கொள்ள அனுமதி அளிக்கப்பட்டிருந்தது. ஆண்டு முழுவதும் அப்பள்ளிகள் நடத்தியிருந்த உட்தேர்வுகளில் மாணவர்கள் வாங்கியிருந்த மதிப்பெண்கள் கணக்கில் எடுத்துக் கொள்ளப்பட்டன. அரையாண்டுத் தேர்விலும், தான் சமர்ப்பித்திருந்த ‘அசைன்மென்ட்டுகளிலும்’ அஞ்சலி நல்ல மதிப்பெண்களைப் பெற்றிருந்ததால், அவள் அடுத்த வகுப்புக்குத் தேர்ச்சி பெற்றிருந்தாள்.

அது அஞ்சலியின் குடும்பத்தில் அனைவரிடமும் ஆனந்தக் கண்ணீரை வரவழைத்தது. அந்தத் தொலைபேசி அழைப்பு, அஞ்சலியின் இருண்ட வாழ்வில் ஒரு நம்பிக்கைக் கீற்றாக, ஒரு தெய்விகத் தலையீடாக அமைந்தது. ஒரு புதிய மன உறுதி அவளுடைய குருதிக்குள் பாயத் தொடங்கியது. தன்னுடைய படிப்பைத் தொடர்வதென்று அஞ்சலி தீர்மானித்தாள். “நான் பார்வையை வேண்டுமானால் இழந்திருக்கலாம்; ஆனால், என்னுடைய மனமும், புலன்களும், அறிவாற்றலும் என்னிடம் இப்போதும் சிறப்பாகவே செயல்பட்டுக் கொண்டிருக்கின்றன.

அவற்றை என்னால் முடிந்த அளவுக்கு முழுமையாக நான் பயன்படுத்திக் கொள்ளப் போகிறேன்," என்று அவள் தனக்குள் எண்ணிக் கொண்டாள்.

அஞ்சலி எப்போதுமே படிப்பை நேசித்து வந்திருந்தாள். அதில் தான் சிறந்து விளங்கியதை அவள் அறிந்தும் இருந்தாள். அவளுடைய பார்வையிழப்பு அவளுடைய தலையில் ஒரு பெரும் இடியை இறக்கியிருந்தபோதிலும், அதை மீறிச் செயல்படுவதற்கான மன உறுதி தன்னிடம் இருந்ததை அவள் உணர்ந்தாள். அத்துடன், தன்னுடைய அறிவுத்தாகம் வெறுமனே தன்னுடைய விருப்பம் தொடர்பானது மட்டுமல்ல, தான் ஒரு கண்ணியமான வாழ்க்கையை வாழ்வதற்கான ஒரு திறவுகோலும்கூட என்பதை அவள் புரிந்து கொண்டாள். ஆனால், அவள் தன்னுடைய நோயிலிருந்து மீண்டு, ஒளியற்ற ஓர் உலகில் வாழ்வதற்குத் தன்னைத் தகவமைத்துக் கொள்வதற்கு அவளுக்கு ஓராண்டு ஆனது.

பாதுகாப்புக் காரணங்களைக் குறிப்பிட்டு, தன்னுடைய பார்வையற்ற மகளைப் பள்ளிக்கு அனுப்ப வேண்டாம் என்று அசோக்கின் உறவினர்கள் பலர் அவரை வற்புறுத்தினர். ஆனால் அசோக் தன் தீர்மானத்தில் உறுதியாக இருந்தார்.

எதிர்பாராத ஒரு முதல் மாணவி

2013 ஜூலை முதல் வாரம் அஞ்சலியின் வாழ்க்கையில் ஒரு புதிய அத்தியாயமாக அமைந்தது. அன்று அவள் தன் அப்பாவின் கைகளை இறுகப் பற்றிக் கொண்டு தன் பள்ளியின் வளாகத்திற்குள் மீண்டும் நுழைந்தாள். அவள் தன் வகுப்பறைக்குள் நுழைந்தவுடன், அவளுடைய சக மாணவிகள் மற்றும் ஆசிரியர்களின் அன்பு வெள்ளம் அவளை அப்படியே வாரிச் சுருட்டிக் கொண்டது. அக்கணத்தில், தன்னுடைய ஆத்மாவை ஏதோ ஒன்று சுண்டியிழுத்ததைப்போலவும், தான் மறுபிறவி எடுத்து வந்திருந்ததுபோலவும் அவள் உணர்ந்தாள்.

அஞ்சலி ஓராண்டுகாலப் படிப்பைத் தவறவிட்டிருந்த காரணத்தால், அவளுடைய வகுப்புத் தோழிகள் இப்போது ஓர் உயர்வகுப்பில் படித்துக் கொண்டிருந்தனர். அஞ்சலி தன் பார்வையை இழப்பதற்கு முன்பு, ஒரு பொறியாளராகவோ அல்லது ஓர் அறிவியலறிஞராகவோ ஆக வேண்டும் என்று விரும்பியிருந்தாள். ஏழைகளுக்கு உதவுகின்ற புதிய பொருள்களைக் கண்டுபிடிக்க வேண்டும் என்று அவள் கனவு கண்டு கொண்டிருந்தாள். ஆனால், இப்போது வெறும் கேள்வி ஞானத்தால் கணிதம் மற்றும் அறிவியல் பாடங்களைப்

படித்துத் தேற முடியாது என்பதால், அவள் அறிவியல்சாரா பாடங்களை எடுத்துப் படிக்க வேண்டியிருந்தது.

இத்தகைய பெரும் பின்னடைவைச் சந்திக்க நேர்ந்தபோதிலும், அஞ்சலி, கல்வி கற்பதைத் தளரா மன உறுதியுடன் அணுகினாள். வகுப்பில் அவள் சிதறாக் கவனக்குவிப்புடன், நடத்தப்பட்ட ஒவ்வொரு பாடத்தையும் உன்னிப்பாக அவதானித்துக் கிரகித்துத் தன் மனத்தில் பதிய வைத்துக் கொண்டாள். வீட்டுக்கு வந்த பிறகு, தினமும் அவளுடைய அப்பாவும் சகோதரியும் பாடங்களை அவளுக்கு வாசித்துக் காட்டினர். அஞ்சலியின் இந்தி வகுப்புகளுக்கு சுவாதி அவளுக்கு உதவினாள்.

தன்னுடைய சக மாணவிகள் உடற்பயிற்சி வகுப்புகளில் கலந்து கொள்வதற்காக வெளியே விளையாடச் சென்றபோது, அது அஞ்சலியிடம் ஏக்கத்தைத் தோற்றுவிக்கும். அச்சமயங்களில் அவள் தன் இருக்கையில் அமர்ந்து கொண்டு சிந்தித்துக் கொண்டிருப்பாள். அல்லது, வகுப்பில் நடத்தப்பட்டப் பாடங்களை நினைவுபடுத்திக் கொள்வதற்காக அவற்றைக் கொட்டை எழுத்துகளில் வகுப்பின் கரும்பலகையில் அவள் எழுதிக் கொண்டிருப்பாள்.

முதல் பருவத் தேர்வு வந்தபோது, அதைத் தானே எழுதுவதென்று அஞ்சலி பிடிவாதம் பிடித்தாள். ஆனால், அவள் எவ்வளவோ முயன்றும், கேள்வித் தாளில் இருந்தவற்றை ஒழுங்காக வாசிக்கவோ அல்லது அவற்றுக்கு விடையெழுதவோ அவளால் முடியவில்லை. இயலாமையுணர்வு அவளைத் திணறடித்தது. அவளுடைய கண்களிலிருந்து வழிந்த நீர் அவள் எழுதிக் கொண்டிருந்த தாள்களை நனைத்தது. ஆனால், உடனே, அவளுடைய ஆசிரியர் அவளுடைய உதவிக்கு வந்தார். பதில்களை எழுதுவதற்கு ஒரு புதிய தாளை அவளுக்குக் கொடுத்ததோடு, அவள் சொல்லச் சொல்ல எழுதுவதற்கு ஒன்பதாம் வகுப்பு மாணவி ஒருத்தியையும் அவர் நியமித்தார்.

அந்த ஆசிரியர், அஞ்சலியிடம் அந்த மாணவியை அறிமுகம் செய்து வைத்துவிட்டு, “இவள் கேள்விகளை உனக்குப் படித்துக் காட்டுவாள், பிறகு நீ கூறும் பதில்களை எழுதுவாள். அதற்காக நான் உனக்குக் கூடுதல் நேரம் ஒதுக்குகிறேன்,” என்று கூறினார்.

சில நாட்கள் கழித்து, அரசறிவியல் பாடத் தேர்வின் முடிவுகள் அறிவிக்கப்பட்டபோது, அது அஞ்சலியிடம் ஒரு பரிபூரண மாற்றம் ஏற்படுவதற்கான முதல் படியாக அமைந்தது. அவள் அப்பாடத்தில் தன் வகுப்பிலேயே மிக

அதிக மதிப்பெண்கள் பெற்றிருந்ததற்காக அவளுடைய சக மாணவிகளும் ஆசிரியரும் எழுந்து நின்று கைதட்டி அவளைப் பாராட்டியபோது, அவளுடைய இதயம் பெருமிதத்தால் விம்மியது. அத்தேர்வை அவள் மிகச் சிறப்பாகச் செய்திருந்தது அவளுடைய தன்னம்பிக்கையை வெகுவாக உயர்த்தியது. அஞ்சலியின் வெற்றி அவளுடைய பெற்றோருக்கும் பெருமையளித்தது.

அடுத்த இரண்டு ஆண்டுகளுக்கு, அஞ்சலி தன்னை முழுமையாகப் படிப்பிற்குள் ஆழ்த்திக் கொண்டாள். அவளுடைய சகோதரன் சன்ஸ்கார் உட்பட, குடும்ப உறுப்பினர்கள் அனைவருமே அவளுக்கு மணிக்கணக்கில் பாடங்களை வாசித்துக் காட்டினர். அவளுடைய ஆசிரியர்களும் வகுப்புத் தோழிகளும் தொடர்ந்து அவளுக்கு அனைத்து உதவிகளையும் செய்தனர். கடின உழைப்பும் மன உறுதியும், பன்னிரண்டாம் வகுப்புப் பொதுத் தேர்வில் அஞ்சலி அவளுடைய பள்ளியிலேயே முதல் மாணவியாக வருவதை உறுதி செய்தன. எல்லா இடங்களிலிருந்தும் அவளுக்குப் பாராட்டுகள் வந்து குவிந்தன. ஒன்றியக் கல்வி அமைச்சகத்திடமிருந்தும் அவளுக்கு ஒரு பாராட்டுக் கடிதம் வந்தது.

தன்னுடைய மதிப்பெண் சான்றிதழை வாங்குவதற்காக அஞ்சலி தன்னுடைய அப்பாவுடன் பள்ளிக்குச் சென்றாள். அவள் ஆசிரியர்களின் ஓய்வறைக்குச் சென்றபோது, அங்கிருந்த அனைத்து ஆசிரியர்களும் அவளுக்குத் தங்களுடைய இதயங்கனிந்த பாராட்டுகளைத் தெரிவித்தனர்.

அஞ்சலியை அன்புடன் கட்டியணைத்துக் கொண்ட அவளுடைய வகுப்பாசிரியர், "அஞ்சலி, தொடர்ந்து கடுமையாக முயற்சி செய். ஓர் ஐஏஎஸ் அதிகாரியாக ஆவதற்கு வேண்டிய அனைத்துத் திறமைகளும் உன்னிடம் இருக்கின்றன," என்று அவளிடம் கூறினார்.

அப்போது அவளுக்கு ஐஏஎஸ் என்றாலோ, யூபிஎஸ்சி என்றாலோ என்னவென்று தெரியாது. ஆனால், அந்த ஆசிரியரின் வார்த்தைகள் அவளிடம் ஒரு பெரிய இலட்சியக் கனவை விதைத்துவிட்டிருந்தன. ஆசிரியர் சுமித், அசோக்கிடம், தில்லி பல்கலைக்கழகத்தில் அஞ்சலிக்குக் கிடைக்கக்கூடிய வாய்ப்புகளையும் வசதிகளையும் விவரித்துக் கூறி, அவளை அங்குப் படிக்க அனுப்பி வைக்குமாறு அவரிடம் கேட்டுக் கொண்டார்.

அசோக்கிடம் அவர், "என்னுடைய நீண்ட ஆசிரியப் பணியில், இவளைப் போன்றதொரு பிரகாசமான, மன

உறுதிமிக்க மாணவியை இதுவரை நான் பார்த்ததில்லை," என்று மனதாரப் பாராட்டினார்.

ஆனால், தில்லி பல்கலைக்கழகத்திற்கு அஞ்சலியைப் படிக்க அனுப்பி வைப்பது என்ற யோசனையே அவளுக்கும் அவளுடைய குடும்பத்தாருக்கும் மலைப்பூட்டும் விஷயமாக இருந்தது. "அவளால் அங்கு எப்படித் தனியாகத் தன்னைக் கவனித்துக் கொள்ள முடியும்? யார் அவளுக்குப் பாடங்களை வாசிப்பார்கள்?" என்று அவர்கள் யோசித்தனர்.

கணக்கிலடங்காத சறுக்கல்களும் எண்ணற்ற வெற்றிகளும்

ஒரு மாதம் கழித்து, அஞ்சலி, கேங்டாக்கிலுள்ள அரசினர் கல்லூரியில் பி.ஏ. பட்டப்படிப்பிற்கு விண்ணப்பிப்பதற்காகச் சென்றார். விண்ணப்பப் படிவம் வழங்கப்பட்ட இடத்தில் இருந்த பெண்மணி, பார்வையிழந்த ஒரு பெண் தங்கள் கல்லூரியில் இடம் கேட்டு வந்திருந்ததைக் கண்டு வியந்தார். அவர் தன் வியப்பை வெளிப்படையாகவே காட்டினார். அஞ்சலியின் மனத்தை மாற்றுவதற்கு அவர் முயற்சி செய்தார்.

"இந்தக் கல்லூரி வளாகம் மிகவும் பெரியது. வகுப்புகள் பல தளங்களில் இருக்கின்றன. அவற்றை நீ எப்படிச் சமாளிப்பாய்?" என்று சந்தேகம் தொனிக்கும் ஒரு குரலில் அவர் கேட்டார்.

"என்னால் சமாளித்துக் கொள்ள முடியும், மேடம்," என்று அஞ்சலி உறுதி தெறிக்கப் பதிலளித்தார்.

ஏதாவது ஒரு வழியில் அஞ்சலியைப் பின்வாங்க வைக்க வேண்டுமென்ற நோக்கத்துடன், அந்தப் பெண்மணி, "இங்கு வருகைப் பதிவு தொடர்பான விதிகள் கடுமையானவை. குறைந்தபட்சம் 75 சதவீத நாள்கள் நீ கண்டிப்பாகக் கல்லூரிக்கு வந்தாக வேண்டியிருக்கும்," என்று தன் பல்லவியைத் தொடர்ந்தார்.

"நான் ஏற்கனவே பல சோதனைகளை வெற்றிகரமாகக் கடந்து வந்துள்ளேன், மேடம். இதையும் என்னால் சமாளித்துவிட முடியும் என்று நான் நம்புகிறேன்," என்று அஞ்சலி ஒரு பிரகாசமான புன்னகையுடன் கூறினார்.

அவர் பன்னிரண்டாம் வகுப்பில் எடுத்திருந்த நல்ல மதிப்பெண்கள் அவருடைய கல்லூரிச் சேர்க்கைக்கு உத்தரவாதமளித்தன. அவருக்குப் புவியியல்மீது பெரும் ஆர்வம் இருந்ததால், அவர் பி.ஏ. புவியியலைத் தேர்ந்தெடுத்தார். ஆனால், அவரைச் சேர்த்துக் கொள்வதற்குப் புவியியல் பேராசிரியர் மறுத்துவிட்டார்.

“சார், இந்த மாநிலத்தில் உயர்ந்த மதிப்பெண்களைப் பெற்றிருப்பவர்களில் நானும் ஒருத்தி. நான் புவியியல் பாடத்தை எடுத்துப் படிக்கக்கூடாது என்று நீங்கள் ஏன் சொல்கிறீர்கள்?” என்று அஞ்சலி கேட்டார். அவருடைய குரலில் கலகச் சாயல் கலந்திருந்தது.

“இந்தப் பாடத்தில் செய்முறைப் பயிற்சிகள் அதிகமாக இருக்கும். அவற்றுக்காக நீ களத்திற்குச் சென்று ஆய்வுகள் மேற்கொள்ள வேண்டியிருக்கும். அதைக் கையாள்வது உனக்குச் சிரமமாக இருக்கும் என்பதால்தான் நான் அப்படிச் சொன்னேன்,” என்று அவர் கனிவாக விளக்கினார்.

பிறகு அஞ்சலி தன்னுடைய முன்னாள் ஆசிரியரும் வழிகாட்டியுமான திரு. சுமித்தைக் கலந்தாலோசித்துவிட்டு, பி. ஏ. ஆங்கிலம் படிக்கத் தீர்மானித்தார். ஆங்கிலப் பாடங்கள் என்றால் தன்னுடைய குடும்பத்தாரால் அவற்றைத் தனக்கு வாசித்துக் காட்ட முடியும் என்று அவர் நினைத்தார். அத்துடன், செய்முறைப் பயிற்சிகள் இல்லாத புவியியல் மற்றும் சமூகவியல் பாடங்களைத் துணைப் பாடங்களாக அவர் எடுத்துக் கொண்டார்.

தனக்குச் சிறிதும் பரிச்சயமற்றக் கல்லூரிச் சூழலில் இயங்குவதற்கு அஞ்சலி கடும் போராட்டங்களை எதிர்கொள்ள வேண்டியிருந்தது. அவர் பல நேரங்களில் தடுமாறினார், கீழே விழுந்தார். பல சமயங்களில் அவருடைய சிராய்ப்புகளிலிருந்து வழிந்த இரத்தத்தோடு அவருடைய கண்ணீரும் கலந்து கொண்டது. ஆனால், இது போன்ற பின்னடைவுகள் தன்னுடைய மன உறுதியைக் குலைக்க அவர் அனுமதிக்கவில்லை.

அக்கல்லூரியில் பயின்ற பார்வைக் குறைபாடுடைய முதல் மாணவி அஞ்சலிதான். அவர் பல நேரங்களில் பலரிடம் ஆச்சரியத்தைத் தோற்றுவித்தார். தேவையற்ற அறிவுரைகளையும் அவர் செவிமடுக்க வேண்டியிருந்தது. சில ஆசிரியர்கள், சிறப்புக் கல்லூரிக்குச் செல்லுமாறு அவருக்குப் பரிந்துரைத்தனர். வேறு சிலர், ஊன்றுகோல் ஒன்றைப் பயன்படுத்துமாறு அவரிடம் கூறினர். ஆனால், அஞ்சலி தன் தேர்ந்தெடுப்புகளில் உறுதியாக இருந்தார்.

கல்லூரிக்கு வந்து போவதும் அவருக்கு எளிதானதாக இருக்கவில்லை. அவருடைய கல்லூரி அவருடைய வீட்டிலிருந்து ஒரு மணி நேரப் பயண தூரத்தில் இருந்ததும் நிலைமையை மேலும் கடுமையாக்கியது. அவருடைய குடும்ப உறுப்பினர்களில் யாராவது ஒருவர் அவரை ஒரு பேருந்திலோ அல்லது வாடகைக் காரிலோ ஏற்றி அனுப்பி வைப்பர். அவர் கல்லூரி வந்து

சேர்ந்ததும், தன் வகுப்பிற்குச் செல்வதற்கு அவர் பிறருடைய உதவியை நாடுவார். கல்லூரி முடிந்ததும் வீடு திரும்புவதற்குத் தன் சக மாணவிகளின் உதவியை அவர் கோருவார்.

சில சமயங்களில், வாடகைக் கார் பழுதாகிவிடும். அல்லது, வீடு வருவதற்கு முன்பே அவர் தவறுதலாக வேறு எங்காவது ஓரிடத்தில் இறங்கிவிடுவார். அப்படிப்பட்ட நேரங்களில் அவர் பிறருடைய உதவியை நாடி, வேறொரு வண்டி பிடித்து வீடு திரும்ப வேண்டியிருக்கும். இவ்வளவு சோதனைகள் இருந்தாலும், தாங்கள் சிக்கிமில் இருந்தது குறித்து அவருடைய குடும்பத்தார் நன்றியுடன் இருந்தனர். ஏனெனில், சிக்கிம் ஒரு பாதுகாப்பான சூழலைக் கொண்டிருந்தது, அதன் மக்கள் பிறருக்கு உதவி செய்வதில் சளைக்காதவர்களாக இருந்தனர்.

அஞ்சலி ஓர் ஊன்றுகோலைப் பயன்படுத்த மறுத்ததன் மூலமும், தன்னுடைய குறைபாட்டை வெளிச்சம் போட்டுக் காட்டாமல் இருந்ததன் மூலமும், தன் சக மாணவிகளுடன் மிக எளிதாக ஐக்கியமாகிவிட்டார். அவர் பிரெய்லி மொழியைக் கற்றுக் கொள்ளப் பிடிவாதமாக மறுத்துவிட்டார். அவருடைய தோற்றத்தைப் பார்த்து அவருக்குப் பார்வைக் குறைபாடு இருப்பதை எவராலும் கண்டுபிடிக்க முடியாது. ஒரு நாள், அஞ்சலி தன் தோழிகள் சிலருடன் கைகோர்த்தவாறு சந்தையில் நடந்து சென்று கொண்டிருந்தார். அதைப் பார்த்த ஒரு பெண்மணி, அஞ்சலியை ஏன் அப்பெண்கள் அவருடைய கையைப் பிடித்து அழைத்துச் சென்றனர் என்று அவர்களிடம் வினவியபோது, தன் பார்வைக் குறைபாட்டை வெளிக்காட்டிக் கொள்ள விரும்பாத அஞ்சலி, தன் காலில் அடிபட்டிருந்ததாக அண்டப்புளுகு புளுகினார்.

விரைவில் அஞ்சலி தன்னுடைய கல்லூரிச் சமுதாயத்தில் இரண்டறக் கலந்துவிட்டார். அவருடைய காதுகள் அவருடைய கண்களாயின. பிற மாணவிகள் அவரை அடையாளம் கண்டுகொண்டு விருப்பத்துடன் அவருக்கு உதவ முன்வந்தனர். அஞ்சலி தன்னுடைய பழைய நோக்கியா அலைபேசியிலிருந்த எண் விசையடுக்குகளை மனப்பாடம் செய்து கொண்டு அவற்றை எளிதாகப் பயன்படுத்தினார். எப்போதாவது அவர் அதில் தடுமாறவும் செய்தார்.

இலட்சியப் பாதையில் அடியெடுத்து வைக்க உதவிய யூடியூப்

இணையப் புரட்சியும் திறன்பேசிகளும் உலகெங்கும் பல மாற்றங்களைக் கொண்டுவந்துள்ளன. 2016 மார்ச் 29 அன்று

அஞ்சலியின் அப்பா அவருக்கு வாங்கிக் கொடுத்த திறன்பேசி அவருடைய வாழ்க்கையிலும் ஒரு பெரும் மாற்றத்தைக் கொண்டுவந்தது.

அச்சாதனம் அவருடைய கல்லூரிப் படிப்புக்கு இன்றியமையாத ஓர் அம்சமாக ஆகிப் போனது. குறிப்புகளும் பிற முக்கியமான தகவல்களும் வாட்ஸ்அப் குழுக்களின் வழியாகப் பரிமாறிக் கொள்ளப்பட்டன. அவருடைய உடன்பிறப்புகளான சுவாதியும் சன்ஸ்காரும், திறன்பேசியிலுள்ள பல அம்சங்களைப் பற்றியும், அவற்றிலுள்ள செயலிகளைப் பற்றியும், குரல் ஆணைகளைப் பயன்படுத்துவதைப் பற்றியும் அஞ்சலிக்குக் கற்றுக் கொடுத்தனர். எல்லாவற்றையும்விட யூடியூப் அவருக்கு மிகவும் பிடித்துப் போனது.

தொடக்கத்தில், யூடியூபில் இசையைக் கேட்பதில் அவர் இன்பமடைந்தார். ஆனால், ஒரு சில நாள்களுக்குப் பிறகு, யூடியூபைப் பயன்படுத்துவது தொடர்பாக அவருக்குள் ஒரு புதிய யோசனை தோன்றியது. அவருடைய ஆசிரியர் முன்பு அவரிடம் தூண்டிவிட்டிருந்த ஐஏஎஸ் ஆசை இப்போது ஒரு கனவாக அவரிடம் முளைவிடத் தொடங்கியிருந்தது. அது அவருடைய ஆர்வத்தைத் தூண்டியிருந்ததால், ஓர் ஐஏஎஸ் அதிகாரியாக ஆவது எப்படி என்பது தொடர்பான கட்டுரைகள், வீடியோக்கள், கருத்துப் பட்டறைகள், வெற்றியாளர்களின் வீரப்பிரதாபங்கள் போன்றவற்றைக் கேட்க அவர் தலைப்பட்டார்.

சில வாரங்களுக்குள், அஞ்சலி, சிஎஸ்இ தேர்வு தொடர்பான தகவல்களைத் திட்டமிட்ட முறையில் சேகரிக்கத் தொடங்கினார். அவற்றில் எத்தனை தாள்கள் இருக்கின்றன, அவற்றின் பாடத்திட்டங்கள் என்னென்ன என்பன போன்ற தகவல்களை அவர் திரட்டினார். அதற்குப் படிப்பதற்குத் தேவையான புத்தகங்களின் பட்டியல் ஒன்றையும் அவர் உருவாக்கினார். அத்துடன், சிஎஸ்இ தேர்வுத் தலைப்புகள் தொடர்பான ஆடியோ மற்றும் வீடியோக்களையும் அவர் தேடிக் கண்டுபிடித்தார்.

சிஎஸ்இ தேர்வுக்குத் தேவையான கடுமையான முன்தயாரிப்புகளுக்கு ஒத்து வருகின்ற விதத்தில் தன்னுடைய கல்லூரிப் பாடங்களை அஞ்சலி ஒழுங்கமைத்துக் கொண்டார். அவர் தன்னுடைய கல்லூரி விரிவுரைகளையும் தனக்குக் கொடுக்கப்பட்ட அசைன்மென்ட்டுகளையும் சிஎஸ்இ பாடத்திட்டத்தை மனத்தில் கொண்டே அணுகினார். அவர் தன்னுடைய ஐஏஎஸ் ஆசைக்கும் கல்லூரிப் படிப்புக்கும் இடையே தங்குதடையற்ற ஒருங்கிணைப்பு

இருக்குமாறு பார்த்துக் கொண்டார். அத்துடன், கல்லூரியில் தான் தேர்ந்தெடுத்த விருப்பப்பாடங்கள் சிஎஸ்இக்குப் பொருத்தமானவையாக இருப்பதையும் அவர் உறுதி செய்து கொண்டார்.

ஆனாலும், அஞ்சலியை சந்தேகப் பிசாசு ஆட்டுவித்துக் கொண்டிருந்தது. ஐஐடி, எய்ம்ஸ், தில்லி பல்கலைக்கழகம், ஜவகர்லால் நேரு பல்கலைக்கழகம் (ஜேஎன்யூ) போன்ற மதிப்புமிக்கக் கல்வி நிறுவனங்களிலிருந்து வந்தவர்கள் ஐஏஎஸ் தேர்வில் மிக உயர்ந்த ரேங்க்குகளை எடுத்திருந்ததை அவர் கண்டபோது, அவருக்குள் சுயசந்தேகம் விசுவரூபம் எடுக்கத் தொடங்கியது.

"அவர்களோடு போட்டியிடுவது எனக்குச் சாத்தியமா?" என்று அவர் சந்தேகப்பட்டார். புகழ்பெற்றப் பயிற்சி மையங்கள் எதுவும் இல்லாத சிக்கிமில் தான் வசித்தது தனக்கு அனுகூலமாக இல்லை என்று அவர் கருதினார். அத்துடன், ஐஏஎஸ் சிகரத்தில் வெற்றிக் கொடி நாட்டியிருந்த ஒருவரின் வழிகாட்டுதல் தனக்கு இல்லாதிருந்ததையும் அவர் ஒரு குறையாக நினைத்தார்.

ஐஏஎஸ் கனவுடன் இருக்கின்ற பலரையும், குறிப்பாகக் கிராமப்புறத்தில் அல்லது நாட்டின் தொலைதூரப் பிரதேசங்களில் இருப்பவர்களை, இதுபோன்ற கருமையான சந்தேக மேகங்கள் சூழ்ந்து கொள்கின்றன. இந்தச் சந்தேக மேகங்களைச் சாதுரியமாக விலக்கி ஒதுக்கத் தெரிந்தவர்களால் மட்டுமே வெற்றியாளர்களாக மிளிர முடிகிறது. அஞ்சலி இவற்றால் அமிழ்த்தப்படப் போகிறாரா அல்லது அவற்றிலிருந்து வெற்றிகரமாக மீளப் போகிறாரா?

ஒரு மகத்தான தீர்மானம்

2018 ஜூனில், அஞ்சலி தன் வாழ்வில் ஒரு சந்தியில் நின்று கொண்டிருந்தார். தன் முன் இருந்த இரண்டு வெவ்வேறு பாதைகளில் எதில் பயணிப்பது என்ற குழப்பம் அவரை ஆட்டிப் படைத்துக் கொண்டிருந்தது. அவர் முதுகலைப் படிப்பில் சேர்வதற்காகத் தன் கல்லூரிக்குச் செல்வதற்காக ஒரு பேருந்தில் ஏறியபோது, அவர் உணர்ச்சிக் கொந்தளிப்பில் இருந்தார்.

"நான் உண்மையிலேயே ஒரு முதுகலைப் பட்டம் பெற விரும்புகிறேனா?" என்று அவர் தன்னைத் தானே கேட்டுக் கொண்டார். குழப்பமும் சந்தேகமும் அவரை அலைக்கழித்தன. கல்லூரியில் முழு நேரம் படிக்கச் சென்றால், சிஎஸ்இ

தேர்வுக்குத் தயார் செய்வதற்குத் தன்னால் போதுமான நேரத்தை ஒதுக்க முடியாது என்று அவர் கவலைப்பட்டார்.

"என்னால் எப்படி இரண்டையும் சமாளிக்க முடியும்? ஒரு முதுகலைப் பட்டம் என்னுடைய வேலை வாய்ப்பை அதிகரிக்குமா அல்லது நான் என் உண்மையான இலக்கை அடைவதற்குத் தடையாக இருக்குமா?" என்று அவர் குழம்பினார்.

அவருடைய பேருந்து அவருடைய கல்லூரியை நெருங்கிக் கொண்டிருந்தபோது, அவருக்கு ஒரு தெளிவு ஏற்படத் தொடங்கியது. கல்லூரிக்குச் சென்றதும், அவர் தன்னுடைய இளங்கலைப் பட்டப்படிப்புச் சான்றிதழைப் பெற்றுக் கொண்டு, முதுகலைப் பட்டப்படிப்பிற்கு விண்ணப்பிக்காமலேயே, வீடு திரும்புவதற்கான பேருந்தில் ஏறினார்.

அஞ்சலி தன்னுடைய அப்பாவை அலைபேசியில் அழைத்து, ஒரு நடுக்கமான குரலில், தன்னுடைய தலைவிதியைத் தீர்மானிக்கவிருந்த வார்த்தைகளை உதிர்த்தார்: "அப்பா, நான் ஒரு முடிவு எடுத்துள்ளேன். நான் கல்லூரியில் சேரப் போவதில்லை. ஓர் ஐஏஎஸ் அதிகாரியாக ஆவதற்கு என்னை நான் அர்ப்பணித்துக் கொள்ளப் போகிறேன்."

சற்று நேரம் அந்த உரையாடலில் ஒரு மௌனம் நிலவியது. பின் அவருடைய அப்பாவின் உறுதியான குரல், அஞ்சலியை அவருடைய குழப்பத்திலிருந்து மீட்டது.

"எனக்கு உன்மேல் நம்பிக்கை இருக்கிறது, அஞ்சலி," என்று அவர் கூறினார். "நீ எந்தப் பாதையைத் தேர்ந்தெடுத்தாலும், அதற்கு என்னுடைய மனப்பூர்வமான ஆசிகளும் ஆதரவும் உண்டு."

கண்களை அகலத் திறந்த ஓர் உரையாடல்

யூபிஎஸ்சி சிகரத்தில் வெற்றிக் கொடி நாட்டுவது என்ற உறுதியான முடிவை அஞ்சலி எடுத்திருந்தபோதிலும், அதில் குதிப்பதற்கு, அது குறித்தத் தேவையான தகவல்களைத் திரட்ட வேண்டியதன் அவசியத்தை அவர் உணர்ந்திருந்தார். சிஎஸ்இ தேர்வுக்குத் தயார் செய்து கொண்டிருந்த, குட்டி ஜா என்ற பார்வையற்றப் பெண்ணின் அலைபேசி எண்ணை ஒரு பயிற்சி மையத்திடமிருந்து அஞ்சலி பெற்றார். ஜா, தில்லியில் ஜேஎன்யூவில் படித்துக் கொண்டிருந்தார். தன்னுடைய பயணத்திற்கு அவரால் வழிகாட்ட முடியும் என்ற நம்பிக்கையில் அஞ்சலி அவரைத் தொடர்பு கொண்டார்.

அஞ்சலி அவரிடம், "அக்கா, நான் ஓரிடத்திற்குச்

சென்றுவருவதற்கும், எந்தவொரு நடவடிக்கையில் ஈடுபடுவதற்கும் எப்போதும் பிறருடைய உதவி எனக்குத் தேவைப்படுகிறது. உங்களால் எப்படி ஜேஎன்யூவின் தங்கும் விடுதியில் தனியாக வாழ முடிகிறது?" என்ற கேள்வியைக் கேட்டபோது அஞ்சலியின் குரல் நடுங்கியது.

ஜாவின் பதில் அஞ்சலியின் கண்களை அகலத் திறந்தது. "நான் சுதந்திரமாக வாழ்கிறேன். பிறரைப்போலவே என் வேலைகள் அனைத்தையும் நானே செய்து கொள்கிறேன். நான் என் நண்பர்களுடன் சேர்ந்து பல்கலைக்கழக வளாகத்திற்கு வெளியே சென்று உணவருந்துகிறேன், பொழுதுபோக்கு நிகழ்ச்சிகளில் கலந்து கொள்கிறேன்," என்று ஜா தன்னம்பிக்கை பொங்கக் கூறினார்.

ஜாவின் வார்த்தைகள் அஞ்சலிக்கு ஓர் இன்ப அதிர்ச்சியைக் கொடுத்தன, ஏகப்பட்டச் சாத்தியக்கூறுகளை உள்ளடக்கியிருந்த புதியதோர் உலகத்திற்கான கதவைத் திறந்தன. தன்னையொத்தச் சவால்களை எதிர்கொண்டிருந்த ஒரு நபர் சுதந்திரமாகவும் உற்சாகமாகவும் வாழ்ந்து கொண்டிருந்தார் என்ற செய்தி அஞ்சலியின் மனத்திற்குள் ஆழமாக இறங்கியது.

தான் ஒரு தொலைபேசி உரையாடலில் ஈடுபட்டிருந்தோம் என்பதை மறந்து தன் யோசனைக்குள் ஆழ்ந்திருந்த அஞ்சலியை ஜாவின் குரல் மீண்டும் இந்த உலகிற்குள் கொண்டு வந்தது. "நீயும் ஓர் ஐஏஎஸ் அதிகாரியாக ஆகக் கனவு கண்டு கொண்டிருக்கிறாய் என்பதை அறிந்து கொண்டதில் எனக்கு மகிழ்ச்சி. தேர்வுக்கு உன்னைத் தயார் செய்து கொள்வதற்கு நீ என்ன உத்தியைக் கையாளப் போகிறாய்?" என்று ஜா கேட்டார்.

"அக்கா, எனக்குக் குழப்பமாக இருக்கிறது. நான் பள்ளியிலும் கல்லூரியிலும் படித்தபோது என் குடும்பத்தார் என் பாடங்களை எனக்கு வாசித்து உதவினர். சிஎஸ்இயின் பாடத்திட்டம் பிரம்மாண்டமாக இருப்பதால், பாடப்புத்தகங்களையும் பிறவற்றையும் எனக்குப் படித்துக் காட்டுவதற்கு யாராவது ஒருவரை வேலைக்கு அமர்த்திக் கொள்ளலாமா என்று நான் யோசித்துக் கொண்டிருக்கிறேன்," என்று அஞ்சலி கூறினார்.

அதைக் கேட்டுப் பலமாகச் சிரித்த ஜா, "நீ என்ன சொல்கிறாய்? என்னால் நம்பவே முடியவில்லை. நீ இந்த உலகில்தான் இருக்கிறாயா அல்லது வேறு ஏதாவது ஒரு கிரகத்திலிருந்து இங்கு வந்து குதித்திருக்கிறாயா?" என்று கேட்டார்.

பின் ஜா தன்னை நிதானப்படுத்திக் கொண்டு, “யாரால் உனக்கு அவ்வளவு பாடங்களை வாசித்துக் காட்ட முடியும்? சிஎஸ்இயின் விரிவான பாடத்திட்டங்களை உன்னால் எப்படி இப்படிப் படித்து முடிக்க முடியும்?” என்று கேட்டார்.

“அப்படியானால், நான் என்ன செய்ய வேண்டும்? பதினொன்றாம் வகுப்பிலிருந்து நான் இப்படித்தான் படித்து வந்துள்ளேன். எனக்கு வழிகாட்டுங்கள், அக்கா,” என்று அஞ்சலி அவரிடம் மன்றாடினார்.

“பாடங்களை உனக்குப் படித்துக் காட்டுவதற்கும் குறிப்பெடுப்பதற்கும் இப்போது ஏகப்பட்ட மென்பொருள் கருவிகள் இருக்கின்றன. ஒரு மடிக்கணினியை வாங்கி அவற்றை அதில் பதிவிறக்கம் செய்து கொள். நீ யாரையும் சார்ந்திராமலேயே உன்னால் எல்லாவற்றையும் படிக்க முடியும்,” என்று ஜா அறிவுறுத்தினார்.

அஞ்சலியின் அப்பா நேரத்தை வீணாக்காமல் அடுத்த நாளே அஞ்சலிக்கு ஒரு மடிக்கணினியை வாங்கிக் கொடுத்துவிட்டார். ஆனால், அதை எப்படி இயக்குவது, தனக்குத் தேவையான செயலிகளை அதில் எப்படி நிறுவுவது என்பன போன்றவற்றை அறிந்திராத அஞ்சலி திகைத்துப் போனார். இது தொடர்பான உதவியைப் பெறுவதற்கு சிக்கிமில் யாரும் இல்லாத காரணத்தால், மேற்கொண்டு என்ன செய்வது என்று தெரியாமல் அவர் அடுத்தச் சில நாள்கள் மிகவும் தவித்தார்.

யூடியூபில் அவர் சல்லடை போட்டுத் தேடியபோது, ‘பார்வையற்றவர்கள் மற்றும் பார்வைக் குறைபாடு உடையவர்களுக்கான ‘ஐவே தேசிய உதவி மையம்’ என்ற ஓர் அமைப்பு இயங்கிக் கொண்டிருந்ததை அஞ்சலி அறிந்து கொண்டார். அந்த அமைப்பை அவர் தொலைபேசி வாயிலாகத் தொடர்பு கொண்டார். தில்லியிலுள்ள ‘பார்வையற்றோருக்கான தேசியக் கழகம்’ என்ற அமைப்பைத் தொடர்பு கொள்ளுமாறு அவர்கள் அஞ்சலியிடம் கூறினர். அந்த அமைப்பு, பார்வையற்றோருக்குத் தேவையான பயிற்சிகளை அளித்து, அவர்கள் சுதந்திரமாகவும் பொருளாதாரப் பாதுகாப்புடனும் வாழ்க்கை நடத்த உதவிக் கொண்டிருந்தது. அவர்கள் கற்றுக் கொடுத்தவற்றில், கணினிப் படிப்பறிவு, உதவும் தொழில்நுட்பங்கள், டிஜிட்டல் அணுகுதிறன் போன்றவையும் அடங்கியிருந்தன.

அந்த அமைப்பும் அதன் திட்டங்களும் அஞ்சலியை ஈர்த்தன. ஆனால், தொலைதூரத்தில் இருந்த ஓர் ஊரில் தன்னந்தனியாக வாழ்வது என்ற எண்ணமே அஞ்சலிக்குக்

கிலி ஏற்படுத்துவதாக இருந்தது.

சார்பு எனும் தளையிலிருந்து விடுபடுதல்

அவருடைய பெற்றோரின் வார்த்தைகள், தில்லியில் தனியாக வாழ்வது குறித்து அஞ்சலி கொண்டிருந்த கவலையைத் துடைத்தெறிந்து, அவர் அங்குச் செல்ல அவரை ஊக்குவித்தன.

“அஞ்சலி, இந்த வாய்ப்பு உன்னுடைய வருங்காலத்திற்கு மிகவும் முக்கியமானது. அவர்கள் அளிக்கப் போகின்ற தொழில்நுட்பப் பயிற்சி, நீ உன்னுடைய கனவுகளைப் பின்தொடர்ந்து செல்ல உனக்கு அதிகாரமளிக்கும். அத்துடன், நீ யாரையும் சாராமல் சுதந்திரமாக வாழ்வதற்கும் அது உனக்கு வழிகாட்டும்,” என்று அவர்கள் கூறினர்.

2018 செப்டம்பரில் அஞ்சலி அந்த அமைப்பின் தில்லி வளாகத்திற்கு வந்து சேர்ந்தபோது, அவர் உடனடியாக அதனோடு ஒன்றிப் போனார். “இங்குள்ள பிறரும் என்னைப்போலவே பார்வைக் குறைபாட்டுடன் இருப்பதால், என்னுடைய சவால்களை அவர்களால் எளிதாகப் புரிந்து கொள்ள முடியும். இங்கு எவரும் என்னைப் பரிதாபத்துடனோ அல்லது அனுதாபத்துடனோ பார்க்க மாட்டார்கள்,” என்று அஞ்சலி நன்னம்பிக்கையுடன் நினைத்துக் கொண்டார்.

அந்த வகுப்பு ஒரு சில நாள்களுக்கு முன்பே தொடங்கிவிட்டிருந்ததால், அதில் அஞ்சலியைச் சேர்த்துக் கொள்ள அவர்கள் முதலில் தயங்கினர். ஆனால், அஞ்சலியின் பெற்றோரின் தொடர் வற்புறுத்தல் காரணமாகவும், சிக்கிம் போன்ற ஒரு தொலைதூர இடத்திலிருந்து அவர் வந்திருந்த காரணத்தாலும், அவர்கள் அவரைச் சேர்ந்துக் கொண்டனர்.

ஆனால், அவரை அந்த அமைப்பின் தங்கும் விடுதியில் விட்டுவிட்டு அவருடைய பெற்றோர் ஊருக்குக் கிளம்பிச் சென்றதும், பெரும் உணர்ச்சி வெள்ளத்தில் அவர் சிக்கிக் கொண்டார். திடீரென்று அவர் தனிமையை உணர்ந்தார். தனக்குப் பரிச்சயமற்ற ஓரிடத்தில் தன்னுடைய பெற்றோரின் உதவி இல்லாமல் தான் தனியாக இருக்க வேண்டுமே என்ற எண்ணம் அவருக்குப் பீதி ஏற்படுத்தியது. அவருக்கு அழுகை முட்டிக் கொண்டு வந்தது.

“செல்லமே, நீ ஏன் அழுகிறாய்?” என்று ஒரு கனிவான குரல் அவரை இந்த உலகிற்குள் மீட்டுக் கொண்டு வந்தது. ஒரு மென்மையான கை தன் தலையைத் தொட்டதை அஞ்சலி உணர்ந்தார்.

“அழாதே. எனக்கு உன்னுடைய பாட்டி வயது இருக்கும்.

நானும் பார்வையிழந்தவள்தான். நான் உன்னுடனும், இங்கிருக்கின்ற பிற பெண்களுடனும் இந்த அறையில்தான் தங்கியிருக்கப் போகிறேன். உன்னை நீயே கவனித்துக் கொள்வதற்கு நான் உனக்குக் கற்றுக் கொடுக்கப் போகிறேன்," என்று அந்தப் பெண்மணி கூறியது அஞ்சலியின் இதயத்திற்கு ஒத்தடம் கொடுத்ததுபோல இருந்து.

அந்த முதிய பெண்மணி அஞ்சலியின் வழிகாட்டியாக ஆனார். தனியாக எப்படி நடப்பது, தன் துணிகளைத் தானே எப்படித் துவைத்துக் கொள்வது என்பன போன்றவற்றை அஞ்சலிக்கு அவர் கற்றுக் கொடுத்தார். ஒரு துணி அழுக்குத் துணியா இல்லையா என்பதைத் தொடு உணர்ச்சியின் மூலம் மட்டுமே கண்டறிவது எப்படி என்பதைக்கூட அவர் சொல்லிக் கொடுத்தார். அவருடைய வழிகாட்டுதல்கள் அஞ்சலிக்குப் பெரும் தன்னம்பிக்கையளித்தன, அவர் சுயசார்புடன் செயல்படுவதற்கு வித்திட்டன.

அந்த அறையில் அஞ்சலியோடு மேலும் நான்கு பெண்கள் இருந்தனர். அவர்கள் அனைவரும் அந்த முதிய பெண்மணியை மேடம் என்றே அழைத்தனர். அஞ்சலி மெதுவாக அச்சூழலுக்குத் தன்னைப் பழக்கப்படுத்திக் கொண்டார், தன்னுடைய சக அறைவாசிகளுடன் நட்பை வளர்த்துக் கொண்டார். அவர்கள் அந்த வளாகத்திலிருந்த வசதி வாய்ப்புகளைப் பற்றி அவருக்கு எடுத்துரைத்தனர். அஞ்சலி தாமதமாக அந்த வகுப்பில் சேர்ந்திருந்ததால், அவர் வருவதற்கு முன்பு நடத்தப்பட்டிருந்த பாடங்களை அவர்கள் அவருக்குக் கற்றுக் கொடுத்தனர்.

அந்த வளாகத்தில் பார்வைக் குறைபாடு உடையோர் தன்னம்பிக்கையுடன் பல காரியங்களில் ஈடுபட்டதைக் கண்டு அஞ்சலி பெரிதும் வியந்தார். நவீன ஆடை வடிவமைப்பு உட்படப் பல்வேறு துறைகளில் சாதித்திருந்த, பார்வைக் குறைபாடு உடையவர்களைப் பற்றித் தெரிந்து கொண்டபோது அவர் பேருவகை அடைந்தார்.

சில காலத்திற்குப் பிறகு, அஞ்சலி தன் மடிக்கணினியில் மைக்ரோசாஃப்ட் வேர்டு, எக்செல் போன்றவற்றை இயக்கவும், இணையத்தில் தேடவும், யூடியூப் மற்றும் பிற செயலிகளைத் திறந்து இயக்கவும் கற்றுக் கொண்டார். அவரால் 'மவுஸை' இயக்க முடியாது என்பதால், தன் கணினியின் விசைப்பலகையிலிருந்த பல கட்டளை விசைகளை இயக்க அவர் கற்றுக் கொண்டார்.

அஞ்சலி தன் வாழ்க்கையில் முதன்முறையாக, தன் பெற்றோரின் உதவி இல்லாமல் மூன்று மாதங்கள்

வெற்றிகரமாகத் தனியாக வாழ்க்கை நடத்தியிருந்தார். அந்த அமைப்பு அவருக்கு வெறுமனே கணினித் திறன்களை மட்டும் கற்றுக் கொடுத்திருக்கவில்லை. அத்துடன் சேர்த்து, பார்வையில்லாத ஒருவர் வாழ்க்கையை எப்படித் தனியாகச் சமாளிப்பது என்பதையும் அது கற்றுக் கொடுத்திருந்தது. அஞ்சலி தன் தோழிகளுடன் தில்லியின் தெருக்களில் வலம் வந்தார், பல விஷயங்களைப் புதிய முறையில் செய்வதற்குக் கற்றுக் கொண்டார், பார்வைக் குறைபாடுடையோர் பரிதாபத்திற்கும் அனுதாபத்திற்கும் உரியவர்கள் அல்லர் என்ற உணர்வைப் பெற்றார். அவர்களால் செய்ய முடியாத விஷயங்கள் என்று எதுவுமில்லை என்பதை அவர் அறிந்து கொண்டார்.

ஒட்டுமொத்தத்தில், முற்றிலும் புதியதோர் உலகம் தனக்கு அறிமுகப்படுத்தி வைக்கப்பட்டிருந்ததைப்போல அவர் உணர்ந்தார். அவருடைய திறன்களும் திறமைகளும் அவருடைய உடல்ரீதியான குறைபாட்டால் வரையறுக்கப்படாத ஓர் உலகமாக அது திகழ்ந்தது.

இரட்டைக் குதிரைச் சவாரி

2018 டிசம்பரில் சிக்கிமிற்குத் திரும்பிய அஞ்சலி, தன்னுடைய இரட்டைக் குதிரைச் சவாரியில் இறங்கினார். ஒன்று, சிஎஸ்இ தேர்வுக்கான தயாரிப்பு. மற்றொன்று, பீகார் அரசுப் பணியாளர் தேர்வாணையம் (சுருக்கமாக, பிபிஎஸ்சி) நடத்துகின்ற தேர்வுக்கான தயாரிப்பு. இவற்றுடன் சேர்த்து, இந்திரா காந்தி தேசிய திறந்தநிலைப் பல்கலைக்கழகத்தில் ஆங்கில இலக்கியத்தில் முதுகலைப் பட்டப்படிப்பிலும் அவர் சேர்ந்தார்.

யூடியூப்தான் அவருடைய தேர்வுத் தயாரிப்புக்கான தலையாய சரணாலயமாகத் திகழ்ந்தது. பலதரப்பட்டத் தகவல்களை அஞ்சலி தன் விரல்நுனியில் வைத்திருக்க அது அவருக்கு உதவியது. முந்தைய ஆண்டுகளின் கேள்வித்தாள்கள், தினசரி வினாடி-வினாக்கள், பாடங்கள் போன்றவற்றால் இணையம் நிரம்பி வழிந்தது. அஞ்சலி அவற்றுக்குள் ஆர்வத்துடன் மணிக்கணக்கில் தன்னை மூழ்கடித்துக் கொண்டார். சாப்பிடுகின்ற நேரம், தூங்குகின்ற நேரம் மற்றும் அன்றாட அவசியக் கடமைகளை ஆற்றுவதற்கான நேரம் ஆகியவற்றைத் தவிர மற்ற அனைத்து நேரங்களிலும் அவர் தன்னுடைய மடிக்கணினி முன்னால் அமர்ந்திருந்தார். தன்னுடைய இலட்சியங்களை அடைவதற்கு ஒரு தவத்தில்

ஈடுபட்டிருந்ததைப்போல அஞ்சலி அதில் அர்ப்பணிப்புடன் ஈடுபட்டார்.

போதுமான அளவுக்குத் தான் தன்னைத் தயார்படுத்தியிருக்கவில்லை என்பதை அவர் உணர்ந்திருந்தபோதிலும், 2019-ம் ஆண்டுக்கான பிபிஎஸ்சியின் முதல் நிலைத் தேர்வில் அவர் கலந்து கொண்டார். வெறும் ஏழு மதிப்பெண்களில் வெற்றியை அவர் தவறவிட்டபோதிலும், அந்த அனுபவம் அவருக்குப் பெரும் தன்னம்பிக்கையளித்தது. இதனால் ஊக்கமடைந்த அஞ்சலி, அடுத்த முறை அத்தேர்வை எழுதி அதில் வெற்றி பெற்றார்.

அதைத் தொடர்ந்து கூடுதலான மன உறுதியுடன் அவர் பிபிஎஸ்சியின் பிரதானத்தேர்வுக்கான தயாரிப்பில் முழுமூச்சாக இறங்கினார். இதில் வெற்றி பெறுவதற்குப் பதில்களை எழுதிப் பார்ப்பது இன்றியமையாதது. ஆனால், பயிற்சி செய்வதற்காக நபர்களை அமர்த்திக் கொள்வது அவருக்குக் கட்டுப்படியாகாது என்பதால், அவர் தன் பதில்களைத் தட்டச்சு செய்து திருத்துவதற்காக அவற்றை இணையம் வழியாக ஒரு பயிற்சி மையத்திற்கு அனுப்பி வைத்தார். தனக்குக் கண்பார்வை இல்லை என்பதைத் தெரிவிக்கத் தயக்கம் காட்டிய அஞ்சலி, அவர்கள் கையெழுத்துப் பிரதியை அனுப்பி வைக்குமாறு மீண்டும் மீண்டும் கேட்டுக் கொண்டிருந்தபோதிலும், தட்டச்சு செய்யப்பட்டக் கோப்புகளையே தொடர்ந்து அந்த மையத்திற்கு அனுப்பி வைத்துக் கொண்டிருந்தார்.

அஞ்சலி விரைவிலேயே அவர் அனுப்பிய பதில்களுக்குப் பாராட்டுகளைப் பெறத் தொடங்கினார். அவர் அனுப்பியிருந்த பதில்களில் ஒன்று, அந்த மையம் தயாரித்திருந்த மாதிரி வினாத்தாளில் இடம் பெற்றிருந்ததை அவர் கண்டுபிடித்தபோது, அவர் எல்லையற்ற மகிழ்ச்சியடைந்தார். தன்னுடைய பதில்களின் தரத்தை உறுதி செய்கின்ற விதமாக அது அமைந்திருந்ததால், அவரிடம் உற்சாகம் கரைபுரண்டு ஓடத் தொடங்கியது.

சிஎஸ்இ தேர்வில் வெற்றி பெறுவதைவிட பிபிஎஸ்சி தேர்வில் வெற்றி பெறுவது எளிது என்று நம்பிய அஞ்சலி, தன் கவனத்தை, யூபிஎஸ்சி முதல் நிலைத் தேர்வுத் தயாரிப்பிலிருந்து, 2020 நவம்பரில் நடக்கவிருந்த பிபிஎஸ்சி பிரதானத் தேர்வின் பக்கம் திருப்பினார். ஐஏஎஸ் அதிகாரிகளுக்கும் மாநிலக் குடிமைப் பணியாளர்களுக்கும் இடையே இருந்த வேற்றுமைகளை அஞ்சலியின் குடும்பத்தாரும் நண்பர்களும் அவருக்குச் சுட்டிக்காட்டியபோதிலும், அஞ்சலி தன் முடிவில் உறுதியாக இருந்தார். ஆனால், அதில் அவரால் வெற்றி பெற

முடியவில்லை. அதற்கு என்ன காரணம்?

பார்வைக் குறைபாடு உடையவர்களுக்காகத் தேர்வு எழுத முன்வருபவர்களுடன் முரண்பாடு

பிபிஎஸ்சி பிரதானத் தேர்வு எழுதுவதற்காக அஞ்சலி தன் அப்பாவுடன் பாட்னாவிலிருந்த ஓர் அரசுப் பள்ளிக்கு வந்து சேர்ந்தார். அவரிடம் மன உறுதி நிறைந்து காணப்பட்டது. அவருக்காகத் தேர்வு எழுதுவதற்கு ஒரு பதினொன்றாம் வகுப்பு மாணவன் நியமிக்கப்பட்டிருந்ததைக் கண்டு அஞ்சலி உற்சாகம் குன்றினார். ஆனால், இந்தி மொழி வழியில் படித்திருந்த அந்த மாணவனுக்கு ஆங்கிலம் சுத்தமாக வரவில்லை. கேள்வித்தாளை அஞ்சலிக்குப் படித்துக் காட்டுவதற்கே அவன் திணறினான்.

அதனால் எரிச்சலும் விரக்தியும் அடைந்த அஞ்சலி, அந்த அறையிலிருந்த தேர்வுக் கண்காணிப்பாளரிடம், "கேள்வியையே படிக்க முடியாதபோது, இவனால் எப்படித் தேர்வை எழுத முடியும்?" என்று புகார் கூறினார்.

மாற்று நபர் ஒருவரை ஏற்பாடு செய்து தருவதாக அந்தக் கண்காணிப்பாளர் வாக்குறுதி அளித்தார். ஆனால், நாற்பது நிமிடங்களுக்கு எதுவும் நடக்கவில்லை. தன்னுடைய ஓராண்டு உழைப்பு அநியாயத்திற்கு வீணாகிக் கொண்டிருந்ததைக் கண்ட அஞ்சலியால் தன் கண்ணீரைக் கட்டுப்படுத்திக் கொள்ள முடியவில்லை. அவருடைய கட்டுப்பாட்டில் இல்லாத விஷயங்களால் அவருடைய கனவு கேள்விக்குள்ளாகி இருந்தது. அத்தேர்வில் தான் கண்டிப்பாக வெற்றி பெற்றுவிடலாம் என்று அவர் நம்பிய காரணத்தால், அவர் தன்னுடைய பெருங்கனவான யூபிஎஸ்சி கனவைத் தற்காலிகமாக மூட்டை கட்டி வைத்திருந்தார்.

வெகு நேரத்திற்குப் பிறகு வேறொரு மாணவி அவருக்காகத் தேர்வெழுதுவதற்கு ஒதுக்கப்பட்டாள். ஆனால், அவள் அந்தப் பதினொன்றாம் வகுப்பு மாணவனைவிட ஓரளவுதான் மேம்பட்டவளாக இருந்தாள். அதோடு, கால்குலேட்டரைக் கையாள அவள் திணறினாள். அஞ்சலியின் பதற்றம் நிமிடத்திற்கு நிமிடம் கூடிக் கொண்டே இருந்தது. "என் கட்டுப்பாட்டில் இல்லாத விஷயங்களினால் நான் ஏன் இவ்வாறு அவதிப்பட வேண்டும்?" என்று நினைத்து அஞ்சலி வெதும்பினார்.

அஞ்சலியின் விரக்தியைப் புரிந்து கொண்ட அந்தத் தேர்வுக் கண்காணிப்பாளர், அவரிடம், "உங்களுக்காகத்

தேர்வு எழுதுவதற்கு, எங்கள் பள்ளியில் படிக்கின்ற மாணவ மாணவிகளை மட்டுமே எங்களால் உங்களுக்கு ஒதுக்க முடியும். இங்கு இருக்கின்ற மாணவர்களில் தலைசிறந்த மாணவர்களையே நான் உங்களுக்காக ஒதுக்கினேன்," என்று தன் நிலைமையை எடுத்துரைத்தார். ஆனால், அவருடைய வார்த்தைகள் அஞ்சலிக்கு எந்த விதத்திலும் ஆறுதலளிக்கவில்லை.

ஆனாலும், அஞ்சலி பெரும் முயற்சி எடுத்து, தனக்காக எழுத வந்திருந்த மாணவியிடம் ஒவ்வொரு வார்த்தையாகப் பொறுமையாகக் கூறி அவளை எழுத வைத்தார். தன் எண்ணங்களை அந்த இரவல் கைகளின் ஊடாக பதிலாக மாற்றுவதற்கு அவர் படாதபாடு பட வேண்டியிருந்தது. அது அவருக்குக் கடுமையான சோர்வும் விரக்தியும் அளித்தது. அஞ்சலி அவ்வளவு உறுதியோடு செயல்பட்டிருந்தும், அத்தேர்வில் அவரால் போதிய மதிப்பெண்களைப் பெற முடியவில்லை. அவருடைய கனவு அவருடைய பிடியிலிருந்து மேலும் நழுவிக் கொண்டே போனது.

ஆனால், பிபிஎஸ்சி பிரதானத் தேர்வு முடிவுகள் வெளியானபோது அவருக்கு ஓர் இனிய அதிர்ச்சி காத்திருந்தது. அவர் மோசமான உதவியாளர்களின் உதவியுடன் தேர்வை எழுதியிருந்தபோதிலும், வெறும் இரண்டு மதிப்பெண்களில்தான் அவர் தோற்றிருந்தார். "இவ்வளவு போராட்டங்களுக்கு நடுவிலும் நான் கிட்டத்தட்ட வெற்றிக் கோட்டை நெருங்கியிருந்தேன். அடுத்த முறை என்னால் கண்டிப்பாக வெற்றி பெற முடியும்," என்ற எண்ணம் அவருக்குள் தோன்றி அவருடைய மன உறுதிக்கு மேலும் உரமூட்டியது.

2020 டிசம்பரில் நடைபெற்ற பிபிஎஸ்சி முதல் நிலைத் தேர்வில் அஞ்சலி எளிதாக வென்றார். பின் மூன்றாவது முறையாக அதன் பிரதானத் தேர்வு எழுதுவதற்காக அவர் பாட்னாவிற்குச் சென்றார். இம்முறை அத்தேர்வு ஒரு கல்லூரியில் நடைபெற்றது. முதல் நாள் அவருக்காக எழுத அமர்த்தப்பட்டிருந்த மாணவரின் எழுதுதிறன் குறித்து அஞ்சலிக்குத் திருப்தி ஏற்பட்டிருந்தது. ஆனால், அதற்கு அடுத்த நாள் நடைபெற்ற சமூகவியல் தேர்வை அவருக்காக எழுதுவதற்கு நியமிக்கப்பட்டிருந்தவர் அஞ்சலி கூறிய அறிவுறுத்தல்களைப் பின்பற்றத் திணறினார். அதனால் கடும் விரக்தியும் கோபமும் அடைந்த அஞ்சலி, தன் முயற்சியைக் கைவிட்டுவிட்டு, அரை மணி நேரம் வெறுமனே அமர்ந்திருந்தார். பின் திடீரென்று அவருக்கு ஒரு பிரகாசமான

யோசனை உதித்தது.

அஞ்சலி அந்த அறையில் இருந்த தேர்வுக் கண்காணிப்பாளரிடம், “சார், நான் இங்கிருக்கின்ற கரும்பலகையில் விடைகளை எழுதினால், எனக்காக ஒதுக்கப்பட்டுள்ளவர் அவற்றை என்னுடைய விடைத்தாளில் எழுத உங்களால் அனுமதிக்க முடியுமா?” என்று கேட்டார். தன்னால் அந்தப் பலகையில் தெளிவாகவும் கொட்டை எழுத்திலும் எழுத முடியும் என்ற நம்பிக்கை அஞ்சலிக்கு இருந்தது.

ஆனால், அஞ்சலிக்கு மட்டும் அப்படிப்பட்டச் சிறப்புச் சலுகையை அளிப்பது நியாயமற்றது என்று கூறி அதே அறையில் தேர்வு எழுதிக் கொண்டிருந்த பிறர் ஆட்சேபித்தனர். அது அவருக்கு மனவலி ஏற்படுத்தியது. அங்கிருந்த சிலருக்குப் பார்வைக் குறைபாடு இருந்தபோதிலும், தங்களுடைய தேர்வுகளைத் தாங்களே எழுதுகின்ற அளவுக்கு அவர்களுக்குக் கண் பார்வை இருந்தது. ஆனால், அவர்களுக்கும் அஞ்சலிக்குக் கொடுக்கப்பட்டிருந்த அதே அளவு கூடுதல் நேரம் ஒதுக்கப்பட்டிருந்தது. இது நியாயமற்றதாக அஞ்சலிக்குப் பட்டது.

ஆனால், இந்தப் பின்னடைவு தன்னைத் தோற்கடிக்க தான் அனுமதிக்கக்கூடாது என்று தன் மனத்தைத் தேற்றிக் கொண்ட அஞ்சலி, தன் கண்களைத் துடைத்துக் கொண்டு, தனக்குள் ஒரு புதிய வலிமையை வரவழைத்துக் கொண்டார். அவர் மீண்டும் பதில்களைச் சொல்லத் தொடங்கினார். கடினமான வார்த்தைகளுக்கு நிறுத்தி நிதானமாக அவற்றை ஒவ்வோர் எழுத்தாக உச்சரித்துக் காட்டினார். தான் அத்தேர்வை முழுமையாக எழுதி முடித்து அதில் வெற்றி பெற வேண்டும் என்ற வெறியுடன் அவர் செயல்படத் தொடங்கினார்.

வலிமிக்க ஒரு பயணம்

2022 ஏப்ரல் மாதம், அஞ்சலி பிபிஎஸ்சி பிரதானத் தேர்வில் வெற்றி பெற்றிருந்த செய்தியை அவருக்குக் கொண்டுவந்தது. அவருடைய நேர்முகத் தேர்வு 2022 ஜூன் 18 அன்று ஏற்பாடு செய்யப்பட்டிருந்தது. அதற்கு அவர் ஆர்வத்துடன் தன்னைத் தயார்ப்படுத்திக் கொண்டார். ஆனால், விதி அவருடைய வாழ்வில் விளையாடத் திட்டமிட்டிருந்ததை அவர் அறியவில்லை.

ஒரு சில நாள்கள் கழித்து, அஞ்சலிக்குத் தீவிரமான வயிற்று வலி ஏற்பட்டது. அதனால், அவர் நேர்முகத் தேர்வுக்காகப்

பாட்னாவிற்குச் செல்ல வேண்டாம் என்று மருத்துவர்கள் அவருக்கு அறிவுறுத்தினர். ஆனால், பல ஆண்டுகாலக் கடின உழைப்பின் ஊடாகத் தான் தவமிருந்து பெற்றிருந்த அக்கணத்தை நழுவவிட அஞ்சலிக்கு மனமிருக்கவில்லை.

2022 ஜூன் 16 அன்று, அவருடைய வயிற்று வலி கடுமையாக இருந்தபோதிலும், அவர் சிலிகுரியிலிருந்து பாட்னாவிற்குச் செல்லும் பேருந்தில் ஏறினார். வலியின் காரணமாக அந்த இரவுப் பயணம் முழுவதிலும் அவரால் தூங்க முடியவில்லை.

மறுநாள் காலையில் அவர் பாட்னாவிலுள்ள ஒரு மருத்துவமனையில் 'அல்ட்ரா சவுண்டு' பரிசோதனை ஒன்றுக்கு உட்படுத்தப்பட்டார். அவருடைய பித்தப்பையில் ஒரு பெரிய கட்டி இருந்தது அதில் தெரிய வந்தது. அக்கட்டி பெரிதாக இருந்ததால், அவருக்கு உடனடியாக அறுவை சிகிச்சை செய்யப்பட வேண்டியிருந்தது. நிலைமை அவ்வளவு தீவிரமாக இருந்தபோதிலும், நேர்முகத் தேர்வில் கலந்து கொள்வதென்று அஞ்சலி தீர்மானித்தார். அவருடைய மன உறுதியைக் கண்ட மருத்துவர்கள், அந்தத் தேர்வின் முக்கியத்துவத்தைக் கருத்தில் எடுத்துக் கொண்டு, அவருக்குச் சில மருந்துகளைக் கொடுத்தப் பிறகு, அத்தேர்வில் கலந்து கொள்ள அவரை அனுமதித்தனர்.

அவருடைய நோயின் காரணமாக அஞ்சலியால் போதுமான அளவு அந்த நேர்முகத் தேர்வுக்காகத் தன்னைத் தயார் செய்து கொள்ள முடியவில்லை என்றபோதிலும், அவர் அதில் துணிச்சலுடன் கலந்து கொண்டார். அவர் படித்தக் கல்லூரியைப் பற்றியும், சிக்கிமிலுள்ள இயற்கை வேளாண்மையைப் பற்றியும், ஆங்கில இலக்கியத்தைப் பற்றியும் அவரிடம் கேள்விகள் கேட்கப்பட்டன. அஞ்சலியின் குடும்பத்தினர் அத்தேர்வின் முடிவுக்காக மூச்சைப் பிடித்துக் கொண்டு காத்துக் கொண்டிருந்தனர். அஞ்சலி ஓர் ஊரக வளர்ச்சி அலுவலராகத் (சுருக்கமாக, ஆர்டிஓ) தேர்வாகியிருந்த செய்தி அஞ்சலியின் குடும்பத்தாருக்குப் பெரும் மகிழ்ச்சியைக் கொடுத்தது.

ஒரு நீண்ட காத்திருப்புக்குப் பின்னர், 2022 டிசம்பர் 13 அன்று, பீகார் அரசாங்கத்திடமிருந்து அவருடைய பணி உத்தரவு வந்து சேர்ந்தது. அவருடைய பயிற்சி, 2023 ஜனவரி 1 அன்று, கயாவிலிருந்த 'பீகார் பொது நிர்வாகம் மற்றும் கிராம வளர்ச்சிக் கழகத்தில்' தொடங்கவிருந்தது.

அப்பதவிக்கு அவர் தேர்ந்தெடுக்கப்பட்டிருந்தது அஞ்சலிக்குப் பெரும் மன நிம்மதியையும் ஆசுவாச உணர்வையும் அளித்தது. அவருக்குப் புதிதாகக் கிடைத்திருந்த

இந்த அமைதி, அவர் முழுமூச்சுடன் சிஎஸ்இ தேர்வுக்குத் தன்னைத் தயார்படுத்திக் கொள்ள அவரை ஊக்குவித்தது. தன்னுடைய தோளிலிருந்து ஒரு மாபெரும் சுமை இறக்கி வைக்கப்பட்டிருந்ததுபோல உணர்ந்த அஞ்சலி, முழு அர்ப்பணிப்புடன் தன் ஐஏஎஸ் கனவை நனவாக்குவதில் குதித்தார்.

யூபிஎஸ்சி என்ற புதிரை விடுவித்தல்

2019 ஏப்ரலில், ஒரு பயிற்சி மையத்தின் வலைத்தளத்தை அஞ்சலி ஆய்வு செய்து கொண்டிருந்தபோது, ஸ்பர்ஷ் குப்தா என்ற பார்வையற்ற ஒருவர் ஐஏஎஸ் தேர்வில் வெற்றி பெற்றிருந்ததைப் பற்றிய ஒரு கட்டுரையை அவர் தற்செயலாகப் படிக்க நேர்ந்தது. உடல்ரீதியான குறைபாடு ஒரு குறையே அல்ல என்றும், உண்மையான தடைக்கல் ஒருவரின் மனத்தில்தான் இருக்கிறது என்றும் அக்கட்டுரையில் குப்தா உறுதிபடக் கூறியிருந்தார்.

குப்தாவின் வார்த்தைகள் அஞ்சலிக்குள் ஆழமாகப் பதிந்தன: "உடல் ஊனம் என்ற ஒன்று கிடையவே கிடையாது என்று நான் ஆணித்தரமாக நம்புகிறேன். ஊனம் என்பது எப்போதுமே ஒரு மனத்தடைதான்." ஒருவர் தன்னுடைய கனவை அடைவதற்கு அவருடைய ஊனமோ அல்லது வேறு தடைகளோ குறுக்கே நிற்க முடியாது என்று தான் நம்பியதாக குப்தா அதில் வலியுறுத்தியிருந்தார். அந்தக் கட்டுரையின் இறுதியில், ஐஏஎஸ் கனவுடன் இருக்கின்ற, பார்வைக் குறைபாடு உடையவர்கள் எவருக்கேனும் உதவி தேவைப்பட்டால் அவர்கள் தன்னை அணுகலாம் என்று அவர் குறிப்பிட்டிருந்ததோடு, தன்னுடைய மின்னஞ்சல் முகவரியையும் அவர் அதில் கொடுத்திருந்தார்.

சிஎஸ்இ தேர்வு எழுத முடிவெடுத்திருந்த அஞ்சலி, குப்தாவைத் தொடர்பு கொண்டார். தன் கனவு வேலையைப் பார்த்துக் கொண்டிருந்த ஓர் ஐஏஎஸ் அதிகாரியுடன் பேசியது அவருக்கு நம்ப முடியாததோர் அனுபவமாக அமைந்தது. குப்தா அவருடைய வழிகாட்டியும் ஊக்குவிப்பாளருமாக ஆனார். அது அஞ்சலியின் வாழ்க்கையில் ஒரு முக்கியத் திருப்புமுனையாக அமைந்தது.

குப்தா பெருந்தன்மையுடன் தன் கதையை அஞ்சலியிடம் பகிர்ந்து கொண்டார். தான் சந்தித்திருந்த சவால்கள், தான் தாண்டி வந்திருந்த தடைகள், யூபிஎஸ்சி சிகரத்தை அடைவதற்குத் தான் பயன்படுத்தியிருந்த

உத்திகள் ஆகியவற்றை அவர் விரிவாக அஞ்சலியிடம் எடுத்துரைத்தார். அவரிடமிருந்து கிடைத்த ஞான முத்துகளை ஆர்வத்துடன் சேகரித்துக் கொண்ட அஞ்சலி, அவரிடம் ஏகப்பட்டக் கேள்விகள் கேட்டார். பின்னர் அவர் அவற்றை அசைபோட்டபோது, தன் கேள்விகளில் பல எவ்வளவு முட்டாள்தனமாக இருந்தன என்பதை நினைத்து அஞ்சலி தனக்குள் நகைத்துக் கொண்டார்.

2019 ஜூனில், கேங்டாக்கில் அவர் முதன்முதலாக யூபிஎஸ்சி முதல் நிலைத் தேர்வை ஓர் உதவியாளரின் துணையுடன் எழுதினார். போதுமான அளவு அவர் அதற்குத் தன்னைத் தயார்படுத்திக் கொண்டிருக்கவில்லை என்பதால் அவர் அதில் தோல்வியைத் தழுவினார்.

2020 மார்ச்சில் உலகமே கொரோனா வைரஸின் பிடியில் சிக்கியிருந்தபோது, பல கஷ்டங்களுக்கு இடையில் அஞ்சலிக்கு ஒரு நல்ல வாய்ப்புக் கிட்டியது. அப்போது, பயிற்சி மையங்களும் தனிநபர்களும் வண்டிக் கணக்கில் தரவேற்றம் செய்த, சிஎஸ்இ தொடர்பான பாடங்களை அஞ்சலியால் எளிதாக அணுக முடிந்தது. இணையம், நாட்டின் மையத்தில் எப்போதும் சுறுசுறுப்பாக இயங்கிக் கொண்டிருந்த தில்லியையும், எங்கோ ஒரு மூலையில் தனித்திருந்த சிக்கிமையும் ஒரே தளத்திற்குக் கொண்டு வந்தது. அஞ்சலி பிபிஎஸ்சி தேர்வுக்கு மும்முரமாகப் படித்துக் கொண்டிருந்தபோதிலும், 2020 அக்டோபரில் சிஎஸ்இ தேர்வை இரண்டாவது முறையாக எழுதத் தீர்மானித்தார். தான் பிரதானத் தேர்வுக்குத் தேர்ந்தெடுக்கப்பட்டிருந்ததை அவர் தெரிந்து கொண்டபோது, அவர் ஆனந்த வெள்ளத்தில் மிதந்தார்.

ஆனால், பிரதானத் தேர்வின்போது அஞ்சலி பல பின்னடைவுகளை எதிர்கொள்ள நேர்ந்தது. அது, அவர் செய்திருந்த இரண்டு தவறுகளால் ஏற்பட்டது. தேர்வு எழுதுவதற்கு அவர் பாட்னாவைத் தேர்ந்தெடுத்திருந்தது முதல் தவறு. இரண்டாவது, யூபிஎஸ்சி தனக்கு அளித்திருந்த உதவியாளரைத் தனக்காகத் தேர்வு எழுதுவதற்கு அவர் பயன்படுத்திக் கொண்டது. பிபிஎஸ்சி தேர்வின்போது நிகழ்ந்திருந்ததைப்போலவே, இதிலும், அவருக்காகத் தேர்வு எழுதுவதற்கு அமர்த்தப்பட்டிருந்த நபருக்கு அடிப்படை எழுத்துத் திறமை மற்றும் வாசிப்புத் திறமைகூட இருக்கவில்லை. அதன் காரணமாக அஞ்சலியால் அக்கட்டத்தைத் தாண்ட முடியாமல் போய்விட்டது.

ஆறு மாதங்களுக்குள், அஞ்சலி அடுத்தடுத்து ஐந்து தேர்வுகள் எழுதினார். 2020 அக்டோபரில் யூபிஎஸ்சி முதல்

நிலைத் தேர்வு, நவம்பரில் பிபிஎஸ்சி பிரதானத் தேர்வு, டிசம்பரில் பிபிஎஸ்சி முதல் நிலைத் தேர்வு, 2021 ஜனவரியில் யூபிஎஸ்சி பிரதானத் தேர்வு, பிப்ரவரி-மார்ச்சில் இந்திரா காந்தி தேசிய திறந்தநிலைப் பல்கலைக்கழகத்தின் எம்.ஏ. ஆங்கில இலக்கியத் தேர்வு.

ஆனாலும், அஞ்சலி தோல்விகளைக் கண்டு துவளவில்லை. 2021 அக்டோபர் 10 அன்று, அவர் மூன்றாவது முறையாக யூபிஎஸ்சி முதல் நிலைத் தேர்வு எழுதி அதில் வெற்றி பெற்றார். இம்முறை, தேர்வு மையமாக அவர் தில்லியைத் தேர்ந்தெடுத்தார். தொடக்கத்தில், தனக்காகத் தேர்வு எழுதவிருந்த நபரைப் பற்றி அவர் கவலை கொண்டிருந்தார். ஆனால், அரசுத் துறையில் ஓர் அதிகாரியாக இருந்த ஒருவர் அஞ்சலிக்காக நியமிக்கப்பட்டிருந்தார். அவருடைய எழுதும் தரம் உயர்வாக இருந்தது குறித்து அஞ்சலி திருப்தியும் நன்றியும் கொண்டார். ஆனால், அஞ்சலி அத்தேர்வில் வெறும் ஏழு மதிப்பெண்கள் குறைவாகப் பெற்று அதில் தேர்ச்சி பெறத் தவறிவிட்டார். அவருடைய விருப்பப்பாடமான சமூகவியல்தான் அவருடைய காலை வாரிவிட்டிருந்தது.

மூன்றாவது முறையும் யூபிஎஸ்சி பிரதானத் தேர்வில் அவர் தோல்வியைத் தழுவியபோதிலும், அஞ்சலி உறுதியுடன் இருந்தார். 2022 ஜூன் 5 அன்று அவர் மீண்டும் யூபிஎஸ்சி முதல் நிலைத் தேர்வு எழுதச் சென்றபோது, சிஎஸ்இ தேர்வின் வசீகரம் குறித்து அவர் யோசித்துப் பார்த்தார். அப்பயணத்தில் குதித்தப் பிறகு ஒருவரால் அதிலிருந்து அவ்வளவு சுலபமாக வெளியே வந்துவிட முடியாது என்பதை அவர் உணர்ந்து கொண்டார். அவர் எதிர்கொண்ட ஒவ்வொரு பின்னடைவும் அவரை மேலும் முன்னோக்கி உந்தித் தள்ளியது.

அஞ்சலி நான்காவது முறையாக யூபிஎஸ்சி பிரதானத் தேர்வை 2022 செப்டம்பரில் எழுதினார். நேர்முகத் தேர்வுக்கு அழைக்கப்பட்டிருந்தவர்களின் பட்டியலில் தன்னுடைய பெயர் இடம்பெற்றிருந்ததை அறிந்து அவர் அடைந்த ஆனந்தத்திற்கு அளவே இல்லை.

நேர்முகத் தேர்வில் சிறப்பான செயல்பாடு

நேர்முகத் தேர்வு நெருங்கிக் கொண்டிருந்தபோது, அஞ்சலி அதற்குத் தன்னைத் தயார்படுத்திக் கொள்வதற்குப் போதுமான நேரத்தை ஒதுக்க முடியாமல் அவஸ்தைப்பட்டார். ஆர்டிஓ வேலையில் சேர்ந்திருந்த அவருக்குப் பயிற்சியளிக்கப்பட்டுக் கொண்டிருந்தது. அந்த வகுப்புகள் அதிகாலையிலிருந்து

இரவுவரை தொடர்ச்சியாக நடைபெற்றுக் கொண்டிருந்த காரணத்தால், அவருக்கு மூச்சுவிடக்கூட நேரமில்லாமல் இருந்தது. ஆனால் , திடீரென்று உருவாகியிருந்த புதிய சூழலைக் கண்டு மனந்தளராத அஞ்சலி, தன் நேர்முகத் தேர்வுக்கான தயாரிப்புக்கு ஒரு புதுமையான அணுகுமுறையை சுவீகரித்துக் கொண்டார்.

தன் பயிற்சி வகுப்புகளில் முழுமையாகப் பங்கு பெற்றதன் மூலமும், அங்கு அவருக்கு வகுப்பெடுத்துக் கொண்டிருந்த பயிற்றுவிப்பாளர்கள் கேட்ட கேள்விகளை சிஎஸ்இ நேர்முகத் தேர்வில் கேட்கப்பட வாய்ப்பிருந்த கேள்விகளாகக் கருதி அவற்றுக்குப் பதிலளித்ததன் மூலமும் அஞ்சலி தன் நேரத்தைச் செம்மையாகப் பயன்படுத்திக் கொள்ள முயன்றார். அத்துடன், அக்கேள்விகளுக்கு அவர் பதிலளித்தபோது, நேர்முகத் தேர்வில் பதிலளிப்பதற்குத் தன்னைத் தயார்படுத்திக் கொள்வதற்கான ஒரு வாய்ப்பாக அவர் அதைப் பார்த்தார். அப்பயிற்சி வகுப்புகளில் கேட்கப்பட்டக் கேள்விகளுக்கு ஆழமாகச் சிந்தித்துத் தன் பதில்களை அளிக்கின்ற அணுகுமுறையை அவர் கையாண்டார். வார இறுதிகளில் அவர் இணையத்தில் மாதிரி நேர்முகத் தேர்வில் கலந்து கொண்டு, அதில் தனக்குக் கிடைத்தப் பின்னூட்டக்கருத்துகளின் அடிப்படையில் தன்னை மேம்படுத்திக் கொண்டார்.

தொடக்கத்தில், அவர் யூபிஎஸ்சி தேர்வுக்கான விரிவான விண்ணப்பப் படிவத்தில் விவரங்களை எழுத முயன்றபோது, சாதனைகள் பற்றிக் குறிப்பிட வேண்டிய இடத்தில், குறிப்பிடுவதற்குத் தனக்கு எதுவுமே இல்லை என்ற கவலை அஞ்சலிக்கு இருந்தது. ஆனாலும், தன்னுடைய சுயசந்தேகம் தன்னுடைய கனவுகளுக்குத் தடையாக இருந்துவிடக்கூடாது என்பதில் அவர் உறுதியாக இருந்தார். அவர் பல்வேறுபட்ட உணர்ச்சிகளால் திக்குமுக்காடியபோதெல்லாம், அவற்றை எழுத்து வடிவில் தன் நாள்குறிப்புகளில் கொட்டுவதை வழக்கமாகக் கொண்டிருந்த காரணத்தால், உணர்ச்சிகளைக் கொட்டி எழுதுவது தன் பொழுதுபோக்கு என்று அந்த விண்ணப்பத்தில் அவர் குறிப்பிட்டார்.

2023 பிப்ரவரி 1 அன்று நடைபெறவிருந்த நேர்முகத் தேர்வுக்காக அஞ்சலி அதிகாலையிலேயே எழுந்துவிட்டார். அவர் தயாராவதற்கு அவருடைய சகோதரி அவருக்கு உதவினார்.

“அம்மா, நான் எப்படி இருக்கிறேன்?” என்று அஞ்சலி தன் அம்மாவிடம் கேட்டார்.

தன் மகளைப் பெருமையுடன் பார்த்த அந்தத் தாய்,

அவரிடம், "நீ அழகாக இருக்கிறாய், தன்னம்பிக்கையுடனும் தோன்றுகிறாய்," என்று பதிலளித்தார்.

அஞ்சலி யூபிஎஸ்சி தலைமையகத்திற்குள் நுழைந்தபோது, திடீரென்று அவருக்குள் கவலை புகுந்து கொண்டது. ஆனால், அங்கிருந்த ஊழியர்கள் அவரிடம் கனிவுடன் நடந்து கொண்டபோது அவருடைய கவலை சட்டென்று பறந்து போனது. அவர்கள் அவருடைய சான்றிதழ்களைச் சரிபார்த்து அவரை உட்கார வைத்தனர்.

அவர் நேர்முகத் தேர்வு அறைக்குள் நுழைந்தபோது, அந்த அறையைச் சூழ்ந்திருந்த நல்லுணர்வு அஞ்சலியை அரவணைத்துக் கொண்டது. அத்தேர்வுக் குழுவினர், அவருடைய விரிவான விண்ணப்பப் படிவம் தொடர்பான கேள்விகளைக் கேட்கத் தொடங்கினர். அவர் அவற்றுக்கு அடக்கத்துடனும் வெளிப்படையாகவும் பதிலளித்தார். அவருடைய நிபுணத்துவத்திற்கு அப்பாலிருந்த விஷயங்கள் பற்றிய கேள்விகள் கேட்கப்பட்டபோது, அவர் தன்னுடைய வரம்பெல்லைகளைப் பற்றித் தயங்காமல் குறிப்பிட்டார். போலியாகத் தனக்குத் தெரிந்ததுபோலக் காட்டிக் கொள்வதற்குப் பதிலாக நேர்மையை வெளிப்படுத்துவதை அவர் தேர்ந்தெடுத்தார்.

அக்கணம் அழுத்தம் நிறைந்ததாக இருந்தபோதிலும், அப்போது தான் அமைதியாகவும் பதற்றமின்றியும் இருந்ததைக் கண்டு அவரே வியப்படைந்தார். தன்னிடம் இயல்பாக இருந்த கருத்துப் பரிமாற்றத் திறமையை முழுமையாகப் பயன்படுத்தி, கேள்விகளுக்கு நேர்த்தியாகவும் நயமாகவும் அவர் பதிலளித்தார். அவர் தன்னுடைய அனுபவங்களையும் அபிலாஷைகளையும் அவர்களிடம் பகிர்ந்து கொண்டபோது, வார்த்தைகள் தங்குதடையின்றி அவரிடமிருந்து வெளிப்பட்டன.

யூபிஎஸ்சி அலுவலகத்திற்கு வெளியே பெரும் எதிர்பார்ப்புடன் காத்துக் கொண்டிருந்த அஞ்சலியின் அப்பா, அஞ்சலி வெளியே வந்ததும், "நேர்முகத் தேர்வு எப்படிச் சென்றது?" என்று அவரிடம் ஆவலுடன் கேட்டார். அவருடைய அப்பாவுக்கு அருகே அவருடைய அம்மாவும் சகோதரியும் நின்று கொண்டிருந்தனர். அவர்களுடைய முகங்களில், பதற்றம், நம்பிக்கை ஆகிய இரண்டுமே சம அளவில் தென்பட்டன.

அஞ்சலி தன் அம்மாவைக் கட்டியணைத்து, "என்னுடைய கணிப்புப்படி நான் நன்றாகவே செய்துள்ளேன்," என்று ஒரு புன்முறுவலுடன் கூறினார்.

கயாவுக்குத் திரும்பிய அஞ்சலி, அடுத்த நாளே தன் பயிற்சியில் தொடர்ந்து கலந்து கொண்டார். வாரங்கள் உருண்டோடின. 2023 ஏப்ரல் 30 அன்று பயிற்சி நிறைவடைந்தது. தான் கற்றுக் கொண்ட புதிய திறனுடனும், சேகரித்திருந்த புதிய அறிவுடனும் அஞ்சலி தன்னுடைய அடுத்தக் கட்டத்திற்கு நகர்ந்தார். பதினைந்து நாள்களுக்குப் பிறகு பாட்னாவில் அவருக்கு மாவட்டப் பயிற்சி வழங்கப்படவிருந்தது.

வெற்றிக் களிப்பு

2023 மே 23, அஞ்சலியின் வாழ்க்கைப் பயணத்தில் ஒரு முக்கியமான நாளாக அமைந்தது. அன்று அவர் நெடுநேரம் நடைபெற்ற அலுவலகக் கூட்டம் ஒன்றில் கலந்து கொண்டுவிட்டு மதிய உணவுக்காக வீடு திரும்பியிருந்தார். 2022 சிஎஸ்இ தேர்வு முடிவுகள் வெளியாக இருந்ததாக வட்டமடித்துக் கொண்டிருந்த செய்திகள் அவருக்குள் பதற்றத்தைத் தோற்றுவித்தன. சுவாதி தொலைக்காட்சி பார்த்துக் கொண்டிருந்தாள். அஞ்சலியின் அம்மா சமையலறையில் உணவு சமைத்துக் கொண்டிருந்தார். சமையலறையிலிருந்து கிளம்பிய வாசனை வீடு முழுக்கப் பரவியிருந்தது.

அப்போது அஞ்சலியின் அலைபேசியில் ஒரு செய்தி வந்து விழுந்திருந்ததை அறிவித்த மணியோசை, அவருடைய நாடி நரம்புகளுக்குள் எதிர்பார்ப்பு அதிர்வலைகளைத் தோற்றுவித்தது. மூச்சைப் பிடித்தவாறு அவர் தன் அலைபேசியைக் கையிலெடுத்தபோது, அவருடைய இதயம் படபடவென அடித்துக் கொண்டது.

அஞ்சலி தன் அலைபேசியைத் தன் தங்கையிடம் கொடுத்து, “சுவாதி, யூபிஎஸ்சி முடிவுகள் வெளியாகிவிட்டனவா? அதில் என் எண் இருக்கிறதா என்று வேகமாகப் பார்,” என்று கூறினார். எதிர்பார்ப்பால் அவருடைய குரல் இலேசாக நடுங்கியது, அவருடைய கண்களில் நம்பிக்கையின் ஒளிக்கீற்று எட்டிப் பார்த்தது.

சுவாதி விரைவாக அந்த அலைபேசியில் டெலிகிராம் செயலியைத் திறந்து, தேர்வு முடிவுகளைத் தாங்கி நின்ற பிடிஎஃப் கோப்பைத் திறந்தாள். அவள் தன் கண்களை அந்தப் பட்டியலில் வேகமாக ஓடவிட்டாள். கணத்திற்குக் கணம் அவளுடைய எதிர்பார்ப்பு எகிறிக் கொண்டிருந்தது.

அவள் அந்தப் பட்டியலில் அஞ்சலியின் பெயரைப் பார்த்த கணத்தில் அப்படியே உறைந்து நின்றுவிட்டாள். “அக்கா! நீ சாதித்துவிட்டாய்! நீ 450-வது ரேங்க் எடுத்துள்ளாய்!” என்று

சுவாதி கூச்சலிட்டாள். அவளுடைய குரலில் உற்சாகமும் ஆனந்தமும் பொங்கி வழிந்தன.

அவர்கள் வெற்றிக் களிப்பில் மிதந்தனர், ஒருவரையொருவர் கட்டிப் பிடித்துக் கொண்டனர். அச்செய்தியைக் கேட்டவுடன் அஞ்சலியின் அம்மாவின் முகத்தில் ஒரு பெரிய புன்னகை படர்ந்தது. ஆனந்தக் கண்ணீர் கட்டுப்பாடில்லாமல் அவருடைய கன்னங்களில் வழிந்து கொண்டிருந்தது.

அந்த அறையில் ஒரு கொண்டாட்டம் எழுந்தது. அதில் பங்கு பெறும் ஆர்வத்திலிருந்த சன்ஸ்கார், சமையலறைக்குள் ஓடிச் சென்று இனிப்புடன் திரும்பி வந்தான். இதற்கிடையே அஞ்சலியின் அலைபேசி நிற்காமல் ஒலிக்கத் தொடங்கியது. அவளுடைய நண்பர்களிடமிருந்தும், நலம் விரும்பிகளிடமிருந்தும் பாராட்டுகள் வந்து கொட்டிக் கொண்டிருந்தன.

அந்த வெற்றிக் களிப்பு சற்றுத் தணிந்தவுடன், அஞ்சலியை மீண்டும் பதற்றம் தொற்றிக் கொண்டது. அத்தேர்வில் தேறியிருந்த, பார்வைக் குறையுடைய பிறர் [illegible] ரேங்க் வாங்கியிருந்தனர் என்பதைத் தெரிந்து கொள்ள அஞ்சலி விரும்பினார். அதைப் பொறுத்துத்தான் அவருக்குப் பணியும் துறையும் ஒதுக்கப்படும் என்பதுதான் அதற்குக் காரணம். அஞ்சலி தன் தங்கையின் உதவியுடன் அந்தப் பட்டியலை மீண்டும் ஒரு முறை பார்த்தார். அஞ்சலிக்குத் தெரிந்த பிற பார்வைக் குறையுடையவர்கள் அப்பட்டியலில் அஞ்சலியைவிடக் கீழான ரேங்க்குகளையே பெற்றிருந்தனர்.

தன் வெற்றிச் செய்தியைத் தன் தந்தையுடன் பகிர்ந்து கொள்ள அஞ்சலி துடித்துக் கொண்டிருந்தார். அவர் தன் தந்தையை ஒரு வீடியோ அழைப்பில் தொடர்பு கொண்டார். அவருடன் பேசும்போது தன்னுள் எழக்கூடிய உணர்ச்சிக் கொந்தளிப்புகளைச் சமாளிக்க அவர் தன்னைத் தயார்படுத்திக் கொண்டார். அவருடைய தந்தை வீடியோவில் தோன்றியதும், வேடிக்கைக்காக, தனக்கு வெற்றி கிடைக்கவில்லை என்பதுபோல அஞ்சலி அவரிடம் நடித்தார். ஏமாற்றம் தன்னைச் சூழ்ந்திருந்ததுபோலத் தன் முகத்தை வைத்துக் கொள்ள முயன்றார்.

ஆனால், அவருடைய மர்மப் புன்னகையும், கண்களில் தெறித்துக் கொண்டிருந்த பிரகாசமும் அவரைக் காட்டிக் கொடுத்துவிட்டன. அவருடைய அப்பாவின் முகம் சோகத்திலிருந்து மகிழ்ச்சிக்கு மாறியதை அம்மூவரும் கண்ணிமைக்காமல் பார்த்துக் கொண்டிருந்தனர்.

ஆர்ப்பாட்டமில்லாத கொண்டாட்டம்

மறுநாள், வகைசார் ஒதுக்கல் பட்டியல் வெளியானபோது, அஞ்சலி எவ்வளவு உயரத்தைத் தொட்டிருந்தார் என்பது வெளிப்பட்டது. தன்னுடைய வகைப் பிரிவில் தான் இரண்டாவது இடத்தைப் பெற்றிருந்ததைக் கண்டு அவர் ஆசுவாசம் அடைந்தார். ஏனெனில், அவருக்கு ஐஏஎஸ் கிடைக்கும் என்பதை அது உறுதி செய்தது. ஆனாலும், ஒரு சிறிய சந்தேக ரேகை அஞ்சலியின் முகத்தில் தோன்றியது. அவருடைய பழைய கசப்பான அனுபவங்களின் வடுக்கள் அவருடைய ஆழ்மனத்தில் பதிந்திருந்ததால், அது அவருக்குள் இனம் புரியாத பயத்தைத் தோற்றுவித்திருந்தது.

அதனால், அரசின் அதிகாரபூர்வமான உத்தரவு வரும்வரை, தனக்கு எந்த வேலைப் பிரிவு கிடைக்க வாய்ப்பிருந்தது என்பதை அவர் எவருடனும் பகிர்ந்து கொள்ளவில்லை. துளைத்துத் துளைத்துக் கேட்டவர்களிடம், தனக்கு ஐஏஎஸ் கிடைப்பதற்கு வாய்ப்பு அதிகம் இருந்ததாகவும், அப்படிக் கிடைக்காவிட்டால் இந்திய வருவாய்ப் பணி கிடைக்கும் என்றும் கூறி அவர் சமாளித்து கொண்டிருந்தார்.

முடிவேயில்லாமல் நீண்டு கொண்டே சென்றதைப்போலத் தோன்றிய காத்திருப்பிற்குப் பின், அவருக்கு ஐஏஎஸ் ஒதுக்கப்பட்டிருந்ததை உறுதி செய்த அதிகாரபூர்வமான அரசு அறிக்கை வெளியாயிற்று.

ஐஏஎஸ் ஒதுக்கப்பட்டப் பிறகு, அஞ்சலி தன் சொந்த ஊரான வியாஸ்பூருக்குத் தன் குடும்பத்தோடு சென்றார். அங்கு அவருக்கு ஒரு பெரிய பாராட்டு விழா ஏற்பாடு செய்யப்பட்டிருந்தது. அக்கிராமத்தில் இருந்தவர்களில் பலர், தங்களுடைய மகள்கள் அஞ்சலியைப் பார்த்து ஊக்கம் பெறுவார்கள் என்ற நம்பிக்கையில் அவர்களைத் தங்களுடன் கூட்டிக் கொண்டு வந்திருந்தனர். அஞ்சலி அவர்களுடன் உரையாடியபோது அவருடைய கண்கள் கலங்கின.

ஐஏஎஸ் வேலையில் சேர்வதற்காக அஞ்சலி தன்னுடைய ஆர்டிஓ வேலையை இராஜினாமா செய்வதற்கான காரியத்தில் இறங்கியபோது, தன் சக ஊழியர்களிடம் குறிப்பிடத்தக்கதொரு மாற்றம் ஏற்பட்டிருந்ததை அவர் கவனிக்கத் தவறவில்லை. முன்பு அவரைச் சந்தேகக் கண்களுடன் பார்த்தவர்களின் முகங்களில் இப்போது மரியாதை கொலுவேறியிருந்தது. அவருடைய ஒப்பிடப்பட முடியாத சாதனையைக் கண்டு அவர்கள் வாயடைத்துப் போயிருந்தனர். ஒருவர் தன்னுடைய கனவுகள்மீது அசைக்கப்பட முடியாத நம்பிக்கை

வைத்திருந்து விடாப்பிடியாகத் தொடர்ந்து முயன்று அதை நனவாக்குகின்றபோது அது உருவாக்குகின்ற சக்திக்கான சான்றாக அது விளங்கியது.

இரண்டு முறை அவருடைய காலை வாரிவிட்டிருந்த அவருடைய விருப்பப்பாடமான சமூகவியல்தான் இம்முறை அவருடைய வெற்றியை உறுதிப்படுத்தியிருந்தது. அஞ்சலி கல்லூரியில் தற்செயலாகத்தான் சமூகவியலை ஒரு துணைப்பாடமாகத் தேர்ந்தெடுத்திருந்தார். ஆனால், பின்னர் அது அவருக்கு மிகவும் பிடித்துப் போய்விட்டது. அவர் சிஎஸ்இ தேர்வு தொடர்பான யூடியூப் வீடியோக்களைப் பார்த்தபோது, சமூகவியல்தான் பெரும்பாலானவர்களின் விருப்பத்தேர்வாக இருந்து வந்திருந்ததை அவர் கண்டறிந்தார்.

அவர் சிஎஸ்இ தேர்வின் முதல் இரண்டு முறையும் அதே 208 மதிப்பெண்களைப் பெற்றிருந்தார். அடுத்த முறை அதை 280-ஆக மாற்ற வேண்டும் என்று அவர் விரும்பினார். கடவுள் அவருடைய விருப்பத்திற்குச் செவி சாய்த்திருந்தார்போலும். அவருடைய கடைசி முயற்சியில் அவர் சமூகவியலில் பெற்ற மதிப்பெண்கள் 283.

களப் பணிக்கான வெள்ளோட்டம்

லால் பகதூர் சாஸ்திரி தேசிய நிர்வாகப் பயிற்சி நிறுவனத்தில் அஞ்சலியின் பயணம் 2023 செப்டம்பரில் அடிப்படைப் பயிற்சியோடு தொடங்கியது. ஆனால், அவருடைய சவால்கள் விடாப்பிடியாக அவரைத் தொடர்ந்தன. அந்த மலைப்பகுதியில் வெளியே சென்று வருவது அவருக்குப் பிரச்சனையாக இருந்தது. ஆனால், வகுப்பில் நடத்தப்பட்டப் பாடங்களைப் புரிந்து கொள்வதுதான் இருப்பதிலேயே மிகப் பெரிய சவாலாக அமைந்தது. பெரும்பாலான பாடங்கள், ‘பவர்பாயின்ட்’ விளக்கங்களுடன் அமைந்திருந்ததால் அவற்றைப் பின்பற்றுவதற்கு அவர் மிகவும் சிரமப்பட்டார். அதை நிவர்த்தி செய்வதற்கு, அந்தப் பயிற்சி நிறுவனம், அந்த விளக்கவுரைகளை முதல் நாளே அவருக்குக் கொடுத்தது. வகுப்புக்கு வரும்போதே அவர் அவற்றைப் படித்துவிட்டு வருவதற்காக இந்த ஏற்பாடு செய்யப்பட்டிருந்தது. அதோடு, வரிவடிவங்களைக் குரல் ஒலியாக மாற்றுகின்ற செயலிகளும் அவருக்கு வழங்கப்பட்டிருந்தன. அவர் அந்த வளாகத்திற்குள் ஓரிடத்திலிருந்து மற்றோர் இடத்திற்குச் சென்று வருவதற்கும், அன்றாட நடவடிக்கைகளை மேற்கொள்வதற்கும் உதவுவதற்காக இருவர் அவருக்காக நியமிக்கப்பட்டனர்.

பாரத் தர்ஷன் என்ற எட்டு-வார கால அடுத்தக் கட்டப் பயிற்சிக்காக, அஞ்சலி, 2023 டிசம்பரில் மசூரியிலிருந்து கிளம்பினார். இந்தியாவின் குறுக்கும் நெடுக்குமாக சுமார் 20,000 கிலோமீட்டர் பயணத்தை உள்ளடக்கியிருந்த அப்பயிற்சிக்காகத் தேர்ந்தெடுக்கப்பட்டிருந்த ஐஏஎஸ் அதிகாரிகள், பதினெட்டிலிருந்து இருபது பேர் அடங்கிய குழுக்களாகப் பிரிக்கப்பட்டனர்.

அப்பயணம் இரண்டு நோக்கங்களை உள்ளடக்கியிருந்தது. ஒன்று, நாட்டின் புவியியல் மற்றும் கலாச்சார அம்சங்களை அவர்களுக்கு அறிமுகப்படுத்துவது; இரண்டாவது, இராணுவம், பொது மற்றும் தனியார் துறை நிறுவனங்கள், ஊராட்சி, நகராட்சி போன்ற அரசு அமைப்புகள் போன்ற பலதரப்பட்ட அமைப்புகள் எப்படி இயங்குகின்றன என்பதை அவர்கள் நேரில் பார்த்துத் தெரிந்து கொள்ளும்படி செய்வது.

புதிய இடங்களுக்குச் செல்வது குறித்து அஞ்சலி உற்சாகமடைந்திருந்தாலும், அவரைக் கவலையும் தொற்றிக் கொண்டது. இவ்வளவு பெரிய பயணத்தையும் கள விஜயங்களையும் தன்னால் கையாள முடியுமா என்று அவர் சந்தேகப்பட்டார்.

அஞ்சலியின் குழு தில்லியிலிருந்து ஒரு விமானம் மூலம் திமாப்பூரை வந்தடைந்தது. அங்கிருந்து, அருணாசலப் பிரதேசத்திலிருந்த மெச்சுகா என்ற மலைப்பிரதேசத்தின் வழியாக அவர்கள் பதினெட்டு மணி நேரம் பயணித்து ஒரு இராணுவ முகாமுக்குச் சென்றனர். மாலையில் அவர்கள் அங்கு வந்து சேர்ந்தபோது, அனைவரும் கடுமையாகக் களைத்துப் போயிருந்தனர்.

அடுத்த நாள் வைகறையில் அவர்கள் கண்விழித்தபோது, கனவை மிஞ்சுகின்ற ஒரு காட்சி அவர்களை வரவேற்றது. ‘இந்தியாவின் சுவிட்சர்லாந்து’ என்று அழைக்கப்படுகின்ற மெச்சுகா தன் அற்புத அழகை அவர்கள் கண் முன்னால் விரித்திருந்தது. அந்த பூமி, நெஞ்சைக் கொள்ளை கொள்ளும் நிலப்பகுதிகளும், பனி படர்ந்த சிகரங்களும், தெள்ளிய நீரோடைகளும் நிறைந்து காணப்பட்டது.

அவர்கள் அந்த வார இறுதியை அந்த இராணுவ முகாமில் கழித்தனர். நாட்டின் தேசிய எல்லைப் பாதுகாப்பில் நமது இராணுவம் ஆற்றுகின்ற மதிப்புமிக்கப் பணிகளையும் இராணுவக் கட்டமைப்புகளையும் நேரில் காண்பதற்கான ஓர் அரிய வாய்ப்பு அங்கு அவர்களுக்குக் கிட்டியது. இந்திய-சீன எல்லைப் பகுதியில் அமைந்துள்ள பொக்ஹார் என்ற இடத்திற்கு அவர்கள் அழைத்துச் செல்லப்பட்டனர். அங்கே

பூஜ்ஜியத்திற்குக் கீழே சென்ற தட்ப வெப்ப நிலையை எதிர்கொண்ட அக்குழுவினர், எல்லைப்புறப் பணியின் கடுமையான எதார்த்தத்தை நேரடியாக அனுபவித்தனர்.

அஞ்சலி பெரும் சிரமங்களுக்கு இடையே அந்த நாள்களைக் கழித்தபோதிலும், இராணுவத்தினரின் வீரத்தையும் மன உறுதியையும் அவரால் மெச்சாமல் இருக்க முடியவில்லை. அச்சூழல் கடுமையானதாக இருந்தபோதிலும், அந்த இராணுவ வீரர்கள் அக்குழுவினரை இன்முகத்துடன் வரவேற்று அன்புடன் உபசரித்தனர். அவர்களுடைய அர்ப்பணிப்பின் காரணமாக, அவர்கள் கூடுதல் மரியாதையுடன் அஞ்சலியின் மனத்தில் ஏறி அமர்ந்து கொண்டனர்.

நாள்கள் நகர்ந்தபோது, தாங்கள் முதலில் உணர்ந்திருந்த களைப்பு தங்களிடமிருந்து பறந்தோடியிருந்ததை அக்குழுவினர் உணர்ந்தனர். அவர்கள் இந்திய இராணுவத்தினரோடு கழித்திருந்த நேரம்தான் அவர்களுடைய பயணத்திலேயே மறக்கப்பட முடியாத அனுபவமாக அவர்களுக்கு அமைந்தது.

ஒரு சுயதரிசனப் பயணம்

அஞ்சலியும் அவருடைய குழுவினரும் மெச்சுகாவில் இருந்தபோது, உள்ளூர் மெம்பா, ராமோ, போக்கர், லிபோ போன்ற பழங்குடியினரின் துடிப்பான கலாச்சாரத்தை அவர்கள் நேரில் கண்டனர். பின்னர், தங்களுடைய பயணத்தின் ஒரு பகுதியாக, ஹைதராபாத்திலுள்ள இந்திய விமானப் படை முகாமுக்கும், கொச்சியிலுள்ள இந்தியக் கடற்படைக்கும் அவர்கள் சென்றனர். வானில் உயரப் பறந்த போர் விமானங்களையும், கடலின் ஆழத்திற்குள் பயணித்த நீர்மூழ்கிக் கப்பல்களையும், ஆழ்கடலுக்குள் சென்ற போர்க்கப்பல்களையும் தரிசித்த அஞ்சலி, நம் இராணுவ பலத்தின் பிரம்மாண்டத்தையும், நம் வீரர்களின் உறுதியான அர்ப்பணிப்பையும் நினைத்து வியந்தார்.

கொச்சியிலிருந்து அவர்கள் இலட்சத்தீவுகளுக்குச் சென்றபோது, அஞ்சலியும் அவருடைய குழுவினரும் நெஞ்சைக் கொள்ளை கொண்ட அழகில் தங்களை மறந்தனர்.

அஞ்சலியால் ஸ்கூபா டைவிங்கில் கலந்து கொள்ள முடியவில்லை என்றாலும், பவளப் பாறைகளையும் கடல்வாழ் உயிரினங்களையும் பற்றிய கதைகளைக் கேட்டதன் மூலம் அவர் தன் மனத்தைத் தேற்றிக் கொண்டார்.

அவர்கள் இலட்சத்தீவுகளிலிருந்து ஓர் உல்லாசப் படகில் திரும்பி வந்தனர். கண்ணுக்கெட்டிய தூரம்வரை நீண்டிருந்த

ஆழ்கடலும், தொலைதூரத்தில் கண்சிமிட்டிக் கொண்டிருந்த அழகிய தொடுவானமும், ஓர் அழகான ஓவியத்தைப்போலத் தெரிந்தன.

அந்த அழகிய காட்சிகளுக்கு இடையே அஞ்சலியின் மனத்தில் ஆழமாகப் பதிந்திருந்தது அந்த அதிகாரிகளுக்கு இடையே உருவாகியிருந்த ஓர் ஆழமான பிணைப்புதான். நீர் விளையாட்டுகளின்போது அவர்கள் வெளிப்படுத்திய தோழமையுணர்வு, நட்சத்திரப் போர்வை போர்த்தியிருந்த வானின் கீழே பின்னிரவுவரை தொடர்ந்த உரையாடல்கள் ஆகியவை அவருடைய மனத்தில் நீங்கா இடம் பிடித்துவிட்டன. அவருடைய அறைத் தோழி அம்பிகாதான் அவருடன் எப்போதும் உடனிருந்து அவருடைய தேவைகள் அனைத்தையும் கவனித்துக் கொண்டார்.

அவர்கள் இந்தியாவின் இதயத்திற்குள் பயணித்துக் கொண்டிருந்தபோது, அஞ்சலி தனக்குள் ஒரு பூரண மாற்றம் நடைபெற்றுக் கொண்டிருந்ததை உணர்ந்தார். நாள்கள் செல்லச் செல்ல அவருடைய தன்னம்பிக்கை பெருகிக் கொண்டேயிருந்தது, அவருடைய கண்ணோட்டம் மாறிக் கொண்டேயிருந்தது. அவர் இனியும் தன்னை பலவீனமானவராகவோ அல்லது தாழ்ந்தவராகவோ கருதவில்லை. தான் மனது வைத்தால் எதை வேண்டுமானாலும் தன்னால் சாதிக்க முடியும் என்ற நம்பிக்கையைப் பெற்றிருந்த ஒரு நபராக அஞ்சலி உருவெடுத்திருந்தார்.

சவால்களுக்குப் பஞ்சமில்லை

லால் பகதூர் சாஸ்திரி தேசிய நிர்வாகப் பயிற்சி நிறுவனத்தில் தன் பயிற்சியை முடித்த அஞ்சலி, தன்னுடைய களப் பணிக்காக ஆவலுடன் காத்துக் கொண்டிருந்தார். அதே நேரத்தில், தன் முன் இருந்த சவாலின் பிரம்மாண்டம் குறித்தப் பிரக்ஞையும் அவருக்கு இருந்தது.

ஒரு நாள் முழுவதும் நீடித்தத் தீவிரக் களப் பயிற்சிக்குப் பிறகு, "நான் பல கோப்புகளைப் படித்துப் பார்த்து அவற்றில் கையொப்பமிட வேண்டியிருக்கும். அதனால், நம்பகமான உதவியாளர் ஒருவரைக் கண்டறிவது முக்கியமானது. இது குறித்த அரசாங்க விதிகளை எப்படிக் கண்டறிவது? இப்போது தொழில்நுட்பச் சார்பு மிகவும் அதிகரித்துள்ளதால், கணினியையும் இணையத்தையும் தொழில்நுட்பத்தையும் திறமையாக எப்படிப் பயன்படுத்துவது?" என்பன போன்ற சிந்தனைகள் அஞ்சலியின் மனத்தில் ஓடிக் கொண்டிருந்தன.

தொழில்நுட்பத்தால் தனக்கு வெகுவாக உதவ முடியும் என்பதை அஞ்சலி அறிந்திருந்தார். அவர் லால் பகதூர் சாஸ்திரி தேசிய நிர்வாகப் பயிற்சி நிறுவனத்தில் இருந்தபோது, அவருக்கு, 'ஆர்கேம் மைஐ' என்ற ஒரு சாதனம் வழங்கப்பட்டிருந்தது. அதன் உதவியுடன் அவரால் எந்தவோர் ஆவணத்தையும் புகைப்படம் எடுத்துக் கொள்ள முடியும். பின்னர் அது அந்த ஆவணத்தை அவருக்குப் படித்துக் காட்டும்.

அத்துடன், பார்வைக்குறையுடன் இருந்தபோதும் தங்களுடைய பணியில் மிகச் சிறப்பாகச் செயல்பட்ட ஐஏஎஸ் அதிகாரிகள் பலரின் வெற்றிக் கதைகளை அவர் கேள்விப்பட்டிருந்தார். வெற்றி கொள்ளப்படுவதற்காகத்தான் சவால்களே வருகின்றன என்பதை அவர் புரிந்து கொண்டார்.

"நாம் அவற்றுக்கான தீர்வுகளைக் கண்டறிவதற்காகத்தான் சவால்கள் தோன்றுகின்றன. நான் எதிர்கொள்கின்ற ஒவ்வொரு சவாலுக்கும் என்னால் ஒரு தீர்வைக் கண்டறிய முடியும்," என்று அஞ்சலி தனக்குத் தானே உறுதியளித்துக் கொண்டார்.

அஞ்சலியின் கதையிலிருந்து நினைவில் வைத்துக் கொள்ளப்பட வேண்டிய முக்கிய அம்சங்கள்

---

1. விடாமுயற்சியும் உறுதியான நம்பிக்கையும்

பெரும் துயரங்கள் மற்றும் மலைக்க வைக்கும் சவால்களுக்கு மத்தியிலும், விடாமுயற்சி, கடின உழைப்பு, தன் கனவின்மீது அசைக்கப்பட முடியாத நம்பிக்கை ஆகியவை இருந்தால், கண்டிப்பாக எவரொருவராலும் வெற்றிக் கனியைச் சுவைக்க முடியும். பல முறை தடுக்கி விழுந்த பிறகுதான் வெற்றி தேவதை உங்களை முத்தமிடுகிறாள். அதனால், தோல்வியைக் கண்டு மருளக்கூடாது, பின்னடைவுகளைக் கண்டு பயப்படக்கூடாது. அர்ச்சுனனைப்போல, வைத்தக் குறியிலிருந்து பார்வையை அகற்றக்கூடாது.

2. பெற்றோரின் ஆதரவு

சிஎஸ்இ தேர்வின் வெற்றியில் பெற்றோரின் ஆதரவு ஒரு முக்கியப் பங்கு வகிக்கிறது. அதே சமயம், பெற்றோர்களும் தங்களுடைய குழந்தைகளின் கனவுகளின்மீது நம்பிக்கை வைக்க வேண்டும். தோல்விகளால் அவர்கள் துவண்டு போகின்றபோது, அவர்களைப் பொறுமையுடன் ஊக்குவிக்க வேண்டும். ஒவ்வொரு பின்னடைவும் உங்களை வெற்றியின் அருகே அழைத்துச் செல்லும்.

3. தொழில்நுட்ப மேம்பாடுகளைப் பயன்படுத்திக் கொள்ளுதல்

இந்த உலகம் மாபெரும் தொழில்நுட்பப் புரட்சியைத் தரிசித்துக் கொண்டிருக்கிறது. அந்த மேம்பாடுகளை நமக்குச் சாதகமாகப் பயன்படுத்திக் கொள்வது இன்றியமையாதது. புதிது புதிதாகக் கண்டுபிடிக்கப்பட்டுக் கொண்டிருக்கின்ற தொழில்நுட்பங்களை, உங்களுடைய தடைகளைக் கடந்து செல்வதற்கான ஆற்றல்மிக்கக் கருவிகளாக உங்களால் பயன்படுத்திக் கொள்ள முடியும். வெற்றியை நோக்கிய உங்களுடைய பயணத்தில் அவற்றின் துணை கொண்டு

உங்களுடைய வாய்ப்புகளை உங்களால் பன்மடங்கு பெருக்கிக் கொள்ள முடியும்.

4. ஒப்பீட்டுக்குப் பதிலாக சுயபோட்டியில் ஈடுபடுதல்

பெரிய நிறுவனங்களில் படித்தவர்கள் அல்லது பெருநகரங்களைச் சேர்ந்தவர்கள் உங்களைவிட மேலானவர்கள் என்று ஒருபோதும் அனுமானிக்காதீர்கள். உங்களுடன் மட்டும் போட்டி போடுங்கள். உங்களுடைய சௌகரிய வட்டத்தைத் தொடர்ந்து விரிவுபடுத்திக் கொண்டு, உங்களுடைய இலக்கை நோக்கித் தொடர்ந்து நடைபோடுங்கள். வெற்றி என்பது உங்களுடைய பின்புலத்தையோ அல்லது நீங்கள் எங்கிருந்து வந்தீர்கள் என்பதையோ சார்ந்ததல்ல. அது உங்களுடைய தனிப்பட்ட வளர்ச்சி மற்றும் மன உறுதி தொடர்பான ஒன்றாகும்.

5. உடல் குறைபாடுகளை மீண்டெழுதல் மூலம் முறியடித்தல்

உடல் குறைபாடுகள் வெறும் மனத்தடைகள் மட்டுமே. கடின உழைப்பு, விடாமுயற்சி, மன உறுதி ஆகியவற்றுடனும், சமீபத்திய தொழில்நுட்பத்தின் உதவியுடனும், உங்களால் எந்தவொரு குறைபாட்டையும் வெற்றிகரமாகச் சமாளித்து உங்களுடைய இலக்கை அடைய முடியும்.

வசீம் அகமது பட்

அத்தியாயம் 5

ஒரு காஷ்மீர இளைஞரின் ஐஏஎஸ் கனவு

நான் ஒரு பொறியாளராக ஆக விரும்புகிறேன்

2013 ஜூன் மாதத்தில் ஓர் இனிய கோடை நாள் மாலையில், பதினைந்து வயதான வசீம், தன் நண்பர்கள் மோஷின் மற்றும் உமர் ஆகியோருடன் காலார நடந்து கொண்டிருந்தார். நெடிதுயர்ந்து நின்ற சினார் மரங்களின் ஊடாகத் தவழ்ந்து வந்த சுகந்தமான குளிர்காற்று அவர்களுடைய முகங்களை வருடிச் சென்றது. தத்தம் கூடுகளுக்குத் திரும்பிச் சென்று கொண்டிருந்த பறவைகளின் சங்கீதக் கீச்சொலிகள் அவர்களுடைய காதுகளைத் தீண்டிச் சென்றன.

அவர்கள் மூவரும் தெற்குக் காஷ்மீரிலுள்ள அனந்தநாக் மாவட்டத்தைச் சேர்ந்தவர்கள். வசீம் அங்குள்ள பிரகாம் என்ற கிராமத்தைச் சேர்ந்தவர். மற்ற இருவரும் அதற்கு அருகேயுள்ள நாத்திப்போரா என்ற கிராமத்தைச் சேர்ந்தவர்கள். அவர்கள் மூவரும், தூரு ஷாகாபாத் என்ற இடத்திலுள்ள அரசினர் மேல்நிலைப் பள்ளியில் பதினொன்றாம் வகுப்பு படித்துக் கொண்டிருந்தனர்.

அவர்கள் தினந்தோறும் நீண்டதூரம் நடந்து செல்வதை வழக்கமாகக் கொண்டிருந்தனர். அப்படி நடந்து சென்றபோது, எண்ணற்ற விஷயங்களைப் பற்றி அவர்கள் விவாதித்தனர். அன்றைய தினம் அவர்களுடைய பேச்சு, வருங்காலத்தில் அவர்கள் எந்த வேலையில் சேர விரும்பினர் என்பதை நோக்கித் திரும்பியது.

“நான் ஓர் ஐஏஎஸ் அதிகாரியாக ஆக விரும்புகிறேன். அவர்களுக்கு ஏகப்பட்ட அதிகாரம் உள்ளது,” என்று மோஷின்

கூறினார்.

அவர் கூறியது உமரின் ஆர்வத்தைத் தூண்டியிருந்ததால், "அது உனக்கு எப்படித் தெரியும்?" என்று அவர் கேட்டார்.

"அவர்கள் மாவட்டங்களின் துணை ஆணையர்களாகப் பதவி வகிக்கின்றனர். குடிநீர், மின்சாரம், வேலை வாய்ப்பு, காவலர்களால் அலைக்கழிக்கப்படுதல் போன்றவை தொடர்பான தங்களுடைய அனைத்துப் பிரச்சனைகளையும் மக்கள் அவர்களிடம் எடுத்துச் செல்கின்றனர். அந்த ஐஏஎஸ் அதிகாரிகள் அந்த அனைத்துப் பிரச்சனைகளையும் தீர்த்து வைக்கின்றனர்," என்று மோஷின் தன் கண்கள் பளபளக்க உற்சாகத்துடன் கூறினார்.

"ஆனால், ஓர் ஐஏஎஸ் அதிகாரியாக ஆவது எப்படி?" என்று உமர் மேலும் துருவினார்.

"அதில் சேர்வதற்கு, பட்டப்படிப்பை முடித்தவுடன் மிகவும் கடினமான நுழைவுத் தேர்வு ஒன்றை எழுத வேண்டும். அத்தேர்வில் மிக உயர்ந்த மதிப்பெண்களைப் பெற்றுள்ளவர்கள் ஐஏஎஸ் அதிகாரிகளாகத் தேர்ந்தெடுக்கப்படுவர்," என்று மோஷின் விளக்கினார்.

ஆனால், இவற்றால் வசீம் ஈர்க்கப்படவில்லை. அவர், "நடைமுறையில், மாற்றங்கள் ஐஏஎஸ் அதிகாரிகளால் கொண்டு வரப்படுவதில்லை. அவை அறிவியலறிஞர்களாலும் பொறியாளர்களாலுமே கொண்டுவரப்படுகின்றன. அதனால், நான் ஒரு பொறியாளராக ஆக ஆசைப்படுகிறேன்," என்று கூறினார். அதைக் கேட்டு மோஷினும் உமரும் இலேசாக நகைத்தனர். ஆனால், வசீம் தன் நிலைப்பாட்டை மாற்றிக் கொள்ளவில்லை.

ஆனால், திறமைசாலியாகத் திகழ்ந்த வசீமிற்கு விதி வேறொரு திட்டத்தை வைத்திருந்ததை அப்போது அவர் அறியவில்லை.

வசீமின் அறிவியல் ஆர்வம் தூண்டப்பட்ட விதம்

வசீம் ஓர் எளிய குடும்பத்தைச் சேர்ந்தவர். அவருடைய அப்பா முகம்மது யூசுப் பட், ஜம்மு மற்றும் காஷ்மீரின் வேளாண் உற்பத்தித் துறையில் ஒரு தேனீ வளர்ப்பாளராகப் பணியாற்றி வந்தார். அவருடைய அம்மா ரூபி ஜான் ஓர் இல்லத்தரசி. வசீம் அவருடைய குடும்பத்தில் மூத்தவர். அவருக்குக் கீழே ஆர்ஸூ, ஆலியா, அர்ஃபத் ஆகிய மூன்று உடன்பிறப்புகள் இருந்தனர். அவருடைய தாத்தா குலாம் அகமது பட் ஒரு சிறு விவசாயி.

தொடக்கத்திலிருந்தே வசீம் படிப்பில் சிறந்து விளங்கினார். தன்னுடைய பத்தாவது வகுப்பில் பள்ளியில் அவர் மூன்றாவது ரேங்க் வாங்கினார். ஆனால், தன் மகன் பள்ளியில் முதல் மதிப்பெண்கள் பெறாதபோதெல்லாம் வசீமின் அப்பா ஏமாற்றமடைவார்.

வசீமிற்குப் பாடப் பிடிக்கும். அவர் சிறுவனாக இருந்தபோது, தேசபக்திப் பாடல்களை மனப்பாடம் செய்து, இராணுவ அணிவகுப்பு நடைபெறும்போதெல்லாம் அவர்கள் முன்னால் ஆர்வத்துடன் பாடுவார். பதிலுக்கு அவருக்குக் கை நிறைய சாக்லெட்டுகள் கிடைக்கும். போட்டிகளில் கலந்து கொண்டு பணப் பரிசுகளையும் அவர் வென்றுள்ளார்.

அவர் இக்பால் நினைவுப் பள்ளியில் படித்துக் கொண்டிருந்தபோது, குல்சார் என்ற அறிவியலாசிரியர் தன்னுடைய புதுமையான பாடம் நடத்துகின்ற முறையால் வசீமிடம் அறிவியல் ஆர்வத்தைத் தோற்றுவித்தார். ஒரு பொறியாளராக ஆகவேண்டும் என்ற கனவால் உந்தப்பட்டிருந்த வசீம், கடுமையாகப் படித்து, பன்னிரண்டாம் வகுப்பில் நல்ல மதிப்பெண்களைப் பெற்றார். ஜேஇஇ தேர்வின் பிரதானத் தேர்விலும் அவர் நல்ல மதிப்பெண்களைப் பெற்றதால், சிறீநகரிலுள்ள புகழ்பெற்ற தேசிய தொழில்நுட்பக் கழகத்தில் (சுருக்கமாக, என்ஐடி) பி.டெக் படிப்பதற்கு அவருக்கு ஓர் இடம் கிடைத்தது.

ஆனால், அவரால் ஜேஇஇ மேல்நிலைத் தேர்வில் வெற்றி பெற முடியாததால், அவரால் ஐஐடிக்குள் நுழைய முடியவில்லை. அது அவருக்குப் பெரும் ஏமாற்றத்தைக் கொடுத்தது. கோட்டா நகரில் தான் ஐஐடி நுழைவுத் தேர்வுக்குப் பயிற்சியெடுக்காமல் போனது குறித்தப் பின்வருத்தம் வசீமைப் பிடுங்கித் தின்றது. தான் அநியாயமாக இழந்துவிட்டிருந்த ஒரு வாய்ப்பாக அவர் அதைப் பார்த்தார்.

அவருடைய அப்பாவின் பரிந்துரையின் பேரில், மேல்நிலைப் பள்ளியில் உயிரியல் பாடத்தையும் வசீம் எடுத்திருந்தார். அதன் காரணமாக அவர் நீட் தேர்வு எழுதி அதிலும் ஒரு நல்ல ரேங்க்கைப் பெற்றார்.

தேர்ந்தெடுக்கப்படாத ஒரு பாதை

வசீம் என்ஐடியில் சேர்ந்தபோது, ஜம்மு மற்றும் காஷ்மீர் அரசில், குடிசார் பொறியியல் படித்துள்ள இளநிலைப் பொறியாளர்களுக்கு ஏகப்பட்ட வேலை வாய்ப்புகள் இருந்ததைச் சுட்டிக்காட்டி, வசீமின் அப்பா, அங்குக்

குடிசார் பொறியியலைத் தேர்ந்தெடுக்குமாறு அவருக்குப் பரிந்துரைத்தார்.

பொறியியல் பிரிவைத் தேர்ந்தெடுப்பதற்கான கலந்தாலோசனை என்ஐடியில் நடைபெறுவதற்கு முந்தைய நாள் இரவு அவர்கள் உணவு உண்டு கொண்டிருந்தபோது, வசீமின் அப்பா, “நீ இந்தப் படிப்பை முடித்தக் கையோடு உனக்கு ஓர் அரசாங்க வேலை கிடைத்துவிடும்,” என்று வசீமிடம் கூறினார்.

வசீம் ஒரு கணினிப் பொறியாளராக ஆக ஆசைப்பட்டார். ஆனால், அதை அவர் தன் தந்தையிடம் சொல்ல முடியாத நிலையில் இருந்தார். ஏனெனில், அதற்குச் சில நாள்களுக்கு முன்புதான், நீட் தேர்வில் அதிக மதிப்பெண்கள் கிடைத்திருந்ததால் தனக்குக் கிடைக்கவிருந்த பல் மருத்துவப் படிப்பை வசீம் நிராகரித்திருந்தார். அதோடு, குடிசார் பொறியியலுக்கும் கணினிப் பொறியியலுக்கும் இடையே என்ன வேறுபாடு என்பது உண்மையிலேயே அவருக்குத் தெரியவில்லை. அதனால், தன் தந்தையின் அறிவுரையை ஏற்று நடக்க அவர் தீர்மானித்தார்.

என்ஐடியின் அழகிய வளாகம் புகழ்பெற்ற டால் ஏரிக்கரையில் அமைந்துள்ளது. அங்கு நிலவிய சூழல் மாணவர்களைப் பெரிதும் ஊக்குவித்து. அது வசீமிற்கும் மிகவும் பிடித்துப் போனது. அங்கு அதிநவீன கட்டமைப்பு வசதிகள் இருந்தன. அதற்குள் அருமையான நூலகம் ஒன்றும் இருந்தது. அங்கு இந்தியாவின் பல பகுதிகளிலிருந்தும் வந்திருந்த மாணவர்கள் படித்துக் கொண்டிருந்ததால், அது நாட்டின் கலாச்சாரப் பன்முகத்தன்மையின் ஒரு கதம்பக் கூடாரமாகத் திகழ்ந்தது.

பி.டெக். வகுப்பின் முதல் செமஸ்டர், திரும்பிப் பார்ப்பதற்குள் பறந்து போய்விட்டது. அந்த செமஸ்டரில் அனைத்துப் பிரிவு பி.டெக். மாணவர்களும் சேர்ந்து படித்ததால், பொறியியல் பிரிவுகளுக்கு இடையேயான வித்தியாசம் வசீமின் கண்களில் படவில்லை. ஆனால், மூன்றாவது செமஸ்டர் தொடங்கியபோது, பொறியியல் வரைபடங்களும், குடிசார் பொறியியலின் அடிப்படைப் பாடங்களும் சுவாரசியமற்று இருந்ததாக வசீமுக்குப் பட்டது.

பொறியியல் படிப்பு ஏன் சுவாரசியமற்ற முறையில் கற்றுக் கொடுக்கப்படுகிறது என்றும், அதில் செய்முறைக் கற்றலுக்கு முக்கியத்துவம் கொடுப்பதற்குப் பதிலாக வறட்டுக் கோட்பாடுகளுக்கும் சூத்திரங்களுக்கும் ஏன் முக்கியத்துவம் கொடுக்கப்படுகிறது என்றும் வசீம் யோசித்தார். கணினி-வழி

வடிவமைப்பு போன்ற நவீன கருவிகள் மலிந்து கிடக்கின்ற இக்காலத்தில் ஏன் மாணவர்கள் காகிதத்தில் வரைபடங்களை வரையக் கற்றுக் கொள்ள வேண்டும் என்ற கேள்வி அவருக்குள் முளைத்தது. அவருக்குத் தீவிரமான பின்வருத்தம் ஏற்பட்டது. நம்பிக்கை கொடுத்த ஒரு பாதையாகத் தோன்றிய ஒன்று இப்போது அவருக்கு ஒரு சுமையாக ஆகிவிட்டிருந்தது. தன்னுடைய உண்மையான விருப்பம் எது என்பதைத் தெரிந்து கொள்ளாமல் அவசரமாக இதில் தான் நுழைந்துவிட்டிருந்தோமோ என்று அவர் வருத்தப்பட்டார்.

மூன்றாவது செமஸ்டரில் அவருடைய பாடத்திட்டத்தின் ஒரு பகுதியாக இருந்த சி++ நிரலாக்கத்தை அவர் கற்றுக் கொண்டபோது, தான் மிகப் பெரிய தவறு செய்திருந்ததை அவர் மீண்டும் உணர்ந்தார். நிரலாக்கம் அவருக்கு மிகவும் பிடித்திருந்தது. அப்பாடத்தில் அவர் மிக உயர்ந்த மதிப்பெண்களைப் பெற்றார். ஆனால், எவ்வளவு முயன்றும் குடிசார் பொறியியலில் அவரால் ஆர்வத்தை வளர்த்துக் கொள்ள முடியவில்லை.

ஓர் உறுதியான அடித்தளத்தை ஏற்படுத்திய வாசிப்புப் பழக்கம்

இச்சூழலில்தான் வசீமின் மனத்தில் ஒரு புதிய விதை ஊன்றப்பட்டுக் கொண்டிருந்தது. பொறியியலில் அவருடைய ஆர்வம் குறைந்து கொண்டிருந்தபோதுதான், அவர் வாசிப்பில் ஆழமான விருப்பத்தை வளர்த்துக் கொண்டார்.

வசீம் தன் புதிய நண்பர் ஃபைசானுடன் சேர்ந்து, என்ஐடி நூலகத்திலிருந்தும், அந்த நகரின் பொது நூலகத்திலிருந்தும் எண்ணற்றப் புத்தகங்களை வாங்கிப் படிக்கத் தொடங்கினார். அது அவருக்குள் இலக்கிய ஆர்வத்தைத் தூண்டியது. அவர்கள் இருவரும் என்ஐடியிலிருந்து காஷ்மீர் பல்கலைக்கழகம்வரை தினந்தோறும் நடந்து செல்கின்ற ஒரு பழக்கத்தை உருவாக்கிக் கொண்டனர். போகின்ற வழியில், மானுடவியல், பரிணாமம், நடப்பு நிகழ்வுகள் என்று பலதரப்பட்ட விஷயங்களைப் பற்றி அவர்கள் விவாதித்துக் கொண்டே சென்றனர்.

2016 ஜூலையில் காஷ்மீரில் ஏற்பட்டப் பெரும் இடையூறு காரணமாக, அங்கிருந்த அனைத்துக் கல்வி நிலையங்களும் கிட்டத்தட்ட ஆறு மாதங்களுக்கு மூடப்பட்டன. தொலைபேசி மற்றும் இணைய வசதிகளும் பாதிக்கப்பட்டிருந்தன. தன் வீட்டுக்குள் முடங்கிக் கிடக்க வேண்டிய நிர்ப்பந்தத்திற்கு ஆளான வசீம், உள்ளூர் நூலகத்திலிருந்து ஏராளமான

புத்தகங்களை வாங்கிப் படித்தார், மின்நூல்களையும் தரவிறக்கம் செய்து படித்தார். அவருடைய கிராமம் தொலைதூரத்தில் இருந்ததால், ஒரு நாள் தாமதமாகக் கிடைத்தபோதும் அவர் ‘த இந்து’ ஆங்கில நாளேட்டையும் தவறாமல் படித்தார்.

ஒருவழியாக, 2017 ஜனவரியில் குளிர் உச்சத்தில் இருந்தபோது, கல்லூரி மீண்டும் திறக்கப்பட்டது. அவர்களுடைய தங்கும் விடுதியில் சூடேற்றும் சாதனங்கள் இல்லாததால், வசீமும் ஃபைசானும் பெரும்பாலான நேரத்தை அங்கிருந்த நூலகத்தில் செலவழித்தனர், அங்கிருந்த புத்தகங்களிலும் பத்திரிகைகளிலும் தங்களை மூழ்கடித்துக் கொண்டனர். சிஎஸ்இ தேர்வு பற்றியும், அதில் தேர்ந்தெடுக்கப்படுபவர்களுக்கு ஒதுக்கப்படுகின்ற பல துறைகளைப் பற்றியும் வசீம் ஆழமாகப் படித்தார். ஐஏஎஸ் அதிகாரிகளுக்குக் கிடைத்தப் பன்முக வாய்ப்புகளைப் பற்றியும், அவர்களில் பலர் பொதுமக்களின் வாழ்க்கையில் பெரும் வித்தியாசங்களை ஏற்படுத்தியிருந்ததைப் பற்றியும் அவர் படித்தபோது, அது ஐஏஎஸ் பணிமீது அவருக்கு நாட்டம் ஏற்படுத்தியது. காலப்போக்கில், ஓர் ஐஏஎஸ் அதிகாரியாக ஆவது குறித்து அவர் கனவு காணத் தொடங்கினார்.

ஐந்தாவது செமஸ்டரின்போது, தன்னுடைய அறைத் தோழர்களான ஃபைசான், பசிட் மற்றும் சஜ்ஜத்திடம், வசீம் தன்னுடைய ஐஏஎஸ் கனவைப் பகிர்ந்து கொண்டார்.

அவர்கள் மூவரும் ஓர் ஒருமித்தக் குரலில், “நீ காண்பது பகற்கனவு. தில்லியிலுள்ள செயின்ட் ஸ்டீபன்ஸ் கல்லூரி, லேடி சிறீராம் கல்லூரி போன்றவற்றில் படித்தவர்கள்தாம் ஐஏஎஸ் பணிக்குத் தேர்ந்தெடுக்கப்படுகின்றனர். ஏனெனில், அவர்களுக்கு அதற்கேற்றச் சூழல் அமைந்துள்ளது. சிறீநகர் என்ஐடியிலிருந்து எவரும் ஓர் ஐஏஎஸ் அதிகாரியாக ஆவதில்லை,” என்று கூறினர்.

தன் கனவை அவர்கள் ஒதுக்கித் தள்ளியிருந்தபோதிலும், வசீம் அதில் உறுதியாக இருந்தார்.

உங்களுடைய மன உறுதி வலுவாக இருந்து, உங்களுடைய கவனக்குவிப்பு நிலையானதாக இருந்தால், நீங்கள் எங்கிருந்து தொடங்கினாலும் உங்களால் கண்டிப்பாக யூபிஎஸ்சி சிகரத்தில் வெற்றிக் கொடி நாட்ட முடியும்.

சிறீநகரிலிருந்து தெளிவாகத் தெரிந்த யூபிஎஸ்சி சிகரம்

வசீம் தன்னுடைய ஐந்தாவது மற்றும் ஆறாவது செமஸ்டர்களின்போது, அவருடைய கல்லூரிக்கு விஜயம் செய்த அத்தர் அமீர், ஷா ஃபைசல் ஆகிய புகழ்பெற்ற ஐஏஎஸ்

அதிகாரிகள் இருவரை நேரில் பார்த்தப் பிறகு, யூபிஎஸ்சி சிகரத்தில் வெற்றிக் கொடி நாட்டுகின்ற ஆசை அவரிடம் மேலும் வலுப் பெற்றது.

2010-ல் காஷ்மீரிலிருந்து தேர்ந்தெடுக்கப்பட்ட முதல் ஐஏஎஸ் அதிகாரியான ஷா ஃபைசல், காஷ்மீர் இளைஞர்களின் உதாரண புருஷராக விளங்கினார். ஷா ஃபைசல் தொலைதூரத்திலிருந்த ஒரு சிறிய கிராமத்தைச் சேர்ந்தவர். போராளிகளின் வன்முறைக்கு அவருடைய அப்பா இரையானபோது, ஃபைசலின் வாழ்க்கையில் சோகம் தொற்றிக் கொண்டது. ஆனாலும், ஃபைசல், விடாமுயற்சி மற்றும் கடின உழைப்பின் மூலம், தான் சந்தித்திருந்த பல இன்னல்களைக் கடந்து, முதலில் எம்பிபிஎஸ் படித்து ஒரு மருத்துவரானார். அதற்குப் பிறகு அவர் சிஎஸ்இ தேர்வில் வெற்றி வாகை சூடினார்.

2018-ல், ஃபைசல், என்ஐடியில் ஒரு டெட்எக்ஸ் உரை நிகழ்த்த வந்தபோது, அங்குக் கூட்டம் அலைமோதியது. அதற்கான நுழைவுச் சீட்டைப் பெற முடியாமல் போனதால் வசீம் மிகவும் வருத்தமடைந்தார். ஆனால், வசீமின் ஐஏஎஸ் ஆர்வம் குறித்து அறிந்திருந்த அவருடைய நண்பர் ஒருவர், தனக்குக் கிடைத்திருந்த நுழைவுச் சீட்டை வசீமுக்குக் கொடுத்து உதவினார்.

அத்தர் அமீர் என்ற காஷ்மீர இளைஞர் 2015 சிஎஸ்இயில் இரண்டாவது ரேங்க் பெற்றார். அவரும் அனந்தநாக் மாவட்டத்திலுள்ள ஒரு சிறிய கிராமத்திலிருந்து வந்தவர்தான். அவர் யூபிஎஸ்சி தேர்வில் வெற்றி பெறுவதற்கு முன்பாக மண்டி ஐஐடியில் படித்து ஒரு பொறியியல் பட்டதாரியாக ஆகியிருந்தார். அவர் 2018 ஆகஸ்ட் 14 அன்று சிறீநகர் என்ஐடிக்கு வருகை தந்தார். அங்குப் பேசியபோது, சிஎஸ்இ தேர்வு குறித்தப் பல சுவாரசியமான தகவல்களை அவர் பகிர்ந்து கொண்டார். அது வசீமின் ஐஏஎஸ் கனவுக்கு மேலும் தூபம் போட்டது.

வசீமிடம் தன் இலட்சியம் குறித்து ஒரு தெளிவு இருந்ததால், அவரால் கவனச்சிதறல்களுக்கு ஆளாகாமல் தப்பித்துக் கொள்ள முடிந்தது. வேலைக்கு ஆள்களைத் தேர்ந்தெடுப்பதற்காகத் தன்னுடைய கல்லூரிக்கு வந்திருந்த நிறுவனங்களில் வசீம் வேலைக்கு விண்ணப்பிக்கவில்லை. கடைசி செமஸ்டரில் இலவசமாக வழங்கப்பட்ட 'கேட்' நுழைவுத் தேர்வுப் பயிற்சி வகுப்பிலும் அவர் கலந்து கொள்ளவில்லை. அந்த நேரத்தை, சிஎஸ்இ தேர்வில் வெற்றி பெறுவதற்கு வழிவகுக்கக்கூடிய உத்திகளை உருவாக்கிக்

கொள்ளத் தேவையான தகவல்களைச் சேகரிப்பதற்கு அவர் பயன்படுத்திக் கொண்டார்.

வாழ்க்கையின் போக்கை மாற்றிய ஓர் உரையாடல்

2019 ஜூனில் வசீம் பி.டெக். படிப்பை முடித்துவிட்டுத் தன் வீட்டுக்குத் திரும்பினார். அவருக்குள் ஓடிக் கொண்டிருந்த எண்ண ஓட்டங்களைப் பற்றி அறிந்திராத அவருடைய பெற்றோர், அவருடைய எதிர்காலத் திட்டம் குறித்து யோசித்துக் கொண்டிருந்தனர். அவருடைய குடும்பத்தில் வயதில் அவரைவிடக் குறைவானவர்களாக இருந்த அவருடைய மூன்று உடன்பிறப்புகளும் படித்துக் கொண்டிருந்தனர். அதற்கு அவர்களுடைய பெற்றோர் அதிகப் பணம் செலவு செய்ய வேண்டியிருந்தது. அதைக் கணக்கில் எடுத்துக் கொண்ட வசீம், சிஎஸ்இ தேர்வுக்கு வீட்டில் இருந்தவாறே தயார் செய்ய முடிவு செய்தார். தில்லிக்குச் சென்று அங்குள்ள பயிற்சி மையங்களில் ஏதாவது ஒன்றில் சேர்ந்து பயில வேண்டும் என்ற விருப்பத்தை அவர் தன் மனத்திற்குள்ளாகவே பூட்டி வைத்துக் கொண்டார்.

ஆனால், 2019 ஜூலை 19 அன்று இரவு வசீமின் குடும்பம் இரவு உணவு உண்பதற்காகக் கூடியபோது, விதி தன் விளையாட்டைத் தொடங்கியது. வசீம் தன் நாற்காலியில் அமர்ந்ததும் அவருடைய அலைபேசி ஒலித்தது. அந்த அழைப்பு அவருடைய கல்லூரி நண்பரான ஃபைசலிடமிருந்து வந்திருந்தது. அந்த உரையாடலை அக்குடும்பத்தில் இருந்தவர்கள் அனைவரும் கேட்டனர்.

“ஃபைசல், நீ எங்கே இருக்கிறாய்?” என்று வசீம் ஆவலுடன் அவரிடம் கேட்டார்.

“நான் தில்லியில் இருக்கிறேன். நேற்று ஐஏஎஸ் பயிற்சி மையம் ஒன்றில் நான் சேர்ந்துவிட்டேன். வகுப்புகள் 25-ம் தேதி தொடங்குகின்றன,” என்று ஃபைசல் உற்சாகமாகக் கூறினார்.

தொடர்ந்து பேசிய அவர், “வசீம், நீயும் இதில் சேர்ந்து கொள்ள விரும்பினால், உடனே கிளம்பி வா. எப்படியானாலும், 24-ம் தேதிக்குள் நீ இங்கு வந்து சேர்ந்தாக வேண்டும்,” என்று தெரிவித்தார். அவருடைய வார்த்தைகள் வசீமின் மனத்தில் மீண்டும் ஆசையைக் கிளப்பின.

ஆனால், தன் வீட்டு நிலைமையின் எதார்த்தத்தை உணர்ந்திருந்த வசீம், ஃபைசலிடம் மிக மென்மையாக, “ஃபைசல், என்னால் அங்கு வர முடியாது. நான் வீட்டில்

இருந்தவாறே தயார் செய்து கொள்கிறேன்," என்று பதிலளித்தார். அத்துடன் அந்தத் தொலைபேசி இணைப்பைத் துண்டித்துவிட்டு அவர் சாப்பிடத் தொடங்கினார்.

ஆழ்ந்த யோசனைக்குள் மூழ்கியிருந்த அவரை, "வசீம், நீ தில்லிக்குச் சென்று பயிற்சி மையத்தில் சேர்ந்து படி," என்று கூறிய அவருடைய தந்தையின் வார்த்தைகள் மீட்டுக் கொண்டு வந்தன. யூசுப் தன் மாவட்டத்தில் நிறைய ஐஏஎஸ் அதிகாரிகளைப் பார்த்திருந்தார். அவர்களிடம் எந்த அளவுக்கு அதிகாரம் குவிந்திருந்தது என்பதை அவர் நன்றாகவே அறிந்திருந்தார்.

"அப்பா, பயிற்சி மையத்தின் கட்டணம் மிகவும் அதிகம். அத்துடன், அறை வாடகை, உணவு மற்றும் இதரச் செலவுகள் வேறு இருக்கின்றன. நீங்கள் ஏற்கனவே எனக்கு எக்கச்சக்கமான பணம் செலவழித்துவிட்டீர்கள். இனி, நீங்கள் என் தம்பி, தங்கைகளுக்குச் செலவு செய்யுங்கள்," என்று வசீம் அவருக்குப் பதிலளித்தார்.

"நீ பணத்தைப் பற்றிக் கவலைப்படாதே. நான் எப்படியாவது சமாளித்துக் கொள்கிறேன். நீ திரும்பி வருகின்றபோது ஓர் ஐஏஎஸ் அதிகாரியாகத் திரும்பி வா," என்று அவருடைய அப்பா அவருக்கு ஊக்கமளித்தார். வசீமின் அம்மாவும் தன் கணவருக்கு ஆதரவாகக் குரல் கொடுத்தார்.

சொன்னபடி, வசீமின் அப்பா, 2019 ஜூலை 23 அன்று பணத்தை ஏற்பாடு செய்துவிட்டார். அதற்கு அடுத்த நாள், நம்பிக்கையாலும் நன்றிப்பெருக்காலும் நிறைந்திருந்த இதயத்துடன் வசீம் தில்லிக்குக் கிளம்பினார். தானே ஐஏஎஸ் கனவுடன் இருந்த அவருடைய நண்பர் மோஷின், அவரை விமான நிலையத்திற்குக் கூட்டிச் சென்றார்.

சிறீநகர் விமான நிலையத்தில் தன் நண்பனுக்கு விடைகொடுத்தபோது, வசீமின் மனத்தில் உணர்ச்சிகள் அலைமோதிக் கொண்டிருந்தன. "சில நேரங்களில் மாபெரும் கனவுகள் நாம் எதிர்பார்க்காத நேரத்தில் சிறகு விரித்து, நம்மை நம் இலட்சியத்தை நோக்கி உந்தித் தள்ளுகின்றன," என்று வசீம் தத்துவார்த்தமாக அவரிடம் கூறினார்.

ஐஏஎஸ் கனவுடன் வருபவர்களின் சரணாலயம்

தில்லியிலுள்ள பழைய ரஜீந்தர் நகரிலுள்ள அடுக்குமாடிக் குடியிருப்பு ஒன்றில், மூன்று அறைகள் கொண்ட ஒரு சாதாரணமான வாடகை வீட்டில், தன் நண்பர்கள் ஃபைசல் மற்றும் நவீத்துடன் வசீம் வசிக்கலானார். அந்த அறை

ஒவ்வொன்றுக்கும் மாத வாடகை பத்தாயிரம் ரூபாய். மின் கட்டணம் மற்றும் நீர்க் கட்டணம் தனி. உணவுக்குத் தனியாக அவர்கள் செலவழிக்க வேண்டியிருந்தது. இவற்றையும் பயிற்சி மையக் கட்டணத்தையும் தன் அப்பா எவ்வாறு சமாளிப்பார் என்ற கவலையை வசீமால் உதறித் தள்ள முடியவில்லை.

பழைய ரஜீந்தர் நகர், ஐஏஎஸ் கனவுகளுடன் தில்லிக்கு வந்தவர்களின் சரணாலயமாகத் திகழ்ந்தது. பயிற்சி மையங்கள், புத்தகக் கடைகள், நூலகங்கள், மளிகைக் கடைகள், உணவகங்கள், சாலையோரத் தேநீர்க் கடைகள் போன்றவை நிறைந்து காணப்பட்ட அப்பகுதி, இருபத்து நான்கு மணி நேரமும் 'ஜேஜே' என்று இருந்தது. சிஎஸ்இ குறித்த உரையாடல்கள் அப்பகுதியின் தெருக்களில் எதிரொலித்தன. அங்கிருந்த ஒவ்வொரு கம்பமும் பயிற்சி மையங்களின் விளம்பரங்களைத் தாங்கி நின்றது. எந்த அளவுக்குப் போட்டிமிக்கத் தேர்வு அது என்பதை, ஐஏஎஸ் கனவுடன் அங்கு வலம் வந்து கொண்டிருந்தவர்களுக்கு அவை தொடர்ந்து நினைவூட்டி அவர்களுடைய அழுத்தத்தை மேலும் அதிகரித்தன.

தில்லியில், நினைத்த நேரத்தில் எங்கு வேண்டுமானாலும் செல்வதற்கு இருந்த சுதந்திரத்தை வசீம் வெகுவாக இரசித்து அனுபவித்தார். காஷ்மீரில் அவர் அனுபவித்துக் கொண்டிருந்த கட்டுப்பாடுகள் நிறைந்த சூழலுக்கு அது நேர்மாறானதாக இருந்தது. ஆனால், தேவையில்லாமல் வெளியே அலையாமல் அறையில் இருந்து படிக்க அவர் முடிவு செய்தார். அத்துடன், வெளியே சென்றால் சிஎஸ்இ தேர்வு குறித்துப் பலரும் கொண்டிருந்த யோசனைகளிலிருந்து தனக்கு ஏற்படக்கூடிய அழுத்தத்திலிருந்து தன்னைப் பாதுகாத்துக் கொள்ளவும் அவர் விரும்பினார்.

"பயிற்சி மையம் எனக்கு அளிக்கின்ற வழிகாட்டுதல்களை மட்டும் நான் பின்பற்றப் போகிறேன்," என்று அவர் தனக்குள் ஓர் உறுதியெடுத்துக் கொண்டார்.

அத்துடன், தில்லியின் கடும் சூட்டிலிருந்தும் வசீமும் அவருடைய நண்பர்களும் தங்களைப் பாதுகாத்துக் கொள்ள வேண்டியிருந்தது. அவர்கள் எவருக்கும் சமைக்கத் தெரியாது என்பதால், சாப்பாடும் ஒரு பெரிய பிரச்சனையாக இருந்தது. அறையில் வந்து கொடுக்கப்பட்ட உணவுகள் ருசியற்று இருந்ததால், அவற்றை அவர்களால் சகித்துக் கொள்ள முடியவில்லை.

விரைவில், வசீம் தன்னைப் படிப்பில் மூழ்கடித்துக் கொண்டார். அவர் சேர்ந்திருந்த பயிற்சி மையத்தில்

காலை 9 முதல் 12 மணிவரை பொதுத் தேர்வு வகுப்புகள் நடைபெற்றன. மதியம் 2 முதல் 5 மணிவரை மானுடவியல் கற்றுக் கொடுக்கப்பட்டது. அறைக்குத் திரும்பியதும், அவர் அன்று கற்றிருந்த பாடங்களை இரவு 12.30 மணிவரை படித்துக் கொண்டிருப்பார். வார இறுதி நாள்களை, தேர்வுகளை எழுதிப் பயிற்சி செய்வதற்கு அவர் ஒதுக்கினார். வகுப்பில் தூங்கி வழியாமல் இருப்பதற்காக அவர் தினமும் போதுமான நேரம் தூங்கினார்.

பயிற்சி வகுப்புகளில் சேர்ந்து இரண்டு மாதங்களில், தன்னுடைய வகுப்புத் தோழர்களின் தரத்தை வசீம் கணித்தார். அத்தேர்வில் தன்னால் வென்றுவிட முடியும் என்ற நம்பிக்கை அவரிடம் பிறந்தது. தான் தன் வீட்டிலிருந்தவாறே இத்தேர்வுக்குத் தயார் செய்து கொண்டிருந்தால், தான் இந்த அளவு தன்னம்பிக்கையைப் பெற்றிருந்திருக்க மாட்டோம் என்பது அவருக்குப் புரிந்தது.

2020 பிப்ரவரி வாக்கில், வசீம், மானுடவியல் பாடத்தின் முதல் தாளுக்கான பாடத்திட்டம் மற்றும் பொது அறிவுத் தாளுக்கான பாடத்திட்டத்தில் 70 சதவீதத்தைத் படித்து முடித்திருந்தார். பயிற்சி வகுப்புகளில் தான் கவனமாக எடுத்திருந்த குறிப்புகளை, அவர் தன் அறைக்குத் திரும்பியதும் மெருகேற்றினார். அவருடைய பயிற்சி மையம் ‘லக்ஷ்யா’ என்ற ஒரு திட்டத்தை உருவாக்கியிருந்தது. அதன்படி, அங்குப் பயின்று கொண்டிருந்தவர்கள் சிறு சிறு குழுக்களாகப் பிரிக்கப்பட்டு, ஒவ்வொரு குழுவுக்கும் ஒரு வழிகாட்டி ஒதுக்கப்பட்டார். அந்த வழிகாட்டிகள், தங்களுடைய குழுக்களில் இருந்தவர்கள் தங்களை எப்படித் தயார்படுத்திக் கொண்டிருந்தனர் என்று நெருக்கமாகக் கண்காணித்தனர். வசீமின் குழுவின் வழிகாட்டியான சுனில், ஜூம் அழைப்புகளின் மூலம் அவர்களுடைய அறிவாற்றலைச் சோதித்தார், தேர்வு உத்திகள் குறித்து விவாதித்தார், சிக்கலான கேள்விகளுக்குப் பதிலளிக்கின்றபோது, கொடுக்கப்பட்டுள்ள விடைகளில் பொருந்தா விடைகளை எப்படி நீக்குவது என்பதைக் கற்றுக் கொடுத்தார், அவர்களுடைய முன்னேற்றத்தை ஆய்வு செய்தார், அவர்களுக்கு வாராந்திர இலக்குகளை நிர்ணயித்தார். அது அக்குழுவில் இடம் பெற்றிருந்தவர்களுக்கு இடையே ஒரு போட்டியைத் தோற்றுவித்தது. அவர்கள் தாங்கள் போட்டிருந்த திட்டங்களின்படி செயல்பட அது அவர்களை ஊக்குவித்தது.

ஒரு நாள், அவர்களுடைய பயிற்சி மையத்தில் அவர்களுக்குக் கலை மற்றும் கலாச்சாரத்தைக் கற்றுக்

கொடுத்த நீரஜ் ராவ், தன் மாணவர்களிடம் சில கேள்விகள் கேட்டு, அவற்றுக்கான பதில்களை எழுதி வாங்கி, அவற்றைப் படித்தார்.

பின், அவர்கள் எழுதியிருந்த பதில்களில் தன் கண்களைப் பதித்தவாறே, அவர்களிடம், "உங்களில் வசீம் யார்?" என்று கேட்டார்.

"சார், அது நான்தான்," என்று கையை உயர்த்திய வசீம், தயக்கத்துடன் எழுந்து நின்றார்.

"நீங்கள் இதற்குப் பிரமாதமாகப் பதிலெழுதியிருக்கிறீர்கள். நல்ல மதிப்பெண்களைப் பெறுவதற்குத் துல்லியமாக இப்படித்தான் எழுத வேண்டும். சிஎஸ்இ தேர்வில் உங்களுடைய அறிவு மட்டும் சோதிக்கப்படுவதில்லை. நீங்கள் பதில்களை எப்படி முன்வைக்கிறீர்கள் என்பதும் சோதிக்கப்படும்," என்று ராவ் எல்லோர் முன்னிலையிலும் வசீமைப் பாராட்டினார்.

அந்தப் பயிற்சி மையத்திலிருந்த மற்றோர் ஆசிரியர், வசீம் தன் வகுப்பில் குறிப்பெடுக்கும் பாங்கை வெகுவாகச் சிலாகித்துப் பேசினார். அந்த ஆசிரியர் தன் வகுப்பு மாணவர்களிடம், "நீங்கள் வசீமை வெளியே உணவருந்த அழைத்துச் சென்று, அவருடைய குறிப்புகளை அவரிடமிருந்து வாங்கிப் பிரதியெடுத்துக் கொள்ள வேண்டும். அவை உங்களுக்கு மிகவும் பயனுள்ளவையாக இருக்கும்," என்று கூறினார்.

இதுபோன்ற பாராட்டுரைகள் வசீமுக்குப் பெரும் ஊக்குவிப்பை அளித்தன, அவருடைய தன்னம்பிக்கையை வெகுவாக உயர்த்தின.

எதிர்பாராத நல்லதிர்ஷ்டம்

எட்டு மாதங்களாகச் சுமூகமாகச் சென்று கொண்டிருந்த வசீமின் சிஎஸ்இ தேர்வுக்கான படிப்பு, திடீரென்று பரவிய கொரோனா பெருந்தொற்றால் தடைபட்டது. இந்தியாவில் அதிகரித்துக் கொண்டிருந்த கொரோனா நோயாளிகளின் எண்ணிக்கை, பயிற்சி வகுப்புகளைத் தொடர்வதைக் கேள்விக்குறியாக்கியது. அது குறித்து வசீமும் அவருடைய நண்பர்களும் தீவிரமாக விவாதித்தனர்.

"நாளுக்கு நாள் கொரோனா நோயாளிகளின் எண்ணிக்கை பயங்கரமாக அதிகரித்துக் கொண்டிருக்கிறது. நாம் சில காலத்திற்கு நம் சொந்த ஊருக்குத் திரும்பிச் சென்றுவிடலாமா?" என்று நவீத் கேட்டார்.

"நாம் இருக்கின்ற இந்தப் பழைய ரஜீந்தர் நகரிலேயே

கொரோனா வைரஸால் பாதிக்கப்பட்டிருந்த சில நோயாளிகளை, விண்வெளி வீரர்களைப்போல உடையணிந்த மருத்துவ ஊழியர்கள் குண்டுக்கட்டாகத் தூக்கி அவசர ஊர்திகளில் ஏற்றிச் செல்கின்ற காட்சிகள் சில வாட்ஸ்அப் குழுக்களில் வட்டமடித்துக் கொண்டிருக்கின்றன. அவற்றில் உண்மை இருக்குமெனில், நெரிசல்மிக்க இப்பகுதியில் தொற்று விரைவாகப் பரவக்கூடிய அபாயம் இருக்கிறது. நாம் இங்குத் தொடர்ந்து தங்குவது ஆபத்தில் முடியலாம்," என்று நவீத்தின் கவலையை ஃபைசல் எதிரொலித்தார்.

"ஆனால், வீட்டிலிருந்து படிப்பது கடினம். நம் ஊர்களில் இணையத் தொடர்பு ஏனோதானோவென்று இருக்கும். அத்துடன், தினசரிகள் மற்றும் பத்திரிகைகளைப் பெறுவதும் நமக்குக் கடினமாகிவிடும். நாம் ஊரிலிருந்தவாறு எப்படிப் பயிற்சி வகுப்புகளில் கலந்து கொள்வது?" என்று வசீம் கேட்டார். சுமூகமாகச் சென்று கொண்டிருந்த வழமைக்கு இடைஞ்சல் ஏற்படக்கூடுமே என்று அவர் யோசித்தார்.

"பல நாள்கள் நீடிக்கக்கூடிய பொது முடக்கம் விரைவில் நாடு முழுவதும் அமலாக்கப்படும் என்று செய்திகள் அடிபட்டுக் கொண்டிருக்கின்றன. அப்போது உணவு மற்றும் அத்தியாவசியப் பொருள்களுக்கும் தட்டுப்பாடு ஏற்படலாம். நாம் கொரோனா வைரஸால் பாதிக்கப்பட்டால் நம்மை யார் பார்த்துக் கொள்வார்கள்?" என்று ஃபைசல் மேலும் வாதிட்டார்.

"நாம் அடிக்கடி செல்கின்ற 'டியூக்' கேக் கடை ஊழியர் ஒருவர் கொரோனா வைரஸால் பாதிக்கப்பட்டுள்ளதாக நான் கேள்விப்பட்டேன். கொரோனா அரக்கன் நம் வாசல்வரை வந்துவிட்டான் என்றே தோன்றுகிறது," என்று நவீத் தனக்குத் தெரிந்த விஷயங்களைப் பகிர்ந்து கொண்டார்.

"நானும் அப்படித்தான் நினைக்கிறேன். நிலைமை மேலும் மோசமாவதற்குள் நாம் நம்முடைய சொந்த ஊருக்குத் திரும்பிச் சென்றுவிடுவது நல்லது. நம்மிடம் இருக்கின்ற புத்தகங்களை வைத்துக் கொண்டு சமாளித்துக் கொள்ளலாம். சூழ்நிலை மேம்பட்டவுடன் நாம் திரும்பி வந்துவிடலாம்," என்று ஃபைசல் பரிந்துரைத்தார்.

இலட்சக்கணக்கானோரைப் பலி வாங்கியிருந்த பிளேக் தொற்றுநோயைப் பற்றிப் புத்தகங்களில் தான் படித்திருந்ததை நினைவுகூர்ந்த வசீமிற்கு, தன் நண்பர்களின் கூற்றுகளோடு உடன்படுவதைத் தவிர வேறு வழி இருக்கவில்லை.

அதற்கு அடுத்த நாளே அம்மூவரும் சிறீநகருக்கு விமானம் ஏறினர். விரைவில் அவர்கள் தத்தம் வீடுகளை

அடைந்தனர். அப்போது விமானப் பயணச்சீட்டுகள் படுபயங்கரமான விலைகளில் விற்கப்பட்டபோதிலும், உயிர் விலைமதிப்பிடப்பட முடியாதது என்பதைக் கொரோனா தொற்று மக்களுக்கு நினைவுபடுத்தியது.

ஆனால், அனந்தநாக்கில் வசீம் எப்படித் தன் படிப்பைத் தொடர்ந்தார்?

சோதனையிலும் ஓர் ஆறுதல்

வீட்டுக்குத் திரும்பிய வசீம், தான் வரும்போதே தன்னுடன் கொரோனா வைரஸைக் கொண்டு வந்திருப்பதற்கான சாத்தியக்கூறு இருந்ததால், அவர் தன் குடும்பத்தாருக்குத் திட்டவட்டமான சில நிபந்தனைகளை விதித்தார். வீட்டில் இருந்தவர்கள் எவரும் அடுத்தப் பத்து நாள்களுக்குத் தன்னைத் தொடக்கூடாது என்பது அதில் முதலாவது. இரண்டாவது, அவர் அந்த வீட்டில் தனக்கென்று ஒரு சிறிய அறையை ஒதுக்கிக் கொண்டார். தன்னை எவரும் தேவையின்றித் தொந்தரவு செய்யக்கூடாது என்று அவர் கேட்டுக் கொண்டார். தனக்கான உணவு அந்த அறைக்குள் மட்டுமே தனக்கு வழங்கப்பட வேண்டும் என்றும் அவர் கூறினார்.

பயிற்சி மையம் வகுப்புகளை இணையத்தின் வழியாக நடத்தியது. வழிகாட்டிகளும் இணையத்தின் வழியாக மாணவர்களை வழிநடத்தினர். ஆனால், இணையச் சேவை கிடைப்பதில் பிரச்சனை இருந்ததால் அது அடிக்கடி தடைபட்டது. சில வேளைகளில், வழிகாட்டி ஒரு வகுப்பை நடத்திக் கொண்டிருக்கின்றபோது, இணையத் தொடர்பு திடீரென்று அறுந்துவிடும். சில நாள்கள் கழித்துத்தான் அது திரும்ப வரும். அதுபோன்ற சமயங்களில், வசீமின் வழிகாட்டி, வசீம் தன் வகுப்பிலிருந்து பாதியிலேயே வெளியேறிவிட்டது குறித்துத் தன் எரிச்சலை அவரிடம் வெளிப்படுத்துவார்.

தொடக்கத்தில் அது போன்ற இடையூறுகள் வசீமிற்குப் பெரும் மன உளைச்சலைக் கொடுத்தன. ஆனால், மெதுவாக, அவர் எதார்த்தத்துடன் சமரசம் செய்து கொண்டு தன் படிப்பு உத்தியை மாற்றிக் கொண்டார். இணையத் தொடர்பு இல்லாதிருந்த சமயங்களில், அவர் பாடப்புத்தகங்களையும் தான் எடுத்து வைத்திருந்த குறிப்புகளையும் படித்தார். காஷ்மீரில் நிலவிய கடுங்குளிர் அவர் சமாளித்தாக வேண்டிய மற்றொரு பிரச்சனையாக இருந்தது. குளிரைப் போக்குவதற்காக அவர் தன் அறையைச் சூடாக்கி, அங்கு நல்ல தட்பவெப்ப நிலை நிலவுவதை உறுதிப்படுத்திக் கொண்டபோதெல்லாம்,

அது அவருக்குத் தூக்கத்தை வரவழைத்தது.

இணையத் தொடர்புப் பிரச்சனைகள் இருந்தபோதிலும், இணையவழி வகுப்புகள் வசீமிற்கு வெகுவாக உதவின. அத்துடன், பயிற்சி மையங்கள், முந்தைய ஆண்டுகளின் வகுப்புகளையும் சேமித்துத் தம்முடைய வலைப்பக்கங்களில் தரவேற்றம் செய்திருந்தன. அவையும் மிகவும் பயனுள்ளவையாக இருந்தன.

கொரோனா பரவல் காரணமாக, மே மாதம் நடக்கவிருந்த சிஎஸ்இ முதல் நிலைத் தேர்வு அக்டோபருக்குத் தள்ளி வைக்கப்பட்டதால், அதற்குத் தன்னைத் தயார்படுத்திக் கொள்வதற்கு வசீமிற்குக் கூடுதல் நேரம் கிடைத்தது. அக்காலகட்டத்தில், வசீம், எண்ணற்ற மாதிரித் தேர்வுகளை எழுதிப் பழகிக் கொண்டார். அந்த மாதிரித் தேர்வுகளில் தான் சரியாகப் பதிலளித்திராத பகுதிகளை அவர் பாடப்புத்தகத்தில் மீண்டும் படித்தார். செப்டம்பர் வாக்கில் அவர் நாற்பத்தைந்துக்கும் மேற்பட்ட மாதிரித் தேர்வுகளை எழுதியிருந்தார். அவை அனைத்திலும் அவர் தொடர்ந்து நல்ல மதிப்பெண்களைப் பெற்றார். அத்தேர்வில் வெற்றி பெறுவதற்கான தன்னம்பிக்கையை அது அவருக்குக் கொடுத்தது.

வசீமிற்கு அவருடைய குடும்பத்தாரிடமிருந்து நல்ல ஒத்துழைப்புக் கிடைத்தது. அவர்கள் அவருக்கு வீட்டு வேலைப் பொறுப்புகள் எதையும் கொடுக்காமல் பார்த்துக் கொண்டனர். வசீம் தொடர்ந்து அத்தேர்வு எவ்வளவு கடினமானது என்று கூறிக் கொண்டிருந்தபோதிலும், வசீமின் அப்பாவும் தாத்தாவும், அவர் கண்டிப்பாக வெற்றி பெறுவார் என்ற அவர்மீதான தங்களுடைய நம்பிக்கையைத் தொடர்ந்து வெளிப்படுத்தி அவரை ஊக்குவித்தனர். வசீம் எப்போதும் தன் அறைக்குள்ளேயே அடைந்து கிடந்தது அவருடைய அம்மாவிற்குக் கவலையளித்தது. அவ்வப்போது வெளியே சென்று காலார நடந்துவிட்டு வருமாறு அவர் தன் மகனை நச்சரித்துக் கொண்டிருந்தார்.

தேர்வு நாள் பயமுறுத்தல்

2020 அக்டோபர் 5 அன்று நடைபெறவிருந்த சிஎஸ்இ முதல் நிலைத் தேர்வில் கலந்து கொள்வதற்காக, வசீம், ஃபைசல், நவீத் ஆகிய மூவரும் செப்டம்பர் இறுதி வாரத்தில் தில்லிக்குத் திரும்பினர்.

தேர்வு நாள் ஒரு பிரச்சனையோடு விடிந்தது. தேர்வு

மையத்திற்குச் செல்வதற்கு, வசீம், ஊபர், ஓலா போன்ற செயலிகளின் மூலம் ஒரு வாடகைக் காரை ஏற்பாடு செய்ய முயன்றபோது, அவருக்கு எதுவும் கிடைக்கவில்லை. அவருக்கு ஒதுக்கப்பட்டிருந்த அரசுப் பள்ளி தொலைதூரத்தில் இருந்தது. அதனால், கவலையடைந்த அவர், ஆட்டோ பிடித்துச் சென்றுவிடலாம் என்று தன் அறையிலிருந்து வெளியேறினார். ஆனால், அப்பகுதியில் இருந்தவர்கள் ஏற்கனவே அங்கிருந்த ஆட்டோக்களை முன்பதிவு செய்திருந்ததால் அவருக்கு எந்த ஆட்டோவும் கிடைக்கவில்லை.

நேரம் ஆக ஆக, வசீமின் பதற்றம் அதிகரித்தது. அதனால், அவர் அருகிலிருந்த கரோல் பாக் மெட்ரோ நிலையத்தை நோக்கி ஓடினார். அங்கு எப்போதுமே நிறைய ஆட்டோக்கள் இருக்கும். ஆனால், அன்று அங்கு எதுவும் இருக்கவில்லை. அருகே ஒரு சைக்கிள் ரிக்ஷாவைப் பார்த்த அவர், அதை அணுகினார்.

முதலில், அவருடைய தேர்வு மையம் தொலைதூரத்தில் இருந்ததால், அங்கு அவரை இட்டுச் செல்ல அதன் ஓட்டுநர் மறுத்துவிட்டார். ஆனால், வழக்கமான கட்டணத்தைப்போல இரு மடங்குக் கட்டணம் கொடுக்க வசீம் முன்வந்ததால், அங்கு வசீமை அழைத்துச் செல்ல அவர் சம்மதித்தார். தேர்வு தொடங்குவதற்குச் சில நிமிடங்களுக்கு முன்பு தேர்வு மையத்தை அடைந்தவுடன் வசீமுக்கு நிம்மதி ஏற்பட்டது.

சவாலான பொது அறிவுத் தாளை வசீம் சிறப்பாக எழுதினார். அடுத்து நடைபெறவிருந்த சிஸாட் தேர்வுக்கு ஒரு மூன்று மணி நேரம் இடைவெளி இருந்தது. அவர் அருகிலிருந்த ஒரு பூங்காவுக்குச் சென்று அத்தேர்வைப் பற்றி யோசித்துக் கொண்டிருந்தார். அங்கு அதே தேர்வை எழுத வந்திருந்த பலர், சிஸாட் தாளில் தங்களுடைய கவனத்தைக் குவிக்காமல், தாங்கள் எழுதியிருந்த பொது அறிவுத் தாள் குறித்துக் காரசாரமாக விவாதித்துக் கொண்டிருந்தனர். காலையில் நடந்து முடிந்த பொது அறிவுத் தாளுக்கான பதில்களைச் சில தேர்வு மையங்கள் யூடியூபில் தரவேற்றம் செய்திருந்தன. சிலர் அவற்றைப் பற்றி விவாதித்துக் கொண்டிருந்தனர். “இரண்டு தேர்வுகளுக்கு இடைப்பட்ட அந்த முக்கியமான இடைவெளியில், மாணவர்களின் கவனத்தைத் திசைதிருப்பக்கூடிய விதத்தில், தேர்வு மையங்கள் ஏன் முதல் தேர்வுக்கான விடைகளை அவசரமாக வெளியிடுகின்றன?” என்று வசீம் தனக்குள் கேட்டுக் கொண்டார்.

கசப்பாக மாறிப் போன இனிப்பு

வசீம் தன் அறைக்குத் திரும்பியபோது, அங்கு ஃபைசலும் நவீதும் விரக்தியோடு அமர்ந்திருந்தனர். அவர்கள் இருவருமே பொது அறிவுத் தாளில் 80 கேள்விகளுக்கு மட்டுமே பதிலளித்திருந்தனர். வசீம் அதில் 96 கேள்விகளுக்குப் பதிலளித்திருந்தார்.

அன்று மாலையே பல பயிற்சி மையங்கள் அந்த இரண்டு தேர்வுகளுக்குமான விடைகளைத் தரவேற்றம் செய்தன. வசீம் தன் பதில்களைச் சரிபார்த்தார். அவருடைய கணக்குப்படி அவர் பொது அறிவுத் தாளில் 140 மதிப்பெண்களைப் பெறுவதற்கு வாய்ப்பிருந்தது. அதனால், மிகவும் மகிழ்ந்த வசீம், உடனே தன் பெற்றோர்களை அழைத்து, தான் சிஎஸ்இ முதல் நிலைத் தேர்வில் தேர்ச்சி பெறுவது உறுதி என்று கூறினார். அதைக் கேட்டு மகிழ்ந்த அவருடைய பெற்றோர், தங்கள் கிராமத்தில் இருந்தவர்களுக்கு இனிப்பு வழங்கி அதைக் கொண்டாடினர்.

அதற்கு அடுத்த நாள்தான் வசீமிற்கு மற்றொரு விஷயம் உறைத்தது. சிஸாட் தாளில் தன்னால் எவ்வளவு மதிப்பெண்களைப் பெற முடியும் என்பதைத் தான் கணக்கிடத் தவறியிருந்ததை அவர் உணர்ந்தார். தான் ஒரு பொறியியல் பட்டதாரி என்பதால் அதில் தன்னால் எளிதாகத் தேறிவிட முடியும் என்ற மிதப்பில் அவர் சிஸாட் தேர்வுத் தயாரிப்பில் முனைப்பு காட்டவில்லை. பயிற்சி மையங்கள் வெளியிட்டிருந்த அத்தேர்வுக்கான விடைகளை அவர் ஒப்பிட்டபோது, அதில் தான் வெற்றி பெறுவதற்கான மதிப்பெண்களைப் பெறுவது கடினம் என்பதை அவர் உணர்ந்து கொண்டார். அதனால், தான் பொது அறிவுத் தாளில் சிறப்பாகச் செய்திருந்தும், சிஎஸ்இ முதல் நிலைத் தேர்வில் தான் வெற்றி பெறுவதற்கான சாத்தியக்கூறுகள் இல்லை என்பது அவருக்குப் புரிந்தது.

வசீமால் தன் கண்ணீரைக் கட்டுப்படுத்த முடியவில்லை. தன் அறையில் தனியாக அமர்ந்திருந்த அவர், மிகவும் மனச்சோர்வு அடைந்திருந்தார். சிறிது நேரம் ஆழமாகச் சிந்தித்துவிட்டு, அவர் தன் அம்மாவைத் தொடர்பு கொண்டு அவரிடம் தன் கவலையைத் தெரிவித்தார். பிற எந்தவொரு அம்மாவையும்போல, அவர் வசீமிடம், தனக்கு அவர்மீது அசைக்கப்பட முடியாத நம்பிக்கை இருந்தது என்றும், அவர் அத்தேர்வில் வெற்றி பெறுவார் என்றும் ஆறுதல் கூறினார். ஆனாலும், வசீமிற்கு மன அமைதி ஏற்படவில்லை. அதனால், அவர் தன்னுடைய வழிகாட்டியைத் தொடர்பு கொண்டார்.

அவர் வசீமிடம், "கொஞ்சம் பொறுமையாக இருங்கள். இரண்டு நாள்கள் கழித்து, ஆங்கில மொழியில் கற்றுக் கொடுக்கின்ற பயிற்சி மையங்கள் தம்முடைய விடைகளை வெளியிடும். தேர்வு முடிந்தவுடன் அவசர அவசரமாக வெளியிடப்படுகின்ற விடைகள் பல நேரங்களில் தவறாக இருக்கும். அத்துடன், இந்தி மொழியில் கற்றுக் கொடுக்கின்ற பயிற்சி மையங்கள் வெளியிடுகின்ற விடைகளிலும் தவறுகள் மலிந்திருக்கும்," என்று கூறியபோதுதான் வசீமின் பதற்றம் குறைந்தது.

வசீம் மற்றொரு பயிற்சி மையம் வெளியிட்டிருந்த விடைகளோடு தன் விடைகளை ஒப்பிட்டுப் பார்த்தபோது அவருக்கு நிம்மதி ஏற்பட்டது. அதன்படி அவருக்குத் தொண்ணூறு முதல் தொண்ணூற்றைந்து மதிப்பெண்கள்வரை கிடைக்க வாய்ப்பிருந்தது. தேர்ச்சி பெறுவதற்கான குறைந்தபட்ச மதிப்பெண்களைவிட அது அதிகம்.

முதல் முயற்சியின் சவால்களை மீறி வருதல்

சொற்ப நேரத்திற்குத் தன் நண்பர்களுடன் கடைவீதியில் சுற்றித் திரிந்துவிட்டுத் தன்னுடைய அறைக்குத் திரும்பிய வசீம், சிஎஸ்இ பிரதானத் தேர்வுக்கான தயாரிப்பில் மூழ்கினார். தான் தேர்ந்தெடுத்திருந்த விருப்பப்பாடமான மானுடவியலை அவர் முதலில் படிக்கத் தொடங்கினார். இதுவரை தன்னுடைய அணுகுமுறை முற்றிலும் முதல் நிலைத் தேர்வைக் குறி வைத்து இருந்துவிட்டிருந்ததால், பிரதானத் தேர்வுக்குத் தான் படிக்க வேண்டியவை ஏராளமாக இருந்ததை அவர் உணர்ந்தார்.

அவருடைய பயிற்சி மையம் அவருக்கு ஒரு புதிய வழிகாட்டியை நியமித்தது. அவர் வசீமிடம், "முந்தைய ஆண்டுத் தேர்வுகளில் கேட்கப்பட்டக் கேள்விகளுக்குப் பதிலெழுதிப் பயிற்சி செய்யுங்கள். உங்கள் விடைகளை, வெளியிடப்பட்டுள்ள விடைகளோடு ஒப்பிட்டுப் பாருங்கள்," என்று பரிந்துரைத்தார். ஆனால், இந்த உத்தியைப் பின்பற்றுவதற்கு நேரம் அதிகம் தேவைப்பட்டது. அது வசீமிடம் பற்றாக்குறையாக இருந்தது. அவர் படித்து முடிக்க வேண்டிய பாடத்திட்டங்களின் அளவு பெரிதாக இருந்தது. ஆனாலும், அவர் மனந்தளராமல், முறையாகக் குறிப்பெடுத்து வைத்துக் கொண்டு அதில் கவனம் செலுத்துவதென்று தீர்மானித்தார்.

தினந்தோறும் பதினான்கு மணி நேரம் படிப்பதென்று தீர்மானித்த அவர், அதன் ஒவ்வொரு நிமிடத்தையும் எப்படிப் பயனுள்ள வழியில் செலவழிக்க வேண்டும் என்பதைத்

துல்லியமாகத் திட்டமிட்டார். சுயசந்தேகங்களும் எதிர்மறை எண்ணங்களும் அவருடைய மனத்தை ஆக்கிரமிக்காமல் இருப்பதற்கு இத்திட்டம் அவருக்குக் கைகொடுத்தது. அவர் தன் நாளை இரண்டு பகுதிகளாகப் பிரித்துக் கொண்டார். ஒரு பகுதி, பொது அறிவுத் தாள்களுக்காக ஒதுக்கப்பட்டது. மற்றொன்று, மானுடவியலுக்காக ஒதுக்கப்பட்டது.

ஆனாலும் வசீமை ஒரு விஷயம் உறுத்திக் கொண்டே இருந்தது. தேர்வில் விடைகளை எழுதுவதற்கு அதிக எண்ணிக்கையிலான தாள்களைப் பயன்படுத்தினால் அது கூடுதல் மதிப்பெண்களைப் பெறுவதற்கு உதவும் என்ற ஒரு நம்பிக்கை பலரிடம் நிலவியது. ஆனால், அவர் மாதிரித் தேர்வுகளை எழுதியபோது, கூடுதல் தாள்களைப் பெறாமல், தனக்குக் கொடுக்கப்பட்டிருந்த தாள்களிலேயே தன்னால் எழுத முடிந்திருந்ததைக் கண்டார்.

அவர் கடைபிடித்து வந்த மற்றொரு பழக்கம் அவருடைய வழிகாட்டியை வியப்பில் ஆழ்த்தியது. பெரும்பாலானோர், கேள்விகளுக்கான பதில்களை எழுதியபோது, முதல் கேள்வியிலிருந்து தொடங்கி வரிசையாகச் சென்றனர். சிலர், கேள்விகளைப் படித்துப் பார்த்துவிட்டு, தங்களுக்கு உறுதியாகத் தெரிந்த கேள்விகளுக்கு முதலில் விடை எழுதினர். ஆனால், வசீம், கடைசிக் கேள்வியிலிருந்து தொடங்கி இறுதியாக முதல் கேள்விக்கு வந்தார்.

வசீம் எதிர்கொண்ட மற்றொரு மாபெரும் சவால், அவருடைய உருது மொழிப் பாடம். அவர் உருதுவைப் பத்தாம் வகுப்புவரை மட்டுமே படித்திருந்தார். அதனால், அதில் அவர் திணறினார். நல்லவேளையாக, அதில் அவருக்கு அவருடைய தங்கை ஆர்ஸூ உதவினார். அம்மொழியில் ஆர்ஸூவுக்கு நல்ல புலமை இருந்ததால், அவர் வசீமிற்கு, இலக்கணம் உட்படப் பலவற்றைப் பொறுமையாகக் கற்றுக் கொடுத்தார்.

அறநெறியியல் தாளைப் பொறுத்தவரை, பதில்களை எளிமையாகவும் தெளிவாகவும் எழுதுவதென்றும், இடையிடையே மேற்கோள்களையும் எடுத்துக்காட்டுகளையும் கொடுப்பதென்றும் வசீம் தீர்மானித்தார். இதற்காக அவர் நாற்பது-பக்க ஆவணம் ஒன்றைத் தயார் செய்தார். அதில், ஒரு பட்டியலின் வடிவில் முக்கியமான விளக்கங்களையும் மேற்கோள்களையும் எடுத்துக்காட்டுகளையும் அவர் தொகுத்தார். இது அவருக்கு வெகுவாகக் கைகொடுத்தது. கேள்வித்தாளில் ஒரு கேள்வியைப் படித்தவுடன், அதற்குப் பொருத்தமான விளக்கங்களையும் எடுத்துக்காட்டுகளையும்

மேற்கோள்களையும் அவரால் உடனே நினைவுக்குக் கொண்டுவர முடிந்தது.

எல்லாவற்றையும்விட மானுடவியல் பாடம்தான் வசீமுக்கு மிகக் கடினமாக இருந்தது. குறிப்பாக, அதில் இடம்பெற்றிருந்த கருத்தாக்கங்களும், அவருக்கு முற்றிலும் பரிச்சயமற்ற வார்த்தைகளும் அவரைப் பயமுறுத்தின. ஆனால், தன் கல்லூரி நாள்களின்போது அவர் படித்திருந்த புத்தகங்களிலிருந்து அவர் பெற்றிருந்த அறிவு அவருக்கு இங்குக் கைகொடுத்தது.

அவர் உருவாக்கியிருந்த மற்றோர் உத்தி அவருடைய வெற்றிக்குத் துணை புரிந்தது. அவர் தான் கிரகித்திருந்த விஷயங்களை வரைபடங்களின் வடிவில் தொகுக்கின்ற பழக்கத்தை உருவாக்கியிருந்தார். அவர் ஒவ்வொரு பாடத்திற்கும் நூற்றுக்கணக்கான வரைபடங்களைத் தனித்தனிக் குறிப்பேடுகளில் வரைந்து வைத்துக் கொண்டார்.

ஆனாலும், அவ்வப்போது சந்தேகம் தலைதூக்கியதை அவரால் தடுக்க முடியவில்லை. நேரப் பற்றாக்குறை காரணமாக, தேர்வு மையங்கள் நடத்திய தொடர் மாதிரித் தேர்வுகளை அவரால் எழுத முடியவில்லை. இதன் காரணமாக, தன்னுடைய தயாரிப்பு போதுமானதாக இல்லையோ என்ற சந்தேகம் அவரை அரித்துக் கொண்டிருந்தது.

ஆனால், விருப்பப்பாடத்திற்கு மட்டும் அவர் அத்தேர்வுகளை எழுதினார். அதைத் திருத்திய நபர், அவருடைய பதில்கள் சிறப்பாக இருந்ததாகக் கூறியது வசீமின் தன்னம்பிக்கையை அவருக்கு மீட்டுக் கொடுத்தது. கொடுக்கப்பட்டுள்ள நேரத்திற்குள் தன்னுடைய பதில்களை எழுதுவதற்கு வசீம் பழகிக் கொள்ள வேண்டும் என்ற அறிவுரையை மட்டும் அவர் வசீமிற்குக் கொடுத்தார்.

ஒரு புதிய வாய்ப்பும் குழப்பமும்

வசீமும் அவருடைய நண்பர்களும் பிரதானத் தேர்வுக்குத் தீவிரமாகப் படித்துக் கொண்டிருந்தபோது, அவர்களுடைய பார்வையில் பட்ட ஒரு விளம்பரம் அவர்களைக் கவர்ந்தது. ‘ஹம்தர்து ஸ்டடி சர்க்கிள்’ என்ற அமைப்பு அதை வெளியிட்டிருந்தது. யூபிஎஸ்சி தேர்வு எழுத முனைந்துள்ள சிறுபான்மைச் சமூகத்தைச் சேர்ந்தவர்கள் மற்றும் தாழ்த்தப்பட்ட வகுப்பைச் சேர்ந்தவர்களுக்கு, அந்த அமைப்பு, தங்குமிட வசதியுடன் பயிற்சி வழங்கியது. தனி அறை, குளிர்சாதன வசதி ஆகியவற்றை 6,500 ரூபாய்க்கு

வழங்க அந்த அமைப்பு முன்வந்தது. அதற்கென்று ஒரு நுழைவுத் தேர்வையும் அது நடத்தியது. வசீமும் அவருடைய நண்பர்களும் அத்தேர்வை எழுதினர். 2020 டிசம்பரில், அவர்கள் தேர்ந்தெடுக்கப்பட்டிருந்தாக ஓர் அறிவிப்பு வெளியானது.

ஆனால், அங்குச் செல்வதா வேண்டாமா என்று வசீம் குழம்பினார். புதிய இடத்திற்கு இடம் பெயர்ந்தால் செலவு குறையும் என்ற வசீகரமான அம்சம் அதில் இருந்தது. ஆனால், தனக்கு மிகவும் பழகிப் போயிருந்த பழைய ரஜீந்தர் நகரைவிட்டு, பிரதானத் தேர்வு நெருங்கிக் கொண்டிருந்த வேளையில், பாதித் தயாரிப்பின்போது வெளியேற அவர் தயங்கினார். ஓர் ஆழ்ந்த யோசனைக்குப் பிறகு, தான் இருந்த இடத்திலேயே தொடர்வது என்ற முடிவுக்கு அவர் வந்தார்.

ஆனால், பழைய ரஜீந்தர் நகரில் அவர் தன் செலவுகளைக் குறைப்பதற்காகப் பல நாள்கள் உணவு உண்ணாமல் வெறும் சிப்ஸ் மற்றும் சாக்லெட்டுகளைச் சாப்பிட்டுக் காலம் தள்ளினார். அவருடைய நண்பர்கள் ஃபைசலும் நவீதும் அந்தப் புதிய இடத்திற்கு இடம் பெயர்ந்திருந்தனர்.

பிரதானத் தேர்வு முடிந்த பிறகு, வசீம் தன் நண்பர்களைப் பார்ப்பதற்காக அங்குச் சென்றார். அது நெரிசலும் இரைச்சலுமாக இருந்த ஒரு பகுதியில் இருந்தபோதிலும், அந்தக் கட்டடம் நேர்த்தியாகக் கட்டப்பட்டிருந்தது. அதில் சேர்ந்திருந்தவர்களுக்கு வகுப்புகள், மாதிரித் தேர்வுகள் போன்றவை நடத்தப்பட்டன. அங்கிருந்தவர்கள் ஒருவருக்கொருவர் உதவிக் கொண்டிருந்தனர். அங்குத் தங்கியிருந்தவர்கள் ஒன்றாகச் சேர்ந்து பண்டிகைகளையும் விழாக்களையும் கொண்டாடினர். அங்கிருந்த பல வசதிகளில் ஓர் உடற்பயிற்சிக்கூடமும் ஒன்று. அதைப் பயன்படுத்துவதற்குக் கடும் போட்டி நிலவியது. அங்கிருந்த மூத்தவர்கள், "நீங்கள் இங்கிருந்து போகும்போது ஐஏஎஸ் அதிகாரிகளாகப் போகாவிட்டாலும் மல்யுத்த வீரர்களாக வெளியேறுவீர்கள்," என்று புதியவர்களைக் கிண்டல் செய்தனர். வசீமுக்கு அச்சூழல் பிடித்திருந்ததால் அவர் அங்குக் குடியேறினார்.

வெற்றிச் செய்தி

பிரதானத் தேர்வு முடிந்த பிறகு, ஒன்றரை ஆண்டுகால இடைவிடாத கடின உழைப்பிலிருந்து வசீமுக்குச் சிறிதளவு விடுதலை கிடைத்தது. ஆனாலும், பிரதானத் தேர்வு முடிவுகள் எப்படி இருக்குமோ என்ற கவலை அவரிடமிருந்து

முழுமையாக விடைபெற்றிருக்கவில்லை.

ஆனாலும், நேர்முகத் தேர்வுக்குத் தன்னைத் தயார்படுத்திக் கொள்ளும் முயற்சியில் இறங்க வசீம் தீர்மானித்தார். அதற்காக அவர் தினமும் மூன்று செய்தித்தாள்களை முழுமையாகப் படித்தார். தன் சக தேர்வர்களோடு சேர்ந்து மாதிரி நேர்முகத் தேர்வுகளிலும் விவாதங்களிலும் அவர் ஈடுபட்டார். அவருடைய சகாக்களின் உருப்படியான பின்னூட்டக்கருத்துகளும் ஊக்குவிப்புகளும் அவருடைய தன்னம்பிக்கையைத் தூக்கி நிறுத்தின. பேச்சுத் தெளிவு தொடர்பான நுணுக்கங்களை அறிந்து கொள்வதற்காக, மேடைப் பேச்சாளர்களின் வீடியோக்கள் பலவற்றை அவர் பார்த்தார்.

2021 மார்ச் 22 அன்று, பிரதானத் தேர்வின் முடிவுகள் எந்நேரமும் வெளியிடப்படலாம் என்ற செய்தி பரவியது. அது, அவர் தங்கியிருந்த புதிய இடத்தில் இருந்தவர்களிடம் பதற்றத்தைத் தோற்றுவித்தது. வாட்ஸ்அப் குழுக்களில், தேர்வர்கள் தொடர்பாகக் குவிந்த படப்பகடிகள் அவர்களின் பதற்றத்தை ஓரளவு தணித்தன.

மறுநாள் அதிகாலையிலேயே எழுந்துவிட்ட வசீம், தன்னுடைய அலைபேசியை நோண்டிக் கொண்டிருந்தார். டெலிகிராம் மற்றும் வாட்ஸ்அப் குழுக்களிடமிருந்து ஏதேனும் தகவல் வந்திருந்ததா என்று அவர் அடிக்கடி தேடிக் கொண்டிருந்தார்.

ஆனால், எந்தச் செய்தியும் வெளிவராமல் அன்றைய பகல் பொழுது ஊர்ந்து சென்று கொண்டிருந்தது. எல்லையற்றக் காத்திருப்பு வசீமின் பொறுமையைச் சோதித்தது. தன் பதற்றத்தைத் தணிப்பதற்காக அவர் அந்த விடுதியின் வாசலருகே இருந்த தேநீர்க் கடைக்குச் சென்றார். அங்கு அமர்ந்து அவர் தேநீர் அருந்திக் கொண்டிருந்தபோது, திடீரென்று அவருடைய அலைபேசியில் ஒரு தகவல் வந்து விழுந்த சத்தம் அவருக்குக் கேட்டது. அவருடைய டெலிகிராம் குழுவிலிருந்த யாரோ ஒருவர் தேர்வு முடிவுகளின் பிடிஎஃப் ஆவணத்தை அதில் தரவேற்றியிருந்தார். அதைத் திறந்த வசீம், மூச்சைப் பிடித்தவாறு, நடுங்கும் கைகளுடன், அதில் தன் எண்ணைத் தட்டச்சு செய்து தேடுதல் பொத்தானை அழுத்தினார்.

அவருக்கு நம்பிக்கை வெளிச்சத்தை அளிக்கும் விதத்தில் அவருடைய எண் அதில் தோன்றியது. அவருக்குள்ளிருந்து மகிழ்ச்சி பீறிட்டுக் கிளம்பியது. பெரும் ஆசுவாசம் அவருக்குள் இறங்கியது. ஃபைசலுடனும் நவீதுடனும் அச்செய்தியைப்

பகிர்ந்து கொள்வதற்காக அவர் அந்த விடுதிக்குள் ஓடிச் சென்றார். உடற்பயிற்சிக்கூடத்தில் இருந்த அவர்கள் இருவரும் வசீமின் வெற்றிச் செய்தியைக் கேட்டதும், அவரைத் தங்களுடைய தோள்கள்மீது தூக்கி வைத்து ஆடத் தொடங்கினர். பின் அவர்கள் மூவரும் அந்த வெற்றியைக் கொண்டாடுவதற்காக, அருகேயிருந்த தேநீர்க் கடைக்குச் சென்றனர்.

சிகரத்தை அடைவதற்கான இறுதி முயற்சி

நேர்முகத் தேர்வுத் தயாரிப்புக்கான முயற்சிகள் முழு வீச்சில் நடைபெற்றுக் கொண்டிருந்தன. மாதிரி நேர்முகத் தேர்வுகள் பலவற்றில் வசீம் கலந்து கொண்டார். அவற்றிலிருந்து தனக்குக் கிடைத்தப் பின்னூட்டக்கருத்துகளின் அடிப்படையில் அவர் தன் அணுகுமுறையையும் தன் பாணியையும் செம்மைப்படுத்திக் கொண்டார். ஆனால், அவருடைய தயாரிப்பு உச்சத்தில் இருந்தபோது, கொரோனா வைரஸின் இரண்டாவது அலை தலைதூக்கியதன் காரணமாக, நேர்முகத் தேர்வை யூபிஎஸ்சி தள்ளிவைத்தது. அந்த விடுதியும் மூடப்பட்டதால், வசீமும் அவருடைய நண்பர்களும் காஷ்மீருக்குத் திரும்பிச் சென்றனர்.

ஆனால், மனந்தளராத வசீம், தன் சிறிய அறையை நேர்முகத் தேர்வுக்கான தயாரிப்புக் கூடமாக மாற்றிக் கொண்டார். நடப்பு நிகழ்வுகளைத் தெரிந்து கொள்வதற்காக அவர் தினசரிகளையும் பத்திரிகைகளையும் ஆழமாகப் படிக்கத் தொடங்கினார். அத்துடன், தான் சமர்ப்பித்திருந்த விரிவான விண்ணப்பப் படிவத்திலிருந்து தன்னிடம் கேட்கப்படச் சாத்தியமிருந்த கேள்விகளையும் அவற்றுக்கான பதில்களையும் அவர் தயாரித்துக் கொண்டார். தன்னுடைய சொந்த மாநிலம் தொடர்பான பிரச்சனைகள், அதன் சுற்றுலா, பாதுகாப்பு மற்றும் பொருளாதாரம் குறித்து அவர் ஆழமாக அறிந்து கொண்டார். கடந்தகாலங்களில் நேர்முகத் தேர்வுகளில் கலந்து கொண்டவர்களிடம் கேட்கப்பட்டக் கேள்விகள் மற்றும் பதில்களின் எழுத்து வடிவத்தைப் படித்து, நுட்பமான கேள்விகளுக்கு எப்படிச் சாதுரியமாகப் பதிலளிப்பது என்பதை வசீம் கற்றுக் கொண்டார்.

காலம் உருண்டோடிக் கொண்டிருந்தபோது, வசீம் ஒரு தடுமாற்றத்தில் இருந்தார். தொடர்ந்து நேர்முகத் தேர்வுக்குத் தன்னைத் தயார் செய்து கொள்ள வேண்டுமா அல்லது அடுத்து வரவிருந்த முதல் நிலைத் தேர்வுக்குப் படிக்க வேண்டுமா என்று அவர் குழம்பினார். இறுதியில், தன் நேரத்தையும்

ஆற்றலையும் நேர்முகத் தேர்வுத் தயாரிப்புக்காகச் செலவழிக்க அவர் முடிவு செய்தார். ஒருவழியாக, நேர்முகத் தேர்வுக்கான தேதியை யூபிஎஸ்சி அறிவித்ததும், தில்லியில் தான் முன்பு தங்கியிருந்த விடுதிக்கு அவர் திரும்பிச் சென்றார்.

அவருடைய நேர்முகத் தேர்வு நடக்கவிருந்த 2021 செப்டம்பர் 15-க்கு முந்தைய நாள், மழை வெளுத்து வாங்கியது. அவர் தங்கியிருந்த பகுதியைச் சுற்றிலும் நீர் அதிக அளவில் தேங்கத் தொடங்கியது. அதனால், நேர்முகத் தேர்வு நடக்கவிருந்த யூபிஎஸ்சியின் தலைமையகத்திற்கு அருகேயிருந்த ஜம்மு மற்றும் காஷ்மீர் ஹவுஸுக்குச் சென்றுவிட அவர் முடிவு செய்தார். நீரில் மூழ்கியிருந்த அப்பகுதியிலிருந்து அவர் ஓர் ஆட்டோவில் சென்று கொண்டிருந்தபோது, "இதுபோன்ற மக்கள் பிரச்சனைகளுக்கு நம்மால் ஏன் தீர்வு காண முடியவில்லை?" என்ற கேள்வி அவருடைய மனத்தில் எழுந்தது.

பிறந்தாள் பெரும்பரிசு

2021 செப்டம்பர் 21 மாலையில், 2020 சிஎஸ்இ தேர்வு முடிவுகள் வெளியாகக்கூடும் என்ற தகவல் இறக்கை கட்டிப் பறந்து கொண்டிருந்ததால், வசீம் தங்கியிருந்த விடுதியில் இருந்தவர்களிடம் பதற்றம் தொற்றிக் கொண்டது. அன்று இரவு வசீமால் தூங்க முடியவில்லை.

22-ம் தேதி காலையிலேயே கண்விழித்துவிட்ட வசீம், தேர்வு முடிவுக்காக ஆவலுடன் காத்துக் கொண்டிருந்தார். நம்பிக்கை, கவலை ஆகிய இரண்டும் சேர்ந்து அவரை ஆட்டுவித்துக் கொண்டிருந்தன. ஆனால், அன்றும் முடிவுகள் வெளியாகவில்லை. முடிவுகள் 24-ம் தேதிக்குத் தள்ளி வைக்கப்பட்டுவிட்டதாகச் செய்திகள் சமூக ஊடகங்களில் வலம் வந்தன.

24-ம் தேதி வசீம் தன் மடிக்கணினியின் முன்னால் உட்கார்ந்திருந்தார். அவருடைய விரல்கள் நொடிக்கொரு முறை யூபிஎஸ்சி வலைப்பக்கத்தைப் புதுப்பித்துத் கொண்டிருந்தன. நிமிடங்கள் உருண்டோடிப் பல மணிநேரங்களாக நீண்டன. அவருக்குள் பதற்றம் எகிறிக் கொண்டிருந்தது.

இறுதியில், மாலை 6.30 மணிக்கு, அவர் எதிர்பார்த்திருந்த கணம் வந்தது. மூச்சைப் பிடித்தவாறு, நடுங்கும் கரங்களுடன், அவர் அந்தப் பட்டியலில் இடம்பெற்றிருந்த பெயர்களை ஒவ்வொன்றாகப் பார்த்துக் கொண்டிருந்தார். அவருடைய இதயம் தாறுமாறாகத் துடித்துக் கொண்டிருந்தது.

ரேங்க் அடிப்படையில் வெளியிடப்பட்டிருந்த அந்தப் பட்டியலில், 150, 175, 200 என்று அவர் கடந்து சென்று கொண்டிருந்தார். அவருடைய பெயர் அதில் இடம் பெற்றிருக்கவில்லை. அவருடைய பதற்றம் மேலும் அதிகரித்துக் கொண்டிருந்தபோது, 225 என்ற ரேங்க்கில் அவருடைய பார்வை நிலைத்தது. அதில் அவர் பெயர் இடம்பெற்றிருந்தது. அதைக் கண்டவுடன் அவருடைய கண்கள் அகல விரிந்தன. அவர் மகிழ்ச்சிப் பெருவெள்ளத்தில் நீந்தினார்.

அந்த வெற்றிக் கணத்தில் அவருடைய சந்தேகங்களும் பயங்களும் அவரிடமிருந்து ஓடிப் போய்விட்டன. அந்த இடத்தில் சாதனையுணர்வு ஏறி அமர்ந்து கொண்டது. ஆனந்தக் கண்ணீர் அவருடைய கன்னங்களின்மீது வழிந்தோடியது.

அடுத்தக் கணம் அவருடைய அலைபேசி கண்சிமிட்டியது. மோஷினின் பெயர் அதில் தோன்றியது.

“நீ தேர்ந்தெடுக்கப்பட்டுள்ளதற்கு வாழ்த்துகள், நண்பா!” என்று மோஷின் உற்சாகமாகக் கூறினார்.

பிறகு அவர் வசீமுடன் சிறிது நேரம் பேசிவிட்டு, இணைப்பைத் துண்டிப்பதற்கு முன்பு, “நான் நேராக உன் வீட்டுக்குச் சென்று விஷயத்தைச் சொல்கிறேன்,” என்று கூறினார்.

வசீம் நேரத்தை வீணாக்காமல் தன் வீட்டைத் தொலைபேசியில் அழைத்தார். அப்போது, அவருடைய அப்பாவும் அவருடைய சகோதரிகளும், வீட்டுச் சன்னலுக்குப் புதிய திரைச்சீலைகளை மாட்டுவதில் மும்முரமாக இருந்தனர். வெற்றிச் செய்தியை வசீம் தன் அப்பாவிடம் பகிர்ந்து கொண்டதும், அவர் மகிழ்ச்சியில் துள்ளிக் குதித்தார். ஆர்ஸுவும் ஆலியாவும் உற்சாகமாகக் கத்திக் கொண்டு நடனமாடத் தொடங்கினர். பக்கத்து அறையிலிருந்த அவருடைய அம்மா ஓடோடி வந்து தொலைபேசியைத் தன கணவரிடமிருந்து பறித்தார். தன் மகனின் குரலைக் கேட்டதும் அவருடைய கண்களிலிருந்து நீர் அருவியாகக் கொட்டியது. மகிழ்ச்சியும் பெருமையும் அதில் கலந்திருந்தன.

தன் ரேங்க் 225ஆக இருந்ததால், தான் அத்தேர்வை மீண்டும் ஒரு முறை எழுதப் போவதாக அவர்களிடம் தெரிவிக்க முயன்ற வசீமை அவர்கள் பேசவே விடவில்லை. அவர்கள் வசீமின் வெற்றிச் செய்தியில் திளைத்துக் கொண்டிருந்தனர்.

வெகு சீக்கிரத்தில், அவருடைய உறவினர்கள், நண்பர்கள் என்று பலரும் அவருடைய சாதனையைக் கொண்டாடத் திரண்டதால், அந்தக் கிராமமே வெற்றிக் கொண்டாட்டத்தில் ஆழ்ந்தது. வசீம் தங்கியிருந்த விடுதியிலும் அன்று இரவு

கொண்டாட்டம் களைகட்டியது. வசீம் தவிர அந்த விடுதியில் மேலும் இரண்டு பேர் அந்த ஆண்டு சிஎஸ்இ தேர்வில் வெற்றி பெற்றிருந்தனர்.

மறுநாள் அதிகாலையில் வசீம் சிறீநகருக்கு விமானம் ஏறினார். அவருடைய அப்பாவின் அறிவுறுத்தலின் பேரில், அவர் விமான நிலையத்தைவிட்டு வெளியே வருவதற்கு முன்பாக, ஒரு கோட்டு-சூட்டும் டையும் அணிந்து கொண்டார். அவர் வெளியே வந்தபோது, அவரை வரவேற்க அவருடைய உறவினர்களும் நண்பர்களும் பெருங்கூட்டமாகக் கூடியிருந்தனர். அவர் தன் கிராமத்திற்குள் நுழைந்தபோது, அங்கு அவர் கண்ட காட்சி அவரைப் பெருவியப்பிற்குள் தள்ளியது. அவருடைய தெருவில் சுமார் ஐயாயிரம் பேர் கூடியிருந்தனர்.

சிஎஸ்இ தேர்வில் அவர் வெற்றி பெற்றிருந்த செய்தி, அவருடைய கிராமத்திலும், அதைச் சுற்றியிருந்த பகுதிகளிலும் காட்டுத் தீயாகப் பரவியிருந்தது. அவருடைய ஊரில் பெரிய கூடாரங்கள் அமைக்கப்பட்டிருந்தன. அங்குச் சமைக்கப்பட்டுக் கொண்டிருந்த உணவு வகைகளிலிருந்து கிளம்பிய மணம் அப்பகுதியையே மூழ்கடித்துக் கொண்டிருந்தது. தாளகதியுடன் ஒலித்துக் கொண்டிருந்த டிரம்ஸ் இசை, அதை ஒரு திருவிழாவாக மாற்றிக் கொண்டிருந்தது. அங்கு ஒரு பெரிய அளவில் ஊடகவியலாளர்கள் கூடியிருந்தது, காஷ்மீரில் ஐஏஎஸுக்கு அளிக்கப்பட்ட மரியாதையைப் பறைசாற்றிக் கொண்டிருந்தது.

அங்கு வந்திருந்தவர்கள் வசீமுடன் சுயபடம் எடுத்துக் கொள்ளப் போட்டி போட்டுக் கொண்டிருந்தனர். தன்னுடைய தனிப்பட்ட வெற்றி அச்சமுதாயத்தின்மீது ஏற்படுத்தியிருந்த தாக்கத்தைக் கண்டு வசீம் மெய்மறந்து நின்றார்.

அந்த நாள் – செப்டம்பர் 25 – இன்னொரு விதத்திலும் மறக்கப்பட முடியாத ஒரு நாளாக அமைந்துவிட்டிருந்தது. ஏனெனில், அது வசீமின் பிறந்தநாளும்கூட. கொண்டாட்டம் இரவு நெடுநேரம்வரை நீடித்தது. கூட்டம் மெதுவாகக் கரைந்ததற்குப் பின்னர் குடும்ப உறுப்பினர்களும் நெருங்கிய உறவினர்களும் மட்டும் அங்கே இருந்தனர். அவர்களின் அன்பு மழையில் நனைந்து கொண்டிருந்த வசீம், அந்த நாளின் ஒவ்வொரு கணத்தையும் இரசித்து அனுபவித்துக் கொண்டிருந்தார்.

ஒரு மாபெரும் சறுக்கல்

கொண்டாட்டத்திலும் ஏராளமான பேரைச் சந்திப்பதிலும் மூன்று நாள்கள் ஓடிப் போனதே தெரியவில்லை. தான் மீண்டும் சிஎஸ்இ தேர்வு எழுதிக் கண்டிப்பாக ஓர் ஐஏஎஸ் அதிகாரியாக ஆவது என்று தான் எடுத்திருந்த முடிவில் வசீம் உறுதியாக இருந்தார். முதல் முயற்சியிலேயே 225-வது ரேங்க் எடுத்திருந்தது அவருடைய தன்னம்பிக்கையை வானளாவ உயர்த்தியிருந்தது.

ஆனால், அடுத்த முதல் நிலைத் தேர்வு பதினைந்து நாள்களில் நடைபெறவிருந்தது. பிரதானத் தேர்வின் வெற்றிக்குப் பிறகு வசீம் தன் கவனம் முழுவதையும் நேர்முகத் தேர்வுத் தயாரிப்பில் செலுத்தியிருந்ததால், முதல் நிலைத் தேர்வுக்கு அவர் தன்னைத் தயார்படுத்திக் கொண்டிருக்கவில்லை. ஆனாலும், அதில் தன்னால் மிக எளிதாக வென்றுவிட முடியும் என்று அவர் நம்பினார்.

செப்டம்பர் 28 அன்று, வசீம் தன் முடிவைத் தன் குடும்பத்தாருக்கு அறிவித்தார். அதைக் கேட்டு அவருடைய பெற்றோர் அதிர்ச்சியும் வியப்பும் அடைந்தனர்.

“நீதான் இதில் வெற்றி பெற்றுவிட்டாயே? பின் எதற்காக மறுபடியும் அதே தேர்வை எழுத வேண்டும்?” என்று அவருடைய அம்மா வெகுளித்தனமாகக் கேட்டார்.

“அம்மா, நான் இதில் வெற்றி பெற்றுவிட்டேன் என்பது உண்மைதான். ஆனால், நான் 225-வது ரேங்க்தான் பெற்றுள்ளேன். இந்த ரேங்க்கை வைத்துக் கொண்டு என்னால் இந்திய வருவாய்ப் பணியில்தான் சேர முடியும். ஓர் ஐஏஎஸ் அதிகாரியாக ஆக முடியாது,” என்று வசீம் தன் அம்மாவுக்கு விளக்கினார்.

வசீமின் விளக்கம் அவருக்கு இன்னும் பிடிபடாததால், அவர், “அதனாலென்ன? இந்த இரண்டுக்கும் என்ன வித்தியாசம்?” என்று கேட்டார்.

“அம்மா, வருவாய்ப் பணியில் சேர்பவர்களால் வருமான வரி அதிகாரிகளாக மட்டுமே ஆக முடியும். ஆனால், ஐஏஎஸ் அதிகாரிகளால் மாவட்ட ஆட்சித் தலைவர்களாகவும் மாவட்ட நீதிபதிகளாகவும் ஆக முடியும். ஐஏஎஸ் அதிகாரிகளுக்கு ஏகப்பட்ட அதிகாரங்கள் உண்டு. அவர்களால் ஏராளமான மக்களுக்கு உதவ முடியும்,” என்று வசீம் அவருடைய அம்மாவுக்குப் புரியும் விதத்தில் விளக்கினார்.

இடையில் குறுக்கிட்ட அவருடைய அப்பா, “இவன் என்ன சொல்ல வருகிறான் என்பது எனக்குப் புரிகிறது.

இவன் ஓர் ஐஏஎஸ் அதிகாரியாக ஆக வேண்டும் என்பதுதான் என்னுடைய விருப்பமும்கூட," என்று தன் நிலைப்பாட்டை விளக்கினார்.

ஆனாலும், வசீமின் அம்மாவுக்குக் கவலை குறைந்தபாடில்லை. தன் மகன் இன்னும் ஓராண்டு காலம் தனியாக வேறு ஓர் ஊரில் வசித்துக் கொண்டு, கண்டதையும் தின்று உடலைக் கெடுத்துக் கொண்டு கஷ்டப்பட வேண்டுமே என்று அந்தத் தாயுள்ளம் தவித்தது. ஆனாலும், தன் மகன் அவனுடைய கனவைப் பின்தொடர்ந்து செல்ல அவர் தயக்கத்துடன் ஒப்புக் கொண்டார்.

உறவினர்களும் நண்பர்களும் வசீமின் வீட்டுக்குத் தொடர்ந்து படையெடுத்துக் கொண்டிருந்தனர். ஆனால், கிடைத்த நேரத்தில் வசீம் முதல் நிலைத் தேர்வுக்குத் தன்னைத் தயார்படுத்திக் கொண்டிருந்தார். இம்முறை, முதல் நிலைத் தேர்வை எழுதுவதற்கு அவர் சிறீநகரைத் தேர்ந்தெடுத்தார்.

ஊடகங்களின் வாயிலாக வசீமின் முகம் எல்லோருக்கும் பரிச்சயமாகியிருந்ததால், தேர்வு மையத்தில் அது அனைவரின் கவனத்தையும் ஈர்த்தது. கவனச்சிதறல்களிலிருந்து தன்னைப் பாதுகாத்துக் கொள்வதற்காக வசீம் ஒரு முகக்கவசத்திற்குப் பின்னால் ஒளிந்து கொண்டார். பிறகு அவர் தன்னுடைய தேர்வில் தன்னை மூழ்கடித்துக் கொண்டார்.

ஆனால், வசீம் தன்னுடைய அதீதத் தன்னம்பிக்கை காரணமாக அத்தேர்வை அலட்சியமாக அணுகினார். கேள்விகளைக் கவனமாகப் படிக்காமல் அவர் அவசர அவசரமாக விடையெழுதினார். கேள்விகளுக்கான பதில்களைப் பயிற்சி மையங்கள் வெளியிட்டபோது, தான் செய்திருந்த தவறுகளை அவர் உணர்ந்தார். அவர் கடும் விரக்தியும் பின்வருத்தமும் அடைந்தார்.

தான் தேர்வு எழுதியிருந்த விதம் குறித்து அவருக்கு விரக்தி இருந்தபோதிலும், தான் எப்படியாவது தேறிவிடக்கூடும் என்ற நப்பாசையும் அவரிடம் ஒட்டிக் கொண்டிருந்தது. ஆனால், முடிவுகள் வெளியானபோது, அவருடைய அந்த நம்பிக்கை அடிவாங்கியிருந்தது. வெறும் இரண்டு மதிப்பெண்கள் குறைவாகப் பெற்று அவர் தோல்வியைத் தழுவியிருந்தார்.

அச்செய்தி, அவரைவிட அவருடைய குடும்பத்தாரைத்தான் அதிக அதிர்ச்சிக்குள்ளாக்கியது. முந்தைய முயற்சியில் அவர் மூன்று கட்டங்களையும் வெற்றிகரமாகத் தேறியிருந்தும், எப்படி அவர் இம்முறை முதல் கட்டத்திலேயே சறுக்கினார் என்பதை அவர்களால் புரிந்து கொள்ள முடியவில்லை. இத்தேர்வின் நிச்சயமின்மையும் கணிக்க முடியாமையும்

அவர்களைத் திகைப்புக்கு உள்ளாக்கின.

தன் தோல்வியை அசை போட்டுப் பார்த்த வசீம், ஒரு கசப்பான உண்மையைப் புரிந்து கொண்டார். தான் அதீதத் தன்னம்பிக்கையுடனும் கவனக்குறைவுடனும் செயல்பட்டிருந்ததை அவர் உணர்ந்தார். அவர் ஒரு கடினமான படிப்பினையைப் பெற்றிருந்தார். இந்தக் கடுமையான தேர்வில் எளிதாக வெற்றி பெற்றுவிடலாம் என்ற மிதப்பு ஒருவரைக் கவிழ்த்துவிடும் என்பதையும், காலாவதியான முன்தயாரிப்புகள் இதில் வெற்றி பெறுவதற்குப் போதுமானவை அல்ல என்பதையும் அவர் தெள்ளத் தெளிவாகப் புரிந்து கொண்டார்.

சில காலம் தன் தோல்வி குறித்து அவர் உழன்று கொண்டிருந்தாலும், விரைவில் அவர் அதிலிருந்து மீண்டார். தன்னுடைய தற்போதைய தோல்வி, ஒரு வலுவான அடித்தளத்தை அமைத்துக் கொள்ளத் தனக்கு ஒரு வாய்ப்பளித்திருந்ததாக அவர் கருதினார். அடுத்த முதல் நிலைத் தேர்வு ஆறு மாதம் கழித்து நடக்கவிருந்தது. இக்காலத்தை, அதற்கும் பிரதானத் தேர்வுக்கும் சேர்த்துத் தயார் செய்து கொள்வதற்குப் பயன்படுத்திக் கொள்ள அவர் திட்டமிட்டார். 2022 சிஎஸ்இ தேர்வில் ஓர் உயர்ந்த ரேங்க்கைப் பெற்றுக் கண்டிப்பாக ஓர் ஐஏஎஸ் அதிகாரியாக ஆவது என்று அவர் தனக்குத் தானே உறுதி பூண்டார்.

விரைவில் தில்லிக்குத் திரும்பிய வசீம், மீண்டும் அதே 'ஹம்தர்து ஸ்டடி சர்க்கிள்' விடுதியில் தங்கினார். இம்முறை, வெற்றியைத் தவறவிடாமல் இருப்பதற்குத் தேவையான உத்திகளை அவர் வகுத்துக் கொண்டார். அப்போது, 2020 சிஎஸ்இ தேர்வுக்கான மதிப்பெண் பட்டியல் அதிகாரபூர்வமாக வெளியாகியிருந்தது. வசீம் அதைக் கவனமாக ஆராய்ந்து, தான் எதில் பலவீனமாக இருந்தோம் என்பதையும், தான் மேம்படுத்திக் கொள்ள வேண்டிய பகுதிகள் எவை என்பதையும் கண்டறிந்தார். தான் கட்டுரையைச் சிறப்பாக எழுதியிருந்ததையும், நேர்முகத் தேர்வை நன்றாகச் செய்திருந்ததையும் அவர் அறிந்து கொண்டார். ஆனால், பொது அறிவுப் பாடங்களில் அவர் தன்னை மேம்படுத்திக் கொள்ள வேண்டியிருந்தது. அவர் தேர்ந்தெடுத்திருந்த விருப்பப்பாடத்திலும் அவர் தன்னை மேம்படுத்திக் கொள்வதற்கு இடமிருந்தது.

2020 சிஎஸ்இ தேர்வில் முதல் ரேங்க்கைப் பிடித்திருந்த சுபம் குமாரை வசீம் தனக்கான உதாரண புருஷராக எடுத்துக் கொண்டார். சுபம் அளித்திருந்த பேட்டிகளை

அவர் வீடியோவில் பார்த்தார். அவற்றில், முந்தைய ஆண்டுகளில் நிகழ்ந்த தேர்வுகளின் கேள்விகளுக்குப் பயிற்சி மையங்கள் தயாரித்து வைத்திருக்கும் பதில்களைப் படிப்பதன் முக்கியத்துவத்தை சுபம் வலியுறுத்தியிருந்தார். இதனால் உந்தப்பட்ட வசீம், கரோல் பாக்கிற்குச் சென்று, ஒரு பிரபல பயிற்சி மையம் தயாரித்திருந்த முந்தைய ஆண்டுகளின் கேள்விகளுக்கான பதில்கள் அடங்கிய புத்தகங்களை வாங்கினார். தன்னுடைய பதிலெழுதும் திறமையைக் கூர்தீட்டிக் கொள்வதற்காக, தொடர் மாதிரித் தேர்வுகளில் கலந்து கொள்வதற்கு அவர் விண்ணப்பித்தார்.

அவர் முதலில் பிரதானத் தேர்வுக்கும், பின்னர் முதல் நிலைத் தேர்வுக்கும் தன்னைத் தயார்படுத்திக் கொள்ளத் திட்டமிட்டார். அப்படிச் செய்தால், முதல் நிலைத் தேர்வுக்கான தயாரிப்பு முடிவடைகின்றபோது அத்தேர்வு வந்துவிடும், படித்தவை பசுமையாக நினைவிருக்கும். முதல் நிலைத் தேர்வு முடிந்த பிறகு, பிரதானத் தேர்வுக்குப் படிக்க உட்கார்கின்றபோது, அவற்றை ஏற்கனவே ஒரு முறை படித்திருப்பதால் மீண்டும் படிக்கின்றபோது அது எளிதாக இருக்கும். அத்திட்டப்படி, அவர் 2021 நவம்பரிலிருந்து 2022 மார்ச்வரை பிரதானத் தேர்வுக்கும், 2022 ஏப்ரலிலிருந்து ஜூன் முதல் வாரம்வரை முதல் நிலைத் தேர்வுக்கும் படித்தார். அவர் பிரதானத் தேர்வுக்கான பொது அறிவுத் தாள்களுக்கும் மானுடவியல் தாள்களுக்கும் பல மாதிரித் தேர்வுகளை எழுதினார். அவற்றில் அவர் அடைந்து கொண்டிருந்த மேம்பாடு அவருடைய தன்னம்பிக்கையை உயர்த்தியது. அத்துடன், அவர் முதல் நிலைத் தேர்வுக்காக இருபது மாதிரித் தேர்வுகளை எழுதினார்.

வசீமின் உத்தி நன்றாக வேலை செய்தது. அவர் முதல் நிலைத் தேர்வில் வெற்றிகரமாகத் தேறினார். அதைத் தொடர்ந்து, பிரதானத் தேர்வுக்கான தீவிரத் தயாரிப்பில் அவர் இறங்கினார். மாதிரித் தேர்வுகளை எழுதுதல், முந்தைய ஆண்டுகளில் நிகழ்ந்த தேர்வுகளில் இடம்பெற்றக் கேள்விகளுக்கான பதில்களைப் படித்தல், படித்தவற்றைப் பல முறை மீண்டும் படித்தல் போன்றவற்றை அவர் இதற்காகக் கடைபிடித்தார். அவர் தினமும் காலை வேளைகளை, முந்தைய ஆண்டுகளின் கேள்வித் தாள்களுக்கு விடையளித்து அவற்றை அலசுவதற்குச் செலவிட்டார்.

ஒவ்வொரு கேள்விக்கும் அவர் திட்டவட்டமான நேரத்தை ஒதுக்கினார். பத்து மதிப்பெண்களைப் பெற்றுத் தருகின்ற கேள்விகளுக்கு ஏழரை நிமிடங்களையும், பதினைந்து

மதிப்பெண்களைப் பெற்றுத் தருகின்ற கேள்விகளுக்குப் பத்து நிமிடங்களையும் அவர் ஒதுக்கினார். இதன் மூலம், மொத்தத் தேர்வையும் அதற்கு ஒதுக்கப்பட்டிருந்த நேரத்திற்குள் எழுதி முடிப்பதை அவர் உறுதி செய்தார். பிரதானத் தேர்வு நடைபெற்ற நாள்களில்கூட அவர் அதிகாலையில் எழுந்து மூன்று அல்லது நான்கு கேள்விகளுக்குப் பதிலெழுதிப் பார்த்தார். தேர்வு எழுதுகின்றபோது தங்குதடையின்றி எழுதுவதற்கு இந்த உத்தி அவருக்கு உதவியது. அவர் எதிர்பார்த்தபடியே, அவர் பிரதானத் தேர்விலும் வெற்றி பெற்றார்.

நேர்முகம் எனும் சாகச அனுபவம்

முதலில், அவர் சந்தித்த முதல் நேர்முகம் பற்றிப் பார்க்கலாம். 2021-ம் ஆண்டு நடைபெற்ற அவருடைய முதல் நேர்முகத் தேர்வின்போது வசீமிடம் தன்னம்பிக்கை பொங்கி வழிந்து கொண்டிருந்தது. நேர்முகத் தேர்வுக்குத் தன்னைத் தயார் செய்து கொள்வதற்கு, லட்டாக அவருக்கு ஓர் ஆறுமாத காலம் கிடைத்திருந்தது. ஆனாலும், நேர்முகம் அவருக்கு ஒரு மிகப் பெரிய சவாலாக அமையவிருந்ததை அவர் அறியவில்லை. அவர்களுடைய முதல் கேள்வியே அவருடைய தன்னம்பிக்கையை உடைத்து நொறுக்கும் விதமாக அமைந்திருந்தது.

“இத்தேர்வுக்கான பயிற்சி மையங்கள் எல்லா இடங்களிலும் காளான்களாக முளைத்துக் கொண்டிருக்கின்றன. அனைத்துத் தேர்வர்களும் சம வாய்ப்புப் பெறுவதற்கு எதிரானதாக இது இருக்கிறது, இல்லையா?” என்ற அஸ்திரத்தை வசீமை நோக்கி ஏவினார் தேர்வுக்குழுத் தலைவர். காஷ்மீர் மற்றும் தன்னுடைய விரிவான விண்ணப்பப் படிவம் தொடர்பான கேள்வியை எதிர்பார்த்திருந்த வசீம், இதைக் கேட்டு நிலைகுலைந்து போனார்.

தன்னை நிதானப்படுத்திக் கொள்வதற்கு ஒரு நிமிடத்தை எடுத்துக் கொண்ட வசீம், “மேடம், இன்றைய உலகில், அறிவு என்பது அனைவராலும் அணுகக்கூடிய ஒன்றாக உருவெடுத்துள்ளது. இலவசத் தகவல்கள் இணையத்தில் இறைந்து கிடக்கின்றன. பயிற்சி வகுப்புகள் கட்டுப்படியாகாத தேர்வர்களால் அவற்றை எளிதாக அணுக முடியும். அது மட்டுமல்லாமல், பல மாநில அரசுகள், சமுதாயத்தில் பின்தங்கிய நிலையில் இருப்பவர்களுக்கு இலவசப் பயிற்சிகளை அளித்து வருகின்றன. எடுத்துக்காட்டாக, காஷ்மீரில், ‘பர்வாஸ்’ என்றொரு திட்டம் இருக்கிறது.

பயிற்சி வகுப்புகள் வழிகாட்டுதல்களை வழங்குகின்றன. இணையத்தில் இருக்கின்ற தகவல்களைச் செம்மையாகப் பயன்படுத்தி சுயமாகப் படித்தும் தேர்வர்களால் இத்தேர்வில் நல்ல மதிப்பெண்களைப் பெற முடியும்," என்று பதிலளித்தார். அதற்குப் பிறகாவது உரையாடலின் திசை காஷ்மீரை நோக்கித் திரும்பும் என்ற அவர் நம்பினார்.

ஆனால், அடுத்தப் பத்து நிமிடங்களுக்குக் கேள்விகள் பயிற்சி முகாம்களைச் சுற்றியே அமைந்திருந்தன. அது வசீமிற்குக் களைப்பும் விரக்தியும் ஏற்படுத்தியது. உரையாடல், காஷ்மீர் மற்றும் இந்தியாவின் பிற பகுதிகளின் பாதுகாப்பு அம்சங்களின் பக்கம் திரும்பியவுடன்தான் அவர் நிம்மதியடைந்தார். இந்திய இராணுவத்தினர்மீது கற்கள் எறியப்பட்டச் சம்பவம் குறித்த ஒரு கேள்வியும் அதில் அடக்கம். வசீம் இத்தகைய கேள்விகளுக்குத் தன்னை நன்றாகத் தயார்படுத்திக் கொண்டு வந்திருந்ததால், அவற்றுக்கு அவர் புள்ளிவிவரங்களுடன் ஆணித்தரமாகப் பதிலளித்தார்.

பின் திடீரென்று, அவர் சிறிதும் எதிர்பார்த்திராத ஒரு கேள்வியை, குழு உறுப்பினர்களில் ஒருவர் அவரிடம் கேட்டார்: "எது ஒருவரை ஒரு நல்ல ஆசிரியராக ஆக்குகிறது?"

ஆனாலும், வசீம், "வெறுமனே அறிவைக் கடத்துவதோடு நிறுத்திக் கொள்ளாமல், மாணவர்கள் சுய ஊக்குவிப்புடன் செயல்படுவதற்குத் தேவையான அதிகாரம் பெற்றவர்களாக அவர்களை மாற்றுபவர்தான் ஒரு நல்ல ஆசிரியர்," என்று தயக்கமின்றிப் பதிலளித்தார்.

நேர்முகத் தேர்வு முடிந்து வசீம் அந்த அறையிலிருந்து வெளியேறியபோது, தான் அதில் செயல்பட்டிருந்த விதம் குறித்தச் சந்தேகமும், தான் அதில் சிறப்பாகச் செய்திருந்தோம் என்ற நம்பிக்கையும் ஒருசேர அவருக்குள் முளைத்தன. ஆனால், மதிப்பெண்கள் வெளியானபோது, அந்த நேர்முகத் தேர்வில் அவர் 184 மதிப்பெண்களைப் பெற்றிருந்தது அவருக்கே வியப்பளித்தது.

இப்போது நாம் 2023-ல் அவர் பங்கு கொண்ட இரண்டாவது நேர்முகத் தேர்வைப் பற்றிப் பார்க்கலாம். அவர் ஒரு போர்வீரனைப்போலப் பெரும் தன்னம்பிக்கையுடன் யூபிஎஸ்சியின் தலைமை அலுவலகத்திற்குள் நுழைந்தார். ஏற்கனவே ஒரு முறை நேர்முகத் தேர்வை எதிர்கொண்டிருந்த அனுபவத்தின் காரணமாகவும், அத்தேர்வில் அவர் மிக உயர்ந்த மதிப்பெண்களைப் பெற்றிருந்ததன் காரணமாகவும், அவர் இந்தப் புதிய தேர்வுக் குழுவை நம்பிக்கையுடன் எதிர்கொண்டார்.

இம்முறை கேள்விகள் அவர் எதிர்பார்த்திருந்தபடியே அமைந்திருந்தன. ஜம்மு மற்றும் காஷ்மீரின் சுற்றுலா பற்றிய கேள்வியுடன் நேர்முகம் தொடங்கியது. பிற உறுப்பினர்கள், அப்பகுதியின் பாதுகாப்பு தொடர்பான கேள்விகளைக் கேட்டனர். அவருக்கு வியப்பளிக்கும் விதமாக, குடிசார் பொறியியல் குறித்தும், மானுடவியல் குறித்தும் அவரிடம் எந்தக் கேள்வியும் கேட்கப்படவில்லை.

நேர்முகத் தேர்வு அறையைவிட்டு அவர் வெளியே வந்தபோது, அவர் தன்னம்பிக்கையோடு இருந்தார். முந்தைய முறையைவிட இந்த முறை நேர்முகத் தேர்வை அதிகச் சிறப்பாகத் தான் செய்திருந்ததாக அவர் கருதினார். ஆனால், மதிப்பெண்கள் வெளியானபோது, தான் 182 மதிப்பெண்களை மட்டுமே பெற்றிருந்ததைக் கண்டு அவர் வியந்தார். அது அவர் முதல் நேர்முகத் தேர்வில் பெற்றிருந்ததைவிட இரண்டு மதிப்பெண்கள் குறைவு.

மசூரியிலிருந்து நாக்பூருக்கு

வசீம் முதன்முறையாக சிஎஸ்இயில் தேர்வானபோது, அவர் எதிர்பார்த்திருந்தபடியே அவருக்கு இந்திய வருவாய்ப் பணி ஒதுக்கப்பட்டது. லால் பகதூர் சாஸ்திரி தேசிய நிர்வாகப் பயிற்சி நிறுவனத்தில் அடிப்படைப் பயிற்சியை முடித்தப் பிறகு, ஓராண்டுப் பயிற்சிக்காக, 2022 டிசம்பர் 19 அன்று, நாக்பூரிலுள்ள 'நேரடி வரிகளுக்கான தேசியப் பயிற்சி நிறுவனத்திற்கு' அவர் அனுப்பி வைக்கப்பட்டார். ஆனால், அவர் அங்குச் சென்றதும், அவர் திடீரென்று நோய்வாய்ப்பட்டார். அவர் உடனடியாக மருத்துவமனையில் அனுமதிக்கப்பட்டார். ஆனால், அவருடைய நோய் தீவிரமடைந்ததைத் தொடர்ந்து, அவர் ஐசியூவுக்கு மாற்றப்பட்டார்.

அவர் ஐசியூவில் தனியாகப் படுத்துக் கிடந்தபோது, அவரைச் சுற்றிப் பல கருவிகள் பலவிதமான ஒலிகளை எழுப்பியபடி இருந்தன. அவர் அங்குப் பத்து நாள்கள் உயிருக்குப் போராடினார். அவர் சாவின் விளிம்புவரை சென்றுவிட்டு வந்தபோது, வாழ்க்கையின் நிலையாமை குறித்த எண்ணம் அவருக்குள் தலைதூக்கியது. எந்த விலை கொடுத்தாவது சிஎஸ்இ தேர்வில் வென்றுவிட வேண்டும் என்று அவர் தட்டழிந்து கொண்டிருந்தது, அவர் உயிருக்காகப் போராடிக் கொண்டிருந்த அத்தருணத்தில் அவருக்கு அற்பமானதாகத் தோன்றியது.

நாள்கள் உருண்டோடின. 2023 மே மாதமும் வந்தது.

சிஎஸ்இ தேர்வு முடிவுகள் வெளியாகவிருந்ததை அறிந்தபோது, அப்போது வருவாய்த் துறையில் பணியாற்றிக் கொண்டிருந்த வசீம் அதைத் தெரிந்து கொள்ள ஆவலுடன் காத்துக் கொண்டிருந்தார். அவரைப்போல அங்குப் பணியாற்றிக் கொண்டே சிஎஸ்இ தேர்வை எழுதிவிட்டு முடிவுக்காகக் காத்திருந்த அதிகாரிகள் இருபத்தைந்து பேர் இருந்தனர். அவர்களில் ஒரு சிலருக்கே அவர்கள் குறி வைத்திருந்த ஐஏஎஸ் வாய்ப்பு கிடைக்கவிருந்தது.

2023 மே 23 அன்று முடிவுகள் வெளியாகவிருந்ததைத் தெரிந்து கொண்ட வசீம், முதலில் சாதாரணமாகத்தான் இருந்தார். ஆனால், நேரம் செல்லச் செல்ல அவரைப் பதற்றம் தொற்றிக் கொண்டது.

ஐஆர்எஸ் பயிற்சி வகுப்பில் அவருக்கு அருகே அமர்ந்திருந்த சக அதிகாரியான பவித்ரா, அவரிடம், “என் இவ்வளவு பதற்றமாக இருக்கிறீர்கள்? இம்முறை நீங்கள் கண்டிப்பாக ஓர் ஐஏஎஸ் அதிகாரியாக ஆகிவிடுவீர்கள்,” என்று கூறி அவருடைய பதற்றத்தைத் தணிக்க முயன்றார்.

“இது எனக்குக் கிடைத்திருக்கும் இறுதி வாய்ப்பு. இதற்குப் பிறகு, நமக்கு வேலைப் பணி வழங்கப்பட்டுவிடும். அதற்குப் பிறகு, மீண்டும் ஒரு முறை தேர்வு எழுதுவதற்கான நேரம் எனக்குக் கிடைக்காது,” என்று வசீம் தன் பதற்ற நிலைக்கான விளக்கமளித்தார்.

பவித்ராவின் ஆறுதல் வசீமின் பதற்றத்தைத் தணிக்க உதவவில்லை. மதிய உணவிற்குப் பிறகு, மதிய வகுப்புகளுக்குச் செல்லாமல், தங்கும் விடுதியிலிருந்த தன்னுடைய அறைக்கு வசீம் வந்துவிட்டார். ஆனால், அங்கு வந்த சற்று நேரத்திற்குள் அவருடைய அலைபேசி ஒலித்தது. ஃபைசல் அழைத்திருந்தார். ஆனால், வசீம் அந்த அழைப்பை ஏற்பதற்குள் அது துண்டிக்கப்பட்டுவிட்டது. அது அவருடைய மனத்தில் எதிர்பார்ப்பை மேலும் அதிகரித்தது.

“ஃபைசல் ஏன் இப்போது அழைத்தான்? ஏதாவது நிகழ்ந்திருக்க வேண்டும். முடிவுகள் வெளியாகிவிட்டனவா? நான் தேர்வாகி இருக்காவிட்டால் ஃபைசல் என்னை அழைத்திருக்க வாய்ப்பில்லை.” வசீமின் மனத்தில் எண்ணங்கள் சுழன்றன. அதற்கு மேல் காத்திருக்காமல் அவர் தன் அலைபேசியில் டெலிகிராம் செயலியைத் திறந்தார். அவர் ஆவலுடன் எதிர்பார்த்துக் கொண்டிருந்த பிடிஎஃப் கோப்பு அதில் உட்கார்ந்திருந்தது. நடுங்கும் கைகளுடன் அவர் அதைத் திறந்து அதன் முதல் பக்கத்தில் தன் கண்களை ஓடவிட்டார்.

அவருடைய பெயர் ஏழாவது ரேங்க்கில் அமர்க்களமாக அமர்ந்திருந்தது. அவருக்குள் மகிழ்ச்சி கொப்பளித்துக் கிளம்பியது. அவர் தன் அறையிலிருந்து எழுப்பிய உற்சாகக் கூச்சல், அந்தத் தங்கும்விடுதிக்குத் திரும்பிக் கொண்டிருந்த சிலரைத் திரும்பிப் பார்க்க வைத்தது. அவரை அழுத்திக் கொண்டிருந்த பல ஆண்டுகால பாரம் அவரிடமிருந்து விலகியது. அந்த இடத்தை ஒரு சாதனையுணர்வு ஆக்கிரமித்துக் கொண்டது. கொண்டாட்டம் உடனே துவங்கியது. அது நள்ளிரவுவரை தொடர்ந்தது. அவருடன் பணியாற்றிக் கொண்டிருந்த நான்கு ஐஆர்எஸ் அதிகாரிகளுக்கும் ஐஏஎஸ் கிடைக்கவிருந்தது. அவர்களும் அந்தக் கொண்டாட்டத்தில் கலந்து கொண்டனர்.

வசீம் விடுப்பு எடுத்துக் கொண்டு வீட்டை நோக்கி விரைந்தார். அங்கு அவருடைய குடும்பம் அவருக்காக ஆவலுடன் காத்துக் கொண்டிருந்தது. அவருடைய அம்மா அவரைப் பார்த்ததும் ஓடி வந்து அவரைக் கட்டிப் பிடித்துக் கொண்டார். அவரைச் சந்தித்த ஊடகவியலாளர்கள் அவரின் வெற்றிக் கதையின் சாராம்சத்தைத் தங்களுடைய எழுத்துகளில் அடைக்க முயன்று கொண்டிருந்தனர். அந்தக் கிராமவாசிகள்தாம் குழப்பமடைந்தனர். “இந்தப் பையன் இரண்டு ஆண்டுகளுக்கு முன்புதானே ஐஏஎஸ் ஆகத் தேர்ந்தெடுக்கப்பட்டான். இப்போது என்ன மறுபடியும் கொண்டாட்டம்?” என்று அவர்கள் சத்தமாகவே பேசிக் கொண்டனர்.

வசீமின் அம்மா ஒருவழியாக நிம்மதியடைந்தார். அவருடைய மகனின் தளர்வில்லாத அர்ப்பணிப்பு இறுதியில் அவருக்கு அவர் விரும்பிய வெற்றிக் கனியைப் பெற்றுக் கொடுத்திருந்தது. வசீமின் கடின உழைப்புக்குப் பலன் கிடைத்துவிட்டதால், வசீம் இனியும் ஓய்வு ஒழிச்சல் இல்லாமல் கஷ்டப்பட்டுக் கொண்டிருக்க வேண்டாம்.

வசீமின் கதையிலிருந்து நினைவில் வைத்துக் கொள்ளப்பட வேண்டிய முக்கிய அம்சங்கள்

1. முழுமையான அர்ப்பணிப்பு

மிகக் கடுமையான சிஎஸ்இ தேர்வில் எளிதாக வெற்றி பெற்றுவிடலாம் என்ற மிதப்பு ஒருவரைக் கவிழ்த்துவிடும். அலட்சிய மனோபாவம், காலாவதியான முன்தயாரிப்புகள் என்பன போன்றவற்றுடன் இதை அணுகினால், இதில் வெற்றி பெற முடியாது. அதீதத் தன்னம்பிக்கையும் ஓர் ஏனோதானோ மனப்போக்கும் தோல்விக்கான உத்தரவாதமான வழிமுறைகளாகும். முந்தைய முறை இரண்டாம் கட்டம்வரை வெற்றிகரமாகக் கடந்திருந்த பலர், மீண்டும் முதல் நிலைத் தேர்வு எழுதும்போது இக்காரணங்களால் தோல்வியடைந்திருக்கிறார்கள்.

2. பதில்களை நேர்த்தியாகச் சமர்ப்பிக்கின்ற கலையில் கைதேர்ந்தவராக ஆதல்

சிஎஸ்இ பிரதானத் தேர்வில் உங்களுடைய அறிவாற்றல் மட்டும் சோதிக்கப்படுவதில்லை. நீங்கள் உங்களுடைய பதில்களை எவ்வளவு நேர்த்தியாகச் சமர்ப்பிக்கிறீர்கள் என்பதற்கும் அங்கு முக்கியத்துவம் கொடுக்கப்படுகிறது. சிஎஸ்இ தேர்வில் மிக உயர்ந்த ரேங்க் எடுத்தவர்களின் பதில்கள், மாதிரிப் பதில்கள், மற்றும் பிறவற்றிலிருந்து தேர்வர்கள் கற்றுக் கொள்ள வேண்டும். பதிலெழுதிப் பார்த்துப் பயிற்சி செய்வது வெற்றிக்கு இன்றியமையாதது.

3. உங்களுக்கு உற்சாகமூட்டுகின்ற துறையைத் தேர்ந்தெடுத்துப் படிக்க வேண்டும்

பள்ளியிலும் கல்லூரியிலும் நீங்கள் ஆர்வம் கொண்டிருந்த பாடங்களை எடுத்துப் படிப்பது மிக மிக இன்றியமையாதது. உங்களுடைய விருப்பத்தை, பெற்றோர், உறவினர்கள் மற்றும் நண்பர்கள் திசை திருப்ப அனுமதிக்காதீர்கள்.

4. புத்தகம் வாசிக்கின்ற பழக்கத்தை வளர்த்துக் கொள்ளுங்கள்

புத்தகம் வாசிக்கின்ற பழக்கத்தை வளர்த்துக் கொள்வது இன்றியமையாதது. அது உங்களுடைய அறிவாற்றல் தளத்தை விரிவுபடுத்தும். அப்பழக்கம் சிஎஸ்இ தேர்வின் ஒவ்வொரு கட்டத்திலும் பயனுள்ளதாக இருக்கும். உங்களுடைய ஒட்டுமொத்தக் கண்ணோட்டத்தைச் செழுமைப்படுத்திக் கொள்ளவும் அது உங்களுக்கு உதவும்.

5. துல்லியமான வழிகாட்டுதலை நாடுங்கள்

பல்வேறுபட்ட ஆதாரங்களிலிருந்து வழிகாட்டுதலைப் பெற முயல்வது உங்களுக்குக் குழப்பத்தைக் கொடுக்கும், உங்களுடைய பதற்றம் அதிகரிக்க வழிவகுக்கும். தேர்வு உத்திகள் தொடர்பான அளவுக்கதிகமான யோசனைகளையும் அபிப்பிராயங்களையும் நாடுவதை நீங்கள் தவிர்க்க வேண்டும். தேர்ந்தெடுத்த, நம்பத்தக்கச் சில ஆதாரங்களை மட்டும் உங்களுக்கு வழிகாட்டுவதற்குப் பயன்படுத்திக் கொள்ளுங்கள்.

6. பிரதானத் தேர்வில் எண்ணிக்கையைவிடத் தரத்திற்கு அதிக முக்கியத்துவம் கொடுக்க வேண்டும்

பிரதானத் தேர்வு எழுதுகின்றபோது, நீங்கள் எத்தனை பக்கங்கள் எழுதுகிறீர்கள் என்பதும், எந்த வரிசையில் நீங்கள் கேள்விகளுக்குப் பதிலளிக்கிறீர்கள் என்பதும் ஒரு பொருட்டல்ல. உங்களுடைய பதில்கள் தெளிவாகவும், ஆழமாகவும், துல்லியமாகவும் இருக்க வேண்டியதுதான் முக்கியம்.

சுருதி சர்மா

அத்தியாயம் 6

தடைகள் பல கடந்து முதலிடம்

மிக அதிக மதிப்பெண்கள் பெற்ற பள்ளி மாணவர்கள் உயர்கல்விக்கு மருத்துவம் மற்றும் பொறியியலைத் தேர்ந்தெடுக்கின்றனர்

அது 2014 மார்ச் மாதம். தெற்கு தில்லியிலுள்ள கிழக்குக் கைலாஷ் பகுதியில் மாலை வெளிச்சம் மங்கிக் கொண்டிருந்தபோது, தெரு விளக்குகளும் விளம்பரப் பலகைகளின் விளக்குகளும் பிரகாசிக்கத் தொடங்கின. கார்களின் ஹாரன் சத்தங்களும், சைக்கிள்களின் சிணுங்கல் மணியோசைகளும், தெருவோர வியாபாரிகளின் கூவல் ஒலிகளும், பாதசாரிகளின் பேச்சுக்குரல்களும் காற்றில் கலந்திருந்தன. அப்பகுதியிலிருந்த ஒரு நடுத்தர அபார்ட்மென்ட்டில் சர்மா குடும்பத்தினர் இரவு உணவு உண்பதற்காகக் குழுமியிருந்தனர். சுனில் தத் சர்மா, ரச்னா சர்மா, அவர்களின் மகள் சுருதி, மகன் ஆதித்யா, ரச்னாவின் அம்மா ஆகியோர் உணவு மேசையின் முன்பாக அமர்ந்திருந்தனர்.

அவர்கள் அனைவரும் சாப்பிட்டு முடித்ததும், ரச்னாவின் அம்மா, ஓய்வெடுப்பதற்காகத் தன் அறைக்குச் சென்றுவிட்டார். மற்றவர்கள் வழக்கம்போல ஒரு விவாதத்தில் ஈடுபட்டனர். சர்தார் பட்டேல் வித்யாலயாவில் பத்தாம் வகுப்பு படித்துக் கொண்டிருந்த சுருதி, மாலையில் வீடு திரும்பியபோது, பதினொன்றாம் வகுப்பில் அவர் தேர்ந்தெடுக்க வேண்டிய பாடங்கள் தொடர்பான பள்ளிச் சுற்றறிக்கையுடன் வந்திருந்தார். இந்தியாவிலுள்ள பெரும்பாலான குடும்பங்களில் வழக்கமாக நடைபெறுகின்ற, உயர்நிலைப் பள்ளிப்படிப்பு

அல்லது கல்லூரிப் படிப்பு தொடர்பான விவாதம்தான் அங்கு அப்போது தொடங்கியது.

அந்தப் பள்ளிச் சுற்றறிக்கையின்மீது தன் கண்களை ஓட்டிய சுருதியின் அப்பா, "இதில் நீ எதைத் தேர்ந்தெடுக்க வேண்டும் என்ற முடிவுக்கு வருவது எளிது. நம் குடும்பத்தில் உள்ளோரில் பெரும்பாலானோர் மருத்துவர்கள் அல்லது பொறியாளர்கள். நீ அறிவியல் பாடங்களைத் தேர்ந்தெடுத்துக் கொண்டு, ஐஐடியில் சேர்வதற்கான நுழைவுத் தேர்வான ஜேஇஇ தேர்வுக்கு உன்னைத் தயார்படுத்திக் கொள்ள வேண்டும்," என்று கூறினார்.

"அப்பா, நான் பொறியியல் பாடங்கள் குறித்து ஆய்வு செய்தேன். அவை என்னிடம் எந்தவிதமான ஆர்வத்தையும் தூண்டவில்லையே," என்று சுருதி தயக்கத்துடன் கூறினார்.

சுருதியின் அம்மா குறுக்கிட்டு, "அப்படியானால், உன்னுடைய தாத்தா-பாட்டியைப்போல நீயும் ஒரு மருத்துவராக ஆகிவிடு," என்று கூறினார். அவருடைய குரல் மென்மையாக இருந்தாலும், அதில் உறுதி தொனித்தது.

சுருதியின் தாத்தா தேவேந்திர குமார் வத்ஸ், பாட்டி சத்ய பாலா சர்மா ஆகிய இருவருமே அவர்களுடைய சொந்தக் கிராமத்தில் பிரபலமான மருத்துவர்களாக இருந்தனர். சுருதியின் உறவினர்களில் பலரும் மருத்துவர்களாக இருந்தனர்.

சுருதி தன் பெற்றோர் கூறியதைக் கவனமாகக் கேட்டுவிட்டு, தன் மனத்தில் இருந்ததைத் தயக்கத்துடன் அவர்களிடம் கூறினார். "நான் இது குறித்து நிறையச் சிந்தித்துள்ளேன். எனக்குக் கலையியல் படிப்புதான் பொருத்தமாக இருக்கும் என்று நான் நினைக்கிறேன்."

அவருடைய பெற்றோர் இருவரும் ஒருவரையொருவர் பார்த்துக் கொண்டனர். தங்களுடைய மகளுக்கு அவர்கள் வகுத்திருந்த பாதையிலிருந்து சுருதி வெளிப்படுத்திய கருத்து வெகுவாக விலகியிருந்தது.

"கலையியல் பாடத்தை நீ தேர்ந்தெடுத்தால், அதைப் படித்துவிட்டு நீ என்ன வேலைக்குப் போவாய்? உன்னைப் போன்ற பிரகாசமான மாணவிகள் அறிவியல் பாடங்களைத்தான் படிக்க வேண்டும். அதுதான் நிலையான வருமானத்தை ஈட்டித் தருகின்ற வேலைகளைப் பெற உதவும். அப்படிப்பட்டதொரு வேலையில் அமர்ந்த பிறகு, உனக்கு என்ன பிடிக்குமோ அதைத் தேர்ந்தெடுத்துக் கொள்," என்று சுருதியின் அப்பா கூறினார். அவருடைய குரலில் தன் மகள்மீதான கரிசனம் இழையோடியது.

ஆனால், சுருதி தன் நிலைப்பாட்டில் உறுதியாக இருந்தார்.

"அப்பா, இப்போதெல்லாம் கலையியல் பாடத்தை எடுத்துப் படிப்பவர்களுக்கும் ஏகப்பட்ட வாய்ப்புகள் இருக்கின்றன," என்று விவரித்த சுருதியின் குரலில் உறுதி இருந்தது.

அவருடைய அப்பா தன் புருவங்களை உயர்த்தியபடி, "அந்த அளவுக்குக் கிடையாது. நீ தேர்ந்தெடுப்பதற்கு உனக்குக் குறைவான வாய்ப்புகளே இருக்கும். நீ ஏதாவது ஒரு தொண்டு நிறுவனத்தில் வேலை பார்க்க வேண்டி வரலாம் அல்லது இதழியல் துறையில் வேலைக்குச் சேரலாம்," என்று எதிர்வாதம் வைத்தார்.

இதனால் மனந்தளராத சுருதி, தன் விருப்பத்திற்குத் தன்னுடைய பெற்றோரை இணங்க வைப்பதற்குத் தான் வைத்திருந்த துருப்புச் சீட்டைப் பயன்படுத்தினார். "அப்பா, இன்னொரு நல்ல வழியும் இருக்கிறது. குடிமைப் பணியில் சேர்வதுதான் அது. கலையியல் பாடத்தை எடுத்துப் படித்துள்ள பலர், ஐஏஎஸ் மற்றும் ஐபிஎஸ் அதிகாரிகளாக ஆகியுள்ளனர்."

அவருடைய பெற்றோர் மீண்டும் ஒரு முறை ஒருவரையொருவர் பார்த்துக் கொண்டனர். தங்களுடைய மகள் முன்வைத்த வாதங்களையும் அவளுடைய குரலில் தொனித்த உறுதியையும் அவர்கள் தங்கள் மனத்திற்குள் சீர்தூக்கிப் பார்த்தனர்.

"அது மோசமில்லை என்பது உண்மைதான். ஆனால், நீ உன்னுடைய வாய்ப்புகளை விரிவாக்கிக் கொள்வதற்கு, கணிதம், பொருளாதாரம் போன்ற பாடங்களையும் சேர்த்துப் படிப்பது நல்லது," என்று ரச்னா கூறினார். தான் இளமையாக இருந்தபோது சிஎஸ்இ தேர்வு எழுதி அதில் தன்னால் தேற முடியாமல் போனதை அவர் தனக்குள் நினைவுகூர்ந்தார்.

அவர்கள் பரிந்துரைத்த சமரசத்தைத் தயக்கத்துடன் ஏற்றுக் கொள்கின்ற ஒரு தொனியில், "சரி, நான் அப்படியே செய்கிறேன்," என்று சுருதி கூறினார்.

இந்த உரையாடலை மௌனமாக அவதானித்துக் கொண்டிருந்த ஆதித்யா, தன் பெற்றோர் தன் அக்காவின் விருப்பத்திற்குப் பச்சைக் கொடி காட்டியது குறித்து மகிழ்ந்தான். அவர்கள் பின்னர் ஒருவேளை தனக்கு விருப்பமான கிரிக்கெட் விளையாட்டைத் தான் பின்தொடர்வதற்குத் தன்னை அனுமதிக்கக்கூடும் என்று அவன் கணக்குப் போட்டபோது, அவனுடைய உதட்டோரம் ஒரு சிறு புன்னகை ஏறி அமர்ந்து கொண்டது.

சுருதியின் பாடத் தேர்ந்தெடுப்பு அவருடைய உறவினர்கள் மற்றும் அண்டைவீட்டார் மெல்வதற்கு ஏற்ற நல்ல அவலாக அமைந்துவிட்டது. "ஓ! அவள் படிப்பில் புலி என்றல்லவா

நாம் நினைத்திருந்தோம்!" என்று அவர்கள் தங்களுக்குள் பேசிக் கொண்டனர்.

தழைப்பதற்கு உகந்த ஒரு சூழல்

சுருதியின் பெற்றோரின் பூர்விகம், உத்தரப் பிரதேசத்தின் பிஜனோர் மாவட்டத்திலுள்ள அத்தாயீ என்ற பசுமையான கிராமம். அங்கு அவருடைய தாத்தா, பாட்டி ஆகியோர் இருவரும் தங்களுடைய ஆயுர்வேத மருத்துவத் தொழிலை மேற்கொண்டு வந்திருந்தனர். சுருதியின் அப்பா ஒரு கட்டடக் கலை வல்லுநர். அத்துடன், பஸ்தா என்ற ஊரில் அவர்களுடைய குடும்பத்திற்குச் சொந்தமான பள்ளிக்கூடம் ஒன்றையும் அவர் நிர்வகித்து வந்தார்.

சுருதி பிறந்தவுடன், அவருடைய பெற்றோர், சுருதியின் தாத்தா-பாட்டியின் எதிர்ப்பை மீறி, தங்கள் குழந்தையின் படிப்பைக் கருத்தில் கொண்டு தில்லிக்குக் குடிபெயர்ந்தனர். ஆனால், தங்களுடைய வேர்களை மறக்காதிருப்பதற்காக, சுருதியின் அப்பா, பள்ளி ஆண்டு விடுமுறைகளின்போது தன் குடும்பத்தைத் தன் கிராமத்திற்கு அழைத்துச் சென்றுவிடுவார். அச்சமயங்களில், சுருதிக்கு எளிய கிராம வாழ்க்கையைத் தரிசிப்பதற்கான வாய்ப்புக் கிடைக்கும். அத்துடன், அங்கு இருக்கும்போது, அவர்களுடைய உறவினர்களின் குழந்தைகளோடு சேர்ந்து அவர் விளையாடி மகிழ்வார்.

தொடக்கக் காலத்திலிருந்தே, ரச்னா, சுருதியிடம் கற்றல்மீதான ஆழ்விருப்பத்தை வளர்த்து வந்தார். பள்ளிக்குச் செல்கின்ற வயது வருவதற்கு முன்பே, சுருதி ஒரு சிறு பையில் சில புத்தகங்கள், தண்ணீர் பாட்டில், டிபன் டப்பா போன்றவற்றைத் திணித்துக் கொண்டு, தன் அறையின் மூலையில் தான் உருவாக்கி வைத்திருந்த ஒரு சிறு தடுப்புக்குள் இருந்த தன் 'பள்ளிக்குச்' சென்றுவிடுவார். அவர் அங்கு மணிக்கணக்காக எதையாவது கிறுக்கிக் கொண்டும் வரைந்து கொண்டும் இருப்பார். இடையிடையே தன்னுடைய டிபன் டப்பாவிலிருக்கும் நொறுக்குத் தீனியைக் கொறித்துக் கொண்டிருப்பார். தான் ஒரு விண்வெளி வீராங்கனையாக ஆக வேண்டும் என்று அவர் தன்னுடைய சிறு வயதில் கனவு கண்டார்.

நம்முடைய பள்ளி நாள்களில் ஆழ்மனரீதியாக நாம் பலவற்றைக் கற்றுக் கொள்கிறோம். அதனால்தான், நல்லதொரு பள்ளிச் சூழலில் கல்வி பயில்வது இன்றியமையாததாகிறது. சுருதிக்குச் சிறந்த கல்வியை வழங்க வேண்டும் என்ற தாகத்தின்

காரணமாக, அவருடைய பெற்றோர் அவரை முதலில் நியூ ஃபிரென்ட்ஸ் காலனி என்ற பகுதியிலிருந்த கேம்பிரிட்ஜ் பள்ளியில் சேர்த்தனர். அப்பள்ளி, ஒரு புதுமையான அணுகுமுறையோடும், சுவாரசியமான நடவடிக்கைகளின் மூலமும் கல்வி கற்றுக் கொடுத்தது. அப்பள்ளியின் ஒவ்வொரு வகுப்பிலும் ஒரு சிறு நூலகம் இருந்ததால், அங்குப் பயின்ற மாணவர்கள் இளமையிலேயே புத்தக வாசிப்பின்பால் ஈர்க்கப்பட்டனர். சுருதி தன்னுடைய பாடப்புத்தகங்களை விட்டுவிட்டு நாவல்களை அதிகம் படித்ததற்காக அவருடைய பெற்றோரிடமிருந்து திட்டு வாங்கும் அளவுக்கு அவர் புத்தக வாசிப்பில் ஈடுபட்டிருந்தார்.

சுருதி ஐந்தாம் வகுப்பை முடித்தவுடன், லோதி எஸ்டேட்டிலிருந்த பிரபலமான சர்தார் பட்டேல் வித்யாலயாவில் அவர் சேர்க்கப்பட்டார். அங்குப் பயின்ற ஒவ்வொரு மாணவரும் தங்களுடைய முழு ஆற்றலை அடைவதற்கு ஏற்றச் சூழலை அப்பள்ளி உருவாக்கிப் பேணி வந்ததால், சுருதி தன் பள்ளியை நேசித்ததில் வியப்பில்லை. அப்பள்ளி, மாணவர்களுக்கு மதிப்பெண்களின் அடிப்படையில் வழங்கப்படும் ரேங்க் முறையைக் கடைபிடிக்கவில்லை. மாறாக, 'மெரிட் கார்டு' என்ற முறையை அது பின்பற்றி வந்தது. அது சுருதிக்குப் பிடித்திருந்தது. விளையாட்டு உட்பட அனைத்துப் பிரிவுகளிலும் ஒரு குறிப்பிட்டத் தகுதியை எட்டியவர்களுக்கு அப்பள்ளி மெரிட் கார்டுகளை வழங்கியது. சுருதி தன்னுடன் போட்டியிட்டுக் கொள்ள அது அவருக்கு உதவியது.

சுருதி அப்பள்ளியில் படித்துக் கொண்டிருந்தபோது, 'இசை மதியங்கள்,' 'நடவடிக்கைத் தினங்கள்,' 'உணவுத் திருவிழாக்கள்,' என்று அப்பள்ளி ஏற்பாடு செய்த பல்வேறு நிகழ்ச்சிகளில் அவர் ஆர்வத்துடனும் உற்சாகத்துடனும் பங்கெடுத்துக் கொண்டார். வீட்டில் அவர் சேட்டை செய்தால் அவரை வழிக்குக் கொண்டுவருவதற்கு, அவருடைய அம்மா, "உன்னை நான் பள்ளிக்கு அனுப்ப மாட்டேன்!" என்று அவரை மிரட்டும் அளவுக்கு சுருதி தன் பள்ளியை நேசித்தார்.

ஒரு-வார காலம் நீடித்த ஆண்டுவிழா நிகழ்ச்சிகளில் சுருதி உற்சாகமாகக் கலந்து கொண்டார். அப்போது, அவர் நிறைய விளையாட்டுப் போட்டிகளிலும் கலை நிகழ்ச்சிகளிலும் கலந்து கொண்டார். அவற்றில் வாசிப்பதற்காக, அவர் பல மாதங்களைச் செலவழித்து, கட்டுரைகளையும் கவிதைகளையும் எழுதி வைத்துக் கொண்டார். அது அவருக்கு எண்ணற்ற மெரிட் கார்டுகளைப் பெற்றுக் கொடுத்தது.

சுருதிக்குப் பிடித்த மற்றொரு வருடாந்திர நிகழ்ச்சி,

அப்பள்ளியில் நடந்த உணவுத் திருவிழா. அவர் பள்ளிப்படிப்பை முடித்தப் பிறகும், பல ஆண்டுகள் அந்த விழாவுக்குச் சென்று வருவதை வாடிக்கையாகக் கொண்டிருந்தார். அந்த அளவுக்கு அது அவரை ஈர்த்திருந்தது. அதில் அவருடைய பெற்றோரும் கலந்து கொண்டனர். நாட்டின் பல பகுதிகளைச் சேர்ந்த பாரம்பரிய உணவுகள் அத்திருவிழாக்களில் பரிமாறப்பட்டன.

சுருதி பள்ளியில் படித்துக் கொண்டிருந்தபோது சமூகச் சேவையிலும் ஈடுபட்டார். அது அவருக்கு மகிழ்ச்சியையும் மன நிறைவையும் அளித்தது. அவருடைய பள்ளியைச் சுற்றியிருந்த, பொருளாதாரரீதியாக நலிந்த பிரிவைச் சேர்ந்த குழந்தைகளுக்கு உதவி செய்வதில் அவர் ஆர்வம் காட்டினார். அத்துடன், மனம் மற்றும் உடல் குறைபாடுகளைக் கொண்டிருந்த குழந்தைகளுக்கும் பெரியவர்களுக்கும் ஆதரவளித்து வந்த 'முஸ்கான்' என்ற தொண்டு நிறுவனத்திற்காகத் தன்னுடைய நேரத்தையும் ஆற்றலையும் செலவிடுவதில் சுருதி மகிழ்ச்சியடைந்தார். சமூக மாற்றங்கள் நிகழ்வதற்கு உதவிக் கொண்டிருந்த அரசு அதிகாரிகளைப் பற்றிய கதைகளை அவர் பத்திரிகைகளில் படித்தது சமூகத்தின்மீதான அக்கறையை அவருக்கு ஊட்டி வளர்த்தது.

அப்பள்ளியில் ஒரு மாணவர் பேரவை இருந்தது. அதன் உறுப்பினர்கள் இரகசிய வாக்கெடுப்பு மூலம் தேர்ந்தெடுக்கப்பட்டனர். மாணவர்கள் தங்களிடம் தலைமைத்துவப் பண்புகளை வளர்த்துக் கொள்வதற்கு ஏற்ற ஒரு சூழலை அது உருவாக்கிக் கொடுத்தது. பன்னிரண்டாம் வகுப்பில் படித்துக் இருந்தபோது, சுருதி, அப்பள்ளியின் மாணவர் கலாச்சாரச் சங்கத்தின் செயலாளராகச் செயல்பட்டதோடு, மாணவர் பேரவையின் பொதுச் செயலாளராகவும் தேர்ந்தெடுக்கப்பட்டார். படிப்பிலும் அவர் சிறப்பாகத் திகழ்ந்தார். அவர் பத்தாம் வகுப்பில் 98 சதவீத மதிப்பெண்களையும், பன்னிரண்டாம் வகுப்பில் 95 சதவீத மதிப்பெண்களையும் பெற்றார்.

மீண்டும் ஒரு முறை சந்தியின் நடுவே

சுருதி தன்னுடைய பன்னிரண்டாம் வகுப்பில் 95 சதவீத மதிப்பெண்கள் பெற்றிருந்தபோதிலும், அக்கொண்டாட்டம் சொற்ப நாள்களே நீடித்தது. இப்போது அவர் தன்னுடைய வாழ்க்கையின் போக்கை நிர்ணயிக்கவிருந்த முக்கியமான தீர்மானமான, பட்டப்படிப்பிற்காக எதைத் தேர்ந்தெடுப்பது என்பதை முடிவு செய்ய வேண்டியிருந்தது. அதில் அவருடைய

மொத்தக் குடும்பமும் குதித்திருந்தது.

தில்லி பல்கலைக்கழகம் வழங்கிக் கொண்டிருந்த பட்டப்படிப்புகளின் விவரங்கள் அடங்கிய ஆவணத்தைப் புரட்டியவாறே, சுருதி, “அப்பா, அம்மா, நான் பி.ஏ. வரலாறு படிக்க விரும்புகிறேன்,” என்ற தன் விருப்பத்தை அவர்களிடம் வெளிப்படுத்தினார்.

சுருதியின் அப்பாவின் நெற்றி சுருங்கியது. அவர் தன் மனைவியை ஏறிட்டுப் பார்த்தார். பின் அவர் சுருதியிடம், “சுருதி, பி.ஏ. பொருளாதாரம் படித்தால் கூடுதலான வேலை வாய்ப்பு இருக்கும். உன் வருங்காலத்தைப் பற்றி யோசி,” என்று கூறினார்.

சுருதியின் அம்மாவும் தன் கணவரின் யோசனையை ஆமோதித்தார். “ஆமாம், சுருதி. பொருளாதாரத்தை எடுத்துப் படிப்பது நல்லது. வேலை வாய்ப்பு என்று வருகின்றபோது, அது உனக்குக் கூடுதல் கதவுகளைத் திறக்கும்.”

தனக்குப் பிடித்தமான வரலாற்றைப் படிப்பதா அல்லது நடைமுறைக்கு ஏற்றப் பொருளாதாரத்தைப் படிப்பதா என்று சுருதி குழப்பமடைந்தார். “நீங்கள் சொல்வது புரிகிறது. பொருளாதாரம் ஏகப்பட்டக் கணிதத்தை உள்ளடக்கியது. அதனால், வரலாறுதான் எனக்குச் சரியாக இருக்கும் என்று எனக்குத் தோன்றுகிறது,” என்று அவர் தன் பெற்றோரிடம் முறையிட்டார்.

சுருதியின் அப்பா ஓர் ஆயாசப் பெருமூச்சுவிட்டவாறு, “பொருளாதாரத்தை எடுக்க நீ ஏன் தயங்குகிறாய் என்பதை என்னால் புரிந்து கொள்ள முடியவில்லை. பன்னிரண்டாம் வகுப்பில் நீ கணிதத்தில் 97 சதவீதமும், பொருளாதாரத்தில் 98 சதவீதமும் பெற்றிருக்கிறாய். நாங்கள் உனக்கு நல்லதைத்தான் விரும்புவோம்,” என்று வாதிட்டார்.

சுருதி தன் பெற்றோரைத் தன் பக்கம் இழுப்பதற்கு, தன்னிடமிருந்த கடைசி அஸ்திரத்தைப் பயன்படுத்தினார். சிஎஸ்இ தேர்வின் வெற்றிக்கு வரலாறு இன்றியமையாததாக விளங்கும் என்பதை அவர் அவர்களுக்கு எடுத்துரைத்தார். தங்கள் மகள் ஓர் ஐஏஎஸ் அதிகாரியாக ஆக வேண்டும் என்ற இலட்சியத்துடன் இருந்ததைக் கண்ட அவர்கள், இறுதியில் சுருதியின் விருப்பத்திற்கு இசைந்தனர்.

ஆனால், அச்சமயத்தில் சுருதி தான் எந்த வேலைக்குச் செல்வது என்பது குறித்து முடிவு செய்திருக்கவில்லை என்பதை அவருடைய பெற்றோர் அறிந்திருக்கவில்லை. ஐஏஎஸ் தேர்வுக்கு வரலாறு இன்றியமையாதது என்று அவர் அவர்களிடம் கூறியதற்குக் காரணம், வரலாறுமீது அவருக்கு

இருந்த ஆர்வம்தான்.

அதற்கடுத்து, எந்தக் கல்லூரியைத் தேர்ந்தெடுப்பது என்ற வாக்குவாதம் அவருக்கும் அவருடைய பெற்றோருக்கும் இடையே ஏற்பட்டது. வரலாற்றுப் புகழ்மிக்க, ஓர் அருமையான சூழலில் அமைந்திருந்த, பலதரப்பட்ட நிகழ்ச்சிகளுக்குப் பெயர் பெற்ற செயின்ட் ஸ்டீபன்ஸ் கல்லூரியில் சேர சுருதி விரும்பினார். அதைச் சென்றடைவதற்கு அவர் தினமும் இரண்டு மணி நேரம் பயணித்தாக வேண்டும். ஆனால், அவருடைய பெற்றோர், தங்கள் வீட்டுக்கு அருகேயிருந்த லேடி சிறீராம் கல்லூரியில் அவரைச் சேர்க்க விரும்பினர். அதுவும் ஒரு சிறந்த கல்லூரிதான் என்று அவர்கள் வாதிட்டனர். இறுதியில், தன்னுடைய விடாப்பிடியான வாதத்தினால், சுருதி தன் பெற்றோரைத் தன் முடிவுக்கு இணங்க வைத்தார்.

மத்திய வர்க்கக் குடும்பங்கள், குறிப்பாக, நகரங்களுக்குக் குடிபெயர்ந்துள்ள முதல் தலைமுறையினர், பெரும்பாலும் பழமைவாத விழுமியங்களை விட்டுக்கொடுக்க மறுப்பர். அதற்கு சுருதியின் பெற்றோரும் விதிவிலக்காக இருக்கவில்லை. அவர்கள், சுருதிக்குப் பல கட்டுப்பாடுகளை விதித்தனர். வாரத்திற்கு ஒரு முறை மட்டுமே வெளியே சென்று வருவதற்கு அவருக்கு அனுமதி வழங்கப்பட்டது. இரவில் அவர் தன் தோழியரின் வீட்டில் தங்குவது தடை செய்யப்பட்டது. கல்லூரியிலும் இரவு வெகுநேரம்வரை நீடித்த நிகழ்ச்சிகளில் கலந்து கொள்ள அவர் அனுமதிக்கப்படவில்லை.

நீங்கள் வேலைக்கு முன்னுரிமை கொடுப்பதில்லை

பெரும்பாலான பெற்றோர்கள், தங்களுடைய குழந்தைகள் குறித்துச் சில எதிர்பார்ப்புகளை வைத்திருக்கின்றனர். அவர்கள் எத்தனை வயதிற்குள் படித்து முடிக்க வேண்டும், எந்த வயதில் வேலைக்குச் செல்ல வேண்டும், எப்போது திருமணம் செய்து கொள்ள வேண்டும் என்பன போன்றவை அவற்றில் சில. எப்போதும் பொருளாதாரச் சுதந்திரத்தோடு இயங்கி வந்திருந்த சுருதியின் அம்மா, தன் மகளும் எவ்வளவு விரைவில் முடியுமோ அவ்வளவு விரைவில் பொருளாதாரச் சுதந்திரத்தைப் பெற வேண்டும் என்று விரும்பினார்.

சுருதி தன்னுடைய பட்டப்படிப்பின் மூன்றாம் ஆண்டுக்குள் அடியெடுத்து வைத்தவுடனேயே, அவருடைய பெற்றோர், சிஎஸ்இ தேர்வுக்குத் தயார்படுத்திக் கொள்ள அவரை வற்புறுத்தத் தொடங்கினர். இது தொடர்பாக அவர் தங்களுக்கு அளித்திருந்த வாக்குறுதியை அவர்கள் சுருதிக்கு

நினைவுபடுத்தினர்.

அத்துடன், சிஎஸ்இ தேர்வுக்குத் தயார்படுத்திக் கொள்வதற்காக ஏதாவது ஒரு பயிற்சி மையத்தில் சேர்ந்து கொள்ளுமாறும் சுருதியின் பெற்றோர் அவருக்குப் பரிந்துரைத்தனர். சுருதி முதலில் எந்தவிதமான கவனச்சிதறலுமின்றித் தன் பட்டப்படிப்பை முடிக்க விரும்பினார். அவர் பயிற்சி மையம் ஒன்றில் சேர்ந்து கொள்வதாக இருந்தால், அதற்கு அருகே உள்ள ஏதேனும் கட்டண விருந்தினர் விடுதி ஒன்றில் தங்கிப் படிக்க அவர்கள் தன்னை அனுமதிக்க வேண்டும் என்ற நிபந்தனையை சுருதி தன் பெற்றோருக்கு விதித்தார். அதை அவர்கள் ஏற்றுக் கொண்டனர்.

“அப்படித் தனியாகத் தங்கும்பட்சத்தில், வாழ்க்கையில் முதன்முறையாக, கல்லூரியில் இரவு நீண்ட நேரம்வரை நடக்கும் நிகழ்ச்சிகளில் என்னால் கலந்து கொள்ள முடியும், எந்தவிதமான கட்டுப்பாடுகளுமின்றி என்னால் என் தோழிகளுடன் ஊர் சுற்ற முடியும். சிஎஸ்இ தேர்வு குறித்து ஆழமாகத் தெரிந்து கொள்ள முடியும்,” என்று சுருதி நினைத்துக் கொண்டார். ஆனால், தனியாக வசிப்பது எந்த அளவுக்குக் கடினமானது என்பதையும், அது விரைவிலேயே தனக்குக் குடும்பம் மற்றும் வீட்டின் அருமையைப் புரிய வைக்கும் என்பதையும் அப்போது அவர் அறிந்திருக்கவில்லை.

விரைவிலேயே சுருதியும் அவருடைய அம்மாவும், சுருதி தங்கிப் படிப்பதற்காக, கரோல் பாக்கில் வீடு தேட ஆரம்பித்தனர். சுத்தமாகக் காற்று வசதி ஏதுமற்ற, புறாக்கூண்டுகளைப் போன்ற வீடுகளைக் கண்டு அவர்கள் அதிர்ச்சியடைந்தனர். பல நாள்கள் சல்லடை போட்டுத் தேடிய பிறகு, ஓரளவு காற்றோட்டமான அறை ஒன்றை அவர்கள் கண்டுபிடித்தனர். சுருதி அதில் குடியேறினார். தான் காலையில் கல்லூரிக்குச் சென்றுவருவது என்றும், மாலையில் பயிற்சி வகுப்புகளுக்குச் செல்வது என்றும் சுருதி திட்டமிட்டார்.

சுருதி கரோல் பாக் உலகை ருசித்தச் சில தினங்களுக்கு உள்ளாகவே, தனியாக வசிப்பதிலிருந்த சுவாரசியத்தை அவர் இழந்தார். அந்த வீட்டின் பல அறைகளில் தங்கியிருந்தவர்கள் தங்களுக்குள் அடித்துக் கொண்டது, பொதுக் குளிர்சாதனப் பெட்டியில் வைக்கப்பட்ட உணவுகள் திருடப்பட்டது, வீட்டுச் சொந்தக்காரரின் அடாவடிகள், படுமோசமான உணவு, தன் அறையையும் தன்னுடைய துணிமணிகளையும் தானே சுத்தம் செய்ய வேண்டிய சலிப்பூட்டும் வேலைகள் போன்றவை சுருதியை நிலைகுலைய வைத்துவிட்டன. சரியான நேரத்தில்

விழித்தெழுவது, உண்பது, கால அட்டவணைப்படி படிப்பது என்பன போன்றவற்றுக்குக் கடுமையான சுய ஒழுங்கு தேவைப்பட்டது.

சிஎஸ்இ தேர்வுக்காகப் படிப்பதற்காகக் கரோல் பாக்கில் தங்கியிருந்தவர்களில் பெரும்பாலானோர் தங்களுடைய நேரத்தை வீணடித்துக் கொண்டிருந்ததையும், தங்கள் பெற்றோரின் பணத்தைக் கரியாக்கிக் கொண்டிருந்ததையும், படிப்பு என்ற பெயரில் ஒரு சொகுசு வாழ்க்கை வாழ்ந்து கொண்டிருந்ததையும் கவனிக்க சுருதி தவறவில்லை. அப்படிப்பட்டவர்கள், தாங்கள் சிஎஸ்இ தேர்வுக்காகத் தீவிரமாகப் படித்துக் கொண்டிருந்ததாகத் தங்கள் பெற்றோரை நம்ப வைப்பதற்காகவே கரோல் பாக்கில் தங்கியிருந்தனர்.

பயிற்சி மையங்களில் அளிக்கப்பட்டுக் கொண்டிருந்த பயிற்சியால் தனக்குப் பெரிய பயன் இல்லை, மாறாக, சுயமாகப் படிப்பதே நல்லது என்ற முடிவுக்கு சுருதி விரைவில் வந்தார். பிரபலமான பயிற்சி மையங்கள், ஒரு பெரிய அரங்கில் ஒரே நேரத்தில் ஆயிரம் பேருக்கு மேல் பயிற்சியளித்து வந்ததால், அது நெருக்கடி மிகுந்த ஒன்றாக இருந்தது. அத்துடன், அங்குப் பயின்றவர்களுக்குத் தனிப்பட்டக் கவனம் அளிக்கப்படவில்லை. ஒரு வகுப்பிற்கு ஒதுக்கப்பட்டிருந்த இரண்டரை மணி நேரத்தின் பெரும்பகுதியை, பாடம் எடுத்த ஆசிரியர்கள் தேவையற்ற விஷயங்களில் வீணடித்துக் கொண்டிருந்தனர்.

பயிற்சி வகுப்புகள், ஏற்கனவே எழுதி வைக்கப்பட்டுள்ள திரைக்கதைகளைத் துல்லியமாகப் பின்பற்றி நடத்தப்படுகின்ற நாடகங்கள்போல இருந்ததைக் கண்டு சுருதி நொந்து போனார். அவர் ஏற்கனவே பங்கு பெற்றிருந்த ஒரு வகுப்பில் அவர் தவறுதலாக மீண்டும் பங்கு பெற்றபோது, அந்த வகுப்பு, முந்தைய முறை நடத்தப்பட்டதுபோலத் துல்லியமாக அப்படியே அரங்கேறியது. அந்த வகுப்பில் பயன்படுத்தப்பட்ட நகைச்சுவைகள்கூட, அதே இடங்களில், அதே ஏற்ற இறக்கங்களுடன் இயந்திரத்தனமாக வெளிப்படுத்தப்பட்டன.

அதே சமயம், அந்த ஏற்பாட்டில் சுருதிக்குப் பிடித்தச் சில அம்சங்களும் இடம்பெற்றிருந்தன. எடுத்துக்காட்டாக, தன் பெற்றோரின் அனுமதியின்றி அவரால் எந்த நேரம் வேண்டுமானாலும் ஊர் சுற்ற முடிந்தது. அவரால் இப்போது அதிகமான கல்லூரி நிகழ்ச்சிகளில் கலந்து கொள்ள முடிந்தது. தன் பெற்றோரின் போக்கில் ஒரு மாறுதல் ஏற்பட்டிருந்ததையும் சுருதி கவனித்தார். இப்போது அவர்கள் அவரை ஒரு பெரிய மனுஷியைப்போல நடத்தினர். தன் செயல்களைச்

சொந்தமாக நிர்வகித்துக் கொண்ட, பக்குவமடைந்த ஒருவராக அவர்கள் அவரைக் கருதினர். அத்துடன், பயிற்சி வகுப்புகள், தேர்வுமுறையைப் பற்றி ஆழமாகப் புரிந்து கொள்ள அவருக்கு உதவின.

ஆனால், யூபிஎஸ்சி சிகரத்தை அடைவது ஒருபோதும் எளிதானதாகவோ அல்லது நேரடியானதாகவோ இருந்ததில்லை.

கல்விசார் உலகுடன் ஓர் உரசல்

சுருதி பட்டப்படிப்பின் இறுதியாண்டை நெருங்கியபோது, அவருடைய இலட்சியம் அவருக்குத் தெளிவாயிற்று. சிஎஸ்இ தேர்வுத் தயாரிப்புக்கு ஓராண்டை அர்ப்பணித்துக் கொள்வது என்பதுதான் அது. ஆனால், விதி எப்போதும் நாம் சிறிதும் எதிர்பார்த்திராத பாதையில் நம்மை அழைத்துச் செல்லும் என்பதை சுருதி விரைவில் கண்டறிந்தார்.

சுருதியின் வகுப்பில் இருந்தவர்களில் பெரும்பாலானோர், இறுதி ஆண்டின்போது, புகழ்பெற்ற ஜேஎன்யூவில் முதுகலைப் பட்டப்படிப்பு படிப்பதற்கான நுழைவுத் தேர்வுக்குத் தீவிரமாகப் படித்துக் கொண்டிருந்தனர் என்பது சுருதிக்குத் தெரிய வந்தது. அதன் வசீகரத்தால் ஈர்க்கப்பட்ட சுருதியும், எதுவும் யோசிக்காமல் அந்த நுழைவுத் தேர்வுக்கு விண்ணப்பித்தார்.

அந்த நுழைவுத் தேர்வின் முடிவுகள் வெளியானபோது, சுருதிக்கு ஓர் இன்ப அதிர்ச்சி காத்திருந்தது. எந்தவிதமான முன்தயாரிப்பும் இன்றி அவர் அத்தேர்வை எழுதியிருந்தும், அதில் அவர் முதலிடத்தைப் பிடித்திருந்தார். அவருடைய சக மாணவிகளில் பலர் பல மாதங்கள் படித்திருந்தும், அந்த நுழைவுத் தேர்வில் அவர்களால் வெற்றி பெற முடியவில்லை. சுருதியின் இச்சாதனை அவருடைய பெற்றோருக்குப் பெருமையளித்தது. வீட்டில் சுருதியின் வருங்காலம் மீண்டும் ஒரு விவாதப் பொருளாயிற்று.

“இதில் நீ வெற்றி பெற்றிருப்பது உன்னிடம் அபாரமான திறமை இருப்பதை வெளிக்காட்டியுள்ளது. அதனால், நீ ஜேஎன்யூவில் சேர்வதற்குப் பதிலாக, யூபிஎஸ்சி தயாரிப்பில் முழு மூச்சாய் இறங்க வேண்டும் என்று நான் விரும்புகிறேன்,” என்று சுருதியின் அப்பா கூறினார்.

“அப்பா, எனக்கு வரலாறு மிகவும் பிடிக்கும். அத்துடன், எம்.ஏ. வரலாறு படிப்பது என்னுடைய சிஎஸ்இ தயாரிப்புக்கு மிகவும் உதவும். குறிப்பாக, அதில் நான் என்னுடைய விருப்பப்பாடமாக வரலாறு பாடத்தைத்

தேர்ந்தெடுக்கும்பட்சத்தில், முதுகலைப் பட்டப்படிப்பு மிகவும் பயனுள்ளதாக இருக்கும்," என்று சுருதி வாதிட்டார். அவருக்கு வரலாறுமீது ஓர் ஆழமான ஈர்ப்பு இருந்தது.

அவர்களுடைய பார்வையில் சுருதியின் தீர்மானங்கள் நடைமுறைக்கு ஒவ்வாதவையாக இருந்தபோதிலும், அதை அவர்கள் தன்மீது திணிக்காமல் இருந்தது குறித்து சுருதி தன் பெற்றோர் குறித்துப் பெரும் நன்றியுடையவராக இருந்தார். அவர்கள் எப்போதும் இறுதி முடிவை சுருதியின் கையில் ஒப்படைத்தனர். சுருதியின் அம்மா பெரும்பாலும் தன் கணவருக்கு ஆதரவாகவே பேசி வந்தாலும், எப்போதாவது தன் மகளின் பக்கம் நிற்பார்.

ஜேஎன்யூவில் சேர்ந்த சுருதி, அது, அரசியல் மற்றும் அறிவுசார் விவாதங்களுக்கான துடிப்பானதொரு களமாக விளங்கியதைக் கண்டார். அதன் பரந்துபட்டச் சமுதாயத்திற்குள் அவர் விரைவில் இரண்டறக் கலந்துவிட்டார். அவருக்கு ஏராளமான புதிய நண்பர்கள் கிடைத்தனர். இருபத்து நான்கு மணி நேரமும் திறந்திருந்த 'தாபாக்கள்' உணவை மட்டும் வழங்கிக்கொண்டிருக்கவில்லை, தோழமைமிக்க விவாதங்களின் பூமியாகவும் அவை திகழ்ந்தன. அப்பல்கலைக்கழகத்தின் நூலகம் பிரமிக்க வைப்பதாக இருந்தது. வரலாற்றுத் துறையின் வரலாற்று ஆய்வு மையம் அமைந்திருந்த அழகான இடமும், அங்கு நிலவிய இயற்கைச் சூழலில் பயமின்றி உலாவிக் கொண்டிருந்த மயில்களும் சுருதியின் இதயத்தைக் கொள்ளை கொண்டன.

சுருதி அங்குத் தன் படிப்பை உண்மையிலேயே மிகவும் நேசிக்கத் தொடங்கினார். அவருடைய பாடத்திட்டமும் அதன் வடிவமைப்பும் மிகத் தரமானவையாக இருந்தன. அவருக்குப் பாடமெடுத்தப் பேராசிரியர்கள் தத்தம் துறைகளில் பெரிதும் மதிக்கப்பட்டவர்களாக இருந்தனர். அங்குப் பயின்று கொண்டிருந்த மாணவர்கள் எந்தவொரு வகுப்பிலும் கலந்து கொள்வதற்கு அனுமதிக்கப்பட்டனர். அப்பல்கலைக்கழகம் ஆழ்சிந்தனையையும், ஆய்வுக்கட்டுரைகள் எழுதுவதையும் ஊக்குவித்தது. சமர்ப்பிக்கப்பட்டக் கட்டுரைகள் மிக நுணுக்கமாக ஆராயப்பட்டு, தீவிரமாக விவாதிக்கப்பட்டன. அது ஓர் உன்னதமான கல்விசார் கலாச்சாரத்தை அங்கு வளர்த்தெடுத்தது.

ஆனால், ஓர் ஆய்வாளராகவோ அல்லது ஒரு பேராசிரியராகவோ கல்வித் துறையில் வேலை பார்ப்பது அறிவார்ந்த முறையில் துடிப்பானதாக இருந்தாலும், தனக்கு அது மனநிறைவை அளிக்காது என்பதை சுருதி விரைவில் புரிந்து

கொண்டார். கல்விப் பணிசார் வாழ்க்கை என்பது ஆய்வுக் கட்டுரைகளை எழுதுவது, அறிவுபூர்வமான விவாதங்களில் ஈடுபடுவது, நுட்பமான மாறுபாடுகள் குறித்து விவாதிப்பது என்பன போன்றவற்றால் நிறைந்திருந்தது என்பதையும், மக்களின் வாழ்க்கையில் நேரடித் தாக்கம் ஏற்படுத்துவதற்கு அது பயன்படாது என்பதையும் சுருதி உணர்ந்து கொண்டார். அவருக்குக் கல்வியாளர்கள்மீது விரக்தி ஏற்பட்டதால், அவர் எம்.ஏ. படிப்பை முடிக்காமல் பாதியிலேயே அதிலிருந்து விலகி சிஎஸ்இ தயாரிப்புக்குத் தன்னை முழுமையாக அர்ப்பணித்துக் கொள்ளத் தீர்மானித்தார்.

சுருதியின் தீர்மானம் அங்கிருந்த பேராசிரியர்களுக்கு வியப்பு ஏற்படுத்தியது. முடிவை மாற்றிக் கொள்ளும்படி அவர்கள் சுருதியை வற்புறுத்தினர். ஆனால், சுருதி தன் முடிவிலிருந்து பின்வாங்க மறுத்துவிட்டார்.

பஸ்தாவில் எதேச்சையான ஒரு சந்திப்பு

ஒரு நாள், சுருதி தன் சிஎஸ்இ தயாரிப்பில் மும்முரமாக ஈடுபட்டிருந்தபோது, அவருடைய அப்பா அவரைத் தொலைபேசியில் அழைத்தார். அப்போது அவர் பஸ்தாவில் இருந்தார்

“சுருதி, நான் ஒரு விஷயம் கேள்விப்பட்டேன். அதை உன்னுடன் உடனடியாகப் பகிர்ந்து கொள்ள வேண்டும் என்றுதான் உன்னை அழைத்தேன்,” என்று அவர் உற்சாகத்துடன் கூறினார். “ஜாமியா மிலியா இஸ்லாமியா பல்கலைக்கழகத்தில் ‘ரெசிடென்ஷியல் கோச்சிங் அகாடமி’ (சுருக்கமாக, ஆர்சிஏ) என்ற ஒன்று இருக்கிறது. அவர்கள் சிஎஸ்இ தேர்வு எழுத முனைபவர்களுக்கு மலிவான கட்டணத்தில் பயிற்சி அளிக்கின்றனர். பயிற்சியாளர்கள் அங்கேயே தங்கிக் கொள்ளலாம். அங்கு அவர்களுக்கு உணவும் வழங்கப்படுகிறது.”

“அப்பா, இதை நீங்கள் எப்படிக் கண்டுபிடித்தீர்கள்?” என்று சுருதி வியப்புடன் கேட்டார்.

“அதில் கலந்து கொள்ள விரும்புபவர்களுக்கு அவர்கள் ஒரு நுழைவுத் தேர்வு வைத்திருப்பது குறித்த ஒரு விளம்பரம் எதேச்சையாக என் கண்களில் பட்டது,” என்று விளக்கமளித்த அவர், “நீ அந்த நுழைவுத் தேர்வை எழுத முயற்சிக்கலாம். அந்த இடமும் நம் வீட்டுக்கு அருகேதான் இருக்கிறது,” என்று பரிந்துரைத்தார்.

ஆர்சிஏ பயிற்சி நிறுவனமானது பல்கலைக்கழக மானியக்

குழு (யூஜிசி) மற்றும் சிறுபான்மை விவகார அமைச்சகம் ஆகியவற்றின் நிதியுதவியின் கீழ் இயங்கி வந்தது. அது, சிஎஸ்இ தேர்வு எழுத விரும்பிய சிறுபான்மை இனத்தினர், பட்டியல் பழங்குடியினர், பட்டியல் சாதியினர் மற்றும் பெண்களுக்கு இலவசமாகப் பயிற்சியளித்து வந்தது.

2019-ல் ஆர்சிஏ நடத்திய மூன்று கட்ட நுழைவுத் தேர்வில் சுருதி எளிதாகத் தேறினார். ஆனால், தொடக்கத்தில், வீட்டில் தங்கிக் கொண்டு அதன் அருமையான நூலகத்தைப் பயன்படுத்திக் கொள்ளவும், குறிப்பிட்டச் சில வகுப்புகளில் மட்டும் கலந்து கொள்ளவும் அவர் தீர்மானித்தார்.

ஆர்சிஏ, சிஎஸ்இ தேர்வுக்குத் தயார் செய்து கொள்வதற்கு ஏதுவான ஒரு சூழலை உருவாக்கிக் கொடுத்தது. அங்கு அர்ப்பணிப்போடு இருந்தவர்களின் எண்ணிக்கை, கரோல் பாக்கில் தங்கியிருந்தவர்களைவிட அதிகமாக இருந்ததை சுருதி கவனித்தார். அவர்களில் பலர் ஏற்கனவே சிஎஸ்இ தேர்வின் ஒரு கட்டத்தில் அல்லது அதற்கு மேற்பட்டக் கட்டங்களில் வெற்றி பெற்றிருந்தவர்களாக இருந்தனர்.

ஆர்சிஏவில் தங்கி சிஎஸ்இ தேர்வுக்காகத் தயார் செய்து கொண்டிருந்த ஒரு சிறு குழுவிற்குள் தன்னை ஐக்கியப்படுத்திக் கொள்வதற்கு சுருதிக்குச் சில காலம் பிடித்தது. அவர்கள் ஆர்சிஏ மையத்தின் அழகான புல்வெளியில் அமர்ந்து கொண்டு, துடிப்பான விவாதங்களில் அடிக்கடி ஈடுபட்டனர். அல்லது, 'மாமா தேநீர்' என்று செல்லமாக அழைக்கப்பட்ட ஒரு தேநீர்க் கடையில் வைத்து அவர்கள் காரசாரமான கலந்துரையாடல்களில் ஈடுபட்டனர். சுருதி அக்கடைக்கு வந்தபோதெல்லாம் எப்போதும் தன் கையில் ஒரு சிவப்புக் கோப்பையுடன் வந்ததையும், இரண்டு ஸ்ட்ராங் காபி அருந்தியதையும் கவனித்து வைத்திருந்த அந்த மாமா, அவர் அங்கு வருவதைத் தொலைதூரத்திலிருந்தே கவனித்துவிட்டு அவருடைய காபியைத் தயார் செய்யத் தொடங்கிவிடுவார்.

அங்கு அவர்கள் தீவிரமான பதிலெழுதும் பயிற்சியிலும் ஈடுபட்டனர். அவர்கள், ஒருவர் எழுதிய தாளை மற்றொருவர் திருத்தி, ஆக்கபூர்வமான பின்னூட்டக்கருத்துகளைப் பகிர்ந்து கொண்டனர். அது அவர்களிடம் தோழமைமிக்கக் கூட்டுப் படிப்புக் கலாச்சாரத்தை உருவாக்கியது. விரைவில் சுருதி அங்குச் சென்று வசிக்கத் தொடங்கினார். அங்கு ஷாம்ரா, மினி, கிராந்தி ஆகிய அருமையான தோழிகள் அவருக்குக் கிடைத்தனர்.

அங்குப் படித்துக் கொண்டிருந்தவர்களின் கூர்மதியும் அவர்களுடைய அர்ப்பணிப்பும் சுருதிக்குப் பெரும்

ஊக்குவிப்பாக இருந்தன. அவர் எப்போதேனும் ஊக்கமிழந்தாலோ அல்லது அவருடைய முயற்சியில் தடுமாற்றம் ஏற்பட்டாலோ, அங்கு அர்ப்பணிப்புடன் இராப்பகலாகக் கடினமாக உழைத்துக் கொண்டிருந்தவர்களைக் கண்டவுடன் அவருடைய சோர்வு பறந்தோடிவிடும்.

ஆனால், கொரோனா பெருந்தொற்று, எதிர்பாராத ஒரு திருப்பத்தை ஏற்படுத்தியது. ஆர்சிஏ தங்கும் விடுதியையும் உணவு விடுதியையும் அது திடுதிடுப்பென்று மூடியது. அதிர்ஷ்டவசமாக, சுருதி அருகிலேயே வசித்து வந்ததால் எளிதாக வீட்டுக்குத் திரும்பி வந்துவிட்டார். ஆனால், தொலைதூரத்திலிருந்து வந்திருந்தவர்கள் அதனால் பெரும் இன்னல்களுக்கு ஆளாயினர்.

அப்படிப் பாதிக்கப்பட்டவர்களில், சுருதியின் தோழியான கிராந்தியும் ஒருவர். அஸ்ஸாம் மாநிலத்தைச் சேர்ந்த அவர், ஓர் எளிய பின்புலத்தைக் கொண்டவர். அவர் இளம் வயதிலேயே தன் தந்தையை இழந்திருந்தார். மிகவும் கஷ்டப்பட்டுத்தான் அவர் படித்துக் கொண்டிருந்தார். அவர் அஸ்ஸாமிற்குத் திரும்பிச் சென்றால், அத்துடன் அவருடைய யூபிஎஸ்சி கனவிற்கு முற்றுப்புள்ளி வைக்கப்பட்டுவிடும். அவருடைய அந்த நெருக்கடியான நேரத்தில் சுருதி அவருக்கு உதவிக் கரம் நீட்டினார். தன் வீட்டில் தன்னுடன் தங்கிக் கொள்வதற்குக் கிராந்திக்கு அவர் அழைப்பு விடுத்தார். பின்னாளில், கிராந்தி, அஸ்ஸாம் மாநிலக் குடிமைப் பணித் தேர்வு எழுதி, அந்த மாநிலத்தில் ஒரு குடிமைப் பணி அதிகாரியாக ஆனார்.

சுருதியின் மற்றொரு தோழியான மினி, கொரோனா வைரஸின் இரண்டாவது அலையின்போது சுருதியின் வீட்டில் தங்கியிருந்தார். அவரும் 2021 சிஎஸ்இ தேர்வில் வெற்றி பெற்று ஓர் ஐபிஎஸ் அதிகாரியாக ஆனார்.

கொரோனா பெருந்தொற்றுக் காலகட்டத்தின்போது, சுருதியும் அவருடைய நண்பர்களும் சமூக ஊடகக் குழுக்களை உருவாக்கிக் கொண்டு, கலந்துரையாடுவதற்கும், விவாதிப்பதற்கும், ஒன்றாகச் சேர்ந்து படிப்பதற்கும் அவற்றைப் பயன்படுத்தினர். பாடத் தலைப்புகளைத் தங்களுக்குள் பிரித்துக் கொண்டு, குறிப்பெடுக்கும் வேலையை அவர்கள் தங்களுக்கிடையே பகிர்ந்து கொண்டனர். ஒருவர் எடுத்தக் குறிப்பை மற்றவர்கள் செழுமைப்படுத்தினர். இதற்கு அவர்கள் ‘கூகுள் டாக்ஸ்’ என்பது போன்ற இணையக் கருவிகளைப் பயன்படுத்தினர். கொரோனா வைரஸ் காரணமாகத் தேர்வுகள் தள்ளிப் போனதால் அவர்களுக்குக் கிடைத்திருந்த கூடுதல் நேரம் இதற்குப் பெரும் உதவியாக இருந்தது.

2020-ம் ஆண்டிற்கான முதல் நிலைத் தேர்வுக்கான புதிய தேதி அறிவிக்கப்பட்டபோது, சுருதி மிகவும் தன்னம்பிக்கையுடன் இருந்தார். ஆனால், விதி வேறொரு திட்டம் போட்டிருந்தது. தன்னுடைய ஒரு சிறு கவனக்குறைவு ஒரு பெரிய தவற்றுக்கு இட்டுச் செல்லும் என்பதை சுருதி எதிர்பார்த்திருக்கவில்லை. அவர் கவனமாகத் தீட்டியிருந்த திட்டங்கள் தடம்புரளவிருந்தன.

மொழிப்பாடச் சவாலை எதிர்கொள்தல்

முதல் நிலைத் தேர்வுக்குப் பிறகு சுருதியின் தன்னம்பிக்கை வெகுவாக அதிகரித்திருந்தது. நேரத்தைச் சிறிதுகூட வீணாக்காமல் அவர் பிரதானத் தேர்வுக்கான படிப்பில் இறங்கினார். முதல் நிலைத் தேர்வின் முடிவுகள் வெளியானபோது, அவர் எதிர்பார்த்திருந்தபடியே அவர் அதில் வெற்றி பெற்றிருந்தார். அவர் சீக்கிரமாகவே முதன்மைத் தேர்வுக்குத் தயார் செய்யத் தொடங்கியிருந்ததால், பாடத்திட்டத்தில் பெரும்பகுதியை அவர் படித்து முடித்திருந்தார். ஆனால், திடீரென்று, அவர் சிறிதும் எதிர்பார்த்திராத மாபெரும் சோதனை ஒன்றை அவர் எதிர்கொள்ள வேண்டியிருந்தது.

யூபிஎஸ்சி வலைத்தளத்தில் அவர் தன்னுடைய விரிவான விண்ணப்பப் படிவத்தைப் பூர்த்தி செய்ய முயன்றபோது, அவருக்கு அங்கு ஒரு பெரும் அதிர்ச்சி காத்திருந்தது. அவருடைய விருப்பப்பாடம், இந்திய மொழிப் பாடம், தேர்வு எழுதுவதற்கு அவர் தேர்ந்தெடுத்திருந்த மொழி என்பன போன்ற முக்கியமான விஷயங்கள், முதல் நிலைத் தேர்வு விண்ணப்பத்தில் அவர் பூர்த்தி செய்திருந்த விவரங்களின் அடிப்படையில் தாமாகவே அவருடைய விரிவான விண்ணப்பப் படிவத்தில் நிரப்பப்பட்டிருந்தன. அவர் முதல் நிலைத் தேர்வுக்கான விண்ணப்பத்தைப் பூர்த்தி செய்தபோது, ஓர் இமாலயத் தவறு செய்திருந்தார். பொது அறிவுத் தாள் மற்றும் கட்டுரைத் தேர்வுகளை எழுதுவதற்கு, ஆங்கிலத்திற்குப் பதிலாக, தவறுதலாக இந்தி மொழியை அவர் தேர்ந்தெடுத்திருந்தார்.

தன் விண்ணப்பப் படிவத்தில் இடம்பெற்றிருந்த, மாற்றப்பட முடியாத அந்தத் தவறான விவரங்களைக் கண்டதும் சுருதிக்கு மூச்சே நின்றுவிட்டது. அவருடைய கண்கள் அதில் நிலைகுத்தி நின்றுவிட்டன. நிலைமையின் தீவிரத்தை அவர் உணர்ந்து கொண்டபோது, அவருடைய

மனம் படாதபாடு பட்டது.

அதிலிருந்து மீள்வதற்கு அவர் தவித்தார். தன் தவற்றைச் சரி செய்வதற்கு ஏதேனும் வழி இருந்ததா என்று அவர் இணையத்தைச் சல்லடை போட்டுத் தேடினார். தன் நண்பர்கள் மட்டுமல்லாமல், தனக்குத் தெரிந்தவர்கள் அனைவரிடமும் அவர் கேட்டுப் பார்த்தார். ஆனால், அவற்றை மாற்ற முடியாது என்ற பதில்தான் எல்லா இடங்களிலிருந்தும் அவருக்குக் கிடைத்தது.

தன்னுடைய சொந்த முயற்சிகள் எதுவும் பலனளிக்காமல் போனவுடன், அவர் கண்ணீரும் கம்பலையுமாக, தன் தவற்றைத் தன் அம்மாவிடம் கூறினார். அதைக் கேட்டு அவருடைய அம்மா அதிர்ந்து போய்விட்டார்.

அடுத்த நாளே அம்மாவும் பெண்ணும் யூபிஎஸ்சி தலைமையகத்திற்குச் சென்றனர். விண்ணப்பப் படிவத்தில் திருத்தம் செய்யுமாறு எண்ணற்றக் கடிதங்களை அவர்கள் எழுதினர், பல அதிகாரிகளிடம் மன்றாடினர். “இப்போது எதுவும் செய்ய முடியாது,” என்ற பதிலே அவர்களுக்குக் கிடைத்தது.

இப்போது சுருதிக்கு இரண்டு வழிகள்தாம் இருந்தன. ஒன்று, இந்தி மொழியில் தேர்வுகளை எழுதுவது. இரண்டாவது, அத்தேர்வை எழுதாமல், அடுத்த ஆண்டு ஒழுங்காக விண்ணபத்தைப் பூர்த்தி செய்து ஆங்கில மொழியில் தேர்வை எழுதுவது. அந்த முறை தேர்வு எழுதாமல் அடுத்த ஆண்டுக்கான தயாரிப்பில் உடனடியாக இறங்குமாறு அவருடைய அப்பா பரிந்துரைத்தபோதிலும், சுருதி இம்முறை பிரதானத் தேர்வை இந்தியில் எழுதிப் பார்த்துவிடுவது என்று தீர்மானித்தார்.

சுருதி தான் ஆங்கிலத்தில் எழுதி வைத்திருந்த குறிப்புகளைப் படித்துவிட்டு, அவற்றை கூகுள் மொழிபெயர்ப்புக் கருவி மூலம் இந்தி மொழியில் மொழிபெயர்த்துப் படித்தார். பின்னாளில் சிஎஸ்இ தேர்வில் வெற்றி பெற்று ஓர் ஐஆர்எஸ் அதிகாரியாக ஆன அவருடைய தோழி ஸ்டான்சில் வாங்யாலும், மற்றொரு தோழி விஷாகாவும், சுருதியின் இந்தச் சோதனையான காலகட்டத்தில் அவருக்குப் பெரும் உதவியாக இருந்தனர்.

சுருதி தன் படிப்பில் தீவிரமாக இறங்கியபோது அவருக்குப் பெரும் மலைப்பு ஏற்பட்டது. எண்ணற்றத் தொழில்நுட்ப வார்த்தைகளை இந்தியில் படித்துப் புரிந்து கொள்வது அவருக்குப் பெரும் சவாலாக இருந்தது. அவருக்கு இந்தி மொழியில் எழுதிப் பழக்கம் இல்லாதிருந்தது அதைவிடப் பெரிய பிரச்சனையாக இருந்தது. தேர்வுக்கு ஒதுக்கப்பட்டிருந்த

நேரத்திற்குள் அவரால் எந்தவொரு தேர்வையும் எழுதி முடிக்க முடியவில்லை. ஒவ்வொரு முறையும் அவர் கண்ணீரோடும் விரக்தியோடும்தான் தேர்வு அறையைவிட்டு வெளியே வந்தார்.

ஆனாலும், எப்படியாவது தான் தேறிவிட மாட்டோமா என்ற நப்பாசை அவருக்கு இருந்து. ஆனால், தேர்வு முடிவுகள் வெளியானபோது அவருடைய நம்பிக்கை தகர்ந்து போனது. அவர் அத்தேர்வில் தோல்வியடைந்திருந்தார். யூபிஎஸ்சி பின்னர் மதிப்பெண்களை வெளியிட்டபோது, அது அவரை வியப்படைய வைத்தது. ஏனெனில், அவர் ஒரே ஒரு மதிப்பெண்தான் குறைவாகப் பெற்றிருந்தார். இது அவருக்குப் பெரும் தன்னம்பிக்கையளித்தது. அவர் உடனடியாக அடுத்த ஆண்டுக்கான தேர்வுகளுக்குப் படிக்கத் தொடங்கினார்.

பாடத்திட்டத்தை அவர் மிகவும் கவனமாக அலசி, ஒவ்வொரு தாளுக்கும், அதைப் படிப்பதற்கு ஒன்று அல்லது இரண்டு மூலாதாரங்களை மட்டுமே அவர் தேர்ந்தெடுத்தார். அத்துடன், முந்தைய ஆண்டுகளின் கேள்வித்தாள்களையும் அவர் அலசினார். பின் அவர் தன்னுடைய குறிப்புகளை, கூடுதல் தகவல்கள், எடுத்துக்காட்டுகள், செய்திப் பத்திரிகைகளிலிருந்தும் பிறவற்றிலிருந்தும் எடுத்தாளப்பட்ட மேற்கோள்கள் ஆகியவற்றைக் கொண்டு மெருகேற்றினார். ஒவ்வொரு தலைப்பு தொடர்பாகவும் தான் சேகரித்திருந்த அனைத்துத் தகவல்களும் ஒரே இடத்தில் இடம்பெறும்படி அவற்றை அவர் ஒழுங்கு செய்தார்.

அவர் பாடத்திட்டங்களைத் திருப்தியாகப் படித்து முடித்தப் பிறகு மாதிரித் தேர்வுகளில் கலந்து கொண்டார். பதில்களை எழுதிப் பார்க்கும் பயிற்சியில் அவர் இறங்கினார். பதில்களை எழுதிய பிறகு, அவரே அவற்றைக் கவனமாக அலசி, அவற்றை எப்படி மேம்படுத்த முடியும் என்று யோசித்தார். அவற்றுக்குக் கூடுதல் தகவல்களைச் சேர்க்க முடியுமா அல்லது ஒரு மேம்பட்ட முறையில் அவற்றை மறுசீரமைக்க முடியுமா என்று அவர் பார்த்தார். கடந்தகாலத்தில் இத்தேர்வுகளில் முதலிடம் பிடித்திருந்தவர்களின் பதில்களை அவர் கவனமாக ஆராய்ந்தது, தன் பதில்களை எப்படி மேம்படுத்தலாம் என்பதைக் கண்டுகொள்வதற்கு அவருக்கு வெகுவாக உதவியது.

குறைவான படிப்பாதாரங்களைப் பயன்படுத்துவது, படித்தவற்றை மீண்டும் மீண்டும் படிப்பது, பதில்களை எழுதிப் பார்த்துப் பயிற்சி செய்வது ஆகியவைதாம் சுருதியின் உத்திகளாக இருந்தன. திறமையான நேர நிர்வாகம், தன்னிடம்

வலுவாக இருந்த அம்சங்களை அதிகம் பயன்படுத்திக் கொள்ளுதல், முறையாக முன்னுரிமைப்படுத்துதல் ஆகியவற்றின் முக்கியத்துவத்தையும் சுருதி புரிந்து வைத்திருந்தார்.

"நான் இத்தேர்வை மீண்டும் எழுதப் போவதில்லை"

2021 அக்டோபர் 10 அன்று நடைபெற்ற முதல் நிலைத் தேர்வில் கலந்து கொண்டு வீடு திரும்பிய சுருதி, மாலையில் தன் அறையில் அமர்ந்திருந்தார். அவர் அத்தேர்வுக்காகத் தயாரித்திருந்த குறிப்புகள் அவரைச் சுற்றி இரைந்து கிடந்தன. அவருடைய கண்களிலிருந்து கண்ணீர் வழிந்தோடிக் கொண்டிருந்தது. அவருக்கு அருகே அவருடைய அம்மாவும், ஒரு நெருங்கிய தோழியும் அமர்ந்திருந்தனர். அத்தேர்வில் கேட்கப்பட்டக் கேள்விகளுக்கான விடைகளை மூன்று பிரபலமான பயிற்சி மையங்கள் தரவேற்றம் செய்திருந்தன. சுருதி தான் எழுதியிருந்த பதில்களை அவற்றோடு ஒப்பிட்டு நோக்கியபோது, தான் அதில் தேறுவோமா என்ற சந்தேகம் அவருக்கு ஏற்பட்டது.

சுருதி சுரத்திழந்திருந்ததால், அவர் சிஎஸ்இ பிரதானத் தேர்வுத் தயாரிப்பில் ஈடுபடாமல், 'தில்லி ஸ்கூல் ஆஃப் எகனாமிக்ஸில்' எம்.ஏ. சமூகவியல் படிப்பதென்று முடிவெடுத்தார். ஆனால், விதி அவருக்கு வேறொரு கணக்குப் போட்டிருந்தது. முதல் நிலைத் தேர்வின் முடிவுகள் அறிவிக்கப்பட்டபோது, பிரபல பயிற்சி மையங்களின் பதில்களின் அடிப்படையில் அமைந்திருந்த அவருடைய கணிப்பு பொய்த்துப் போனது. சுருதி அத்தேர்வில் வெற்றி பெற்றிருந்தார்.

இந்த வெற்றியால் மீண்டும் சுறுசுறுப்படைந்த சுருதி, பிரதானத் தேர்வுக்கான தயாரிப்பில் முழு மூச்சாக இறங்கினார். ஒரு முறை அவர் இதற்குத் தன்னைத் தயார் செய்து கொண்டிருந்தபோதிலும், அடுத்தச் சில மாதங்கள், அவர் இதற்காக மிகக் கடினமாக உழைக்க வேண்டியிருந்தது.

பிரதானத் தேர்வில், மொழிப் பாடங்கள், கட்டுரை மற்றும் பொது அறிவு ஆகியவற்றில் சுருதி சிறப்பாகச் செய்திருந்தார். அவருடைய விருப்பப்பாடத் தேர்வு ஐந்து நாள்கள் கழித்து நடைபெறவிருந்தது. அதை அவர் ஆவலுடன் எதிர்பார்த்திருந்தார். ஆனால், விதி மீண்டும் அவருடைய வாழ்வில் குறுக்கிட்டது. கடைசிப் பொது அறிவுத் தாளை அவர் எழுதி முடித்துவிட்டு வீட்டுக்குத் திரும்பியபோதே அவர் மிகவும் களைத்துப் போயிருந்தார். இரவு அவருக்குக்

காய்ச்சல் ஏற்பட்டது. மறுநாள் அது மிகவும் தீவிரமாயிற்று. அவருக்கு இருந்த அறிகுறிகளை வைத்துப் பார்த்தபோது, அவருக்குக் கொரோனா வைரஸ் தொற்று ஏற்பட்டிருக்கலாம் என்று தோன்றியது. ஆனால், கொரோனா வைரஸுக்கான பரிசோதனை செய்து கொள்ள அவர் மறுத்துவிட்டார். அவர் கட்டுரை மற்றும் பொது அறிவுத் தேர்வு எழுதச் சென்றிருந்தபோது, அத்தேர்வு மையத்தில் பல தேர்வர்கள் இருமிக் கொண்டும் தும்மிக் கொண்டும் இருந்ததை அவர் கவனித்திருந்தார். கொரோனா வைரஸின் மற்றோர் அலை தலைதூக்கியிருந்ததாகவும், அதற்குப் பிறகு நடக்கவிருந்த தேர்வுகள் தள்ளி வைக்கப்படக்கூடும் என்றும் வதந்திகள் உலா வந்து கொண்டிருந்தன. கொரோனா வைரஸ் தொற்று இருந்ததாகக் கண்டறியப்பட்டத் தேர்வர்கள் தொடர்ந்து தேர்வு எழுதுவதற்குத் தடை விதிக்கப்பட்டது.

தன்னுடைய விருப்பப்பாடத்தை மீண்டும் படிப்பதற்கு சுருதிக்கு அந்த ஐந்து நாள்கள் இடைவெளி இன்றியமையாததாக இருந்தது. அவர் மிகவும் நோய்வாய்ப்பட்டிருந்ததால், முதல் மூன்று நாள்களுக்கு அவரால் தன் படுக்கையைவிட்டு எழுந்திருக்கவே முடியவில்லை. அவர் அப்போதிருந்த நிலையில், தன்னால் விருப்பப்பாடத் தேர்வை எழுதுவது சாத்தியமா என்று அவர் கவலைப்பட்டார்.

அதிர்ஷ்டவசமாக, விருப்பப்பாடத் தேர்வுக்கு முதல் நாள் மாலையில் சுருதியின் உடல்நிலை சற்று மேம்பட்டது. தேர்வு நாளன்று, அவர் ஒரு கை நிறைய மாத்திரைகளை விழுங்கிவிட்டு, கஷ்டப்பட்டுத் தேர்வு மையத்திற்குச் சென்று எப்படியோ தேர்வுகளை எழுதி முடித்தார். அதற்குப் பிறகு அவரால் நிம்மதியாக மூச்சுவிட முடிந்தது.

அவர் அன்று வீடு திரும்பியதும், "இந்தத் தேர்வை இதற்குப் பிறகு நான் இனி ஒருபோதும் எழுதப் போவதில்லை. இது உடல்ரீதியாகவும் மனரீதியாகவும் கடினமானதாக இருக்கிறது," என்று பிரகடனம் செய்தார்.

மறுநாள் அவர் தில்லி ஸ்கூல் ஆஃப் எகனாமிக்ஸில் எம்.ஏ. சமூகவியல் படிப்பில் சேர்ந்துவிட்டார்.

அருவியாய்க் கண்ணீர்

தான் கடுமையான சவால்களைச் சந்தித்திருந்தபோதிலும், பிரதானத் தேர்வில் தனக்கு வெற்றி கிட்டும் என்று சுருதி ஆணித்தரமாக நம்பினார். அவருடைய நம்பிக்கை வீண் போகவில்லை. 2022 மார்ச் 17 அன்று அத்தேர்வு

முடிவுகள் வெளியாயின. நேர்முகத் தேர்வுகள் தொடங்கிய முதல் வாரத்திலேயே அவருடைய நேர்முகத் தேர்வு நடத்தப்படவிருந்ததால், அவர் மீண்டும் மன அழுத்தத்திற்கு ஆளானார்.

அதனால், அவர் உடனடியாக நேர்முகத் தேர்வுக்குத் தன்னைத் தயார்படுத்திக் கொள்வதில் இறங்கினார். தன்னுடைய விரிவான விண்ணப்பப் படிவத்திலிருந்து கேட்கப்படச் சாத்தியமிருந்த அனைத்துக் கேள்விகளுக்கும் அவர் பதில்களைத் தயாரித்தார். நடப்பு நிகழ்வுகளை விரல் நுனியில் வைத்திருப்பதற்காக, 'த இந்தியன் எக்ஸ்பிரெஸ்' நாளேடு நடத்திய '3 திங்ஸ்' வலையொலிப்பதிவையும், 'த பிரின்ட்' பத்திரிகை நடத்தி வந்த 'கட் த கிளட்டர்' வலையொலிப்பதிவையும் அவர் கேட்கத் தொடங்கினார். அத்துடன், மாதிரி நேர்முகத் தேர்வுகள் சிலவற்றிலும் அவர் கலந்து கொண்டார். அவற்றுக்கு அவருக்குக் கிடைத்த நேர்மறையான பின்னூட்டக்கருத்துகள் அவருடைய தன்னம்பிக்கையை அதிகரித்தன.

நேர்முகத் தேர்வு நாளன்று, சுருதி ஓர் அழகான சேலை அணிந்து கொண்டு கிளம்பினார். அவரிடம் எதிர்பார்ப்பும் பதற்றமும் கலந்து காணப்பட்டன. சுருதியின் பெற்றோரும், ஜாமியாவில் அவருடன் சேர்ந்து படித்த சில நண்பர்களும் அவருடன் வந்தனர். ஆனால், அப்போதும் விதி வேறொரு திட்டத்துடன் அவருக்காகக் காத்துக் கொண்டிருந்ததை அவர் அறிந்திருக்கவில்லை.

அன்று காலையில் நேர்முகத் தேர்வுக்கு அழைக்கப்பட்டிருந்த ஆறு பேரில் அவர் முதலில் தேர்வறைக்குள் அழைக்கப்பட்டதால், தன்னை ஆசுவாசப்படுத்திக் கொள்ள அவருக்குத் துளிகூட நேரமிருக்கவில்லை. அவர் யூபிஎஸ்சி தலைமையகத்திற்குள் நுழைந்த சில நிமிடங்களில், நேர்முகத் தேர்வு நடைபெற்ற அறைக்குள் அவர் இருந்தார்.

அவர் அந்த அறைக்குள் நுழைந்ததும், அந்த அறையின் அமைப்பு அவருக்குத் திகைப்பு ஏற்படுத்தியது. அவர் கலந்து கொண்டிருந்த மாதிரி நேர்முகத் தேர்வுகளின் அறைகள் விஸ்தாரமாக இருந்தன. ஆனால், இந்த அறை சிறியதாக இருந்தது. தேர்வுக் குழு உறுப்பினர்கள் ஐவரும் அருகருகே நெருக்கமாக அமர்ந்திருந்தனர்.

அவரிடம் கேட்கப்பட்ட முதல் கேள்வியே அவரை உலுக்கியது. நாட்டின் சிறுவர் நீதி அமைப்புமுறை குறித்தக் கேள்வி அது. அவர் அதற்குப் பதிலளித்தபோதிலும், தேர்வுக் குழுத் தலைவர் மேலும் நுணுக்கமாக அதை விவரிக்கும்படி

அவரிடம் கேட்டபோது, அவர் சற்றுத் தடுமாறினார்.

நேர்முகம் தொடர்ந்தபோது, சுருதியை அதிருப்தி சூழ்ந்து கொள்ளத் தொடங்கியது. வெகுசில இடங்களில் மட்டுமே அவருடைய பதில்கள் சிறப்பாக அமைந்திருந்தன. அவர்கள் புள்ளிவிவரங்களை அவரிடம் கேட்டனர். அதற்குப் பலவற்றுக்குத் தன்னால் பதிலளிக்க முடியாததற்காக அவர் அத்தேர்வுக் குழுவிடம் மன்னிப்புக் கேட்க வேண்டியதாயிற்று.

அடுத்து, வரலாற்றில் சுருதிக்கு எவ்வளவு ஆழமான அறிவு இருந்தது என்பதைச் சோதிப்பதற்கான கேள்விக் கணைகள் தொடுக்கப்பட்டன. வரலாற்றில் சுழற்சி முறையில் நடக்கின்ற நிகழ்வுகள் குறித்தும், சம்பரன் சத்தியாகிரகம், மௌரியப் பேரரசு, உலகப் போர்கள், மேயோ பிரபுவின் படுகொலை ஆகியவை குறித்தும் அவரிடம் கேள்விகள் கேட்கப்பட்டன. அவற்றுக்குப் பதிலளிப்பதற்கு நுணுக்கமான புரிதல் தேவைப்பட்டது. அதைத் தொடர்ந்து, நிலையான வளர்ச்சி இலக்குகள் உட்பட, ஆட்சி தொடர்பான விஷயங்கள் பற்றிய கேள்விகள் கேட்கப்பட்டன.

மாதிரி நேர்முகத் தேர்வுகளை நடத்தியவர்கள் அளித்திருந்த ஊக்குவிப்புமிக்கப் பின்னூட்டக்கருத்துகளிலிருந்து அவருக்குக் கிடைத்திருந்த தன்னம்பிக்கை விரைவிலேயே ஆவியாகிக் கொண்டிருந்தது. நிமிடத்திற்கு நிமிடம் அவரிடம் விரக்தி அதிகரித்துக் கொண்டிருந்தது. நேர்முகத் தேர்வில் நல்ல மதிப்பெண்களைப் பெற வேண்டும் என்ற அவருடைய அபிலாஷை தரைமட்டமாகிக் கொண்டிருந்தது.

சுருதி யூபிஎஸ்சி அலுவலகத்திலிருந்து வெளியே வந்ததைத் தொலைவிலிருந்து பார்த்துக் கொண்டிருந்த அவருடைய பெற்றோருக்கு, அவர் மிகுந்த தன்னம்பிக்கையுடன் வெளியே வந்ததுபோலத் தோன்றியது. அதனால், அவர் அத்தேர்வைச் சிறப்பாகச் செய்திருப்பார் என்ற நம்பிக்கை அவர்களிடம் துளிர்விட்டது. ஆனால், அவர் அருகே வந்தபோதுதான், அவருடைய கண்கள் கலங்கியிருந்ததை அவர்கள் கண்டனர். ஓடி வந்து தன் அம்மாவைக் கட்டியணைத்துக் கொண்ட சுருதி, நேர்முகத் தேர்வில் அவர்கள் தன்னைத் துளைத்தெடுத்திருந்ததைப் பற்றிச் சொல்லிக் கதறி அழுதார். அவருடைய அம்மா அவரைத் தேற்றப் படாதபாடு பட வேண்டியிருந்தது.

சுருதியின் மனநிலையை மேம்படுத்துவதற்காக, அவருடைய பெற்றோர், அருகிலிருந்த கர்னாடிக் கஃபேயில் உணவருந்த அவரை அழைத்துச் சென்றனர். "இனி எவரும் நேர்முகத் தேர்வைப் பற்றிப் பேச வேண்டாம்,"

என்ற உடன்பாடு அவர்களுக்கு இடையே மௌனமாக உருவாகியிருந்தது. ஆனாலும், நேர்முகத் தேர்வுக் காட்சிகள் சுருதியின் மனத்தைவிட்டு அகல மறுத்தன. ஐஏஎஸ் ஆவதற்குத் தேவையான உயர்ந்த ரேங்க்கைப் பெற வேண்டும் என்ற தன்னுடைய கனவு தன் கைகளிலிருந்து நழுவிக் கொண்டிருந்ததாக சுருதிக்குத் தோன்றியது.

“என் கண்களை என்னாலேயே நம்ப முடியவில்லை”

2022 மே 30 அன்று தேர்வு முடிவுகள் வெளியாகும் என்ற தகவல் சுற்றிக் கொண்டிருந்ததால், சுருதியிடம் பதற்றம் அதிகரித்திருந்தது. தன் கையில் இறுகப் பற்றியிருந்த தன் அலைபேசியை, சுருதி அடிக்கொரு தரம் திறந்து பார்த்துக் கொண்டிருந்தார்.

சரியாக 12 மணிக்கு, அவருடைய டெலிகிராம் குழுவில் ஒரு பிடிஎஃப் ஆவணம் வந்திறங்கியது. மௌனமாகப் பிரார்த்தித்துவிட்டு, துணிச்சலை வரவழைத்துக் கொண்டு, நடுங்கும் கைகளுடன் சுருதி அந்த ஆவணத்தைத் திறந்தார். அந்தப் பட்டியலின் இறுதிவரை சென்று பார்த்துவிடுவது என்ற மனநிலையுடன்தான் அவர் அதை அணுகினார். ஆனால், முதல் பக்கத்தில் அவர் கண்ட காட்சி அவருக்குள் பிரமிப்பைத் தோற்றுவித்தது. அவர் முதல் ரேங்க் வாங்கியிருந்தார். அதை அவரால் நம்பவே முடியவில்லை.

ஆனால், அது குறித்தச் சந்தேகம் அவருக்குள் புகுந்தது. யாரோ தன்னை ஏமாற்றுவதற்காக இப்படி ஓர் ஆவணத்தை அனுப்பி வைத்திருப்பார்களோ என்று அவர் நினைத்தார். ஒரு முறை ஆழமாக சுவாசித்துவிட்டு, தன் பதிவு எண்ணை அவர் மீண்டும் பரிசோதித்தார். அந்தப் பட்டியலில் தன் பெயர் கண்டிப்பாக இடம்பெற்றிருக்கும் என்று அவர் நம்பிக் கொண்டிருந்தாலும், தான் முதல் ரேங்க் எடுப்போம் என்று அவர் துளிகூட எதிர்பார்த்திருக்கவில்லை.

அப்போது அவருடைய வீட்டில் அவருடைய அம்மாவும் பாட்டியும் மட்டுமே இருந்தனர். சுருதியின் அப்பா, முந்தைய நாள் மாலையில்தான் பஸ்தாவுக்குப் புறப்பட்டுச் சென்றிருந்தார். அவருடைய தம்பி வெளியே கிரிக்கெட் ஆடிக் கொண்டிருந்தான்.

சுருதி பல முறை அந்தப் பட்டியலைப் படித்தார். அது போலியாக இருக்காது என்ற நம்பிக்கை வந்தவுடன்தான் அவர் தன் அம்மாவிடம் விஷயத்தைக் கூறினார். அதைக் கேட்டு அவருடைய அம்மா பெருமகிழ்ச்சி அடைந்தபோதிலும், சுருதி

முதல் ரேங்க் எடுத்திருந்ததை அவராலும் நம்ப முடியவில்லை. "உண்மையாகவா, சுருதி?" என்று அவர் மீண்டும் மண்டும் கேட்டுக் கொண்டே இருந்தார். அவர்கள் இருவரும் சேர்ந்து அப்பட்டியலை மீண்டும் ஒரு முறை சோதித்தனர்.

செய்தி உறுதியானவுடன், சுருதியின் அம்மா, சுருதியின் பாட்டியிடம் விஷயத்தைக் கூறிவிட்டு அவரை இறுக்கமாகக் கட்டியணைத்துக் கொண்டார். அவர்கள் இருவரின் கண்களிலிருந்தும் ஆனந்தக் கண்ணீர் வழிந்தது. அவர்கள் நீண்ட நேரம் அந்த அரவணைப்பிலேயே நின்று கொண்டிருந்தனர்.

அடுத்து சுருதி தன் அப்பாவைத் தொலைபேசியில் அழைத்து, தன்னுடைய மகத்தான சாதனையை அவருடன் பகிர்ந்து கொண்டார். அதைக் கேட்ட அவருடைய அப்பா, பெருமையும் பெருமகிழ்ச்சியும் கொண்டார். முதலில் அவருடைய வாயிலிருந்து வார்த்தைகளே எழவில்லை. அவர் உடனே பஸ்தாவிலிருந்து கிளம்பிவிட்டார்.

எண்ணெய் வழிந்த தலைமுடியுடனும் சாதாரண உடையணிந்தும் இருந்த சுருதி, தொலைக்காட்சிகளில் தன் பெயர் தலைப்புச் செய்தியாக அறிவிக்கப்பட்டுக் கொண்டிருந்ததை நம்ப முடியாமல் பார்த்துக் கொண்டிருந்தார். விரைவில், சுருதியின் அலைபேசிக்கு ஒன்றன்பின் ஒன்றாக அழைப்புகள் வரத் தொடங்கின. சுருதிக்கு எல்லாவற்றையும்விட அதிகத் திருப்தியைக் கொடுத்தது, அவருடைய அம்மா மற்றும் பாட்டியின் முகங்களை அலங்கரித்துக் கொண்டிருந்த புன்னகைகள்தாம்.

திடீரென்று அவர்களுடைய வீட்டின் கதவு தட்டப்பட்டச் சத்தம் கேட்டபோது, சுருதியின் அம்மா ஓடிச் சென்று கதவைத் திறந்தார். அங்கு, கையில் ஒரு பூங்கொத்துடன், ஜாமியா பல்கலைக்கழகத்தின் துணைவேந்தரான நஜ்மா அக்தர் நின்று கொண்டிருந்தார். அவருக்குப் பின்னால் ஊடகவியலாளர்கள் ஒரு படைபோலத் திரண்டு நின்று கொண்டிருந்தனர். அவர்களுடைய கேமராக்களின் ஃபிளாஷ்கள் தொடர்ந்து மின்னிக் கொண்டிருந்தன. உள்ளே வந்த நஜ்மா, சுருதியைக் கட்டியணைத்து அவருக்கு வாழ்த்து தெரிவித்தார்.

ஊடகவியலாளர்களின் படையெடுப்பு நிற்காமல் தொடர்ந்து கொண்டிருந்தது. நிமிடத்திற்கு நிமிடம் புதிய ஊடகவியலாளர்கள் வந்து குவிந்து கொண்டிருந்தனர். சுருதியின் வீடு ஒரு பத்திரிகைச் செய்தி அறையைப்போல மாறிவிட்டது. மாடிப்படிகளிலும் மொட்டைமாடியிலும்கூட ஊடகவியலாளர்கள் பலர் காத்துக் கொண்டிருந்தனர். சுருதியின் அம்மா, பத்திரிகையாளர்களைச் சமாளிப்பதற்காக,

தன் உறவினர்களையும் நண்பர்களையும் தொலைபேசியில் அழைக்கத் தொடங்கினார்.

ஊடகவியலாளர்கள் இரவு நெடுநேரம்வரை அங்கு இருந்தனர். நடு இரவில் வெளியேறிய அவர்கள், பொழுது விடிந்ததும் மீண்டும் அந்த வீட்டை மொய்க்கத் தொடங்கினர். பேட்டிகள் தொடர்ந்தன. அடுத்த நாள், உறவினர்கள் மற்றும் நண்பர்களின் படையெடுப்பு நிகழ்ந்தது. அத்துடன், தொலைபேசியும் ஓயாமல் சிணுங்கிக் கொண்டிருந்தது.

சுருதியின் மகத்தான வெற்றி அவரை ஒரு பிரபலமாக ஆக்கியிருந்தது. இரண்டு நாள்கள் கழித்து, சுருதி தான் வழக்கமாகச் சென்ற இனிப்புக் கடைக்குச் சென்றபோது, மக்கள் அவரைச் சூழ்ந்து கொண்டனர். அவர்களில் பலர் அவரிடம் ஆட்டோகிராஃப் கேட்டனர், அவருடன் சேர்ந்து சுயபடம் எடுத்துக் கொண்டனர். சில நாள்கள் கழித்து அவர் சிம்லாவுக்குச் சென்றபோது, அங்கிருந்த முக்கியக் கடைவீதியில் அவர் சென்றபோதும் இதையொத்த ஒரு சம்பவம் நிகழ்ந்தது.

எப்போதும் தான் உண்டு, தன் வேலையுண்டு என்று இருந்த சுருதிக்கு இது புதுமையானதாகவும் சமாளிக்கப்பட முடியாததாகவும் இருந்தது. ஆனால், இதைவிடப் பெரிய சவால்கள் அவருக்காகக் காத்துக் கொண்டிருந்ததை அவர் அறியவில்லை.

ஒரு சமூக ஊடகப் புயலில் மாட்டிக் கொள்ளுதல்

சுருதியின் திடீர் பிரபலத்துவம் துவங்கி இரண்டு நாள்கள் ஆகியிருந்தன. அதன் சுமை அவரை வெகுவாக அழுத்திக் கொண்டிருந்தது. அன்று காலையில் அவர் கண்விழித்தபோது, அன்றைய தினம், பேட்டிகள், விருந்தினர்களின் வருகை, தொலைபேசி அழைப்புகள் போன்றவற்றால் களைகட்டாமல் இருக்க வேண்டும் என்று அவர் மௌனமாகப் பிரார்த்தித்தார். அவருடைய அம்மா சமையலறையில் சுறுசுறுப்பாக இருந்தார். அவருடைய அப்பா அன்றைய தினசரிகளில் மூழ்கியிருந்தார். அப்போது திடீரென்று சுருதியின் அப்பாவின் அலைபேசி ஒலித்தது.

அழைத்தவர் அவருடைய நண்பர். அவர், "சுருதி ஏன் அரசுக்கு எதிரான விஷயங்களைச் சமூக ஊடகங்களில் பரப்பிக் கொண்டிருக்கிறாள்?" என்று கவலையுடன் கேட்டார்.

அதைக் கேட்டுக் குழம்பிய சுனில், "எந்த ஊடகத்தைப் பற்றி நீ பேசுகிறாய்?" என்று தன் நண்பரிடம் வினவினார்.

"சுருதியின் இன்ஸ்டாகிராம் மற்றும் டுவிட்டர் பதிவுகள்

வைரலாகிக் கொண்டிருப்பது உனக்குத் தெரியாதா?" என்று கேட்ட அந்நண்பர், அது குறித்து சுனில் எதுவும் அறியாமல் இருந்ததைக் கண்டு ஆச்சரியப்பட்டார்.

சுருதியின் அப்பாவின் குழப்பம் மேலும் அதிகரித்தது. "சுருதி எதையும் சமூக ஊடகங்களில் பதிவிடவே இல்லையே?" என்று அவர் தன் நண்பரிடம் கூறினார்.

"ஓ! அப்படியானால், என்ன நடந்து கொண்டிருக்கிறது என்பதே உங்கள் யாருக்கும் தெரியாதா? நான் அத்தகவல்களை இப்போதே உனக்கு அனுப்பி வைக்கிறேன். அவற்றை நீ உடனடியாக மறுத்து ஓர் அறிக்கை வெளியிட வேண்டும்," என்று அந்த நண்பர் கேட்டுக் கொண்டார். அது சுனிலின் கவலையை மேலும் அதிகரித்தது.

சுருதி தன் பெயரில் ஓர் இன்ஸ்டாகிராம் கணக்கையும் டுவிட்டர் கணக்கையும் வைத்திருந்தார். அவை அவருடைய தனிப்பட்டக் கணக்குகள். பல நாள்களாக அவற்றை அவர் எட்டிக்கூடப் பார்த்திருக்கவில்லை. தன்னுடைய கணக்கு, ஊடுருவல்காரர்களால் தாக்குதலுக்கு உள்ளாகியிருக்கலாம் என்ற பயம் சுருதியைத் தொற்றிக் கொண்டது. அதனால், சுருதி பதற்றத்துடன் தன் கணக்குகளுக்குள் நுழைந்தார்.

ஆனால், தன்னுடைய கணக்கில் சமீபத்தில் எந்தவிதமான நடவடிக்கைகளும் நிகழ்ந்திருக்கவில்லை என்பதைக் கண்டபோது சுருதியின் குழப்பம் மேலும் அதிகரித்தது. தன்னுடைய கணக்குகளில் சந்தேகத்திற்கிடமான எந்த நடவடிக்கையும் நடந்திருக்காதபோது, தன் அப்பாவின் நண்பர் ஏன் அப்படிக் கூறினார் என்பது தெரியாமல் சுருதி குழம்பினார்.

ஒரு சில நிமிடங்களில், சுனிலின் நண்பர், அவர் குறிப்பிட்டிருந்த இன்ஸ்டாகிராம் மற்றும் டுவிட்டர் பதிவுகளின் தொடர்பை அனுப்பி வைத்தார். அவற்றை அவர்கள் திறந்தபோது, பெரும் அதிர்ச்சி அவர்களை ஆட்கொண்டது. அங்கு சுருதி சர்மா என்ற பெயரில் அவருடைய புகைப்படத்துடன் இருந்த போலிக் கணக்கு ஒன்றை அவர்கள் எதிர்கொண்டனர். அக்கணக்கைப் பின்தொடர்ந்தவர்களின் எண்ணிக்கை இலட்சக்கணக்கில் இருந்ததைக் கண்டு அவர்கள் வாயடைத்துப் போயினர்.

தங்களுடைய வீட்டை ஒரு நில அதிர்ச்சி தாக்கியிருந்ததைப்போல அவர்கள் உணர்ந்தனர். சுருதிக்குப் புதிதாகக் கிடைத்திருந்த புகழைத் தவறாகப் பயன்படுத்திக் கொள்ளும் நோக்கத்துடன், விஷமிகள், அவருடைய பெயரில் சமூக ஊடகக் கணக்குகளைத் தொடங்கி,

சர்ச்சைமிக்கப் பல பதிவுகளை அவற்றில் ஏற்றியிருந்தனர். அவற்றில், இராணுவத்திற்கு ஆள் சேர்ப்பதற்காகக் கொண்டுவரப்பட்டிருந்த, ஒன்றிய அரசின் 'அக்னிவீர்' திட்டத்தைக் காட்டமாக விமர்சித்தப் பதிவுகளும் இருந்தன.

அந்தப் போலிக் கணக்குப் பதிவுகளுக்கு ஆயிரக்கணக்கில் பதில்கள் வந்து குவிந்திருந்தன. அந்தப் பதிவாளர்கள் இரு கூறுகளாகப் பிரிந்திருந்தனர். பலர், அந்தப் போலிப் பதிவுகளுக்கு ஆதரவான கருத்துகளைப் பதிவிட்டிருந்தனர். வேறு சிலர், அவற்றைக் கடுமையாக எதிர்த்திருந்தனர். அதன் காரணமாக, சுருதி, சமூக ஊடகங்களில் ஒரு பேசுபொருளாக ஆனார்.

இதைத் தெரிந்து கொண்டவுடன், சுருதி உடனடி நடவடிக்கையில் இறங்கினார். இந்தக் குற்றச் செயலில் ஈடுபட்டிருந்தவர்கள்மீது காவல்துறையில் அவர் புகார் அளித்தார். அத்துடன், தன் பெயரில் போலிக் கணக்குகள் துவங்கப்பட்டு விஷமத்தனமான கருத்துகள் பரப்பப்பட்டுக் கொண்டிருந்த தகவலை, சுருதி தன்னுடைய சொந்த இன்ஸ்டாகிராம் மற்றும் டுவிட்டர் பக்கங்களில் பதிவு செய்தார். அத்துடன், அத்தேர்வில் மிக உயர்ந்த ரேங்க் பெற்றிருந்தவர்களைத் தொடர்பு கொண்டு, தன் பெயரில் மேற்கொள்ளப்பட்டிருந்த போலிக் கணக்குகளைப் பற்றியும், அதன் மூலம் பரப்பப்பட்டுக் கொண்டிருந்த விஷமப் பிரச்சாரங்களைப் பற்றியும் அவர்களுடைய சமூக ஊடகங்களில் பதிவிட்டுத் தனக்கு ஆதரவு திரட்டுகின்ற முயற்சியிலும் சுருதி இறங்கினார்.

அது தவிர, வேறு சில சிறிய சமூக ஊடகச் சர்ச்சைகளிலும் சுருதி சிக்கினார். அவர் ஒரு யூடியூப் சேனலுக்கு அளித்த ஒரு பேட்டியில், ஆரியப் படையெடுப்புக் கோட்பாடு குறித்து அவர் விரிவாக அலசியிருந்தார். ஆனால், யாரோ ஒருவர், சுருதி அதில் கூறியிருந்தவற்றிலிருந்து ஒரே ஓர் அம்சத்தைத் தனியாக எடுத்து அதை ஊதிப் பெரிதாக்கிவிட்டார். அது ஒரு பெரிய சச்சரவாக உருவெடுத்தது.

அடுத்து, சுருதியின் வெற்றியைத் தொடர்ந்து, ஜேஎன்யூ மாணவர்கள் வெறும் போராட்டங்களில் மட்டும் ஈடுபட்டுக் கொண்டிருக்கவில்லை, அவர்கள் சிஎஸ்இ தேர்வுகளிலும் உயர்ந்த ரேங்க்குகளைப் பெற்றுக் கொண்டிருந்தனர் என்ற ரீதியில் வெளியான ஒரு டுவீட் விரைவில் ஒரு சர்ச்சையாக மாறியது. ஜேஎன்யூ மாணவர்களுக்கு ஆதரவாக ஒரு குழுவும், அதற்கு எதிராக மற்றொரு குழுவும் கிளம்பின.

தேர்வு முடிவுகள் வெளியாவதற்கு முன்பு, முடிவுகள்

வெளியானதும் தான் தனியாக ஒரு வெளிநாட்டுப் பயணம் மேற்கொள்ள விரும்பிய சுருதி, அதற்குத் தன் பெற்றோரின் ஒப்புதலையும் பெற்றிருந்தார். ஆனால், தொடர்ச்சியாக அவருடைய வீட்டுக்கு விருந்தாளிகள் படையெடுத்துக் கொண்டிருந்ததாலும், இந்தச் சமூக ஊடகச் சச்சரவுகளாலும் அத்திட்டம் தடைபட்டது. இதற்கிடையே, திடீரென்று தோன்றிய ஒரு கருநிழல் சுருதியின் குடும்பத்தைச் சூழ்ந்து கொண்டது. சுருதியின் அம்மாவுக்குப் புற்றுநோய் இருந்தது கண்டுபிடிக்கப்பட்டது.

யூபிஎஸ்சி தேர்வில் வெற்றி பெற்றிருந்தவர்கள், பொதுவாக, அதற்குப் பிந்தைய காலகட்டத்தை வெற்றிக் கொண்டாட்டங்களில் கழிப்பர். ஆனால், சுருதியைப் பொறுத்தவரை, அக்காலகட்டம் மிகக் கடினமான ஒன்றாக மாறியிருந்தது.

தில்லி தலைமைச் செயலகத்தில்

2022 ஜூன் 7 அன்று தில்லி தலைமைச் செயலகத்தில் வைத்து, 'பணியாளர், பொதுமக்கள் குறைதீர்ப்பு மற்றும் ஓய்வூதியத் துறைக்கான' ஒன்றிய அமைச்சர் ஜிதேந்திர சிங் தலைமையில் சுருதிக்கு ஒரு பாராட்டு விழா ஏற்பாடு செய்யப்பட்டிருந்ததாக அவருக்கு ஒரு கடிதம் வந்தபோது, அவருடைய பெற்றோர் பெருமகிழ்ச்சி அடைந்தனர்.

அந்நிகழ்ச்சியில் கலந்து கொள்வதற்காக சுருதி ஓர் அழகான சேலை அணிந்து கொண்டு தயாரானார். அவருடன் கிளம்புவதற்கு சுனில் ஏற்கனவே தயாராக இருந்தார். ஆனால், உடல்நிலை காரணமாகத் தன்னுடைய அம்மாவால் தன்னுடன் வர முடியாது என்பது சுருதிக்குப் பெரும் வருத்தமளித்தது.

விரைவில் சுருதியும் அவருடைய அப்பாவும் விழா நடக்கவிருந்த இடத்தை அடைந்தனர். அந்த விழாவிற்கு அழைக்கப்பட்டிருந்த, முதல் இருபது ரேங்க்குகளை எடுத்திருந்தவர்கள், மிகவும் உற்சாகமாக இருந்தனர். அவர்களைவிட அவர்களுடைய பெற்றோர்கள் அதிகப் பெருமிதத்துடன் காட்சியளித்தனர். அங்கு வந்திருந்த பிற சாதனையாளர்களை ஊடகங்களின் வழியாக சுருதி அறிந்திருந்தபோதிலும், அவர்களை முதன்முறையாக நேரில் பார்த்தபோது அவர் மிகவும் மகிழ்ச்சியடைந்தார்.

அவர்கள் ஒரு கருத்தரங்கு அறைக்கு அழைத்துச் செல்லப்பட்டனர். அங்கிருந்த ஒரு வட்ட மேசையின் ஒரு புறம் அவர்கள் இருபது பேரும் உட்கார வைக்கப்பட்டனர்.

அமைச்சரும், அத்துறையின் பிற அதிகாரிகளும் மறுபுறம் அமர்ந்திருந்தனர். அந்த வெற்றியாளர்களுக்கு அமைச்சர் தனித்தனியாக ஒரு நினைவுப்பரிசு வழங்கி அவர்களைக் கௌரவித்தார். அந்நிகழ்ச்சியில் கலந்து கொண்ட பெற்றோர்கள், வாயெல்லாம் பல்லாகப் புகைப்படங்களுக்குப் 'போஸ்' கொடுத்தனர்.

வெற்றியாளர்களை அமைச்சர் மனதாரப் பாராட்டினார். அவர்களை 'வருங்கால இந்தியாவின் சிற்பிகள்' என்று அவர் அழைத்தார். முதன்முறையாக, முதல் மூன்று ரேங்க்குகளையும் பெண்களே பெற்றிருந்ததைச் சுட்டிக்காட்டி, அந்த வரலாற்றுச் சாதனையையும் அவர் பாராட்டினார்.

வீட்டுக்குத் திரும்பியதும் சுருதி தன் தாயாரிடம், அந்த நிகழ்ச்சியில் நிமிடத்திற்கு நிமிடம் நடந்தவற்றை ஒரு வர்ணனையாளரைப்போல எடுத்துரைத்தார். அவருடைய அம்மாவின் கண்களில், அவர் அனுபவித்துக் கொண்டிருந்த வலியையும் வேதனையும் மீறி, தன் மகள் குறித்தப் பெருமை மின்னியது.

மனத்தை மயக்கிய பாலைவனச் சோலை

லால் பகதூர் சாஸ்திரி தேசிய நிர்வாகப் பயிற்சி நிறுவனத்தில் சேர்ந்தபோது, தான் முற்றிலும் புதிய காற்றை சுவாசித்துக் கொண்டிருந்ததுபோல சுருதி உணர்ந்தார். அவரை அங்குக் கொண்டுவந்து விடுவதற்கு அவருடைய அப்பா வந்திருந்தபோதிலும், தன் அம்மாவால் அங்கு வர முடியாமல் போனது குறித்த வருத்தத்தை சுருதியால் தன் மனத்திலிருந்து அகற்ற முடியவில்லை.

வகுப்புப் பாடங்கள், வெளிப்புற சாகச நடவடிக்கைகள், புத்துணர்ச்சியூட்டிய மலைநடைப் பயணங்கள், புதுச்சேரியிலுள்ள ஒரு கிராமத்திற்குச் சென்று வந்த மறக்க முடியாத அனுபவம் போன்ற எண்ணற்ற நடவடிக்கைகளில் சுருதி ஈடுபட்டதால், நாள்கள் உருண்டோடியதே அவருக்குத் தெரியவில்லை. ஜாமியா காலத்திலிருந்தே அவருடைய நெருங்கிய தோழியாக இருந்து வந்திருந்த மினி தவிர, அங்கிதா, நமன் மற்றும் அவருடைய அறைத் தோழி ஆகியோருடன் சுருதி ஒரு பிணைப்பை வளர்த்துக் கொண்டார்.

திரும்பிப் பார்ப்பதற்குள், இரண்டு-மாத கால 'பாரத் தர்ஷன்' பயணம் வந்துவிட்டிருந்தது. ஆனால், அதே நேரத்தில், சுருதியின் அம்மா, தில்லியிலுள்ள எய்ம்ஸ் மருத்துவமனையில் சிகிச்சைக்காக அனுமதிக்கப்பட்டிருந்த செய்தியும் அவரை

வந்தடைந்திருந்ததால், அவருடைய மனம் உணர்ச்சிகளால் அலைக்கழிக்கப்பட்டுக் கொண்டிருந்தது.

சுருதியின் குழுவினர் இராணுவ முகாம்களைப் பார்வையிட்டப் பிறகு இலட்சத்தீவுகளுக்குச் சென்றனர். அந்த இடத்தின் தூய்மையான இயற்கையழகு அவர்களுடைய மனங்களைக் கொள்ளை கொண்டது.

அங்குச் சென்றபோது, சுருதி எந்தவிதமான தயக்கமுமின்றி, ஸ்நார்க்கெல் கருவிகளை அணிந்து கொண்டு கடலுக்கடியில் சென்று, பவளப் பாறைகள், வண்ண வண்ண மீன்கள், கடலாமைகள் போன்றவற்றை அருகிலிருந்து தரிசித்தார். இரவு வந்தபோது, ஒளிரும் பாசிகளால் ஜொலித்துக் கொண்டிருந்த கடற்கரை அவர்களுடைய கண்களுக்கு ஓர் அற்புத விருந்தளித்தது.

சுருதியின் குழு, அழகான பாங்கரம் தீவில் முகாமிட்டது. நடந்தே கடந்துவிடுகின்ற அளவுக்கு அத்தீவு சிறியதாக இருந்தது. அத்தீவில் அவர்கள் செலவழித்திருந்த ஒரு நாள் மாலைப் பொழுது அவர்களுடைய மனத்தில் நீங்கா இடம் பெற்றுவிட்டிருந்தது.

பாங்கரம் தீவின் அமைதியான கடற்கரையில் சுருதியும் அவருடைய தோழி திவ்யாவும் அங்கிருந்த ‘கயாக்’ படகுகளால் கவர்ந்திழுக்கப்பட்டனர். அவர்கள் ஆளுக்கொரு படகில் ஏறி நீல நீருக்குள் சென்றனர். சிறிது நேரத்திற்குப் பிறகு, ஆழ்கடலின் தாலாட்டில் அவர்கள் அப்படியே கண்ணயர்ந்துவிட்டனர்.

அவர்கள் தூங்கிக் கொண்டிருந்தபோது, அவர்களுடைய குழுவிலிருந்த மற்றவர்கள் அந்தக் கடற்கரையோரமாக அவர்களைக் கடந்து சென்றுவிட்டிருந்தனர். அவ்விரு பெண்களும் விழித்தெழுந்தபோது, சுருதிக்குத் திடீரென்று ஒரு யோசனை தோன்றியது.

“நாம் நம்முடைய படகுகளில் இந்தத் தீவைச் சுற்றி வரலாம்,” என்று அவர் திவ்யாவிடம் கூறியபோது, அவர்கள் எதிர்கொள்ளவிருந்த பிரச்சனையைப் பற்றி அறியாத திவ்யா, உடனே அதற்கு ஒப்புக் கொண்டார்.

அவர்கள் அந்தத் தீவை வலம் வந்து கொண்டிருந்தபோது, அந்தி சாயத் தொடங்கியது. பின் மெதுவாக இருட்டு சூழ்ந்து கொண்டது. அதனால், அவர்கள் வேறு வழியின்றித் தங்களுடைய முயற்சியைக் கைவிட்டுவிட்டு, தங்களுடைய தங்கும் விடுதிக்குத் தங்கள் படகுகளைத் திருப்பினர்.

ஆனால், தங்கும் விடுதியில் இருந்த மற்றவர்கள், இருட்டிய பிறகும் அவர்கள் இருவரும் அங்கு வந்து சேர்ந்திராததைக் கண்டு கலக்கமடைந்தனர். அவர்கள் தங்களுடைய படகுகளில்

தூங்கிக் கொண்டிருந்ததை அக்குழுவினர் பார்த்திருந்ததால் அவர்களுடைய கவலை மேலும் அதிகரித்தது. அதனால், அவர்களில் ஒருவர் அதிகாரிகளுக்குத் தகவல் தெரிவிக்க முடிவு செய்தார்.

சுருதியும் திவ்யாவும் தங்களுடைய படகுகளில் தங்கும் விடுதியை நெருங்கிக் கொண்டிருந்தபோது, கடற்கரை அல்லோலகல்லோலப்பட்டுக் கொண்டிருந்ததை அவர்கள் கண்டனர். அவர்கள் இருவரையும் நோக்கி ஓடி வந்த மற்றவர்கள், “நீங்கள் இருவரும் எங்கே போய்த் தொலைந்தீர்கள்? எங்கள் எல்லோருக்கும் குலை நடுங்கிவிட்டது,” என்று அவர்களிடம் உரிமையுடன் கோபித்துக் கொண்டனர்.

தங்களைத் தேடுவதற்காக உள்ளூர் நிர்வாகம் ஒரு பெரும் தேடுபடையுடன் அங்குக் குழுமியிருந்ததைக் கண்டதும்தான் தாங்கள் செய்திருந்த மடத்தனமான செயலின் தீவிரம் அவ்விரு பெண்களுக்கும் புரிந்தது. தங்களுடைய நண்பர்களுக்கும் உள்ளூர்ச் சமுதாயத்திற்கும் தாங்கள் கிலி ஏற்படுத்தியிருந்தது குறித்து அவர்கள் குற்றவுணர்வும் அவமானமும் கொண்டனர்.

ஒரு பெரிய அழைப்பு

சுருதி தன் அலைபேசியில் தனக்கு வந்திருந்த ஒரு மின்னஞ்சலைப் படித்தபோது மிகவும் உற்சாகமடைந்தார். இந்தியக் குடியரசுத் தலைவரிடமிருந்து வந்திருந்த அழைப்பு அது. குடியரசு தினத்தன்று, இந்தியக் குடியரசுத் தலைவர் தன் மாளிகையில் அளிக்கவிருந்த ஒரு சிறப்பு விருந்துக்கான அழைப்பு அது. அந்த மிகப் பெரிய கௌரவத்தைப் பார்த்து சுருதியின் மனத்திற்குள் பெருமை பொங்கியது. சிஎஸ்இ தேர்வில் முதலிடம் பெற்றிருந்த ஒரு பெண்ணும் ஓர் ஆணும் அதற்கு அழைக்கப்பட்டிருந்தனர். இன்னும் ஒரு சில பிரபலமான தேர்வுகளில் முதலிடம் பெற்றிருந்தவர்களுக்கும் அழைப்பு விடுக்கப்பட்டிருந்தது.

சுருதி தாமதம் ஏதும் செய்யாமல், ஒரு விமானத்தில் டிக்கெட் எடுத்துக் கொண்டு, 2023 ஜனவரி 25 அன்று தில்லி வந்து சேர்ந்தார். அதற்கு மறுநாள், அவர் ஓர் அழகான பட்டுச் சேலை அணிந்து அந்த விழாவுக்குச் சென்றார்.

குடியரசுத் தலைவர் மாளிகையின் நேர்த்தியாக வெட்டப்பட்டிருந்த புல்வெளியில் அவர் நின்றபோது, சுருதியின் முகத்தில் ஒரு பெரிய புன்னகை படர்ந்தது. முக்கியமான பலர் அங்குத் திரண்டிருந்தனர். அந்த விழாவில் பங்கேற்றக் குடியரசுத் தலைவர், குடியரசு தின விழாவுக்குச்

சிறப்பு விருந்தினராக அழைக்கப்பட்டிருந்த எகிப்தியக் குடியரசுத் தலைவர், பிரதமர், பிற ஒன்றிய அமைச்சர்கள், தேசிய பாதுகாப்பு ஆலோசகர், இந்தியத் தூதுவர்கள் மற்றும் பிற முக்கியமான நபர்களைக் கண்டு சுருதி மெய்மறந்து நின்றார்.

சுருதிக்கும், சிஎஸ்இ மற்றும் சில தேர்வுகளில் முதலிடம் பிடித்திருந்தவர்களுக்கும், இந்திய நிதியமைச்சர் நிர்மலா சீதாராமனுடன் பேச ஒரு வாய்ப்புக் கிடைத்தபோது அவர்களுடைய உற்சாகம் எல்லையைக் கடந்தது. வரவிருந்த இந்திய வரவு-செலவுத் திட்டம் தொடர்பான அவர்களுடைய கருத்துகளை அமைச்சர் அவர்களிடம் கேட்டபோது, அவர்கள் தங்களுடைய கருத்துகளை ஆர்வத்துடன் கூறி அந்த விவாதத்தைக் கலகலப்பானதாக ஆக்கினர்.

அதற்குப் பிறகு அளிக்கப்பட்டச் சிறப்புத் தேநீர் விருந்திலும் அவர்கள் கலந்து கொண்டனர். அங்கு அவர்கள் உயர் அரசதிகாரிகள் பலருடன் சுவாரசியமான உரையாடல்களில் ஈடுபட்டனர்.

அவர்கள் அங்கிருந்து கிளம்புவதற்கு முன்பாக, குடியரசுத் தலைவர் மாளிகையின் பின்னணியில் அவர்கள் எண்ணற்றப் புகைப்படங்கள் எடுத்துக் கொண்டனர்.

கண்ணீர் மல்க ஒரு பிரியாவிடை

உடல்நலக் குறைவால் அவதிப்பட்டுக் கொண்டிருந்த தன் அம்மாவுக்கு அருகே உள்ள ஏதேனும் ஓரிடத்தில் இருப்பதற்காக சுருதி விடுத்த வேண்டுகோள் ஏற்றுக் கொள்ளப்பட்டு, மாவட்டப் பயிற்சிக்காக அவருக்கு மீரட் மாவட்டம் ஒதுக்கப்பட்டது. எய்ம்ஸ் மருத்துவமனை மருத்துவர்கள் தங்களால் முடிந்த அளவு போராடியும் சுருதியின் அம்மாவின் உடல்நிலை நாளுக்கு நாள் மோசமடைந்து கொண்டிருந்தது. புற்றுநோயுடன் ஓராண்டு போராடிய பிறகு, ரச்னா, சுருதியைக் கடைசியாக ஒரு முறை கட்டியணைத்துவிட்டு இந்த உலகிலிருந்து அமைதியாக விடைபெற்றுக் கொண்டார்.

அது சுருதியை உலுக்கிவிட்டது. ரச்னா எப்போதும் சுருதியின் கலங்கரைவிளக்கமாகவும் ஆதரவுத் தூணாகவும் இருந்து வந்திருந்தார். தன்னுடைய குழந்தைகளின் படிப்பிற்காகவும் அவர்களுடைய முன்னேற்றத்திற்காகவும் அவர் எண்ணற்றத் தியாகங்களைச் செய்திருந்தார். சுருதி சிஎஸ்இ தேர்வில் வெற்றி பெற்றிருந்தது அவரை மிகவும் பெருமையடையச் செய்தது. சுருதி ஓர் ஐஏஎஸ் அதிகாரியாக

வலம் வருவதைப் பார்க்க அவர் மிகவும் ஆவலுடன் இருந்திருந்தார்.

சுருதி தன் அம்மாவிடமிருந்து எல்லையற்ற நேர்மறைத்துவத்தையும் போராட்டக் குணத்தையும் கற்றுக் கொண்டிருந்தார். ரச்னாவின் பரிசுத்தமான பரிவும், பிறரை உயர்த்துவதற்காகத் தன்னை அர்ப்பணித்துக் கொள்ளத் தயங்காத பாங்கும், சுருதியின் ஆத்மாவில் அழிக்கப்பட முடியாத விதத்தில் பதிந்துவிட்டிருந்தன. ரச்னாவின் பூத உடல் இந்தப் பூமியிலிருந்து மறைந்துவிட்டிருந்தாலும், அவர் சுருதியின் நெஞ்சில் எப்போதும் குடியிருந்து கொண்டு, ஓர் ஐஏஎஸ் அதிகாரியாக அவர் சேவை செய்கின்ற மக்களின் வாழ்க்கையில் அர்த்தமிக்க மாற்றங்களை ஏற்படுத்துவதற்கு அவருக்கு வழிகாட்டிக் கொண்டிருந்தார்.

ஓர் அசாத்தியமான சோதனை

"துணைக் கோட்டக் குற்றவியல் நடுவரின் காரிலிருந்து இறங்கிக் கொண்டிருக்கின்ற அந்தச் சின்னப் பெண் யார்?" என்று, சிறிது தூரத்தில் வந்து நின்ற காரைப் பார்த்தவாறு அந்த முதிய விவசாயி கேட்டார்.

ஒரு பழைய குர்தா-பைஜாமா அணிந்து கொண்டு, ஒரு பெரிய மீசையுடன் காணப்பட்ட அவருடைய சகா, "ஓ, அதுவா? அவருடைய மகளாக இருக்கும்," என்று தன் ஊகத்தை வெளிப்படுத்தினார்.

"ஆனால், குற்றவியல் நடுவரை எங்கே காணோம்? நம் பிரச்சனைக்கு எப்போது அவர் தீர்வு காணப் போகிறார்?" என்று அந்த முதிய விவசாயி கேட்டார்.

அந்தப் பெண் காரிலிருந்து இறங்கியபோது, அங்கிருந்த அரசு அதிகாரிகளும் காவல்துறையினரும் அவரை நோக்கி விரைந்தனர். காரிலிருந்து இறங்கிய அவர், அங்குப் போராட்டத்தில் குதித்திருந்த அந்த விவசாயிகளின் சிறு கூட்டத்தை நோக்கி வந்தார்.

அந்த இளம்பெண் வேறு யாருமல்லர், நம்முடைய சுருதி சர்மாதான். ஒரு வாரத்திற்கு முன்புதான் அவருக்குத் துணைக் கோட்டக் குற்றவியல் நடுவர் பொறுப்பு வழங்கப்பட்டிருந்தது. அப்பதவியை வகித்துக் கொண்டிருந்த ஓஜஸ்வி ராஜ் ஒரு-மாத கால விடுப்பில் சென்றிருந்ததால், சுருதிக்குத் தற்காலிகமாக அப்பதவி வழங்கப்பட்டிருந்தது.

அப்பகுதியில் சட்டத்திற்குப் புறம்பாகக் கல்லுடைப்பு நடைபெற்றுக் கொண்டிருந்தது குறித்தப் புகார் தொடர்பாக

அவர் மேற்கொண்டிருந்த விசாரணை, இரவு வெகுநேரம்வரை நீண்டது. ஆனால், அதற்குப் பிறகும் அவருடைய தொலைபேசி தொடர்ந்து ஒலித்துக் கொண்டே இருந்ததால் அவரால் சரியாகத் தூங்க முடியவில்லை. மறுநாள் காலையில், உள்ளூர் வட்டாட்சியர், தங்களுடைய கிராமத்திற்குக் குறுக்காகச் செல்லுமாறு வடிவமைக்கப்பட்டிருந்த ஒரு நெடுஞ்சாலைத் திட்டத்தை எதிர்த்து நூற்றுக்கணக்கான விவசாயிகள் அணி திரண்டு போராடிக் கொண்டிருந்ததாக சுருதியிடம் தெரிவித்தார்.

அதைக் கேட்டு சுருதி பதற்றமடைந்தார். அவர் அந்த மாவட்டத்திற்குப் புதியவர். அவருக்கு அப்போது அளிக்கப்பட்டிருந்த வேலையில் அவருக்கு எந்தவிதமான அனுபவமும் இருக்கவில்லை. அத்துடன், அவர் இதுவரை நேரடியாக எந்தவொரு பெரிய மக்கட்கூட்டத்தைச் சந்தித்திருக்கவும் இல்லை. தன் பொறுப்பின் சுமையை உணர்ந்த சுருதி, விடுப்பில் சென்றிருந்த ஓஜஸ்வியைத் தொலைபேசியில் அழைத்து அவரிடம் ஆலோசனை கேட்டார்.

“ஒரு தேசிய நெடுஞ்சாலையிலிருந்து ஒரு கிராமத்திற்குப் பிரிகின்ற அல்லது ஒரு கிராமத்திலிருந்து வந்து நெடுஞ்சாலையில் சேர்கின்ற பாதைகள் தொடர்பான விவகாரங்கள், இந்திய தேசிய நெடுஞ்சாலை ஆணையத்தால் நிர்வகிக்கப்படுகின்றன. அதில் தலையிடுகின்ற உரிமை நமக்குக் கிடையாது,” என்று அவர் சுருதியிடம் கூறினார்.

“ஆனால், இங்குக் கூடியுள்ள விவசாயிகளிடம் நான் என்ன சொல்வது? அவர்கள் தங்களுடைய போராட்டத்தைக் கைவிட நான் என்ன செய்ய வேண்டும்?” என்று கேட்ட சுருதியின் குரலில் சிறிது நடுக்கம் காணப்பட்டது.

“நீங்கள் அமைதியாக இருங்கள். அவர்களுடைய புகார்களைப் பொறுமையாகக் கேட்டுக் கொள்ளுங்கள். அவர்களுடைய குறைகளைக் களைவதற்கு உங்களால் முடிந்த அனைத்தையும் செய்வதாக அவர்களுக்கு வாக்குக் கொடுங்கள்,” என்று அவர் சுருதிக்கு ஆலோசனை வழங்கினார். அது சுருதிக்குச் சிறிது தெம்பளித்தது.

சுருதி அந்த விவசாயிகள் குழுமியிருந்த இடத்திற்கு அருகே சென்று அவர்களுடன் அமர்ந்து கொண்டார். அந்தக் கூட்டத்தில் ஆண்கள்தாம் அதிகமாக இருந்தனர். அங்கொன்றும் இங்கொன்றுமாகச் சில பெண்கள் தென்பட்டனர். அந்த விவசாயிகளை அங்குக் கொண்டுவந்து சேர்த்திருந்த டிராக்டர்களும் உழவு ஊர்திகளும் அவர்களுக்குப் பின்னால் அணிவகுத்து நின்று கொண்டிருந்தன. கோஷம் போடுவதை

நிறுத்துமாறு அந்த விவசாயிகளிடம் கேட்டுக் கொண்டிருந்த காவல்துறையினர், சட்ட ஒழுங்கை நிலைநிறுத்துவதற்குப் படாதபாடு பட்டுக் கொண்டிருந்தனர்.

வட்டாட்சியர் சுருதியை அக்கூட்டத்தினருக்கு அறிமுகம் செய்து வைத்துவிட்டு, அவர் மக்களின் குறைகளைக் கேட்டறிந்து அவற்றை மேலதிகாரிகளிடம் கொண்டு செல்வார் என்று கூறினார். அங்கு உடனே ஒரு சலசலப்பு ஏற்பட்டது. அவர்களுடைய பிரச்சனையைத் தீர்க்கும் அதிகாரம் தேசிய நெடுஞ்சாலை ஆணையத்திற்குத்தான் இருந்தது என்பதையும், மாவட்ட நிர்வாகத்தினால் அது குறித்துப் பெரிதாக எதுவும் செய்ய முடியாது என்பதையும் சுருதி அவர்களிடம் போட்டுடைத்தார்.

அவர்களுடைய பிரச்சனையின் தீவிரம் தனக்குப் புரிந்திருந்ததாகவும், தேசிய நெடுஞ்சாலை ஆணையத்திடமும் மாநில அரசின் உயரதிகாரிகளிடமும் அதைக் கொண்டு சென்று அதற்கு விரைவில் தீர்வு காண முயற்சிப்பதாகவும் சுருதி அவர்களிடம் உறுதியாகக் கூறியதன் மூலம், அச்சூழலைத் தன் கட்டுப்பாட்டிற்குள் கொண்டு வந்துவிட்டார்.

“அது எப்போது நடக்கும் என்று கூற முடியுமா?” என்று அந்த விவசாயிகளின் தலைவர்களில் ஒருவர் விடாப்பிடியாகக் கேட்டார்.

“இதை நாங்கள் எங்களால் முடிந்த அளவு விரைவுபடுத்துகிறோம். ஆனால், லக்னோ மற்றும் தில்லியில் இருக்கின்ற மூத்த அதிகாரிகளின் உதவியோடுதான் இப்பிரச்சனையைத் தீர்க்க முடியும். அதனால், அதற்கு எங்களுக்கு இரண்டு-மாத அவகாசம் தேவைப்படும்,” என்று சுருதி அவர்களிடம் அமைதியாகக் கூறினார்.

அதைத் தொடர்ந்து விவசாயிகள் தங்களுடைய போராட்டத்தைத் திரும்பப் பெற்றுக் கொள்ள முன்வந்தபோதுதான் சுருதி நிம்மதியாக மூச்சுவிட்டார். அச்சம்பவம் சுருதிக்கு மதிப்புமிக்கப் பல பாடங்களைக் கற்றுக் கொடுத்தது. ஐஏஎஸ் அதிகாரிகள் தங்களுடைய அன்றாடப் பணிகளின் ஊடாக எத்தகைய சவால்களை எதிர்கொள்ள வேண்டியிருக்கிறது என்பதையும் அது அவருக்கு உணர்த்தியது.

சுருதியின் கதையிலிருந்து நினைவில் வைத்துக் கொள்ளப்பட வேண்டிய முக்கிய அம்சங்கள்

1. கூட்டுப் படிப்பு மற்றும் உடன் படிப்பவர்களுடனான விவாதங்களின் சக்தியை அறுவடை செய்து கொள்ளுங்கள்

சிஎஸ்இ தேர்வு எழுத முனைந்துள்ள, ஒத்தக் கருத்துடையவர்களை உள்ளடக்கிய ஒரு சிறு குழுவை உருவாக்கிக் கொள்வது வெகுவாகப் பலனளிக்கும். குறிப்பெடுப்பதற்கும், எழுதியுள்ள பதில்களை நேர்மையாக மதிப்பீடு செய்வதற்கும், உருப்படியான பின்னூட்டக்கருத்துகளைப் பெறுவதற்கும் இந்த ஏற்பாடு உதவும். அக்குழுவின் பிற உறுப்பினர்களோடு சிக்கலான விஷயங்கள் குறித்து விவாதியுங்கள், ஒருவரையொருவர் ஊக்குவித்துக் கொள்ளுங்கள். சிஎஸ்இ தேர்வுகளின் பரந்துபட்டப் பாடத்திட்டங்களைச் சிறப்பாகப் படித்து முடிக்க அது உங்களுக்கு உதவும்.

2. விண்ணப்பப் படிவங்களை நிரப்பும்போது மிகவும் எச்சரிக்கையாக இருங்கள்

விண்ணப்பப் படிவங்களை மிகவும் கவனத்துடன் நிரப்புங்கள். அவற்றை ஒரு முறை பூர்த்தி செய்து சமர்ப்பித்துவிட்டால், பிறகு அவற்றில் உள்ளவற்றை எக்காரணம் கொண்டும் மாற்ற முடியாது. அதில் தவறுகள் செய்தால், பின்னர் அதற்கு நீங்கள் ஒரு பெரும் விலையைக் கொடுக்க வேண்டியிருக்கும். அதில் நீங்கள் கொடுக்கின்ற ஒவ்வொரு தகவலும் துல்லியமாக இருப்பதை உறுதி செய்து கொள்ளுங்கள். குறிப்பாக, நீங்கள் எந்தப் பிரிவின் கீழ் விண்ணப்பிக்கிறீர்கள், தேர்வை எந்த மொழியில் எழுதத் திட்டமிட்டுள்ளீர்கள், உங்களுடைய சொந்த மாநிலம் எது, நீங்கள் விரும்புகின்ற பணிப் பிரிவு எது என்பன போன்றவற்றை நீங்கள் ஒரு முறைக்கு இருமுறை சரிபார்க்க வேண்டும். இல்லையெனில், நீங்கள் பின்னர் தேவையற்றப் பின்விளைவுகளைச் சந்திக்க வேண்டியிருக்கும்.

3. முதல் நிலைத் தேர்வை நீங்கள் எப்படி எழுதியிருக்கிறீர்கள் என்பதை அவசர அவசரமாக அலசாதீர்கள்

முதல் நிலைத் தேர்வு முடிந்தவுடன், அவசர அவசரமாக உங்களுடைய பதில்களை, பயிற்சி மையங்கள் தரவேற்றம் செய்கின்ற பதில்களோடு ஒப்பிட முயற்சி செய்யாதீர்கள். அப்படி நீங்கள் மேற்கொள்கின்ற மதிப்பெண் கணிப்புகள், நீங்கள் எதிர்பார்த்துள்ள மதிப்பெண்களைவிடக் குறைவாக இருந்தால் மனந்தளராதீர்கள். குறைந்தபட்சத் தேர்வு மதிப்பெண்கள் ஆண்டுக்கு ஆண்டு வேறுபடும். பயிற்சி மையங்களின் பதில்களின் அடிப்படையில் மேற்கொள்ளப்படுகின்ற கணிப்புகள் துல்லியமற்றவையாக இருப்பதற்கான வாய்ப்புகள் அதிகம் என்பதை நினைவில் வைத்துக் கொண்டு, முதல் நிலைத் தேர்வை எழுதி முடித்தக் கையோடு, பிரதானத் தேர்வுக்கான தயாரிப்பில் இறங்குங்கள்.

4. நேர்முகத் தேர்வு மதிப்பீடுகளின் அகநிலைத்தன்மையைப் புரிந்து கொள்ளுங்கள்

நேர்முகத் தேர்வுகளின் மதிப்பீடுகள் அகநிலைத்தன்மை கொண்டவை என்பதைப் புரிந்து கொள்ளுங்கள். உங்களுக்கு உறுதியாகத் தெரியாத விஷயங்களுக்கு மழுப்பலான பதில்களை அளிப்பதைவிட, ‘எனக்குத் தெரியாது’ என்ற நேர்மையான பதிலைத் தேர்வுக் குழு மதிக்கிறது. நீங்கள் சில கேள்விகளுக்குப் பதிலளிக்கவில்லை என்றாலோ, அல்லது நேர்முகத் தேர்வு நீங்கள் எதிர்பார்த்தபடி செல்லவில்லை என்றாலோ, மனம் தளராதீர்கள்.

5. வெற்றிக்குப் பிறகு, ஊடகங்கள் மற்றும் சமூக ஊடகங்களைக் கையாளும்போது மிகவும் எச்சரிக்கையாக இருங்கள்

வெற்றிக்குப் பிறகு நீங்கள் ஊடகங்களிடம் பேசுகின்றபோது மிகவும் எச்சரிக்கையாக இருங்கள். உங்களுடைய வார்த்தைகள் திரிக்கப்படுவதற்கும், நீங்கள் கூறியவற்றிலிருந்து ஒரு குறிப்பிட்டப் பகுதியை வெட்டி ஒட்டி உங்களுடைய அபிப்பிராயத்தைச் சிதைப்பதற்கும் அங்கு வாய்ப்புகள் அதிகம் என்பதை உணர்ந்திடுங்கள். உங்களைப் பற்றி வருகின்ற சமூக ஊடகப் பதிவுகளைக் கண்காணியுங்கள். உங்கள் பெயரில் ஏதாவது போலிக் கணக்குகள் திறக்கப்பட்டிருக்கின்றனவா என்பதையும் அவதானியுங்கள்.

லவீஷ் ஓர்டியா

அத்தியாயம் 7

அமெரிக்கக் கனவைப் பின்னுக்குத் தள்ளிய ஐஏஎஸ் கனவு

ஒரு மனச் சூறாவளியைத் தோற்றுவித்த ஓர் இயற்கைச் சூறாவளி

2007 ஆகஸ்ட் 28 அன்று, ஹார்வீ சூறாவளி கோரத் தாண்டவம் ஆடிக் கொண்டிருந்தபோது, அமெரிக்காவின் ஹூஸ்டன் நகரில் பேய் மழை பெய்தது. டெக்சாஸ் மாநிலத்திலுள்ள ஹூஸ்டன் நகரம், மணிக்கு 200 கிலோமீட்டர் வேகத்தில் வீசிய சூறைக்காற்றாலும், 50 செ.மீ. கனமழையாலும் அடித்து நொறுக்கப்பட்டுக் கொண்டிருந்தது. அதன் காரணமாக ஏற்பட்டக் கடும் வெள்ளப் பெருக்கு, வீடுகளுக்கும், அலுவலகங்களுக்கும், கட்டமைப்புகளுக்கும், சுற்றுச்சூழலுக்கும் பெரும் சேதம் ஏற்படுத்தியது. கிட்டத்தட்ட இருபது நாள்களுக்கு வாழ்க்கை அப்படியே ஸ்தம்பித்து போனது. ஆயிரக்கணக்கானோர் அங்கிருந்து புலம் பெயர்ந்தனர். பலர் உயிரிழந்ததாகச் செய்திகள் வெளியாயின.

இந்த நெருக்கடியான சூழலில், இருபத்து நான்கு வயது இந்திய இளைஞர் ஒருவர் தன்னுடைய வீட்டின் சன்னலருகே உட்கார்ந்து கொண்டு வெளியே பார்த்துக் கொண்டிருந்தார். அவருடைய கண்கள் வெளியே தென்பட்டப் பேரழிவுக் காட்சிகளை வெறித்துக் கொண்டிருந்தபோதிலும், அவருடைய மனம் ஒரு தீவிர யோசனையில் ஆழ்ந்திருந்தது. அப்பகுதியில் இருந்த எண்ணற்றோரைப்போலவே, அவரும், கடந்த நான்கு நாள்களாக வீட்டிற்குள் முடங்கிக் கிடந்தார். அருகிலிருந்த மளிகைக் கடைகளில் இருந்த சாமான்கள் விற்றுத் தீர்ந்து

போவதற்கு முன்பாக அவர் வாங்கி வைத்திருந்த பொருள்களைக் கொண்டு உணவு சமைத்து அவர் சமாளித்துக் கொண்டிருந்தார். இயற்கையால் வைக்கப்பட்டிருந்த வீட்டுக்காவல், அவர் தன் வாழ்க்கையைப் பற்றியும், தன் வருங்காலத்தைப் பற்றியும் தீவிரமாக யோசிப்பதற்குத் தேவையான நேரத்தை அவருக்கு அளித்திருந்தது. கடந்த சில மாதங்களின் ஊடாக அவருடைய மனத்தில் உருவெடுத்திருந்த ஒரு புயல், இந்த இயற்கைச் சூறாவளியோடு சேர்ந்து தீவிரமடைந்திருந்தது.

அந்த இளைஞரின் பெயர் லவீஷ் ஓர்டியா. அவர் ஐஐடி மும்பையில் படித்திருந்தார். எண்ணெய் மற்றும் பெட்ரோலியத் துறையில் கோலோச்சுகின்ற 'ஷெல்' என்ற அமெரிக்கப் பெருநிறுவனம் ஒன்றில் இரண்டு ஆண்டுகளுக்கு முன்பு அவர் ஒரு வேலையில் சேர்ந்திருந்தார். அந்நிறுவனம், அவருக்கு ஒரு நல்ல சம்பளத்துடன் கூடவே, ஓர் ஆடம்பரமான காரையும், தங்கிக் கொள்வதற்கு முழு வசதிகளுடன்கூடிய ஒரு வீட்டையும் கொடுத்திருந்தது.

தான் ஹூஸ்டனில் வந்திறங்கிய நாளை லவீஷ் நினைவுகூர்ந்தபோது, அவரிடம் ஒரு புன்னகை தோன்றியது. அவரை அன்புடன் வரவேற்ற அந்நிறுவனத்தின் பெண் அதிகாரி, அவருக்கு அந்த நகரத்தைச் சுற்றிக் காட்டியதுடன், அவர் ஒரு வங்கிக் கணக்கைத் திறப்பதற்கும், ஓட்டுநர் உரிமம் வாங்குவதற்கும், சமூகப் பாதுகாப்பு எண்ணைப் பெறுவதற்கும், அவருக்கு ஒதுக்கப்பட்டிருந்த வீட்டிற்குக் குடிபெயர்வதற்கும் அவருக்கு உதவினார். லவீஷ் தன் வேலையில் சேர்ந்து பதினைந்து நாள்களுக்குள், அந்த அதிகாரி, லவீஷிடம் ஆடம்பரக் கார் ஒன்றின் சாவியைக் கொடுத்தபோது, அவர் மிகவும் வியப்படைந்தார்.

அவருடைய அலுவலகச் சூழலும் இனிமையானதாக இருந்தது. டெக்சாஸ் மாநிலத்தைப் பூர்விகமாகக் கொண்ட பிராட் ராட்ஜர்ஸ் என்பவர் லவீஷின் குழுவின் தலைவராக இருந்தார். அக்குழுவில், மலேசியா, நைஜீரியா, ஸ்பெயின், கஜகஸ்தான் போன்ற பல நாடுகளைச் சேர்ந்தவர்கள் இடம்பெற்றிருந்தனர். கிறிஸ்துமஸ் மற்றும் புத்தாண்டு நாள்களில், அவர்கள் தங்களுடைய வீடுகளில் லவீஷுக்கு விருந்தளித்தனர். இது, தொழில்முறை உறவுகளைத் தாண்டி ஒரு தனிப்பட்ட நட்பை அவர்களுடன் வளர்த்துக் கொள்ள அவருக்கு உதவியது. லவீஷ், மலேசியாவைச் சேர்ந்த தன் சக ஊழியரான டேனியுடன் ஒரு நல்ல நட்பை வளர்த்திருந்தார். ஐஐடி கௌஹாத்தியில் படித்திருந்த மனீஷ் சிறீவாஸ்தவா, லவீஷின் நெருங்கிய நண்பராகவும் வழிகாட்டியாகவும் ஆனார்.

லவீஷ், தொழில்முறைரீதியான வெற்றியையும் ஓர் அமைதியான வாழ்க்கையையும் பெற்றிருந்தபோதிலும், அவர் மகிழ்ச்சியாக இருக்கவில்லை. அந்த இளைஞரை எது தொந்தரவு செய்து கொண்டிருந்தது?

நனவான அமெரிக்கக் கனவு

ஓர் எளிய பின்புலத்தைக் கொண்டிருந்த லவீஷ், ஐஐடியில் படித்து முடித்தப் பிறகு, பெரும் பணம் ஈட்டுவதையே நோக்கமாகக் கொண்டிருந்தார். ஏனெனில், படிப்பதற்காக அவர் ஒரு பெரும் தொகையைக் கல்விக் கடனாகப் பெற்றிருந்தார். அக்கடனை விரைவாக அடைக்க அவர் திட்டமிட்டிருந்தார். அத்துடன், தன் குடும்பத்திற்கு ஒரு சொந்த வீட்டை வாங்கிக் கொடுக்கவும் அவர் ஆசைப்பட்டார். அதனால், அவர் ஐஐடியில் நான்காம் ஆண்டு பி.டெக். படித்துக் கொண்டிருந்தபோது, வேலைக்கு ஆள் எடுப்பதற்காகப் பல்வேறு நிறுவனங்கள் ஐஐடி வளாகத்திற்கு வந்தபோது, அதிகச் சம்பளம் கொடுத்த வேலைகளை மட்டுமே அவர் குறி வைத்தார். போட்டி கடுமையாக இருந்தபோதிலும், அவர் இதற்குத் தன்னை முன்னதாகவே தயார்படுத்திக் கொண்டிருந்தார். தன்னுடைய பட்டப்படிப்பின் இரண்டாம் ஆண்டிலிருந்தே, தன் மதிப்பெண்களை அதிகரித்துக் கொள்வதிலும் ஆய்வுகளில் ஈடுபடுவதிலும் அவர் கவனம் செலுத்தி வந்திருந்தார்.

உயர்ந்த சம்பளம் மற்றும் பிற வசதிகளை அளிப்பதற்குப் பெயர் பெற்ற ஷெல் நிறுவனம், முதல் நாளன்றே வரவிருந்தது. ஒரு பன்னாட்டு நிறுவனத்தில் தனக்கு வேலை கிடைக்க வேண்டும் என்று லவீஷ் தீவிரமாகப் பிரார்த்தனை செய்தார். அவர் அதன் நேர்முகத் தேர்வுக்காகத் தன்னை நன்றாகத் தயார்படுத்திக் கொண்டார். அத்துடன், ஷெல் நிறுவனத்தில் பணியாற்றிக் கொண்டிருந்த, ஐஐடியின் முன்னாள் மாணவர்களின் ஆலோசனையையும் அவர் நாடிப் பெற்றார்.

அந்த நிறுவனம் வைத்த நுழைவுத் தேர்வில் லவீஷ் எளிதாகத் தேறிவிட்டார். அடுத்து, ஒருவருடைய தலைமைப் பண்புகளையும், அவரிடம் இருக்கின்ற, முரண்பாடுகளைக் களைவதற்கான திறனையும், கோர்வையான சிந்தனையையும் சோதிக்கின்ற உளவியல்சார் சோதனை ஒன்று நடத்தப்பட்டது. அதிலும் அவர் வெற்றிகரமாகத் தேறினார்.

இறுதிச் சோதனையாக, 'இ-டிரே டெஸ்ட்' என்ற ஒன்று நடத்தப்பட்டது. தாங்கள் தேர்ந்தெடுக்க விரும்பும்

நபருக்கு, தாங்கள் வழங்க உத்தேசித்துள்ள வேலைக்குத் தேவையான திறன்கள் இருக்கின்றனவா என்பதைக் கணிப்பதற்காக நடத்தப்படுகின்ற தேர்வு அது. அதற்காக, கணினியில் உண்மையான சூழலின் மாதிரிச் சூழல் ஒன்று உருவாக்கப்படும். நிறுவனத்தின் கொள்கைகள், விதிமுறைகள் போன்றவை அவர்களிடம் விளக்கப்படும். அதில் கலந்து கொள்பவர்களுக்கு, ஓர் உண்மையான வேலைச் சூழலில் ஒரு திட்ட மேலாளர் கையாள வேண்டிய ஒரு பிரச்சனை கொடுக்கப்படும். விண்ணப்பதாரர்கள் அப்பிரச்சனையை அலசி ஆராய்ந்து, மெய்நிகர் ஏற்பாட்டின் ஊடாக சக ஊழியர்களுடன் விவாதித்து, தொழில்முறைத் தீர்மானங்களை எடுக்க வேண்டும். அவர்கள் அத்தீர்மானங்களை எவ்வளவு விரைவாகவும் எவ்வளவு துல்லியமாகவும் எடுக்கிறார்கள் என்பது சோதிக்கப்படும். அத்துடன், அவர்கள் தங்களுடைய தீர்மானங்களை எப்படி நியாயப்படுத்துகிறார்கள் என்பதும் கேட்டறியப்பட்டுக் கணக்கில் எடுத்துக் கொள்ளப்படும். இதற்குப் பிறகு, இன்னும் இரண்டு சுற்று நேர்முகத் தேர்வுகளும் இருந்தன.

ஷெல் நிறுவனம் தன்னை ஒரு நல்ல சம்பளத்திற்கு வேலைக்கு எடுத்துக் கொள்ளச் சம்மதித்திருந்த செய்தியை அறிந்து லவீஷ் பெருமகிழ்ச்சி அடைந்தார்.

2015 ஆகஸ்டில், லவீஷ், ஷெல் நிறுவனத்தின் பெங்களூரு அலுவலகத்தில் வேலைக்குச் சேர்ந்தார். அதன் வடிவமைப்பும் வேலைச் சூழலும் பிரமாதமாக இருந்தன. அந்நிறுவனம் ஊழியர்களை மரியாதையுடன் நடத்தியது. அவர்கள் தங்களுடைய வேலைகளை நெகிழ்வுத்தன்மையுடன் அணுக அது அனுமதித்தது. பல நாடுகளைச் சேர்ந்தவர்கள் அங்கு வேலை பார்த்துக் கொண்டிருந்தனர். அத்துடன், பல நாடுகளுக்குச் சென்று வருகின்ற வாய்ப்புகளையும் அந்நிறுவனம் லவீஷுக்கு அளித்தது. விமானங்களில் பிசினஸ் வகுப்புப் பயணம், ஐந்து அல்லது ஏழு நட்சத்திர ஹோட்டல்களில் தங்கிக் கொள்வதற்கு அனுமதி, தொழில் தொடர்பான செலவுகளுக்கு வரம்பு இல்லாமை போன்றவற்றை லவீஷ் வெகுவாக இரசித்து அனுபவித்தார்.

அவருடைய தொழில்நுட்பத் திறன், அறிவாற்றல், அர்ப்பணிப்பு ஆகியவை விரைவில் அவருடைய உயரதிகாரிகளைக் கவர்ந்தன. அவர் வேலையில் சேர்ந்து பத்து மாதங்கள் ஆகியிருந்தபோது, அவருடைய மேலதிகாரியான முத்து சுப்பிரமணியம் அவரை அழைத்துப் பேசினார்.

லவீஷ் அவருடைய அறைக்குள் நுழைந்த உடனேயே,

"நம் நிறுவனத்தின் ஒரு குறிப்பிட்டத் தொழில்நுட்பத்தில் நிபுணத்துவம் பெறுவதில் உங்களுக்கு ஆர்வம் இருக்கிறதா?" என்று அந்த அதிகாரி அவரிடம் கேட்டார். நிறுவனத்தின் இந்தியப் பொது மேலாளரான சான்டி லன்டியும் அப்போது அந்த அறையில் இருந்தார்.

"நம் நிறுவனம், புகை உமிழ்வைக் கணிசமாகக் குறைக்கின்ற ஒரு தொழில்நுட்பத்தைக் கண்டுபிடித்துள்ளதோடு, அதற்குக் காப்புரிமையும் பெற்றுள்ளது. அது தொடர்பான பல திட்டங்கள் இப்போது செயல்பட்டுக் கொண்டிருக்கின்றன. ஆனால், ஆசியா-பசிபிக் பகுதியில் இதில் நிபுணத்துவம் கொண்டவர்களுக்குப் பற்றாக்குறை இருக்கிறது. உங்களுடைய ஆய்வுப் பின்னணியும் செயல்திறனும் எங்களுக்குப் பிடித்திருப்பதால், அதில் நிபுணத்துவம் பெறுகின்ற பயிற்சிக்கு உங்களை நம் நிறுவனத்தின் ஹூஸ்டன் அலுவலகத்திற்கு அனுப்பி வைக்க நாங்கள் தயாராக இருக்கிறோம். பயிற்சிக்குப் பின் நீங்கள் இங்குத் திரும்பி வந்து இங்கு ஒரு குழுவை உருவாக்க வேண்டியிருக்கும். இதை ஏற்றுக் கொள்ள உங்களுக்குச் சம்மதமா?" என்று சுப்பிரமணியம் விளக்கினார்.

தனக்குக் கிடைத்திருந்த இந்த வாய்ப்பு குறித்து மகிழ்ச்சியடைந்த லவீஷ், அமெரிக்காவுக்குச் செல்வதற்கு உடனே சம்மதித்தார். 2016 அக்டோபர் 30 அன்று, அவரை அவருடைய வீட்டிலிருந்து அழைத்துச் சென்று விமான நிலையத்தில் இறக்கிவிடுவதற்காக ஒரு மெர்சிடிஸ் கார் அவருடைய வீட்டுக்கு வந்தது. அவர் எமிரேட்ஸ் நிறுவனத்தின் விமானத்தில் பிசினஸ் வகுப்பில் சொகுசாகப் பயணித்தபோது, ஒரு சாதனையுணர்வு அவருக்குள் பரவியது.

அமெரிக்க வசீகரத்தைப் பின்னுக்குத் தள்ளிய கலெக்டர் கனவு

ஹூஸ்டனில் ஓராண்டு வாழ்ந்த பிறகு, லவீஷின் மனத்தை ஒரு சஞ்சலம் ஆட்கொள்ளத் தொடங்கியது. பலருக்கு எட்டாக்கனியாக இருந்த 'அமெரிக்கக் கனவு' அவருக்கு வசப்பட்டிருந்தபோதிலும், ஊர் ஞாபகம் அவரை வாட்டியது, அவருக்குள் ஓர் ஆழமான வெறுமை பரவத் தொடங்கியது.

முந்தைய ஆண்டு, லவீஷ் ஆர்வத்துடன் அமெரிக்கா முழுவதும் பயணித்திருந்தார். அப்போது அவர் ஐஐடி மும்பையில் படித்திருந்தவர்கள் நிறையப் பேரைச் சந்தித்தார், பலருடன் தங்கவும் செய்தார். அவர்களில் பலரும் பெருநிறுவனங்களில் நல்ல வேலைகளில் இருந்தும்,

அவர்களால் சிறிய வீடுகளை மட்டுமே சொந்தமாக்கிக் கொள்ள முடிந்திருந்ததையும், தங்களுடைய வீட்டு வேலைகள் அனைத்தையும் அவர்களே செய்து கொண்டிருந்ததையும் கண்டு லவீஷ் அதிர்ச்சியடைந்தார். அவர்களில் பெரும்பாலானோர், லவீஷின் வேலையை ஒத்த வேலையில், கிட்டத்தட்ட அதே சம்பளத்திற்கு வேலை செய்து கொண்டிருந்தனர். வேலையில் பெரிதாக முன்னேறுவதற்கும், வருவாயைப் பெரிய அளவில் பெருக்கிக் கொள்வதற்கும் வாய்ப்புகள் குறைவாகவே இருந்தன. ஒரே விஷயங்களையே மீண்டும் மீண்டும் செய்ய வேண்டியிருந்தது. வாழ்க்கையும் சலிப்பூட்டுவதாக இருந்தது.

எல்லாவற்றையும்விட முக்கியமாக, வேலைக்கான உத்தரவாதம் இருக்கவில்லை. லவீஷ் அமெரிக்காவைவிட்டு வெளியேறத் தயாராகிக்கொண்டிருந்தபோது, கச்சா எண்ணெய் விலையில் ஏற்பட்டச் சரிவால், ஷெல் நிறுவனம், ஏகப்பட்ட ஊழியர்களை வீட்டுக்கு அனுப்பிக் கொண்டிருந்தது. லவீஷின் நண்பர்களில் பலருடைய வேலை பறி போயிற்று. தக்கவைத்துக் கொள்ளப்பட்டவர்களுக்குக் கொடுக்கப்பட்ட வேலைகள் அவர்களுக்குப் பிடித்தமானவையாக இருக்கவில்லை. லவீஷ் அமெரிக்காவிலிருந்து வெளியேறிய பிறகு, ஷெல் நிறுவனத்தில், மீண்டும் ஒரு முறை ஒரு பெரும் எண்ணிக்கையில் ஊழியர்கள் வீட்டுக்கு அனுப்பப்பட்டனர்.

லவீஷ் தன் வாழ்க்கையில் ஒரு வெறுமையை உணரத் தொடங்கியிருந்தார். வார இறுதி நாள்களில் அவருக்குத் தன் வாழ்க்கை குறித்து அசைபோடுவதற்கு ஏகப்பட்ட நேரம் கிடைத்தது. அவர் தன் கல்விக் கடன் முழுவதையும் அடைத்திருந்தார், தன் பெற்றோருக்கும் தன் சகோதரனுக்கும் ஆற்ற வேண்டிய கடமைகளை ஆற்றியிருந்தார். தான் திட்டமிட்டிருந்தபடியே அவர்களுக்கு ஒரு வீட்டையும் அவர் வாங்கிக் கொடுத்திருந்தார். அதனால், அவருடைய மாதாந்திரச் சம்பளம் என்பது இப்போது அவருடைய வங்கிக் கணக்கில் இருந்த ஒரு வெறும் எண்ணாக மாறிப் போயிருந்தது. அது அவருடைய வாழ்க்கையில் குறிப்பிடத்தக்க உண்மையான மாற்றம் எதையும் உருவாக்கிக் கொண்டிருக்கவில்லை. மெதுவாக, அவருடைய மனம் ஐஏஎஸ் பணியின் பக்கம் திரும்பத் தொடங்கியிருந்தது.

அவர் ஒரு சிறுவனாக இருந்தபோது, குடிமைப் பணிகள் குறித்து அவருக்குக் எதுவும் தெரிந்திருக்கவில்லை. அவருடைய குடும்பத்தில் எவரும் அரசாங்க வேலையில் இருக்கவில்லை. ஆனால், அவருடைய நண்பர்கள் பலர், அவரிடம், “நீ என்ன பெரிய கலெக்டர் துரையா?” என்று கேட்டு அவரைச் சீண்டுவர்.

பொதுவாக ஒருவர் மற்றவர்களுக்கு அறிவுறுத்தும்போதோ அல்லது உறுதிப்பாட்டுடன் நடந்து கொள்கின்றபோதோ, மற்றவர்கள் அவர்களை இப்படிக் கிண்டல் செய்வது வழக்கம். ஆனால், 'கலெக்டர்' என்ற வார்த்தை லவீஷின் இளம் நெஞ்சில் பசுமரத்தாணிபோலப் பதிந்துவிட்டிருந்தது. கலெக்டர் என்பவர் பெரும் அதிகாரமிக்க ஒரு நபர் என்ற எண்ணம் அவரிடம் உருவாகியிருந்தது.

பின்னர் அவர் ஐஐடி மும்பையில் படித்துக் கொண்டிருந்தபோது, ரிங்கு மீனா, அனுமன் பிரசாத் மீனா ஆகிய இரண்டு இராஜஸ்தானிய நண்பர்கள் அவருக்குக் கிடைத்தனர். அவர்களின் இறுதிப் பெயர்கள் ஒன்றாக இருந்தபோதிலும், அவர்கள் சகோதரர்கள் அல்லர். அவர்கள் இருவருமே தொடக்கத்திலிருந்தே ஒரே இலட்சியத்தைக் கொண்டிருந்தனர். ஓர் ஐஏஎஸ் அதிகாரியாக ஆவதுதான் அது. ஐஏஎஸ் அதிகாரிகளுக்குக் கிடைக்கின்ற மரியாதை, அதிகாரம், சலுகைகள் ஆகியவற்றைப் பற்றி அவர்கள் மணிக்கணக்காகப் பேசினர். ரிசர்வ் வங்கி ஆளுநர், ஏர் இந்தியாவின் நிர்வாக இயக்குநர், உதய்பூர் கலெக்டர் ஆகியோரும், ஐஐடி மும்பையிலுள்ள பல கட்டடங்களின் திறப்பு விழாக் கற்களில் இடம்பெற்றிருந்த பல பெயர்களுக்குச் சொந்தக்காரர்களும் ஐஏஎஸ் அதிகாரிகள்தாம் என்பதை லவீஷ் அறிந்தார். ஐஏஎஸ் தேர்வு எழுதுவது தொழில்ரீதியாகவும் சமூகரீதியாகவும் ஓர் உயர்ந்த அந்தஸ்தைப் பெறுவதற்கான ஓர் உறுதியான வழியாக இருந்தது. அதனால், பி.டெக். முடித்ததும், ரிங்கு மீனா, தனக்குக் கிடைத்த வேலை வாய்ப்புகளை உதறித் தள்ளிவிட்டு, சிஎஸ்இ தேர்வு எழுதுவதற்குத் தன்னைத் தயார்படுத்திக் கொள்வதற்காக தில்லிக்குக் கிளம்பியது லவீஷுக்கு வியப்பளிக்கவில்லை.

லவீஷ் பெங்களூருவில் வசித்துக் கொண்டிருந்தபோது, காவல்துறையினராலும், அரசு அதிகாரிகளாலும், உணவக உரிமையாளர்களாலும், தன் அடுக்குமாடிக் குடியிருப்பின் காவல்காரராலும்கூடத் தொல்லைக்கு ஆளான சமயங்களில், ரிங்கு மற்றும் அனுமன் பிரசாத் கூறிய, ஐஏஎஸ் அதிகாரிகளின் அதிகாரங்களைப் பற்றிய கதைகளை அவர் நினைத்துக் கொள்வார்.

"நான் இந்தியாவிலுள்ள தலைசிறந்த கல்வி நிறுவனங்களில் ஒன்றில் படித்துள்ளேன், புகழ்பெற்ற சர்வதேச ஆய்விதழ்களில் ஆய்வுக் கட்டுரைகளைப் பிரசுரித்துள்ளேன், ஒரு நல்ல சம்பளத்தில் ஒரு நல்ல வேலையில் இருந்திருக்கிறேன். ஆனாலும், குடியிருப்பு வீடுகளின் காவல்காரர்களாலும்,

காவல்துறையின் கீழ்நிலைக் காவலர்களாலும் நான் மோசமாக நடத்தப்பட்டுக் கொண்டிருக்கிறேன். நான் பெரும் செல்வம் சேர்த்தாலும், அது சமூகத்தில் எனக்கு மரியாதையைப் பெற்றுத் தருமா? பெரிதாக அதிகாரம் இல்லாதவர்களின் தொந்தரவுகளிலிருந்து அது என்னைப் பாதுகாக்குமா?" என்று லவீஷ் யோசித்தார்.

அவர் வெளிநாடுகளுக்குச் சென்றபோதெல்லாம், விமான நிலையங்களில் குடிவரவுப் பகுதியில், இராஜாங்க அதிகாரிகளுக்கென்று தனியாக ஒரு வரிசை இருந்ததையும், பிசினஸ் வகுப்புப் பயணியருக்கான வரிசையைவிட அந்த வரிசை அதிக வேகமாக நகர்ந்ததையும் லவீஷ் கவனித்திருந்தார். இராஜாங்க அதிகாரிகளுடன் அவர் கலந்துரையாடிய சமயங்களில், அவர்கள் உலக அரங்கில் இந்திய தேசத்தின் பிரதிநிதிகளாகச் செயல்பட்டுக் கொண்டிருந்ததை உணர்ந்து அவர் பிரமித்தார்.

லவீஷ் அமெரிக்காவில் வாழ்ந்த அந்த இரண்டாண்டுகளில், அவருக்கு முன்பாக ஐஐடியில் படித்து முடித்திருந்த பலர் ஐஏஎஸ் மற்றும் ஐபிஎஸ் அதிகாரிகளாக ஆகியிருந்தனர். அவருடைய நெருங்கிய நண்பர்கள் மற்றும் வகுப்பு மாணவர்களில் சிலர் அதற்குத் தங்களைத் தயார் செய்து கொண்டிருந்தனர். அவர்களுடைய சாதனைகளால் உத்வேகம் பெற்ற லவீஷ், சிஎஸ்இ தொடர்பான தகவல்களைச் சேகரிக்கத் தொடங்கினார். அப்போது, அவர் தற்செயலாக பஸ்வான் குழுவின் அறிக்கையைப் பார்த்தார். சிஎஸ்இ தேர்வு எழுத முனைவோர் அதற்கு முயற்சிப்பதற்குத் தற்போது நடைமுறையில் இருக்கும் எண்ணிக்கையையும் உச்ச வயது வரம்பையும் குறைக்க அக்குழு பரிந்துரைத்திருந்தது என்பதை லவீஷ் அறிந்து கொண்டபோது, அது அவரிடம் ஓர் அவசரத்தைத் தோற்றுவித்தது. "எனக்கு இப்போதே இருபத்து நான்கு வயது ஆகிவிட்டது. நான் ஓர் ஐஏஎஸ் அதிகாரியாக ஆக விரும்பினால், இதுதான் அதற்கான தருணம். இதைத் தவறவிட்டால், நான் வாழ்நாள் முழுவதும் அதற்காக வருந்திக் கொண்டிருக்கக்கூடும்," என்று லவீஷ் நினைத்தார்.

லவீஷ் தன்னுடைய எதிர்காலம் குறித்து அசைபோட்டுக் கொண்டிருந்த வேளையில், அவருடன் ஐஐடியில் படித்திருந்த நண்பர் ஷ்ரேயான்ஸ் குமத், தன் வேலையை இராஜினாமா செய்துவிட்டு சிஎஸ்இ தேர்வுக்கான தயாரிப்பில் இறங்கியிருந்தார். லவீஷ் ஷெல் நிறுவனத்தின் பெங்களூரு கிளையில் வேலை பார்த்துக் கொண்டிருந்தபோது, அங்கிருந்த மூத்த அதிகாரிகளில் ஒருவரான பியூஷ் பிரசாத், லவீஷ் தன்

ஐஏஎஸ் கனவைப் பின்தொடர அவரை ஊக்குவித்தார். இதனால், லவீஷின் ஐஏஎஸ் கனவு இன்னும் தீவிரமடைந்தது.

ஹார்வீ சூறாவளி ஹூஸ்டனைப் புரட்டியெடுத்துக் கொண்டிருந்தபோது, லவீஷின் மனத்திற்குள் சுழன்றடித்துக் கொண்டிருந்த சூறாவளியும் உச்சத்தை அடைந்து, அவருடைய அமெரிக்கக் கனவைப் புறந்தள்ளிக் கொண்டிருந்தது. அவர் அமெரிக்காவில் மேலும் தங்கியிருப்பதற்கான ஒப்பந்தத்தை நீட்டித்துக் கொள்ளாமல் இந்தியாவிற்குத் திரும்பி வந்துவிட்டார்.

ஷெல் நிறுவனத்திற்குப் பிரியாவிடை

2018 மே 1 அன்று, லவீஷ், ஷெல் நிறுவனத்தின் பெங்களூரு கிளையில் தன் அலுவலகத்தில் வேலையில் மூழ்கியிருந்தார். அதற்கு முந்தைய நாள்தான் அவர் தன் இராஜினாமா கடிதத்தைக் கொடுத்திருந்தார். ஒரு மாதத்திற்குப் பிறகு அவர் தன் வேலையிலிருந்து விடுவிக்கப்படவிருந்தார். அன்று மாலை 6 மணிக்கு, அவருடைய மேலதிகாரியான பிராட் அவரை அழைத்தார்.

"லவீஷ், நான் உங்களுடைய இராஜினாமா கடிதத்தைப் பார்த்தேன். எதற்காக நீங்கள் இங்கிருந்து செல்ல முடிவு செய்தீர்கள்? இதைவிட மேம்பட்ட வாய்ப்பு உங்களுக்குக் கிடைத்துள்ளதா?" என்று அவர் கேட்டார்.

லவீஷ் தான் வேலையை விட்டதற்கான காரணத்தை அவரிடம் தெரிவித்தார். அதைக் கேட்டு பிராட் அதிர்ந்து போனார்.

லவீஷ் கூறிய காரணத்தைச் சீரணித்துக் கொள்ள முடியாத அவர், "நீங்கள் என்ன சொல்கிறீர்கள்? நம்முடைய நிறுவனத்தில் ஒரு நல்ல சம்பளம் கொடுத்துக் கொண்டிருக்கின்ற இந்த வேலையை விட்டுவிட்டு, வெற்றிக்குக் கிட்டத்தட்ட எந்த வாய்ப்பும் இல்லாத ஒரு வேலைக்கு முயற்சி செய்வதற்காக நீங்கள் உங்களுடைய வாழ்க்கையின் அடுத்த இரண்டு ஆண்டுகளைப் பணயம் வைக்கப் போகிறீர்களா?" என்று திகைப்புடன் கேட்டார்.

"நீங்கள் சொல்வது உண்மைதான். அதில் வெற்றி வாய்ப்பு மிகவும் குறைவே. அதனால்தான், நான் அதற்கு இரண்டு ஆண்டுகளை அர்ப்பணிக்க முடிவெடுத்தேன்," என்று லவீஷ் பதிலளித்தார். அத்துடன் நிற்காமல், ஓர் ஐஏஎஸ் அதிகாரியின் அதிகாரம், அந்த வேலை அளிக்கின்ற திருப்தி, அதன் மூலம் கிடைக்கின்ற சமூக அந்தஸ்து ஆகியவற்றை அவர் தன்

மேலதிகாரிக்குக் கோடிட்டுக் காட்டினார்.

பிராட் அதைக் கவனமாகக் கேட்டுக் கொண்டாலும், அவருக்கு நம்பிக்கை பிறக்கவில்லை. அதனால், அவர் லவீஷிடம், "வேலைப் பளு குறைவாக உள்ள ஒரு துறைக்கு நான் உங்களை மாற்றிவிடுகிறேன். நீங்கள் வேலையில் இருந்தவாறே அத்தேர்வுக்குத் தயாராகுங்கள்," என்று ஒரு யோசனையை முன்வைத்தார். ஆனால், லவீஷ் தன் முடிவில் உறுதியாக இருந்தார். லவீஷின் உறுதியைக் கண்ட பிராட், அடுத்து, நிறுவனத்திலிருந்து இரண்டாண்டுகள் சம்பளமில்லா 'சபாட்டிகல் விடுப்பு' எடுத்துக் கொள்ளுமாறு அவருக்குப் பரிந்துரைத்தார்.

பின்னர், நெதர்லாந்திலிருந்து இயங்கிக் கொண்டிருந்த எம்மா என்ற பொது மேலாளர், லவீஷுக்கு சமூகப் பணி பிடித்திருக்கும்பட்சத்தில், ஷெல் நிறுவனத்தின் சமூகப் பணித் துறையை அவர் ஏன் முயற்சி செய்து பார்க்கக்கூடாது என்று அவரிடம் கேட்டார். லவீஷ் பகுத்தாய்ந்து தன் முடிவை எடுக்கவில்லையோ என்று சந்தேகித்த அவர், டேனியல் கான்மனின் உலகப் புகழ்பெற்றப் புத்தகமான 'திங்கிங் ஃபாஸ்ட் அன்ட் ஸ்லோ' என்ற நூலை அவருக்கு அனுப்பி வைத்ததோடு, உணர்ச்சிபூர்வமாகச் சிந்திக்காமல் மெதுவாகவும் பகுத்தறிவுபூர்வமாகவும் சிந்திக்குமாறு லவீஷுக்கு ஒரு வேண்டுகோள் விடுத்தார்.

ஆனால், லவீஷின் நேரடிப் பொது மேலாளராக இருந்த சேன்டி, லவீஷுக்கு சபாட்டிகல் விடுப்பு அளிக்க விரும்பவில்லை. ஷெல் நிறுவனத்துடன் பல ஆண்டுகள் பயணித்து, அதன்மீது ஒரு பிணைப்பை உருவாக்கி வைத்திருந்த அவர், "வேறொரு திசையில் சென்றுவிட்டுத் திரும்பி வருபவர்களுக்கு அடைக்கலம் அளிக்கின்ற ஒரு சரணாலயமாக ஷெல் நிறுவனத்தால் செயல்பட முடியாது," என்று கூறிவிட்டார். லவீஷும் அதை விரும்பவில்லை. தன்னுடைய சிஎஸ்இ முயற்சியில் தோற்றுவிட்டுத் தான் மீண்டும் இந்த நிறுவனத்திற்குத் திரும்பி வந்தால், அது தன்னைத் தானே தாழ்த்திக் கொள்வதில் போய் முடியும் என்று அவர் கருதினார். அதனால், தன் இராஜினாமா கடிதத்தை ஏற்றுக் கொள்ளுமாறு அவர் அவர்களை வற்புறுத்தினார்.

அவருடைய குடும்பத்தார் அவருடைய முடிவை ஏற்றுக் கொள்ளும்படி செய்வதற்கு அவர் படாதபாடு பட வேண்டியிருந்தது. அதனால், அவர்கள் தொடக்கத்தில் அதற்குக் கடும் எதிர்ப்பு தெரிவித்தனர். வேலை பார்த்துக் கொண்டே சிஎஸ்இ தேர்வுக்கு லவீஷால் தன்னைத்

தயார்படுத்திக் கொள்ள முடியும் என்று அவர்கள் நம்பினர். அவர்களுடைய குடும்பம் லவீஷின் உதவியுடன் இப்போது ஒரு நல்ல நிலைக்கு வந்திருந்ததால், அவர்கள் இப்போதிருந்த இடத்தைவிட மேம்பட்ட ஓரிடத்தில் ஒரு புதிய வீட்டை வாங்கவும், லவீஷுக்குத் திருமணம் செய்து வைக்கவும் திட்டமிட்டிருந்தனர். தன் முடிவில் உறுதியாக இருந்த லவீஷ், தன்னுடைய ஐஏஎஸ் முயற்சி தோல்வியில் முடிந்தால்கூட மீண்டும் ஒரு நல்ல வேலையைத் தன்னால் எளிதாகத் தேடிக் கொள்ள முடியும் என்று அவர்களுக்கு எடுத்துச் சொல்லி அவர்களைத் தன் முடிவுக்கு இணங்க வைத்தார்.

யூபிஎஸ்சி சிகரத்தை நோக்கிய கடுமையான பயணத்தில் அடியெடுத்து வைப்பதற்கான வேளை வந்துவிட்டிருந்தது.

கோட்டா போர்க்களத்தில் வெற்றி

மிக உயர்ந்த சம்பளம் கொடுத்துக் கொண்டிருந்த ஷெல் வேலையை இராஜினாமா செய்ததன் மூலம், லவீஷ், துணிச்சல்மிக்கதொரு முடிவை எடுத்திருந்தார். ஐஏஎஸ் கனவுடன் இருக்கின்ற பலர் இதுபோன்ற முக்கியமான தருணங்களில் துணிச்சலான முடிவுகளை எடுக்கத் தவறி, வேலை, படிப்பு ஆகிய இரட்டைக் குதிரைகளில் சவாரி செய்ய முயல்வதால், அவர்களால் தங்களுடைய கனவுகளை நனவாக்க முடியாமல் போய்விடுகிறது.

ஆனாலும், அன்று இரவு லவீஷால் சரியாகத் தூங்க முடியவில்லை. பிராட், எம்மா, சேன்டி ஆகியோரின் பேச்சுகள் அவரை வதைத்துக் கொண்டிருந்தன. சிஎஸ்இயைப் பொறுத்தவரை, அதில் வெற்றி பெறுவது குறித்த நிச்சயமின்மை அவரை வாட்டிக் கொண்டிருந்தது. ஒரு புதிய வீடு வாங்க ஆசைப்பட்டத் தன் பெற்றோரின் கனவைத் தள்ளிப்போடுவது குறித்தக் குற்றவுணர்வும் அவருடைய மனத்தைக் கிழித்துக் கொண்டிருந்தது. லவீஷ் பத்தாம் வகுப்பு படித்துக் கொண்டிருந்தபோது, ஐஐடி பயிற்சி வகுப்புக்காகத் தேவைப்பட்டக் கூடுதல் பணத்தைச் சம்பாதிக்க, அவருடைய அம்மா தன் வேலையிலிருந்து திரும்பியதும் மணிக்கணக்கில் துணிகளைத் தைத்துக் கொண்டிருந்ததை நினைவுகூர்ந்த லவீஷின் கண்கள் பனித்தன.

ஆனால், படுதீவிரமான போட்டியும், நீண்ட காலத்திற்கு தினமும் நீண்ட நேரம் படிப்பதும் அவருக்குப் புதிதல்ல. அவர் அத்தகைய சவாலை ஒரு முறை அல்ல, இரு முறை எதிர்கொண்டிருந்தார். அவர் பத்தாம் வகுப்பு முடித்தவுடன்

ஐஐடி ஜேஇஇ நுழைவுத் தேர்வுக்குத் தன்னைத் தயார்படுத்திக் கொள்வதற்காக, இரண்டு ஆண்டுகள், கோட்டா என்ற ஊரில் தங்கிப் படித்தார். பின்னர், ஐஐடியில் பி.டெக். படித்தபோதும் அவர் கடுமையான போட்டியை எதிர்கொள்ள வேண்டியிருந்தது. அங்கு அவர் படித்துக் கொண்டிருந்தபோது, தன் இலக்கை அடைவதற்காகத் தீவிரமான படிப்பில் ஈடுபட்டார்.

2009 ஏப்ரல் 19 அவருக்கு நன்றாக நினைவிருந்தது. ஏனெனில், அன்றுதான், பத்தாம் வகுப்பு இறுதித் தேர்வு எழுதி இருபதே நாள்களில் அவர் உதய்பூரிலிருந்து கோட்டாவுக்குத் தன் அம்மாவுடன் பயணித்தார். அப்போது லவீஷின் குடும்பம் கடுமையான நிதி நெருக்கடியில் சிக்கியிருந்ததால், கோட்டாவில் கொடுக்கப்பட்ட நுழைவுத் தேர்வுப் பயிற்சிக்குத் தேவைப்பட்டப் பெருந்தொகையான 1.3 இலட்சம் ரூபாயை அவருடைய அம்மாவழித் தாத்தாதான் அவர்களுக்குக் கொடுத்து உதவினார்.

அடுத்த இரண்டு ஆண்டுகளுக்கு, ஏ.சி., ஹீட்டர், கூலர் போன்ற எந்த வசதிகளும் இல்லாத ஒரு சிற்றறைதான் பதினைந்து வயது லவீஷின் உறைவிடமாக இருந்தது. கோடையில் நாற்பத்தெட்டு டிகிரியையும், குளிர்காலத்தில் எலும்பைச் சில்லிடச் செய்த குளிரையும் கொண்டிருந்த கோட்டாவில் வசிப்பதற்கு ஏற்ற ஓர் அறை அல்ல அது என்றாலும், பணத்தைச் சேமிப்பதற்காக லவீஷ் அந்தக் கஷ்டங்களை அனுபவிக்கத் தயாராக இருந்தார். பணப் பற்றாக்குறையின் காரணமாக அவர் தினமும் இரண்டு வேளைகள் மட்டுமே சாப்பிட்டார்.

ஐஐடி கனவுடன் அவர் அந்தப் பயிற்சி மையத்திற்குள் நுழைந்த முதல் நாளன்று, அவரால் தன் கண்களையே நம்ப முடியவில்லை. அதன் வாயிலை ஒட்டி, கிட்டத்தட்ட நான்கு கால்பந்து மைதானங்களில் நிறுத்தப்படக்கூடிய எண்ணிக்கையிலான சைக்கிள்கள் நிறுத்தப்பட்டிருந்தன. அவற்றுக்குப் பின்புறம், நெடிதுயர்ந்த ஏழு மாடிக் கட்டடம் ஒன்று நின்று கொண்டிருந்தது. அங்கு சுமார் 10,000 மாணவர்கள் படித்துக் கொண்டிருந்தனர். லவீஷ் அடியெடுத்து வைத்திருந்த பாதை எந்த அளவுக்குப் போட்டிமிக்கது என்பதை அவை அவருக்குப் பறைசாற்றின.

லவீஷ் தன்னுடைய சக மாணவர்களிடம் பேச்சுக் கொடுத்தபோது, அவர் மேலும் மனந்தளர்ந்து போனார். அங்கு வந்திருந்த கிட்டத்தட்ட அனைத்து மாணவர்களும் தங்களுடைய பள்ளிகளில் முதலிடம் பிடித்திருந்தவர்களாக

இருந்தனர். அவர்களில் பலர் தாங்கள் ஏற்கனவே ஐஐடி நுழைவுத் தேர்வுக்கான பாடத்திட்டத்தைக் கரைத்துக் குடித்துவிட்டு வந்திருந்ததைப்போலத் தோன்றினர். “இந்த ஒரே ஒரு பயிற்சி மையத்தில் இத்தனை ஆயிரம் புத்திசாலி மாணவர்கள் படித்துக் கொண்டிருந்தால், மொத்தம் எத்தனை பேர் இதற்காக முட்டி மோதிக் கொண்டிருப்பார்கள்? இவர்களோடு போட்டி போட்டு, குறைவான எண்ணிக்கையில் மாணவர்களைச் சேர்த்துக் கொள்கின்ற ஐஐடிக்குள் என்னால் நுழைய முடியுமா?” என்று யோசித்தபோது, லவீஷ் மேலும் மனமுடைந்து போனார்.

ஆனால், அவர் விரைவில் துணிச்சலை வரவழைத்துக் கொண்டு, தன் மனத்தை உறுதிப்படுத்திக் கொண்டு, அர்ப்பணிப்புடன் தன் படிப்பில் மூழ்கினார். அவர் தினந்தோறும் பதினான்கு முதல் பதினாறு மணி நேரம் படித்தார். அவர் ஒரு கிரிக்கெட் பைத்தியமாக இருந்தபோதிலும், அந்த ஆண்டு நடைபெற்றக் கிரிக்கெட் உலகக் கோப்பை விளையாட்டில் ஒன்றைக்கூட அவர் பார்க்கவில்லை. அவர் தன் படிப்பிற்கு அந்த அளவு முக்கியத்துவம் கொடுத்தார்.

2012 ஏப்ரல் 11 அன்று ஜேஇஇ நுழைவுத் தேர்வு நடைபெற்றது. தன்னுடைய தலைவிதியை நிர்ணயிக்கவிருந்த அந்த நாளை லவீஷ் பதற்றத்துடனேயே அணுகினார். ஆனால், மறுநாள் பயிற்சி மையம் வெளியிட்டிருந்த பதில்களைப் பார்த்தவுடன், தான் அத்தேர்வைச் சிறப்பாகச் செய்திருந்ததை லவீஷ் உணர்ந்து கொண்டார்.

2012 மே 24 அன்று முடிவுகள் வெளியாயின. அதில் தான் 254-வது ரேங்க் பெற்றிருந்ததைக் கண்டு அவர் பெரும் மகிழ்ச்சியடைந்தார். லவீஷுக்கு எப்போதுமே இயந்திரங்கள் இயங்குகின்ற விதம் பிடிக்கும் என்பதால், தன்னுடைய பி.டெக்குக்காக, மாணவர்கள் போட்டி போட்ட கணினிப் பொறியியல் அல்லது மின் பொறியியலைத் தேர்ந்தெடுக்காமல், அவர் இயந்திரப் பொறியியலைத் தேர்ந்தெடுத்தார். அவருடைய மாமா மும்பையில் வசித்து வந்ததால், ஐஐடி மும்பை அவருடைய இயல்பான தேர்ந்தெடுப்பாக இருந்தது. அத்துடன், அவருடைய மாமாவின் பையன்களும், மும்பையை, நெடிதுயர்ந்த கட்டடங்களையும், சிறப்பான போக்குவரத்து வசதிகளையும், அமைதியான கடற்கரைகளையும், பாலிவுட் நடிகர்களையும் கொண்டிருந்த ஒரு சொர்க்க பூமியாகச் சித்தரித்திருந்தனர்.

2012 ஜூலை 20 அன்று, லவீஷ் தன் வாழ்க்கையில் ஒரு புதிய அத்தியாயத்தைத் தொடங்குவதற்காக, தன்

அப்பா, அம்மா மற்றும் தம்பியுடன் உதய்பூரிலிருந்து மும்பை செல்வதற்கான இரயிலில் ஏறினார்.

சிதறிய பிம்பம்

ஐஐடி வளாகம் ஓர் அழகான இயற்கைச் சூழலில், பார்த்தவுடன் பிரமிக்க வைப்பதாக இருந்தது. அதன் ஒரு புறம், அழகிய ஏரிகள் இருந்தன. மறுபுறம், சஞ்சய் காந்தி தேசியப் பூங்கா அமைந்திருந்தது. ஐஐடி, லவீஷ் அதற்கு முன்பு ஒருபோதும் கண்டிராத, நீச்சல் குளம், உடற்பயிற்சிக்கூடம், டென்னிஸ் மற்றும் பேட்மின்டன் ஆடுகளங்கள், ருசியான உணவுகளை வழங்கிய உணவுக்கூடம் உள்ளிட்டப் பல வசதிகளைக் கொண்டிருந்தது.

அது லவீஷுக்குத் திகைப்பையும் திக்குமுக்காடல் உணர்வையும் கொடுத்தபோதிலும், ஐஐடி அளித்த சுதந்திரம் அவருக்குப் பெரும் ஆசுவாசமளித்தது. “கடின உழைப்பாலும் போராட்டங்களாலும் நிறைந்திருந்த என் வாழ்க்கை சகாப்தம் நிறைவடைந்துவிட்டது. இனி நான் என் வாழ்க்கையை இரசித்துக் கொண்டாடப் போகிறேன். விரைவிலேயே, பன்னாட்டு நிறுவனங்கள் என்னைக் கொத்திச் செல்வதற்காக, நல்ல சம்பளத்துடன்கூடிய வேலைகளுடன் வரிசை கட்டி நிற்கும்,” என்று லவீஷ் தனக்குத் தானே முணுமுணுத்துக் கொண்டார். கோட்டாவில் பயிற்சி மையங்களின் தாழ்வாரங்களில் கிசுகிசுக்கப்பட்டுக் கொண்டிருந்த குரல்களின் எதிரொலிதான் அது. இந்த மெத்தனப் போக்கு, லவீஷ், மதிப்புவாய்ந்த பல மணி நேரங்களை, திரைப்படங்கள், விளையாட்டுகள் மற்றும் சமூக ஊடகங்களில் தொலைப்பதற்கு வழி வகுத்தது. அவர் பல வகுப்புகளுக்குச் செல்லாமலும் இருந்தார்.

அந்த ஆண்டின் முடிவில், அங்கு இறுதியாண்டு படித்துக் கொண்டிருந்தவர்களுக்கு வேலை வாய்ப்பு அளிப்பதற்காக நிறுவனங்கள் அங்கு வந்தபோதுதான், தான் கட்டியிருந்த மனக்கோட்டை உண்மையில் ஒரு மணற்கோட்டை என்பதை லவீஷ் உணர்ந்தார். அந்த வளாகத்தில் அதுவரை ‘தெனாவெட்டாக’ வலம் வந்து கொண்டிருந்த ‘சீனியர்களில்’ பலர் ஒரு வேலையைப் பெறுவதற்குக் கடுமையாகப் போராட வேண்டியிருந்தது. அதனால் கலவரமடைந்த லவீஷ், அங்கு வந்திருந்த தலைசிறந்த நிறுவனங்களில் ஒரு வேலையைப் பெற்றிருந்த இறுதியாண்டு மாணவர்களிடம், ஒரு நல்ல வேலையைப் பெறுவதற்குத் தான் என்ன செய்ய வேண்டும் என்பது குறித்த அறிவுரைகளைக் கேட்டுப் பெற்றார். அவர்கள்

உண்மையைப் வெளிப்படையாகப் போட்டுடைத்தபோது, தூக்கம் அவரிடமிருந்து விடைபெற்றுக் கொண்டது. வேலைக்கு ஆளெடுக்க அங்கு வருகின்ற நிறுவனங்கள், முதலில் மாணவர்களின் ஒட்டுமொத்தச் செயல்திறன் குறியீடு (சுருக்கமாக, சிபிஜ) எவ்வளவு அதிகமாக இருக்கிறது என்றுதான் பார்ப்பார்கள். அது கண்டிப்பாக 9-க்கு அதிகமாக இருப்பது நல்லது. அதற்கடுத்து, மாணவர்களின் சுயவிவரக் குறிப்பை 'எகிற வைக்கின்ற' சில விஷயங்கள் அதில் இருக்கிறதா என்று அவர்கள் பார்ப்பர்.

அது என்ன 'எகிற வைக்கின்ற' விஷயங்கள் என்று லவீஷ் அந்த மாணவர்களையே கேட்டார். கல்விக்கு அப்பாற்பட்ட நடவடிக்கைகளில் குறிப்பிடத்தக்கச் சாதனைகளை அடைந்திருத்தல்; குறிப்பிடத்தக்க ஆய்வுகளில் ஈடுபட்டு, அந்த ஆய்வு முடிவுகளை, புகழ்பெற்ற சர்வதேச ஆய்விதழ்களில் ஒரு கட்டுரையாகப் பிரசுரித்திருத்தல்; சில அமைப்புகளில் தலைமைப் பொறுப்பு ஏற்றிருத்தல் என்பன போன்றவை அந்த மர்மமான எகிற வைக்கின்ற விஷயங்களில் அடங்கும் என்று அவர்கள் தெரிவித்தனர்.

தன் தூக்கத்திலிருந்து விழித்தெழுந்து இனியாவது கடினமாகப் படிப்பது என்ற முடிவுக்கு லவீஷ் வந்தார். அத்துடன், ஆய்வுக்கான வாய்ப்புகளைத் தேடுவது என்றும் அவர் தீர்மானித்தார். திரவ இயக்கவியலில் தலைசிறந்து விளங்கிய எஸ்.வி. பிரபு என்ற பேராசிரியர், தான் மேற்கொண்டிருந்த ஒரு புதிய ஆய்வுக்கு உதவியாளர்களைத் தேடிக் கொண்டிருந்ததை அறிந்த லவீஷ், அவரை அணுகி அந்த வாய்ப்பைப் பெற்றார்.

லவீஷ் அந்த ஆய்வில் தன்னை முழுமையாக அர்ப்பணித்துக் கொண்டார். வார நாள்களில், வகுப்பு நேரங்கள் போக மீதி நேரங்களையும், வார இறுதி முழுவதையும், விடுமுறை நாள்களையும், செமஸ்டர் விடுமுறை நாள்களையும் அவர் தன் ஆய்வுக்காகப் பயன்படுத்திக் கொண்டார். ஆய்வுச் சூழலை எப்படி உருவாக்குவது, ஆய்வுகளை எப்படி மேற்கொள்வது, ஆய்வில் கண்டுபிடிக்கப்பட்ட விஷயங்களை எப்படி ஆவணப்படுத்துவது, ஆய்வு முடிவுகளை எப்படிச் சமர்ப்பிப்பது என்பன போன்றவற்றை அவர் கற்றுக் கொண்டார். அத்துடன், அந்தச் செயல்முறையின் ஊடாக, மென்பொருள் மேம்பாடு, பிம்ப வடிவமைப்பு மற்றும் செயலாக்கம் ஆகியவற்றையும் அவர் கற்றுத் தேர்ந்தார்.

அவருடைய கடின உழைப்பையும் அர்ப்பணிப்பையும் கௌரவிக்கும் விதமாக, ஐஐடி நிர்வாகம், இளங்கலைப்

பட்டப்படிப்பில் அசாதாரணமான ஆய்வு மேற்கொண்டிருந்த மாணவர் என்ற விருதை அவருக்கு வழங்கியது. அத்துடன், அவர் தயாரித்திருந்த ஆய்வுக் கட்டுரையை, திரவ இயக்கவியல் தொடர்பாகப் பாரிஸ் நகரில் நடைபெற்ற சர்வதேசக் கருத்தரங்கு ஒன்றில் நேரடியாக விளக்குவதற்கு அவருக்கு ஒரு வாய்ப்பைப் பெற்றுத் தந்தது.

அவர் மூன்றாம் ஆண்டு முடித்தவுடன், ஜெர்மனியிலுள்ள பேடர்பார்ன் பல்கலைக்கழகத்தில் ஊதியத்துடன்கூடிய ஒரு பயிற்சியைப் பெறுவதற்கான வாய்ப்பையும் அவர் மேற்கொண்டிருந்த ஆய்வுகள் அவருக்குப் பெற்றுக் கொடுத்தன. இதற்கிடையே, அவர் படிப்பிலும் முழுக் கவனம் செலுத்தினார். அவருடைய கடின உழைப்பின் காரணமாக, 9.67, 9.93, 9.7 ஆக இருந்த அவருடைய சிபிஜ குறியீடு, கடைசி நான்கு செமஸ்டர்களிலும் கச்சிதமான 10 ஆக உயர்ந்தது. அதன் காரணமாக, ஐஐடி வழங்கிய, கல்வியில் உன்னதத்தைச் சாதித்திருந்ததற்கான பெருமைமிகு விருதையும் அவர் பெற்றார்.

அவருடைய கச்சிதமான திட்டமிடுதலும், ஆண்டுக்கணக்கில் தொடர்ந்த கடின உழைப்பும் சேர்ந்து, 2014 டிசம்பர் 1 அன்று, ஷெல் நிறுவனத்தில், உயர்ந்த சம்பளத்துடன்கூடிய மிகச் சிறந்த ஒரு வேலையை அவருக்குப் பெற்றுக் கொடுத்தன.

இப்போது நாம் 2018க்குத் திரும்பலாம். இப்போது அவர் யூபிஎஸ்சி என்ற சிகரத்தைக் குறி வைத்ததன் மூலம் மீண்டும் ஒரு பெரும் சவாலை எதிர்கொள்ளத் துணிந்திருந்தார். கடந்தகாலத்தில் கோட்டாவிலும் மும்பையிலும் அவர் எதிர்கொண்டிருந்த போராட்டங்களும், அவற்றில் அவர் சுவைத்திருந்த வெற்றியும், மேலும் கடினமான இப்புதிய சவாலை எதிர்கொள்ளத் தேவையான மன உறுதியை அவருக்கு அளித்தன.

இப்போராட்டம் உண்மையிலேயே மதிப்புவாய்ந்ததுதானா?

தில்லிக்குச் சென்ற லவீஷ், 2018 ஜூன் 5 அன்று, அங்கிருந்த ஐஏஎஸ் இலட்சியவாதிகளின் கூடாரத்திற்குள் தன்னையும் புகுத்திக் கொண்டார். அந்த நகரம் அவருக்குப் புதிது என்பதால், கரோல் பாக்கிலிருந்த ஒரு சமூகத் தங்கும் விடுதியில் அவர் தங்கிக் கொண்டார். அறைகளைப் பிறருடன் பகிர்ந்து கொள்ள வேண்டிய ஏற்பாட்டுடன்கூடிய அந்த விடுதியின் மாதாந்திரக் கட்டணம் 10,000 ரூபாய்.

அக்கட்டணத்தில், இரண்டு வேளை பரிமாறப்பட்ட எளிமையான உணவும் அடக்கம். உறுதிப்பாட்டுடன் இருந்த லவீஷ், அசௌகரியங்களைப் புறந்தள்ளிவிட்டுத் தன்னுடைய இலக்கில் தன் கவனத்தைக் குவித்தார்.

சிஎஸ்இ பிரதானத் தேர்வுக்கான விருப்பப்பாடத்தைத் தேர்ந்தெடுப்பது அவருக்குச் சவாலாக இருந்தது. ஷ்ரேயான்ஸும் வேறு சில நண்பர்களும் எச்சரித்தும், தான் ஏற்கனவே படித்திருந்த காரணத்தால், லவீஷ், இயந்திரப் பொறியியலை விருப்பப்பாடமாகத் தேர்ந்தெடுத்தார். அதில் இதற்கு முன்பு பலரும் நல்ல மதிப்பெண்களைப் பெற்றிருந்தனர் என்பதை அவர் கண்டறிந்திருந்ததும் அவர் அதைத் தேர்ந்தெடுத்ததற்கு இன்னொரு காரணமாகும். தான் பி.டெக். படித்தபோது அதில் தான் நல்ல மதிப்பெண்களைப் பெற்றிருந்ததை நினைவுகூர்ந்த அவர், “என்னால் ஏன் அதில் நல்ல மதிப்பெண்களைப் பெற முடியாது?” என்று தன்னைத் தானே கேட்டுக் கொண்டார். அதற்கு அடுத்த நாளே, அப்பாடத்திற்குப் பரிந்துரைக்கப்பட்டிருந்த புத்தகங்களை, பழைய புத்தகங்களை விற்பனை செய்யும் கடைகளில் வாங்குவதற்காக அவர் தரியாகஞ்ச் பகுதிக்குச் சென்றார். பொது அறிவுப் பாடத்திற்காக அவர் ஒரு பயிற்சி மையத்தில் சேர்ந்தார்.

பெருநிறுவன உலகைச் சில காலம் சொகுசாக அனுபவித்துவிட்டு மீண்டும் கடின உழைப்பும் தீவிரக் கவனக்குவிப்பும் தேவைப்பட்ட ஒரு சூழலுக்குத் திரும்புவது அவர் நினைத்திருந்த அளவுக்கு அவ்வளவு எளிதாக இருக்கவில்லை. அவர் ஷெல் நிறுவனத்தில் வேலை பார்த்துக் கொண்டிருந்தபோது, தொடர்ந்து பல சந்திப்புக்கூட்டங்களில் கலந்து கொண்டு விவாதங்களில் ஈடுபட்டபோதிலும், அவற்றுக்கு அதிகமான கவனக்குவிப்பு தேவைப்படவில்லை. அங்கிருந்த சமயத்தில் அவர் பதினைந்து நிமிடங்களுக்கு ஒரு முறை தன் மின்னஞ்சலைத் திறந்து பார்ப்பார், ஒரு மணி நேரத்திற்கு ஒரு முறை ஒரு சிறிய இடைவேளை எடுத்துக் கொள்வார்.

பொது அறிவுப் பாடத்திட்டத்தை அலசியபோது, அது ஒரு கடல்போல இருந்ததைக் கண்டு அவர் திகைத்தார். “முதல் நிலைத் தேர்வுக்கு ஓராண்டு இருக்கிறது என்றாலும், அதற்குள்ளாக இவ்வளவு பெரிய பாடத்திட்டத்தை என்னால் படித்து முடிக்க முடியுமா? அப்படியே நான் முதல் நிலைத் தேர்வில் தேறினாலும், பிரதானத் தேர்வில் இடம்பெறுகின்ற கட்டுரை, பொது அறிவுத் தாள், விருப்பப்பாடத் தாள்கள்

ஆகியவற்றைப் படிப்பதற்கு எனக்குக் குறைவான அவகாசமே இருக்கும். நான் பள்ளியில் படிக்கும்போதே கலையியலில் சோபித்தது இல்லை. இப்போது அது எனக்குக் கைகொடுக்குமா?" என்று யோசித்து அவர் குழம்பினார்.

லவீஷ் தான் விருப்பப்பாடமாகத் தேர்ந்தெடுத்திருந்த இயந்திரப் பொறியியல் பாடத்திட்டத்தை அலசியபோதுதான் ஒரு முக்கியமான உண்மையை எதிர்கொண்டார். சிஎஸ்இயின் பாடத்திட்டத்தில் இடம்பெற்றிருந்த தலைப்புகளில் 40 சதவீதத்தை அவர் பி.டெக்கில் படித்திருக்கவில்லை என்பதுதான் அது. அவர் ஏற்கனவே படித்திருந்த பாடங்களும் அவருக்கு முழுமையாக நினைவிருக்கவில்லை. ஐஐடி பேராசிரியர்கள் அப்பாடத்திற்கு வெளிநாட்டு ஆசிரியர்கள் எழுதியிருந்த புத்தகங்களைப் பரிந்துரைத்திருந்தனர். ஆனால், சிஎஸ்இ, அதற்கு இந்திய ஆசிரியர்கள் எழுதியிருந்த புத்தகங்களைப் பரிந்துரைத்திருந்தது.

இப்பிரச்சனைகள் எல்லாம் போதாது என்பதுபோல, லவீஷ் மற்றொரு பின்னடைவையும் எதிர்கொண்டார். அவர் எழுதிய முதல் பொது அறிவு மாதிரித் தாளில் அவர் வெறும் முப்பது மதிப்பெண்கள் மட்டுமே பெற்றார். அத்துடன், அதைத் திருத்திய பயிற்சி மைய ஆசிரியர் பதிவிட்டிருந்த கடுமையான பின்னூட்டக்கருத்துகள் அவருக்குக் கூடுதல் வருத்தமளித்தன. அதன் காரணமாக, அவர் கடும் மன உளைச்சலுக்கு ஆளானார். சிஎஸ்இயில் வெல்வதற்கான திறமை தனக்கு இல்லைபோலும் என்று அவர் சந்தேகம் கொள்ளத் தொடங்கினார்.

இதற்கிடையே, இந்தியப் பிரதமரின் ஹூஸ்டன் நகர விஜயத்தைப் பற்றிப் பத்திரிகைகளில் அவர் படித்தபோது, அது அவரிடம் மேலும் வருத்தத்தை உண்டாக்கியது. 'ஹௌடி மோடி' என்ற அந்த நிகழ்ச்சியின் புகைப்படங்களும் வீடியோக்களும், ஹூஸ்டன் நகரில் அவர் வாழ்ந்து கொண்டிருந்த அதிசொகுசான வாழ்க்கையை அவருக்கு நினைவுபடுத்தி அவரைக் கலங்கடித்தன.

"சிஎஸ்இ தேர்வை எழுதுகின்ற முடிவை நான் எடுத்திருக்காவிட்டால், இப்போது நான் ஹூஸ்டன் நகரில் இருந்திருப்பேன். அந்த நிகழ்ச்சியில் நானும் கலந்து கொண்டிருந்திருப்பேன். சொகுசாக உலகமெங்கும் சுற்றிக் கொண்டும், கொழுத்தச் சம்பளத்தைப் பெற்றுக் கொண்டும், நல்லதொரு வாழ்க்கையை வாழ்ந்து கொண்டும் இருந்த நான், இங்கு ஓர் அழுக்கான தங்கும் விடுதியில், தினமும் பதினெட்டு மணி நேரம் நாய் படாத பாடு பட்டுக் கொண்டிருக்கிறேன்.

நான் பணத்தையும் சௌகரியங்களையும் இழந்துள்ளேன். என் தொழில்வாழ்க்கையிலும் நான் பின்தங்கியுள்ளேன். இப்போராட்டம் உண்மையிலேயே மதிப்புவாய்ந்ததுதானா? நான் இதில் நல்ல ரேங்க் எடுத்தாலும், நான் விரும்புகின்ற ஐஏஎஸ் எனக்குக் கிடைக்கவில்லை என்றால்?" இப்படிப்பட்ட யோசனைகள் லவீஷின் மண்டைக்குள் ஓடின.

ஐஏஎஸ் கனவு காண்கின்ற ஒவ்வொரு நபரும் அதற்காகத் தங்களைத் தயார்படுத்திக் கொண்டிருக்கின்றபோது, இப்படிப்பட்ட மனச்சோர்வுக் காலகட்டங்களை எதிர்கொள்ளத்தான் செய்வர். அதை அவர்கள் எவ்வளவு விரைவாக மீறி வருகிறார்களோ, அவ்வளவு விரைவாக அவர்களால் வெற்றிக் கனியைச் சுவைக்க முடியும்.

அதிர்ஷ்டவசமாக, லவீஷ் இந்தக் குட்டையிலிருந்து சீக்கிரமாகவே மீண்டுவிட்டார். "என் வாழ்க்கையில் நான் ஒருபோதும் எந்தவொரு போட்டித் தேர்விலும் தோற்றதில்லை. இதை நான் எனக்காக மட்டுமல்லாமல், என் குடும்பத்திற்காகவும் செய்தாக வேண்டும். அத்துடன், என்னுடைய சக மாணவர்கள் மற்றும் ஐஐடியின் முன்னாள் மாணவர்கள் பலர் இதில் வெற்றிகரமாகத் தேறியுள்ளபோது, என்னால் மட்டும் ஏன் அதைச் சாதித்துக் காட்ட முடியாது?" என்று அவர் தனக்குத் தானே சூளுரைத்துக் கொண்டார்.

அதற்குச் சில நாள்கள் கழித்து, சிஎஸ்இ பிரதானத் தேர்வில் ஷ்ரேயான்ஸ் வெற்றி பெற்றிருந்த செய்தி லவீஷை வந்தடைந்தது. அது லவீஷுக்குப் புத்துணர்ச்சியைக் கொடுத்தது. அவர் கோட்டாவில் இருந்தபோதும், பின்னர் ஐஐடியில் படித்துக் கொண்டிருந்தபோதும், அவருக்குள் கனன்று கொண்டிருந்த அதே நெருப்பு இப்போது மீண்டும் தூண்டிவிடப்பட்டிருந்தது.

வெற்றிச் சூத்திரம் ஒன்றை உருவாக்கிக் கொள்ளுதல்

முந்தைய ஆண்டுகளின் கேள்வித் தாள்களை லவீஷ் நுணுக்கமாக அலசினார். அப்போது, பயிற்சி மையங்களில் கற்றுக் கொடுக்கப்பட்டப் பாடத்திட்டங்களுக்கும், யூபிஎஸ்சி கேட்ட கேள்விகளுக்கும் இடையே ஒரு பொருத்தமின்மை நிலவியது அவருடைய கண்களில் பட்டது. அதனால், ஆட்சிமுறை, பொருளாதாரம் ஆகியவற்றைக் கற்றுக் கொடுக்கின்ற வகுப்புகளுக்கு மட்டும் செல்வதென்றும், மற்ற அனைத்தையும் வீட்டில் இருந்தபடியே சொந்தமாகப் படிப்பது என்றும் அவர் தீர்மானித்தார். அத்துடன், புவியியல் மற்றும்

பொருளாதாரம் தொடர்பான நல்ல விரிவுரைகளை அவர் இணையத்தில் தேடினார்.

லவீஷ் படிப்படியாக, தொடர்ந்து கவனக்குவிப்புடன் செயல்படுகின்ற நேரத்தின் அளவை அதிகரித்துக் கொண்டார். அத்துடன், அவர் தன் படிப்பு முறையை மாற்றிக் கொண்டு, அமைதியான இரவுகளில் அதிகமாகப் படிக்கத் தொடங்கினார். டிசம்பர் மாதம் நெருங்கியபோது, தன் முன்னேற்றம் எந்த அளவுக்கு இருந்தது என்பதை அவர் துல்லியமாகக் கணித்தார். அதன் அடிப்படையில், முதல் நிலைத் தேர்வுப் பாடங்களின் ஒவ்வொரு தலைப்புக்கும் தான் ஒதுக்க வேண்டிய நேரங்களை உள்ளடக்கிய வாராந்திர மற்றும் மாதாந்திரக் கால அட்டவணைகளை அவர் உருவாக்கினார். அவற்றில், மாதிரித் தேர்வுகள் எழுதுவதற்கும், படித்தப் பாடங்களைத் திரும்பப் படிப்பதற்கும் அவர் நேரம் ஒதுக்கினார். இதைச் சாதிப்பதற்காக, லவீஷ் தன் தூக்கத்தைக் காவு கொடுக்கத் தீர்மானித்து, தினமும் மூன்றிலிருந்து நான்கு மணி நேரம் மட்டுமே தூங்கினார்.

2019 ஜனவரியில், அதே விடுதியில் தங்கியிருந்த மனீஷ் தரிவால், முகுல், தீக்ஷித் ஜெயின் ஆகிய, ஒத்தக் கருத்துடன் இருந்த மூவரையும் சேர்த்து லவீஷ் ஒரு படிப்புக் குழுவை உருவாக்கினார். அவர்கள் ஒருவருக்கொருவர் உதவிக் கொண்டதோடு, தங்களுக்கிடையே ஓர் ஆரோக்கியமான போட்டியையும் வளர்த்துக் கொண்டனர். ஒரு பிரபலமான பயிற்சி மையம் தொகுத்தளித்த ‘தினமும் ஐந்து கேள்விகள்’ என்ற ஒன்று அவர்களுக்கு நல்ல தீனி போட்டது. அத்துடன், ஒவ்வொரு பிரச்சனையையும் நுட்பமாகப் புரிந்து கொள்வதற்காகவும், கேள்விகளுக்குச் சாதுரியமாகப் பதிலளிப்பதற்கான புதிய உத்திகளைக் கண்டறிவதற்காகவும் அவர்கள் தங்களுக்கிடையே விவாதங்களில் ஈடுபட்டனர்.

பதில்களை எழுதிப் பார்க்கின்ற உத்தியின் ஓர் அங்கமாக, அவர்கள் நாற்பது மாதிரித் தேர்வுகளை, ஏற்கனவே திட்டமிட்டிருந்த நாள் மற்றும் நேரத்தில் எழுதினர். இது அவர்களிடம் ஓர் ஒழுங்குமுறையைத் தோற்றுவித்தது. லவீஷ் தன்னுடைய ‘தேநீர் நண்பரான’ கௌரவ் சர்மாவுடனும் தேர்வெழுதும் உத்தியைப் பற்றி விவாதித்தார். லவீஷுக்கு முன்பு ஐஐடி மும்பையில் படித்தவர் கௌரவ். அவர் தான் எடுத்து வைத்திருந்த அட்டகாசமான குறிப்புகள், மனப்பாடம் செய்வதற்கான சிறந்த உத்திகள், கேள்வித்தாள்களை அலசுகின்ற முறை போன்றவற்றை லவீஷுடன் பகிர்ந்து கொண்டார். அது லவீஷுக்கு மிகவும் பயனுள்ளதாக இருந்தது.

2019 பிப்ரவரியிலிருந்து லவீஷ் தன்னுடைய மொத்த நேரத்தையும் முதல் நிலைத் தேர்வுத் தயாரிப்புக்காக மட்டுமே செலவழித்தார். அவர் முதல் நிலை மாதிரித் தேர்வுகள் பலவற்றை எழுதி அவற்றை விரிவாக அலசினார். அவற்றில் தான் செய்திருந்த தவறுகள் ஒவ்வொன்றையும் உன்னிப்பாக உற்று நோக்கி, அத்தவறுகளுக்குக் காரணம் தன்னுடைய தயாரிப்புப் பற்றாக்குறையா, அறிவு போதாமையா அல்லது தான் கேள்விகளை அவசர அவசரமாகப் படித்ததால் வந்த வினையா என்று அவர் ஆராய்ந்தார்.

லவீஷ் தன்னுடைய சிஎஸ்இ விண்ணப்பப் படிவத்தை நிரப்பியபோது, இந்திய வனப் பணிக்கும் சேர்த்தே விண்ணப்பித்திருந்தார். ஒரே முதல் நிலைத் தேர்வே இரண்டுக்கும் நடத்தப்படுகிறது. அதற்குப் பிறகு, இரண்டுக்கும் தனித்தனியான பிரதானத் தேர்வுகள் நடத்தப்படுகின்றன.

2019 ஜூன் 3 அன்று முதல் நிலைத் தேர்வு நடத்தப்பட்டது. அதை அவர் எழுதிய பின்னர், பயிற்சி மையங்கள் வெளியிட்டிருந்த பதில்களோடு தன்னுடைய பதில்களை அவர் ஒப்பிட்டுப் பார்த்தபோது, தான் அதில் 140-க்கும் அதிகமான மதிப்பெண்களைப் பெறுவோம் என்று அவர் கணித்தார். தேர்வு முடிவுகள் வெளியானபோது, தான் சிஎஸ்இ, இந்திய வனப் பணி ஆகிய இரண்டிலும் தேறியிருந்ததைக் கண்டு அவர் பெருமகிழ்ச்சி கொண்டார்.

ஆனால், சிஎஸ்இ பிரதானத் தேர்வு 2019 செப்டம்பர் 19 அன்று நடைபெறவிருந்ததாக அறிவிப்பு வெளியானது. அதற்கு சுமார் 100 நாள்கள் மட்டுமே இருந்ததால், அது லவீஷுக்குக் கவலையளித்தது. அக்கட்டத்தில், அதற்கு முந்தைய ஆண்டின் சிஎஸ்இ தேர்வின் இறுதி முடிவுகள் வெளியாகியிருந்தன. ஷ்ரேயான்ஸ் அதில் தன்னுடைய முதல் முயற்சியிலேயே நான்காவது ரேங்க்கைப் பெற்று அசத்தியிருந்தது லவீஷுக்குப் பெரும் ஊக்கமளித்தது.

லவீஷ் பிரதானத் தேர்வுக்கான தயாரிப்பில் முழு மூச்சாக இறங்கியிருந்தபோது, இத்தேர்வு எழுத முனைகின்ற பலருக்கும் வருகின்ற அதே குழப்பம் அவருக்கும் ஏற்பட்டது. தேர்வுக்கான பாடத்திட்டங்கள் அனைத்தையும் முடித்துவிட்டு, பதில் எழுதுகின்ற பயிற்சி மற்றும் மாதிரித் தேர்வுகளை எழுதுதல் ஆகியவற்றில் ஈடுபட வேண்டுமா, அல்லது இரண்டையும் ஒன்றாகச் சேர்த்தே மேற்கொள்ள வேண்டுமா என்ற சந்தேகம்தான் அது. லவீஷ் இரண்டாவது முறையைத் தேர்ந்தெடுத்தார். அதன் மூலம் அவரால் போதுமான அளவுக்குப் பதிலெழுதிப் பயிற்சி செய்ய

முடிந்தது. அத்துடன், தான் எழுதிய பதில்களை ஆராய்ந்ததன் மூலம், தன் பலவீனங்களை அடையாளம் காணவும், எந்தப் பகுதிகளில் தான் தன்னை மேம்படுத்திக் கொள்ள வேண்டும் என்பதைத் தெரிந்து கொள்ளவும் அவரால் முடிந்தது.

பிரதானத் தேர்வுக்குச் சில நாள்கள் முன்னதாக, லவீஷும் அவருடைய நண்பர்கள் சிலரும், தேர்வுச் சூழலைத் தத்ரூபமாகச் சித்தரித்த 'சிறப்பு' மாதிரித் தேர்வுகளை எழுதினர். அவற்றை ஒரு பிரபலமான பயிற்சி மையம் ஏற்பாடு செய்திருந்தது. அது உண்மையான யூபிஎஸ்சி தேர்வை எழுதுவதற்கு ஒப்பான அனுபவத்தைக் கொடுக்கக்கூடியது. உண்மையான யூபிஎஸ்சி தேர்வுகள் எந்த வரிசையில், எந்த நேரத்தில், எத்தனை மணி நேரம், மற்றும் எத்தனை நாள் இடைவெளிகளில் நடக்குமோ அதைப்போலவே அவர்கள் அவற்றை நடத்தினர். அதற்கான அறிவிப்பையும் அவர்கள் முதலிலேயே வெளியிட்டனர். அவற்றில் பங்கு பெற்றவர்களுக்கு அவை சிறப்பான அனுபவத்தைக் கொடுத்தன.

2019 செப்டம்பர் 27 அன்று பிரதானத் தேர்வுத் தாள்களை எழுதி முடித்ததும், லவீஷ் தன் ஒட்டுமொத்த ஆற்றலும் வடிந்துவிட்டதைப்போல உணர்ந்தார். அதனால், அவர் உடனே உதய்பூருக்குக் கிளம்பிவிட்டார். அங்கு இருபத்தைந்து நாள்கள் ஓய்வெடுத்துவிட்டு மீண்டும் தில்லிக்குத் திரும்பி வந்து, 2019 டிசம்பர் 1 அன்று நடைபெறவிருந்த இந்திய வனப் பணிக்கான பிரதானத் தேர்வுக்காக அவர் படிக்கத் தொடங்கினார்.

விரிவான விண்ணப்பப் படிவத்தின் ஊடாகச் சாமர்த்தியமாகப் பயணித்தல்

எல்லோரும் ஆவலுடன் எதிர்பார்த்துக் கொண்டிருந்த சிஎஸ்இ பிரதானத் தேர்வு முடிவுகள் 2020 ஜனவரி 15 அன்று வெளியாயின. அதில், லவீஷ், முகுல் ஆகிய இருவருமே வெற்றி பெற்றிருந்தனர். அதற்கு மறுநாள் வெளியான இந்திய வனப் பணிக்கான பிரதானத் தேர்விலும் அவ்விருவரும் வெற்றி பெற்றிருந்தனர்.

தன் இறுதி இலக்கை அடைவதற்கு இன்னும் ஒரே ஒரு தடையை மட்டுமே தான் தாண்ட வேண்டியிருந்தது என்ற எண்ணம் லவீஷுக்குப் புதிய சக்தியைக் கொடுத்தது. ஆனால், நேர்முகத் தேர்வைச் சிறப்பாகச் செய்தால்கூட வெற்றி நிச்சயமில்லை என்ற நிதர்சனம் அவருக்குத் தெரிந்தவுடன், மீண்டும் பதற்றம் அவரைத் தொற்றிக் கொண்டது. அவர்

பிரதானத் தேர்வில் வெற்றி பெற்றிருந்தது குறித்து அவருடைய குடும்பம் மிகவும் மகிழ்ச்சியடைந்தபோது, லவீஷ் அவர்களை எச்சரித்தார். சிஎஸ்இ தேர்வு என்பது பாம்புக்கட்டம் விளையாட்டைப் போன்றது என்றும், கடைசி வரிசையில் ஆங்காங்கே நிற்கின்ற பாம்புகளில் ஏதாவது ஒன்று தன்னைக் கொத்திவிட்டால் தான் தொடங்கிய இடத்திற்கே மீண்டும் போய்ச் சேர்ந்துவிடக்கூடும் என்றும், அதனால் அளவுக்கதிகமான எதிர்பார்ப்புகளோடு இருக்க வேண்டாம் என்றும் லவீஷ் அவர்களுக்கு விளக்கினார்.

இந்திய வனப் பணிக்கான நேர்முகத் தேர்வு 2020 பிப்ரவரி 11 அன்றும், சிஎஸ்இ நேர்முகத் தேர்வு 2020 மார்ச் 25 அன்றும் நடத்தப்படவிருந்தன. பொதுவாக, நேர்முகத் தேர்வில் பெரும்பாலான கேள்விகள் விரிவான விண்ணப்பப் படிவத்தைச் சுற்றியே இருக்கும் என்பதால், லவீஷ் அதைக் கவனத்துடன் பூர்த்தி செய்திருந்தார். அவர் அதில் தேவையற்ற விவரங்களைத் தவிர்த்திருந்தார். ஆனால், தான் பெற்றிருந்த உதவித் தொகைகள், விருதுகள், ஆய்வுக் கட்டுரைகள் என்பன போன்றவற்றை அவர் அதில் குறிப்பிடத் தவறவில்லை. தன்னுடைய வேலை அனுபவம் பிற விண்ணப்பதாரர்களிடமிருந்து முற்றிலும் வேறுபட்டு இருந்ததால், அது தொடர்பான கேள்விகள் தன்னிடம் கேட்கப்படுவதற்கு அதிக வாய்ப்பு இருந்ததாக அவர் கருதினார். அதனால், அது தொடர்பாகவும் அவர் தன்னைத் தயார்படுத்திக் கொண்டார். விரிவான விண்ணப்பப் படிவத்தைப் பூர்த்தி செய்வதற்கு முன்பாக, சிஎஸ்இ தேர்வில் வெற்றி பெற்றிருந்த, ஐஐடியின் முன்னாள் மாணவர்களிடம் அது பற்றிய ஆலோசனைகளை அவர் கேட்டுப் பெற்றார்.

குடிமைப் பணிகள் தேர்வு பல துறைகளுக்கும் சேர்த்து நடத்தப்படுவதால், அதில் எந்தத் துறையைத் தேர்ந்தெடுக்க வேண்டும் என்பதைத் தீர்மானிப்பது திணறடிக்கும் ஒரு காரியமாக இருந்ததாக லவீஷுக்குப் பட்டது. வெளிநாடுகளில் வாழ்வதற்கு வாய்ப்பளிக்கும் என்பதாலும், தூதரகங்களில் வேலை பார்ப்பது பெரும் கௌரவத்தை அளிக்கும் என்பதாலும், இந்திய வெளியுறவுத் துறைப் பணியைத் தன்னுடைய முதல் தெரிவாக வைத்துக் கொள்வதற்கான சபலம் அவருக்குள் எழுந்தது. ஆனால், அதைத் தேர்ந்தெடுத்தால், தான் ஒரே மாதிரியான வேலைகளையே தொடர்ந்து செய்து கொண்டிருக்க வேண்டியிருக்கும் என்ற அனுமானத்தாலும், பலதரப்பட்டச் சவால்களைச் சந்திக்க வேண்டும் என்ற தன்னுடைய விருப்பத்தின் காரணமாகவும்,

அவர் ஐஏஎஸ் பணியைத் தன்னுடைய முதல் தெரிவாகத் தேர்ந்தெடுக்கத் தீர்மானித்தார். காவல்துறையில் அவருக்குப் பெரிய ஈடுபாடு எதுவும் இல்லாததால், அவர் ஐபிஎஸ்ஸுக்கு அதிக முக்கியத்துவம் கொடுக்கவில்லை.

விண்ணப்பப் படிவத்தை நிரப்பியபோது அவர் எதிர்கொண்ட மற்றொரு சவால், பணிபுரிவதற்கான மாநிலத்தைத் தேர்ந்தெடுப்பது. தன்னுடைய சொந்த மாநிலமான இராஜஸ்தானை முதல் தெரிவாகவும், உதய்பூருக்கு அருகேயிருந்ததால் மத்தியப் பிரதேச மாநிலத்தை இரண்டாவது தெரிவாகவும் தேர்ந்தெடுப்பது அவருக்கு எளிதாக இருந்தது. ஆனால், மூன்றாவது தெரிவாக உத்தரப் பிரதேசம் அல்லது கர்நாடகம் ஆகிய இரண்டில் எதைத் தேர்ந்தெடுப்பது என்பதில் அவருக்குக் குழப்பம் ஏற்பட்டது. இதற்கும் அவர் மீண்டும் ஷ்ரேயான்ஸை அணுகினார். ஷ்ரேயான்ஸ் கொடுத்த அறிவுரை பயனுள்ளதாக இருந்தது.

“லவீஷ், நீ தேர்ந்தெடுக்கப் போகின்ற மாநிலத்தில்தான் உன் பதவிக் காலம் முழுவதையும் நீ கழிப்பாய் என்பதால், அதைத் தேர்ந்தெடுப்பதற்கு நீ நீண்டகால நோக்கில் சிந்திக்க வேண்டும். அத்துடன், நீ அனைத்து விஷயங்களையும் கணக்கில் எடுத்துக் கொள்ள வேண்டும். எடுத்துக்காட்டாக, உன்னுடைய பெற்றோர், மனைவி, மற்றும் குழந்தைகளின் தேவைகள். பெங்களூரு உட்படப் பல பெரிய நகரங்களைக் கொண்ட ஒரு மாநிலம் கர்நாடகா. அத்துடன், அந்த மாநிலம், நல்ல மருத்துவ வசதி, சிறந்த பள்ளிகள், பிரகாசமான வேலை வாய்ப்பு ஆகியவற்றைக் கொண்டுள்ளது. தொடக்கத்தில் மொழி ஒரு பிரச்சனையாக இருக்கக்கூடும். ஆனால், அதை மீறி வருவது கடினமானதல்ல,” என்று ஷ்ரேயான்ஸ் கூறியபோது, அது சரியாக இருந்ததாக லவீஷுக்குப் பட்டது.

நேர்முகத் தேர்வில் கலந்து கொண்டவர்களில் பலர், அதில் தங்களிடம் கேட்கப்பட்டக் கேள்விகளின் எழுத்து வடிவத்தைத் இணையத்தில் ஏற்றியிருந்தனர். லவீஷ் அவற்றைப் படித்துப் பார்த்தபோது, ஒருவருடைய பெயருக்கான அர்த்தம் பற்றிய கேள்வியைக் கேட்பதில் தேர்வுக் குழுவுக்கு ஓர் அலாதி ஆர்வம் இருந்ததை அவர் கண்டுபிடித்தார். அப்போதுதான், தன் பெயரின் அர்த்தம் தனக்குத் தெரியாது என்பதையும் அவர் தெரிந்து கொண்டார். அவர் பள்ளியிலும் கல்லூரியிலும் படித்தபோது, அவருடைய சக மாணவர்கள், அவருடைய பெயரின் பொருள் ‘காமதேவன்’ என்று திரித்து அவரைச் சீண்டுவர். அது அவருக்குப் பிடிக்கவில்லை. அதனால், தன் பெயருக்குத் தானே புதிய விளக்கம் ஒன்றை உருவாக்கிக்

கொள்ள அவர் தீர்மானித்தார். தன் பெயருக்கான பொருள் ‘கடவுளின் நேசக் குழந்தை’ என்று கூறுவதென்று அவர் முடிவெடுத்தார்.

அடுத்தது, தன் குடும்பப் பெயரான ஓர்டியாவுக்கு என்ன அர்த்தம் என்பதைக் கண்டுபிடித்து அதையும் அவர் குறித்து வைத்துக் கொண்டார். தன் சொந்த ஊர் உதய்பூர் என்பதால், அந்த ஊரைப் பற்றியும், அங்குச் சுற்றுலா வருபவர்கள் விரும்பிச் செல்கின்ற இடங்களைப் பற்றியும், சுற்றுலாத் துறையைப் பற்றியும் நிறைய தகவல்களை அவர் திரட்டினார். அதையடுத்து, அவருடைய அம்மாவின் சொந்த ஊரான டெல்வாரா பற்றிய கேள்வி எழுந்தால், அபூ மலையில் இருக்கின்ற பிரபலமான தில்வாரா ஜெயின் கோவிலின் பெயரோடு அது ஒத்திருப்பதால், அந்த இரண்டையும் முடிச்சுப் போட்டு விளக்கமளிக்க அவர் முடிவு செய்தார்.

நேர்முகத் தேர்வை மேலும் புரிந்து கொள்வதற்காக, முந்தைய ஆறு ஆண்டுகளில் நேர்முகத் தேர்வுகளில் கலந்து கொண்டிருந்தவர்கள் இணையத்தில் பல இடங்களில் பதிவு செய்திருந்த அத்தேர்வுகளின் எழுத்து வடிவங்களை லவீஷ் தரவிறக்கம் செய்தார். ‘இராஜஸ்தான்’, ‘உதய்பூர்’, ‘சுற்றுலா’, ‘இயந்திரப் பொறியியல்’, ‘கச்சா எண்ணெய்’ என்பன போன்ற வார்த்தைகளைக் கொண்டு அவற்றில் தேடி, அவை தொடர்பாக என்னென்ன கேள்விகள் கேட்கப்பட்டிருந்தன என்பதை அவர் தெரிந்து கொண்டார். சமீபத்திய நேர்முகத் தேர்வுகளின் எழுத்து வடிவங்களை அலசி, நேர்முகத் தேர்வு அறையில் தற்போது எத்தகைய விவாதங்கள் நடைபெறுகின்றன என்பதையும் அவர் அறிந்து கொண்டார்.

அத்துடன், பல மாதிரி நேர்முகத் தேர்வுகளிலும் அவர் கலந்து கொண்டார். அவற்றில் பல, அவருக்கு உருப்படியான பின்னூட்டக்கருத்துகளை அளித்தபோதிலும், சில, அவர்மீது கடுமையான விமர்சனங்களை முன்வைத்தன. அது அவருடைய தன்னம்பிக்கையின்மீது ஓர் எதிர்மறையான தாக்கம் ஏற்படுத்தியது.

வன உலகிற்குள் நுழைய ஓர் அழைப்பு

2020 பிப்ரவரி *11* அன்று, லவீஷ், இந்திய வனப் பணி நேர்முகத் தேர்வில் கலந்து கொள்வதற்காக ஆர்வத்துடன் யூபிஎஸ்சி தலைமையகத்திற்குச் சென்றார். தான் அத்தேர்வுக்குத் தன்னை முழுமையாகத் தயார் செய்திருந்ததாக அவர் நம்பிக் கொண்டிருந்தபோதிலும், முதல் கேள்வியே

தன்னை நிலைகுலையச் செய்துவிடும் என்பதை அவர் அறிந்திருக்கவில்லை.

“நீங்கள் ஏன் கடந்து ஐந்து ஆண்டுகளாக வெறுமனே வீட்டிலேயே இருந்து வந்துள்ளீர்கள்?” என்று தேர்வுக் குழுவின் தலைவர் கேட்டபோது லவீஷ் குழப்பமடைந்தார்.

ஆனாலும், அவர் சுதாரித்துக் கொண்டு, ஷெல் நிறுவனத்தில் தான் வேலை பார்த்திருந்த விஷயங்களை எடுத்துக் கூறினார். அப்போதுதான் அவர் ஒரு விஷயத்தைப் புரிந்து கொண்டார். விரிவான விண்ணப்பப் படிவம், டிஏஎஃப்-1, டிஏஎஃப்-2 ஆகிய இரண்டு பகுதிகளை உள்ளடக்கியிருந்தது. அவற்றில் இரண்டாவது படிவமான டிஏஎஃப்-2, நேர்முகத் தேர்வு உறுப்பினர்களிடம் இருந்த கோப்பில் வைக்கப்பட்டிருக்கவில்லை. டிஏஎஃப்-1 அவருடைய பொழுதுபோக்குகளை விவரித்திருந்தது. டிஏஎஃப்-2 படிவத்தில்தான் அவருடைய வேலை அனுபவங்கள் குறிப்பிடப்பட்டிருந்தன. அவர் சிறிதுகூட எதிர்பார்த்திராத இந்தச் சிக்கலின் காரணமாக, அந்த நேர்முகத் தேர்வு அவர் எதிர்பார்த்திருந்த திசையில் செல்லவில்லை.

லவீஷ் தன்னுடைய வேலை அனுபவங்களை அவர்களிடம் விவரிக்க முயற்சி செய்தபோதிலும், டிஏஎஃப்-1 படிவத்தில் அவர் குறிப்பிட்டிருந்த விஷயங்களைச் சுற்றியே அவர்கள் கேள்வி கேட்டனர். மேலும், அவர் சிறிதும் எதிர்பார்த்திராத சில கேள்விகளை அவர்கள் அவரிடம் கேட்டனர். எடுத்துக்காட்டாக, அந்த அறையின் சுவரில் மாட்டப்பட்டிருந்த ஒரு நாள்காட்டியில் குறிப்பிடப்பட்டிருந்த ஒரு மேற்கோளுக்கான விளக்கம் என்ன என்று அவர்கள் அவரிடம் கேட்டனர்; போருக்கும் சண்டைக்கும் இடையேயும், முரண்பாட்டிற்கும் தகராறுக்கும் இடையேயும் உள்ள நுணுக்கமான வேறுபாடு என்ன என்று அவர்கள் கேட்டனர். அவர் விரக்தியுடன்தான் நேர்முகத் தேர்வு அறையைவிட்டு வெளியே வந்தார். நேர்முகத் தேர்வில் தான் எப்படிச் செய்வோம் என்று தான் கொண்டிருந்த எதிர்பார்ப்பைத் தான் எட்டவில்லை என்ற உணர்வு அவரைப் பிடுங்கித் தின்று கொண்டிருந்தது.

2020 மார்ச் 4 அன்று, சிஎஸ்இக்காக ஒரு பிரபலமான பயிற்சி மையத்தில் நடைபெறவிருந்த மாதிரி நேர்முகத் தேர்வு ஒன்றில் கலந்து கொள்வதற்காக லவீஷ் தயாராகிக் கொண்டிருந்தார். அப்போது, அதே விடுதியில் தங்கியிருந்த அவருடைய நண்பர்களில் ஒருவர் படுஉற்சாகத்துடன் அவருடைய அறைக்குள் திடீரென்று நுழைந்தார்.

“வாழ்த்துகள், லவீஷ்! நீ இந்திய வனப் பணித் தேர்வில் வெற்றி பெற்றுவிட்டாய்!” என்று கூறி அவர் லவீஷைக் கட்டிப் பிடித்துக் கொண்டார்.

அதனால் பெருமகிழ்ச்சி அடைந்த லவீஷ், அவரிடம், “பிரமாதம்! அது நல்ல செய்திதான். அதில் என்னுடைய ரேங்க் என்ன?” என்று ஆர்வத்துடன் கேட்டார்.

தான் அதில் இரண்டாவது ரேங்க் எடுத்திருந்ததைத் தெரிந்து கொண்டபோது, அவர் மகிழ்ச்சியின் உச்சத்திற்கே சென்றுவிட்டார். விரைவில் அவர் வாழ்த்து மழையில் நனையலானார். ஆனாலும், தேர்வு முடிவுகள் அவருக்கு ஓர் இன்ப அதிர்ச்சியைக் கொடுத்திருந்தன. ஏனெனில், அவர் சிஎஸ்இ பிரதானத் தேர்வுக்கு உழைத்திருந்த அளவுக்கு இந்திய வனப் பணித் தேர்வுக்கு உழைத்திருக்கவில்லை. சிஎஸ்இ, இந்திய வனப் பணி ஆகிய இரண்டின் தேர்வு முறைகளும் கிட்டத்தட்ட ஒரே மாதிரியானவை என்பதால், சிஎஸ்இ தேர்விலும் தனக்கு ஒரு நல்ல ரேங்க் கிடைக்கும் என்ற நம்பிக்கை அவரிடம் பிறந்தது.

சற்று நேரத்தில், மாதிரி நேர்முகத் தேர்வுக்கு அன்று அவர் செல்லவிருந்த மையத்திலிருந்து அவருக்கு ஓர் அழைப்பு வந்தது. அவருடைய இந்திய வனப் பணி வெற்றி குறித்து அறிந்திருந்த அவர்கள், அன்றைய மாதிரித் தேர்வைத் தவறவிட வேண்டாம் என்று அவரிடம் வற்புறுத்திக் கேட்டுக் கொண்டனர். இந்திய வனப் பணி வெற்றியைக் கொண்டாடுவதற்கு மனம் துடித்தாலும், அதைக் கட்டுப்படுத்திக் கொண்டு, அவர் அந்த மாதிரித் தேர்வுக்குச் சென்றார்.

அவர்கள் தன்னை அங்குக் கண்டிப்பாக வரும்படி அழைத்ததற்கான காரணம் அத்தேர்வு அல்ல, மாறாக, அவர்களுக்கு வேறு ஒரு நோக்கம் இருந்தது என்பதை அவர் அங்குச் சென்ற பிறகுதான் தெரிந்து கொண்டார். அங்கிருந்த அனைவரும் அவருக்கு வாழ்த்து தெரிவித்தனர். அவரிடம் நேர்முகத் தேர்வு நடத்தவிருந்தவர்களும் அவருக்கு வாழ்த்து தெரிவிக்கப் போட்டி போட்டனர்.

அவர் அந்த மாதிரி நேர்முகத் தேர்வு அறையைவிட்டு வெளியே வந்தபோது, அந்த மையத்தின் உரிமையாளர் அவரிடம் ஒரு சிறப்புப் பேட்டி எடுப்பதற்காகக் காத்துக் கொண்டிருந்தார் என்ற செய்தி அவருக்குத் தெரிவிக்கப்பட்டது. லவீஷ் முதலில் தயங்கினாலும், பின்னர் அதற்கு ஒப்புக் கொண்டார். அது சற்றுத் தொலைவிலிருந்த வேறோர் இடத்தில் நடைபெறவிருந்ததால், அங்கு அவர் ஒரு காரில் அழைத்துச் செல்லப்பட்டார். அங்குப் போன பிறகுதான்,

இந்திய வனப் பணித் தேர்வில் வெற்றி பெற்றிருந்த வேறு சிலரும் அங்கு அழைக்கப்பட்டிருந்ததை லவீஷ் தெரிந்து கொண்டார்.

அந்தப் பேட்டி ஒரு பெரிய அறையில் நடத்தப்பட்டது. அந்த மையத்தின் உரிமையாளர், லவீஷிடம் அவருடைய பின்புலத்தைப் பற்றியும், அவருடைய தயாரிப்பு உத்திகள் பற்றியும் கேட்டார். அத்துடன், வருங்காலத்தில் அத்தேர்வு எழுத உத்தேசித்துள்ளவர்களுக்கு அவர் வழங்க விரும்பிய அறிவுரை என்ன என்றும் அவர் கேட்டார். அப்பேட்டி நிறைவடைந்தபோது, அவருடைய வெற்றி மூலம் அந்த மையத்திற்கு விளம்பரம் தேடுவதுதான் அவர்களுடைய நோக்கம் என்பதை லவீஷ் புரிந்து கொண்டார். பேட்டி முடிந்ததும் அவருடைய விடுதியில் அவரைக் கொண்டு போய் விட்டுவிடுவதாக முதலில் அவர்கள் அவருக்கு உத்தரவாதம் அளித்திருந்தபோதிலும், பின்னர் அவர்கள் அதை அலட்சியம் செய்தனர்.

அதற்கு அடுத்த நாள், அந்த மையம் ஒரு தினசரியில் வெளியிட்டிருந்த ஒரு பெரிய விளம்பரத்தில் தன்னுடைய புகைப்படம் இடம்பெற்றிருந்ததைக் கண்டு லவீஷ் பெரும் வியப்படைந்தார். அவர் அந்த மையம் நடத்திய மாதிரித் தேர்வில் மட்டுமே கலந்து கொண்டிருந்தபோதிலும், அவர் அந்த மையத்தில் படித்தவர் என்று வெட்கமின்றி அவர்கள் செய்தி வெளியிட்டிருந்தனர். யூபிஎஸ்சி தேர்வுகளில் உயர்ந்த ரேங்க் எடுப்பவர்களின் புகைப்படங்கள் பிரபலமான பயிற்சி மையங்களின் விளம்பரங்களில் இடம்பெறுவதன் சூட்சுமத்தை லவீஷ் அப்போது புரிந்து கொண்டார்.

இந்த எண்ணங்களை ஒதுக்கித் தள்ளிவிட்டு, 2020 மார்ச் 25 அன்று நடைபெறவிருந்த சிஎஸ்இ நேர்முகத் தேர்வுக்கான தயாரிப்பில் அவர் தன்னை முழுமையாக ஈடுபடுத்திக் கொண்டார்.

துளைத்தெடுத்தக் கேள்விக் கணைகளைச் சமாளித்தல்

நேர்முகத் தேர்வுக்குத் தயார் செய்வதற்காக, லவீஷ், அந்த விடுதியில் தங்கியிருந்த முகுல், பிரஹார், பிரதீக் ஆகிய மூவருடன் சேர்ந்து ஒரு நெருக்கமான குழுவை உருவாக்கிக் கொண்டார். அவர்கள் மூவரும் முதன்முறையாக நேர்முகத் தேர்வுக்கான அழைப்பைப் பெற்றிருந்தனர். அவர்கள் நடப்பு நிகழ்வுகள் பற்றித் தங்களுக்குள் சுவாரசியமான கலந்துரையாடல்களை மேற்கொண்டனர், தங்களுக்குள்

மாதிரி நேர்முகத் தேர்வுகளை நடத்தினர்.

அவர்களுடைய தயாரிப்பு உச்சத்தில் இருந்தபோதுதான், கொரோனா பெருந்தொற்றின் கோரத் தாண்டவமும் தொடங்கியிருந்தது. விரைவில் பொதுமுடக்கம் அமல்படுத்தப்படக்கூடும் என்பதை உணர்ந்த லவீஷ், புத்தகங்களை மூட்டை கட்டிக் கொண்டு உதய்பூருக்கு இரயிலேறினார். அவர் இரயிலேறிய சில மணி நேரத்திற்குள், நாடு தழுவிய பொதுமுடக்கம் அறிவிக்கப்பட்டது.

அடுத்த மூன்று மாதங்களும், நிச்சயமின்மை, நம்பிக்கையின்மை, அமைதியின்மை ஆகியவற்றால் நிரம்பியிருந்தன. லவீஷ் கிட்டத்தட்ட இரண்டு ஆண்டுகளாக வேலை இல்லாமல் இருந்து வந்திருந்தார். தான் ஷெல் நிறுவனத்தில் தொடர்ந்து வேலையில் இருந்திருந்தால் தான் எவ்வளவு பணம் சம்பாதித்திருப்போம் என்பதை அவர் கணக்கிட்டபோது, அத்தேர்வுத் தயாரிப்புக்குத் தான் எவ்வளவு செலவழித்திருந்தோம் என்பதை அவர் புரிந்து கொண்டார்.

அவர் தன் தயாரிப்புகளை வீட்டில் இருந்தபடியே தொடர்ந்தார். அவர் வாட்ஸ்அப் மூலம் நண்பர்களுடன் கலந்துரையாடல்களில் ஈடுபட்டார். இணையத்தின் மூலமாக நடைபெற்ற மாதிரி நேர்முகத் தேர்வுகளில் அவர் கலந்து கொண்டார். மூன்று மாதங்களுக்குப் பிறகு, யூபிஎஸ்சி நேர்முகத் தேர்வுக்கு ஒரு புதிய தேதி அறிவிக்கப்பட்டபோது, அவருடைய நீண்ட காத்திருப்பு ஒரு முடிவுக்கு வந்தது.

ஆனால், அவர் வீட்டில் தங்கிப் படித்துக் கொண்டிருந்தபோது, அத்தேர்வின் தீவிரத்தை அறிந்து கொள்ளாதிருந்த அவருடைய குடும்ப உறுப்பினர்களிடமிருந்து அவருக்கு அடிக்கடி இடையூறுகள் ஏற்பட்டுக் கொண்டிருந்தன. அவருடைய பாட்டி, அடிக்கடி அவருக்குத் தேநீரும் நொறுக்குத் தீனிகளையும் கொண்டு வந்து கொடுத்தார். சில நேரங்களில், மாதிரி நேர்முகத் தேர்வுகள் நிகழ்ந்து கொண்டிருந்தபோதுகூட அவர் லவீஷின் அறைக்குள் வந்துவிடுவார்.

கொரோனா பெருந்தொற்றின் காரணமாக லவீஷ் கட்டாயம் முகக் கவசம் அணிந்தாக வேண்டியிருந்ததால், அதை அணிந்து கொண்டு பேசுவதற்கு அவர் பயிற்சி செய்தார். அச்சமயங்களில், அவர் மூக்குக்கண்ணாடி அணிந்திருந்த காரணத்தால், அவர் முகக் கவசம் அணிந்தபோது அவருடைய கண்ணாடியின்மீது அடிக்கடிப் பனிப்படலம் படிந்துவிடும், முகத்தில் வியர்வை முத்துகள் அரும்பி நிற்கும்.

நேர்முகத் தேர்வுக்குச் சில நாள்களுக்கு முன்பாக லவீஷ் தில்லிக்குப் பயணப்பட்டார். 2020 ஜூலை 28 அன்று, அவர்

ஒரு வாடகைக்காரைப் பிடித்து யூபிஎஸ்சி தலைமையகத்திற்குச் சென்றார். அதன் வரவேற்பறையில் அவர் காத்துக் கொண்டிருந்தபோது, அவர் அதற்குப் போதுமான அளவு தன்னைத் தயார்படுத்திக் கொண்டிருந்தபோதிலும், அவரைப் பதற்றம் தொற்றிக் கொண்டது. தன் குரல் தடுமாறாமல் இருப்பதை உறுதி செய்து கொள்வதற்காக, அவர் அங்கிருந்த ஒப்பனை அறைக்குச் சென்று, அங்கிருந்த கண்ணாடியின் முன் நின்று கொண்டு பேசிப் பார்த்தார்.

அவருக்கான நேரம் வந்தபோது, அவர் தேர்வறைக்கு அழைத்துச் செல்லப்பட்டார். குறுக்கு விசாரணை, லவீஷ் எதிர்பார்த்திருந்தபடியே சுற்றுலாத் துறையிலிருந்து தொடங்கியது.

“இந்தக் கொரோனா பெருந்தொற்றுக் காலத்தில் நாம் சுற்றுலாத் துறையை இழுத்துப் பூட்டிவிட வேண்டுமா? அல்லது பொதுமக்களின் உடல்நலத்தின்மீது மோசமான தாக்கம் ஏற்படுத்தாத விதத்தில் அதைத் தொடர்ந்து நடத்துவதற்கு உங்களிடம் ஏதாவது உத்தி இருக்கிறதா?” என்ற கேள்வியோடு தேர்வுக் குழுத் தலைவர் தன் தாக்குதலைத் தொடங்கினார். அதையடுத்து, கேள்வி, தொழுகைக்காக மசூதிகளைத் திறக்க வேண்டும் என்று எழுந்திருந்த கோரிக்கைகளின் பக்கம் திரும்பியது. “அந்தக் கோரிக்கைக்குச் செவிசாய்க்கப்பட வேண்டுமா? அல்லது, அது ஒரு மோசமான கோரிக்கை என்று நீங்கள் கருதுகிறீர்களா?” என்று தேர்வுக் குழு உறுப்பினர்களில் ஒருவர் கேட்டார்.

அதையடுத்து, கேள்விகள், லவீஷின் ஷெல் நிறுவன அனுபவத்திற்குத் தாவின. மற்றோர் உறுப்பினர், இயந்திரப் பொறியியல் பின்புலத்தைக் கொண்டிருந்த லவீஷ் ஏன் ஆற்றல் துறைக்குள் அடியெடுத்து வைத்தார் என்று அவரிடம் கேட்டார். அது லவீஷைச் சற்றுத் தடுமாறச் செய்தது. தேர்வுக் குழுத் தலைவர் திடீரென்று லவீஷிடம் ஓர் இடக்குமடக்கான கேள்வியைக் கேட்டார். “நீங்கள் ஐஏஎஸ்ஸுக்குத் தேர்வாகாமல், இந்தியத் தணிக்கை மற்றும் கணக்குத் துறையில் உங்களுக்குப் பணி வழங்கப்பட்டால், ஷெல் வேலையை இராஜினாமா செய்தது குறித்து நீங்கள் பின்வருத்தம் கொள்வீர்களா?”

பெருநிறுவன அதிகாரியிலிருந்து ஆட்சியராக

2020 ஆகஸ்ட் 4 அன்று, வழக்கம்போலக் காலை பத்து மணிக்கு லவீஷ் தன் படுக்கையைவிட்டு எழுந்தார். அவருடைய பாட்டி அவருக்கு இஞ்சித் தேநீர் தயாரித்துக் கொண்டுவந்தார்.

லவீஷ் அதை இரசித்துக் குடித்தவாறு யோசனையில் மூழ்கியிருந்தபோது, திடீரென்று அவருடைய அலைபேசி ஒலித்தது. தில்லியில் அவர் தங்கியிருந்த விடுதியில் அவருடைய அறையில் தங்கியிருந்த பிரஹார்தான் அழைத்திருந்தார்.

“வாழ்த்துகள், லவீஷ்! நீ சிஎஸ்இ தேர்வில் வெற்றி பெற்றுள்ளாய்!” என்று அவர் உற்சாகமாகக் கூறினார்.

“நன்றி, பிரஹார். ஆனால் என்னுடைய ரேங்க் என்ன?” என்று லவீஷ் கேட்டார். செய்தி கேட்டு அவர் படுஉற்சாகம் அடைந்திருந்தாலும், அத்தேர்வில் தான் எந்த நிலையில் இருந்தோம் என்பதைத் தெரிந்து கொள்ள அவர் ஆர்வமாக இருந்தார்.

“நீ அதில் மிகச் சிறப்பாகச் செய்துள்ளாய். நீ முதல் இருபதுக்குள் இருக்கிறாய்!” என்று அவர் கூறியபோது, லவீஷ் திகைத்துப் போனார்.

அவருடைய தொலைபேசியில் வாழ்த்துச் செய்திகள் வந்து குவிந்தவண்ணம் இருந்தன. தன்னுடைய வெற்றியை உறுதி செய்து கொள்வதற்காக, ஒரு டெலிகிராம் குழுவிலிருந்து தனக்கு வந்திருந்த பிடிஎஃப் ஒன்றைத் திறந்து தன் பெயரை அவர் அதில் தேடினார். தான் பதினெட்டாவது ரேங்க் பெற்றிருந்ததைக் கண்டபோதும் அவரால் அதை நம்பவே முடியவில்லை. அதனால், அவர் யூபிஎஸ்சி வலைத்தளத்திற்குச் சென்றார்.

அங்கு அது உறுதி செய்யப்பட்டதும் அவருக்குள் உற்சாகம் கரைபுரண்டு ஓடத் தொடங்கியது. தனக்குள் பொங்கி எழுந்து கொண்டிருந்த உணர்ச்சிகளை வடித்துக் கொள்வதற்காக, அவர் தன் வீட்டின் மாடிக்குச் சென்றார். அவர் தன் முஷ்டியை மடக்கி, வானை நோக்கித் தன் கையை உயர்த்தி, ஒரு பெரும் குரலில் கத்தினார். அது கொண்டாட்டத்தையும் தாண்டிய ஒன்று. சிஎஸ்இ சுழற்சி வட்டத்தின் இறுக்கமான பிடியிலிருந்து விடுபட்டு முக்தி பெற்றுவிட்டதைப் போன்ற உணர்வு அது.

அவர் உடனே இறங்கி வந்து தன்னுடைய தாத்தா-பாட்டியின் அறைக்குள் நுழைந்து, தன் வாழ்க்கையையே புரட்டிப் போடக்கூடிய அந்த வெற்றிச் செய்தியை அவர்களிடம் பகிர்ந்து கொண்டார். அதைக் கேட்டு அவருடைய தாத்தாவும் பாட்டியும் ஆனந்தக் கண்ணீர் வடித்தனர். உடனே அவர்கள், லவீஷின் அப்பாவையும் அம்மாவையும் அழைத்து அந்த சந்தோஷச் செய்தியைப் பகிர்ந்து கொண்டனர். விரைவில், அவர்களுடைய வீடு, குடும்ப உறுப்பினர்களாலும் உறவினர்களாலும் நிரம்பி வழியத் தொடங்கியது.

இனிப்புகளின் மணம் அவ்வீடு நெடுகிலும் பரவியது. தொலைபேசி இடைவிடாமல் ஒலித்துக் கொண்டிருந்தது. லவீஷ் வானில் பறந்து கொண்டிருந்தார்.

ஒரு சில நாள்களில், லவீஷ் தன்னுடைய அம்மாவழித் தாத்தாவின் வீட்டுக்குச் சென்று அவருடைய ஆசிர்வாதத்தைப் பெற்றார். கொரோனா வைரஸ் பிரச்சனை இருந்தபோதிலும், அந்தக் கிராமம் திருவிழாக் கோலம் பூண்டிருந்தது. அந்தக் கிராமத்து மக்கள் அவருக்கு ஆரத்தி எடுத்து, மாலை அணிவித்து, அங்கிருந்த ஒவ்வொரு வீட்டுக்கும் அவரை ஊர்வலமாக அழைத்துச் சென்றனர். கிராமத்து மக்கள் லவீஷின் தாத்தாவைக் 'கலெக்டரின் தாத்தா' என்று அழைத்து அவரைப் பெருமைப்படுத்தினர்.

2020 அக்டோபர் 10 அன்று, இமயத்தின் மடியில் வீற்றிருந்த லால் பகதூர் சாஸ்திரி தேசிய நிர்வாகப் பயிற்சி நிறுவனத்திற்கு லவீஷ் பெரும் மகிழ்ச்சியுடன் கிளம்பினார்.

கொரோனா வைரஸின் இரண்டாம் அலைப் பேயாட்டம்

லால் பகதூர் சாஸ்திரி தேசிய நிர்வாகப் பயிற்சி நிறுவனத்தில் ஓர் ஏழு-மாதகாலப் பயிற்சிக்குப் பிறகு, லவீஷ், அடுத்தக் கட்டப் பயிற்சிக்காக, மைசூரிலுள்ள 'கர்நாடக மாநில நிர்வாகப் பயிற்சிக் கழகத்திற்குச்' (சுருக்கமாக, ஏடிஐ) சென்றார். ஆனால், அடுத்தச் சில மாதங்கள் பெரும் சவால்களால் நிறைந்திருக்கவிருந்ததை அவர் அறியவில்லை.

கொரோனா வைரஸின் இரண்டாவது அலை நாட்டை உலுக்கிக் கொண்டிருந்தது. அதனால், லவீஷுக்கும், கர்நாடக மாநிலத்திற்கு ஒதுக்கப்பட்டிருந்த அவருடைய சக ஐஏஎஸ் அதிகாரிகளுக்கும் கொரோனா பரிசோதனை நடத்தப்பட்டது. துரதிர்ஷ்டவசமாக, லவீஷுக்குக் கொரோனா இருந்ததை அச்சோதனை உறுதிப்படுத்தியது. அவருக்கு எந்தவிதமான அறிகுறியும் இல்லாதிருந்ததால், அது அவரைத் திகைப்புக்குள்ளாக்கியது. ஏடிஐக்கு உள்ளேயே தன்னைத் தனிமைப்படுத்திக் கொள்ள லவீஷ் வேண்டுகோள் விடுத்தார். ஆனால், அதற்கு அவர்கள் செவிசாய்க்கவில்லை. அவரை மாவட்ட மருத்துவமனையிலிருந்த கொரோனா வார்டில் அவர்கள் சேர்த்தனர்.

கன்னட மொழியை இன்னும் முழுமையாகக் கற்றுக் கொள்ளாமல் இருந்த நிலையில் தான் இப்படி ஒரு புதிய இடத்தில் வந்து தனியாக மாட்டிக் கொண்டது குறித்து லவீஷ் கலவரமடைந்தார். மறுநாள் காலையில் அங்கு

வந்த மருத்துவ ஊழியர் ஒருவர், ராகி உருண்டைகள் அடங்கிய ஒரு பொட்டலத்தையும், சாம்பார் இருந்த ஒரு பிளாஸ்டிக் பாக்கெட்டையும் லவீஷின் படுக்கையின்மீது வீசியெறிந்துவிட்டுச் சென்றார். சாப்பிடுவதற்குத் தட்டு எதுவும் வழங்கப்படாததால், அதை எப்படிச் சாப்பிடுவது என்று விழித்த லவீஷ், பின்னர் வேறு வழியின்றி, அந்த பொட்டலத்தை அவிழ்த்து ராகி உருண்டைகளை வாயில் போட்டுக் கொண்டார். சாம்பார் பாக்கெட்டில் ஒரு துளையிட்டு, அதை எப்படியோ தன் வாயில் ஊற்றினார். தன் அவல நிலை குறித்து எண்ணிப் பார்த்த அவருடைய கண்களிலிருந்து கண்ணீர் கொட்டத் தொடங்கியது.

எவ்வளவு நேரம்தான் வெறுமனே படுத்துக் கிடப்பது என்று நினைத்த லவீஷ், அந்த வார்டுக்கு வெளியே வந்து தன் நண்பருடன் தொலைபேசியில் பேசத் தொடங்கினார். அதைப் பார்த்துவிட்ட மருத்துவர் ஒருவர் அவரைக் கடுமையாகக் கடிந்து கொண்டார். அதனால், அதற்குப் பிறகு லவீஷ் தன் படுக்கையே கதியென்று விழுந்து கிடக்க வேண்டியதாயிற்று.

பொறுத்துக் கொள்ளப்பட முடியாத அந்தச் சூழ்நிலையை நான்கு நாள்கள் எப்படியோ சமாளித்துவிட்ட லவீஷ், தன்னை விடுவித்துவிடும்படி தன்னுடைய மருத்துவரிடம் மன்றாடினார்.

லவீஷுக்கு ஒரு ஸ்கேன் பரிசோதனையை மேற்கொண்டு, அவருக்கு எந்தவிதமான பாதிப்பும் இல்லை என்பதை உறுதி செய்து கொண்ட அந்த மருத்துவர், அவர்மீது பரிதாபப்பட்டு அவரை மருத்துவமனையிலிருந்து விடுவித்தார். ஏடிஐக்கு வந்து சேர்ந்த உடனேயே, லவீஷின் தந்தைவழித் தாத்தா கொரோனாவால் பாதிக்கப்பட்டிருந்த செய்தி அவரை வந்தடைந்தது. லவீஷின் தாத்தாவின் நிலைமை மோசமாக இருந்தது. லவீஷ் உடனே அங்கிருந்து கிளம்பிச் சென்று தன் தாத்தாவுக்கு அருகே இருக்க விரும்பினார். ஆனால், அவருக்கு விடுப்பு மறுக்கப்பட்டது. 2021 மே 30 அன்று, சிகிச்சை பலனின்றி அவருடைய தாத்தா இந்த உலகிலிருந்து மறைந்துவிட்டார்.

ஒரு கடினமான வழியில் கற்றுக் கொள்ளுதல்

ஏடிஐயில் தன் பயிற்சியை முடித்த லவீஷ், அடுத்தக் கட்டப் பயிற்சிக்காக மண்டியா மாவட்டத்திற்குச் சென்றார். அங்கும் அவருக்குச் சோதனைக் காலம் காத்துக் கொண்டிருந்தது. அங்கிருந்த பொதுப்பணித் துறையின் விருந்தினர் மாளிகையில்

புதுப்பிப்புப் பணி நடைபெற்றுக் கொண்டிருந்ததால், தங்குவதற்கு அவருக்கு ஏற்ற ஓரிடத்தைக் கண்டுபிடிப்பது ஒரு பெரிய தலைவலியாக மாறியது. அவருக்கு உள்ளூர் உணவு பரிச்சயமாக இல்லாததால், உணவும் ஒரு பிரச்சனையாக உருவெடுத்தது. அதனால், அவர் தயிர் சாதத்தையும் பழங்களையும் சாப்பிட்டு உயிர்வாழ்ந்தார். அதனால், இரண்டு மாதங்களில் அவர் எட்டுக் கிலோ எடை இழந்தார்.

அலுவலகக் கூட்டங்கள் முழுக்க முழுக்கக் கன்னட மொழியிலேயே நடத்தப்பட்டதால், லவீஷ் சலிப்படையத் தொடங்கினார். மொழித்தடை, உணவுப் பிரச்சனை, தங்குமிடப் பிரச்சனை, மனம்விட்டுப் பேசுவதற்கு ஆள் இல்லாமை ஆகிய அனைத்தும் சேர்ந்து அவருக்குள் மனக்கொதிப்பை ஏற்படுத்தின. லால் பகதூர் சாஸ்திரி தேசிய நிர்வாகப் பயிற்சி நிறுவனத்தில் இருந்த அவருடைய அதிகாரபூர்வமான ஆலோசகருக்கு அவர் மாதாமாதம் கட்டாயம் எழுதியனுப்ப வேண்டியிருந்த கடிதங்களில் அவர் தன் மனக்குமுறலைக் கொட்டியிருந்தார். ஒரு கடிதத்தில், அவர், "பிறர் கன்னட மொழியில் பேசுவதைக் கேட்கின்றபோது, யாரோ ஒரு பானைக்குள் கூழாங்கற்களைப் போட்டுக் குலுக்கினால் ஏற்படுகின்ற சத்தத்தைப்போல எனக்குத் தோன்றுகிறது," என்று குறிப்பிடும் அளவுக்கு அவர் நொந்து போயிருந்தார்.

சில மாதங்களுக்குப் பிறகு, அங்குத் தங்கியிருந்த மனோஜ் மற்றும் ஒரு சில மார்வாரிகளின் பரிச்சயம் லவீஷுக்குக் கிடைத்தது. விரைவில் அது ஒரு நல்ல நட்பாக உருவானது. அப்புதிய நட்பு அவருடைய தனிமையை மட்டும் போக்கவில்லை; அவருடைய உணவுப் பிரச்சனைக்கும் அது ஒரு தீர்வாக அமைந்தது.

சில மாதங்கள் இப்படித் தடுமாறிய பிறகு, லவீஷ் தன் பயிற்சியை மீண்டும் தன் கட்டுப்பாட்டிற்குள் கொண்டு வரத் தீர்மானித்தார். பல அரசு அலுவலகங்களுக்கு அதிகாரபூர்வமான முறையில் தன்னை நியமித்துக் கொண்டு, பல துறைகளின் உள்விவகாரங்களைப் பற்றி அவர் கற்றுக் கொள்ளத் தொடங்கினார். அத்துடன், உள்ளூர் வரலாறு மற்றும் கலாச்சாரத்தை அறிந்து கொள்வதிலும் அவர் ஆர்வம் காட்டினார். எடுத்துக்காட்டாக, 1902-ல் கட்டப்பட்ட, ஆசியாவின் முதல் நீர்மின் திட்டத்தை அவர் நேரில் சென்று பார்த்தார்.

அந்த மாநிலத்தில் பரவலாக இருந்த பட்டுத்தொழில் செயல்முறையைப் பற்றி அறிந்து கொள்ள விரும்பிய அவர், பட்டுப்பூச்சி வளர்ப்பிலிருந்து நெசவுவரையிலான பல்வேறு

கட்டடங்களையும் நேரில் சென்று பார்த்தார். அது, அந்த மாவட்டம் குறித்த அவருடைய புரிதலை ஆழப்படுத்தியது. மெதுவாக அங்கு அவருடைய வாழ்க்கை ஓர் இனிமையான அனுபவமாக மாறத் தொடங்கியது.

அவருடைய மாவட்டப் பயிற்சிக்கு நடுவே, அவரும் அவருடைய சக ஐஏஎஸ் சகாக்களும், பாரத் தர்ஷன் பயணத்திற்காக அழைக்கப்பட்டனர். அதைத் தொடர்ந்து, கர்நாடகா தர்ஷன் பயணமும் ஏற்பாடு செய்யப்பட்டது. அது, அம்மாநிலத்துடனான அவருடைய பிணைப்பை மேலும் வலுப்படுத்தியது. அந்த மாநிலத்தின் உள்ளார்ந்த அழகை அவரால் தரிசிக்க முடிந்தது. அப்பயணத்தின்போது, கர்நாடக மாநிலத்திற்கு ஒதுக்கப்பட்டிருந்த பிற ஐஏஎஸ் அதிகாரிகளுடன் அவர் கலந்துரையாடியபோதுதான், மண்டியா மாவட்டத்தில் தான் எதிர்கொண்டிருந்த பிரச்சனைகள் வழமையானவை அல்ல, மாறாக, அபூர்வமானவை என்பதை அறிந்து அவர் நிம்மதியடைந்தார்.

உதவிச் செயலாளரின் புரட்சித் திட்டங்கள்

மாவட்டப் பயிற்சிப் பணியை முடித்துவிட்டு லவீஷ்-ும் அவருடைய சகாக்களும் ஓர் எட்டு-மாதகால இரண்டாம் கட்டப் பயிற்சிக்காக லால் பகதூர் சாஸ்திரி தேசிய நிர்வாகப் பயிற்சி நிறுவனத்திற்குத் திரும்பினர். அதை முடித்தப் பிறகு, அவர்கள் அனைவரும் வெகுவாக எதிர்பார்த்துக் கொண்டிருந்த ஒன்று நிகழ்ந்தது. ஒரு மூன்று-மாத காலத்திற்கு, ஒன்றிய அரசின் பல்வேறு துறைகளில் உதவிச் செயலாளர்களாகப் பணியாற்றுவதற்கு அவர்கள் அனுப்பி வைக்கப்படவிருந்தனர். ஒன்றிய அரசின் அதிகார மையத்தில் தான் பங்காற்றவிருந்தோம் என்ற எண்ணமே லவீஷ்-க்குப் பெரும் உற்சாகத்தைக் கொடுத்தது.

ஆனால், கிருஷி பவனிலுள்ள நுகர்வோர் நலத்துறைக்கு அவர் நியமிக்கப்பட்டதால், அவருடைய உற்சாகம் அப்படியே வடிந்துவிட்டது. தலைமைச் செயலகத்தில் ஒரு பிரபலமான அமைச்சகத்தில் தான் பணியாற்றவிருந்ததாக லவீஷ் கண்டு கொண்டிருந்த கனவு பிசுபிசுத்துப் போனது. அத்துடன், நுகர்வோர் நலத்துறையில் பெரிதாக வேலை இருக்காது என்ற தகவலும் அவருடைய உற்சாகத்தைக் குறைத்தது.

ஆனால், தன் கணிப்புகள் அனைத்தும் தவறு என்பதை விரைவிலேயே லவீஷ் புரிந்து கொண்டார். அத்துறை, கிரிப்டோ நாணயங்கள், தடை செய்யப்பட்டப் பொருள்களின்

விளம்பரங்கள், இணைய வர்த்தகம் என்பன போன்ற பல புதுமையான, துடிப்பான தளங்களில் இயங்கிக் கொண்டிருந்தது. அத்துறையின் செயலாளர் லவீஷிடம் கடுமையாக வேலை வாங்கினார். பெரும்பாலான நேரங்களில் இரவு எட்டு மணிவரை அவர் வேலை பார்த்துக் கொண்டிருந்தார்.

அத்துறையின் மூத்த அதிகாரிகளுடன் இணைந்து பணியாற்றுவது லவீஷுக்கு மிகவும் பிடித்திருந்தது. தொலைபேசி உதவி, தானியங்கி உரையாடல் செயலி, வலைத்தளம், மின்னஞ்சல், சமூக ஊடகங்கள் ஆகியவை உட்பட வெவ்வேறு மூலாதாரங்களிலிருந்து வருகின்ற நுகர்வோரின் புகார்கள் அனைத்தையும் ஒரே இடத்தில் பதிவு செய்வதற்கான வசதியைக் கொண்ட 'ஒற்றைச் சாளர முறை' ஒன்றை லவீஷ் பரிந்துரைத்தார். நுகர்வோர் புகாரளிக்க உதவுகின்ற 'ஜாக்ரிதி' என்ற தானியங்கி உரையாடல் செயலி தொடர்பான வேலைகளில் லவீஷ் ஈடுபட்டார். செயற்கை நுண்ணறிவைப் பயன்படுத்தி, ஒரு நாளின் இருபத்து-நான்கு மணி நேரமும், மனிதத் தலையீடுகள் எதுவும் இல்லாமல் இயங்குகின்ற ஒரு செயலியாக அது இருக்கும்.

தான் மேற்கொண்டதிலேயே லவீஷுக்கு மிகவும் பிடித்த ஒன்றாக இருந்தது, நுகர்வோரின் புகார்கள் தொடர்பான நியாயத் தீர்ப்புகளை விரைவாக வழங்குவதற்கு உதவுகின்ற கணினி அமைப்பு முறை ஒன்றை அவர் உருவாக்கியிருந்ததுதான். நிலுவையில் இருந்த, ஐந்து இலட்சத்திற்கும் மேற்பட்ட நுகர்வோர் புகார்களின் தரவுகளை ஒரே இடத்தில் தொகுத்து, அவற்றைப் பொருள்வாரியாகவும், துறை மற்றும் உபதுறைவாரியாகவும் வகை பிரிப்பது அதன் முதல் கட்டம். பின்னர், ஒவ்வொரு புகாரையும் செயற்கை நுண்ணறிவுடன் அலசி, பழைய தீர்ப்புகளின் அடிப்படையில் அவற்றுக்கு நியாயம் வழங்குகின்ற பரிந்துரைகளைத் தானாகவே வழங்குகின்ற செயல்முறையை உருவாக்குவது இரண்டாம் கட்டம். லவீஷ் அதை உருவாக்கியதுடன், அதன் மாதிரி வடிவத்தைப் பரிசோதித்து அதை ஊர்ஜிதப்படுத்திவிட்டு, அங்கிருந்து கிளம்புவதற்கு முன்பாக, அதை அமலாக்குவதற்கான பொறுப்பை அத்துறையின் செயலாளரிடம் ஒப்படைத்தார்.

பீதர் நகரில் ஒரு புதிய தொடக்கம்

பயிற்சிகள் நிறைவடைந்ததைத் தொடர்ந்து, லவீஷ், பீதர் நகரில் துணைக் கோட்டக் குற்றவியல் நடுவராக நியமிக்கப்பட்டார். கர்நாடகம், தெலுங்கானா, மகாராஷ்டிரம் ஆகிய மூன்று

மாநிலங்கள் சந்திக்கின்ற இடத்தில் அந்நகர் அமைந்துள்ளது. மண்டியாவில் தொடக்கத்தில் தனக்கு ஏற்பட்டிருந்த கசப்பான அனுபவங்களினால் லவீஷ் அந்த ஊரை எச்சரிக்கையுடனேயே அணுகினார்.

ஆனால், அவருக்கு வியப்பு ஏற்படுத்தும் விதத்தில் பீதர் அவரை இருகரம் கொண்டு வாரி அணைத்துக் கொண்டது. அந்த ஊரின் மக்களும், அவருடைய அலுவலகத்தில் இருந்தவர்களும் அவரைத் தங்களுடைய உபசரிப்பால் திணறடித்தனர். அங்குப் பெரும்பாலும் இந்தியும் உருதுவும் பேசப்பட்டதால், மொழித் தடை சுத்தமாக நீங்கிவிட்டிருந்தது. அந்த ஊரில் நிலவிய இனிமையான தட்பவெப்ப நிலை, சுத்தமான காற்று மற்றும் தண்ணீர், அங்கு நிலவிய நேர்மறையான அதிர்வுகள் ஆகியவை அவ்வூரின் வசீகரத்தை மேலும் அதிகரித்தன. ஹைதராபாத், இரண்டரை மணி நேரச் சாலைவழிப் பயண தூரத்தில் இருந்தது. ஹைதராபாத்திலிருந்து உதய்பூருக்கு நேரடி விமானச் சேவை இருந்ததால், தன் குடும்பத்தாரைச் சந்திப்பது லவீஷுக்கு எளிதாக இருந்தது.

லவீஷ் அங்குத் தான் வரவேற்கப்பட்ட ஒருவராக இருந்ததை உணர்ந்ததோடு, மகிழ்ச்சியாகவும் இருந்தார். பீதரின் புராதனத் தெருக்களில் ஒரு புதிய அத்தியாயத்திற்கான விதைகள் முளைவிட்டுக் கொண்டிருந்தன.

லவீஷின் கதையிலிருந்து நினைவில் வைத்துக் கொள்ளப்பட வேண்டிய முக்கிய அம்சங்கள்

---

1. தியாகம் செய்யத் தயங்காதீர்கள், துணிச்சலான முடிவுகளை எடுங்கள்

யூபிஎஸ்சி எனும் சிகரத்தில் வெற்றிக் கொடி நாட்டுவதற்கு வெறும் கனவுகள் போதாது. அதற்குத் தியாகங்களும் துணிச்சலான முடிவுகளும் தேவை. நீங்கள் பல விஷயங்களுக்கு முன்னுரிமை கொடுத்தால் உங்களுடைய கவனம் சிதறிவிடும். தடுமாற்றமில்லாத உறுதிப்பாடும் மனப்பூர்வமான தயாரிப்பும்தாம் உங்களுக்கு வெற்றியைப் பெற்றுத் தரும்.

2. உங்களுடைய விருப்பப்பாடத்தை மிகக் கவனமாகத் தேர்ந்தெடுங்கள்

நீங்கள் தேர்ந்தெடுக்கின்ற விருப்பப்பாடம் உங்களுடைய தயாரிப்புகளுக்கு உறுதுணையாக இருக்கும் அல்லது உங்களைத் தடம்புரள வைத்துவிடும். இருக்கின்ற அனைத்துச் சாத்தியக்கூறுகளையும் நன்றாக அலசுங்கள். அவசர அவசரமாக எந்தவொரு முடிவுக்கும் வந்துவிடாதீர்கள். உங்களுடைய பலத்தோடும் ஆர்வத்தோடும் ஒத்துப் போகின்ற ஒன்றை உங்களுடைய விருப்பப்பாடமாகத் தேர்ந்தெடுங்கள். கடும் போட்டிமிக்க இத்தேர்வில் அது உங்களுக்குப் பெரும் அனுகூலத்தைக் கொடுக்கும்.

3. மனரீதியான சவால்களைத் துணிச்சலுடன் எதிர்கொள்ளுங்கள்

ஐஏஎஸ் தேர்வுக்குத் தயாராகிக் கொண்டிருக்கின்ற ஒவ்வொரு நபரும் சுயசந்தேகங்களையும் மனச்சோர்வையும் கண்டிப்பாக எதிர்கொள்வர். அவற்றிலிருந்து நீங்கள் எவ்வளவு விரைவாக வெளியே வருகிறீர்களோ, அவ்வளவு விரைவாக உங்களால் வெற்றியை அறுவடை செய்ய முடியும். உங்களையொத்தப் பின்னணியிலிருந்து வந்து தங்களுடைய ஐஏஎஸ் கனவைச்

சாதித்துள்ள நபர்களிடமிருந்து ஊக்கம் பெறுங்கள். சிஎஸ்இ தேர்வில் வெற்றி பெறுவதற்கு உற்சாகமும் நல்ல மனநிலையும் இன்றியமையாதவை.

4. மாதிரித் தேர்வுகளின் அனுகூலத்தைப் பயன்படுத்திக் கொள்ளுங்கள்

சிஎஸ்இ தேர்வில் வெற்றியைச் சுவைப்பதற்கு, மாதிரித் தேர்வுகள், பதில்களை எழுதிப் பழகுதல் என்பன போன்றவை முக்கியமானவை. முதல் நிலைத் தேர்வுக்குக் குறைந்தபட்சம் முப்பது மாதிரித் தேர்வுகளை எழுத முயற்சி செய்யுங்கள். பிரதானத் தேர்வுக்கு அதிகமான எண்ணிக்கையில் பதில்களை எழுதிப் பார்த்துப் பயிற்சி செய்யுங்கள். முடிந்தால், கணினி மூலம் தேர்வுச் சூழலை அச்சசலாக உருவாக்கிக் கொடுக்கின்ற மாதிரித் தேர்வுகளை எழுதவும் நீங்கள் முயற்சிக்கலாம்.

5. விரிவான விண்ணப்பப் படிவத்தை உங்களுக்குச் சாதகமாகப் பயன்படுத்திக் கொள்ளுங்கள்

உங்களுடைய விரிவான விண்ணப்பப் படிவத்தை எச்சரிக்கையுடன் பூர்த்தி செய்வது மிக மிக முக்கியமானது. நேர்முகத் தேர்வின்போது, பெரும்பாலான நேரங்களில், தேர்வுக் குழுவினர் அதன் அடிப்படையில்தான் கேள்விகளைத் தொடுக்கின்றனர். உங்களுடைய வலுவான அம்சங்களையும் தனிப் பண்புகளையும் அதில் கோடிட்டுக் காட்டுங்கள். நேர்முகத் தேர்வின்போது, உங்களால் தன்னம்பிக்கையுடன் விவாதிக்க முடியாத விஷயங்களைத் தவிர்த்துவிடுங்கள்.

6. ஒரு குழுவாக மேற்கொள்ளப்படுகின்ற கலந்துரையாடல்கள் மற்றும் மாதிரி நேர்முகத் தேர்வுகளின் சக்தியைப் பயன்படுத்திக் கொள்ளுங்கள்

நேர்முகத் தேர்வுத் தயாரிப்புக்கு, நண்பர்களுடன் சேர்ந்து மேற்கொள்ளப்படுகின்ற கலந்துரையாடல்கள், மாதிரி நேர்முகத் தேர்வுகள் என்பன போன்றவை மிகவும் உதவும். ஒரு கணினியின் உதவியுடன் மேற்கொள்ளப்படுகின்ற, யூபிஎஸ்சி நேர்முகத் தேர்வை அப்படியே தத்ரூபமாகச் சித்தரிக்கின்ற மாதிரித் தேர்வுகளில் பங்கெடுத்துக் கொள்வது, நேர்முகத் தேர்வு நடக்கும் நாள் உண்மையில் எப்படி இருக்கும் என்பதைத் தெரிந்து கொள்வதற்கு உங்களுக்கு உதவும்.

சஜ்ஜன் யாதவ்

அத்தியாயம் 8

ஓர் ஐஏஎஸ் அதிகாரியாக ஆவதற்கான வெற்றிச் சூத்திரங்கள்

கடந்த ஏழு அத்தியாயங்களில், சமீபத்திய ஆண்டுகளில் யூபிஎஸ்சி சிகரத்தில் வெற்றிக் கொடி நாட்டியுள்ள ஏழு வெற்றியாளர்களின் கதைகளை நாம் பார்த்தோம். இப்புத்தகத்தைப் படிக்கின்ற, குடிமைப் பணிகள்மீது ஆர்வம் கொண்டுள்ள இலட்சக்கணக்கானோர், இந்த வெற்றியாளர்கள் பயன்படுத்திய வெற்றிச் சூத்திரங்களையும் உத்திகளையும் பின்பற்றுவதற்கு ஆவலாக இருப்பர் என்பதில் சந்தேகமில்லை. இந்த அத்தியாயத்தில், அந்த வெற்றியாளர்கள் பயன்படுத்திய உத்திகளை நாம் பார்க்கவிருக்கிறோம். அவை கீழ்க்கண்ட ஐந்து தலைப்புகளில் வகைப்படுத்தப்பட்டுள்ளன.

1. வெற்றி உத்திகள்
2. வெற்றிச் சூத்திரங்கள்
3. முதல் நிலைத் தேர்வில் வெற்றி பெறுதல்
4. பிரதானத் தேர்வில் தேர்ச்சியடைதல்
5. நேர்முகத் தேர்வில் ஜொலித்தல்

இப்போது நாம் இவை ஒவ்வொன்றையும் விரிவாகப் பார்க்கலாம்.

வெற்றி உத்திகள்

யூபிஎஸ்சி சிகரத்தில் வெற்றிக் கொடி நாட்டுவதற்கு உதவுகின்ற உத்திகளை ஒரு வரைபடமாகக் கொடுப்பதிலிருந்து அதை நாம் தொடங்கலாம்:

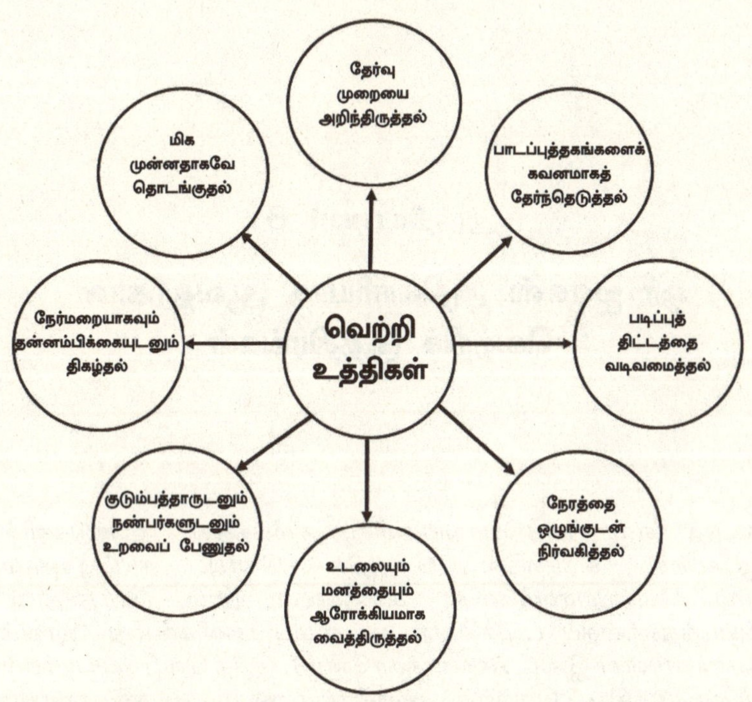

மிக முன்னதாகத் தொடங்குதலும் தேர்வு முறையை அறிந்திருத்தலும்

ஓர் ஐஏஎஸ் அதிகாரியாக ஆவதற்கான பயணத்தில் அடியெடுத்து வைப்பதற்கு, நீங்கள் முதலில் அதற்கான தேர்வு முறையைத் தெளிவாகப் புரிந்து கொள்ள வேண்டும். உங்களுடைய பட்டப்படிப்பின் கடைசி ஆண்டிலோ அல்லது பட்டப்படிப்பை முடித்தக் கையுடனோ இதற்கான தயாரிப்பில் இறங்குவது உங்களுக்கு அனுகூலமானதாக இருக்கும். நீங்கள் படித்துக் கொண்டிருக்கும் பட்சத்தில், உங்களுடைய கல்வி நிலையத்தில் இருக்கின்ற நூலகம், தங்கும் விடுதி போன்ற வசதிகளை உங்களால் பயன்படுத்திக் கொள்ள முடியும், அங்குள்ள பேராசிரியர்களின் உதவியை நாட முடியும். நீங்கள் அப்போதுதான் பட்டப்படிப்பை முடித்திருந்தால், உங்களுடைய கல்வி நிறுவனத்துடனான உங்களுடைய உறவு இன்னும் பசுமையாக இருக்கும் என்பதால், அவற்றைப் பயன்படுத்தி ஒரு வலுவான அடித்தளத்தை உங்களால் அமைத்துக் கொள்ள முடியும். படித்தவற்றை மீண்டும் படிப்பதற்கும், மாதிரித்

தேர்வுகளை எழுதுவதற்கும் உங்களுக்கு ஏராளமான நேரம் இருக்கும். நீங்கள் இளமையாக இருப்பதால், உடனடியாக ஒரு வேலைக்குச் செல்ல வேண்டும் என்ற அழுத்தம் குறைவாக இருக்கும். மிக முன்னதாகத் தொடங்குகின்றபோது, அதற்காக நீங்கள் உங்களுடைய கல்லூரி அனுபவங்களில் சிலவற்றைத் தியாகம் செய்ய வேண்டியிருக்கலாம்.

எடுத்துக்காட்டாக, இப்புத்தகத்தில் இடம்பெற்றுள்ள சத்தியம், கல்லூரியில் இறுதியாண்டு படித்துக் கொண்டிருந்தபோதே இத்தேர்வுக்கான தயாரிப்புகளில் இறங்கிவிட்டார். அஞ்சலியும் வசீமும், பட்டப்படிப்பை முடித்தவுடன் அதற்கான தயாரிப்பில் ஈடுபட்டனர். சுருதி, முதுகலைப் பட்டப்படிப்பிற்குள் நுழைந்து அதில் விரக்தி ஏற்பட்டதைத் தொடர்ந்து இதில் தன் கவனத்தைத் திருப்பினார்.

பாடப்புத்தகங்களைக் கவனமாகத் தேர்ந்தெடுத்தல்

இத்தேர்வு எழுத முனைபவர்களை, அதற்காகப் பரிந்துரைக்கப்படும் புத்தகங்களின் எண்ணிக்கையும் அவற்றின் அளவும் மிரள வைக்கக்கூடும். இந்நூலில் இடம்பெற்றுள்ள வெற்றியாளர்கள் அனைவருமே, எண்ணிக்கையைவிடத் தரத்திற்கு அதிக முக்கியத்துவம் கொடுத்தனர். தேர்ந்தெடுத்தச் சில புத்தகங்களை வாசிப்பதன் முக்கியத்துவத்தை அவர்கள் வலியுறுத்தினர்.

யூபிஎஸ்சி, வல்லுநர்களை நாடுவதில்லை என்பதை நினைவில் வைத்துக் கொள்ளுங்கள். மாறாக, பலதரப்பட்டத் துறைகளில், பரந்துபட்டப் புரிதலுடன் இருக்கின்ற நபர்களைக் கண்டறிவதே அவர்களுடைய நோக்கம். அளவுக்கதிகமான தகவல்களைக் கிரகித்துக் கொள்ள நீங்கள் முனைந்தால், அது உங்களிடம் குழப்பத்தைத் தோற்றுவித்து, பயத்தை உருவாக்கி, உங்களுடைய தன்னம்பிக்கையைச் சிதறடித்துவிடும். தேர்ந்தெடுத்தச் சில புத்தகங்களை மட்டும் நீங்கள் படிக்கின்றபோது, உங்கள் கவனக்குவிப்பு அதிகரிக்கும், உங்கள் மன உறுதி வலுப் பெறும், உங்கள் அறிவு கூர்மையடையும்.

காலங்காலமாக, என்சிஇஆர்டி புத்தகங்கள்தாம் குடிமைப் பணிகளுக்கான தேர்வுகளின் முதுகெலும்பாக இருந்து வந்துள்ளன. அப்புத்தகங்களை நீங்கள் படித்தால், அடிப்படைக் கோட்பாடுகளையும் கருத்தாக்கங்களையும் உங்களால் தெளிவாகப் புரிந்து கொள்ள முடியும். 1993-ல் நான் சிஎஸ்இ தேர்வுக்குத் தயாராக முனைந்தபோது, ஒன்பதாம்

வகுப்பிலிருந்து பன்னிரண்டாம் வகுப்புவரையிலான என்சிஇஆர்டி பாடப்புத்தகங்களைப் படிக்கும்படி எனக்கு அறிவுறுத்தப்பட்டது. இன்றும்கூட, அப்புத்தகங்கள், அவற்றின் தெளிவு, நம்பகத்தன்மை, துல்லியம், சரளமான மொழிநடை ஆகியவற்றுக்காகப் பெரிதும் சிலாகிக்கப்படுகின்றன. பாடங்களில் உங்களுக்கு இருக்கின்ற அறிவின் அளவைப் பொறுத்து, ஒன்பதிலிருந்து பன்னிரண்டாம் வகுப்புவரையிலான என்சிஇஆர்டி புத்தகங்களில் எதிலிருந்து தொடங்குவது என்பதை நீங்கள் தீர்மானித்துக் கொள்ளலாம்.

அதற்குப் பிறகு, பரிந்துரைக்கப்படுகின்ற பாடப்புத்தகங்களில், தேர்ந்தெடுத்தச் சில பாடப்புத்தகங்களைப் படித்து உங்கள் அறிவை ஆழப்படுத்திக் கொள்ளலாம். புத்தகங்களைத் தேர்ந்தெடுப்பதற்கு வழிகாட்டிகள் அல்லது ஏற்கனவே இதில் வெற்றி பெற்றுள்ளவர்களின் உதவியை நாடுங்கள். அப்புத்தகங்களில், சிஎஸ்இ பாடத்திட்டத்தில் இடம்பெற்றுள்ள தலைப்புகளை மட்டுமே படியுங்கள். அதற்குப் பிறகு, படித்தவற்றை மீண்டும் மீண்டும் படியுங்கள்.

இணையத்தில் கிடைக்கின்ற நம்பகமான வளங்களைப் பயன்படுத்திக் கொள்ளுங்கள். அரசின் பல்வேறு துறைகள் மற்றும் புகழ்பெற்ற ஆய்வு நிறுவனங்களின் வலைத்தளங்களில் நடப்பு நிகழ்வுகள் குறித்தத் தகவல்கள் மண்டிக் கிடக்கின்றன. அரசாட்சி, வேளாண்மை, பொருளாதாரம் ஆகியவை குறித்த முக்கியத் தகவல்களை, 'யோஜ்னா', 'குருஷேத்ரா' போன்ற இதழ்களிலிருந்து நீங்கள் பெற்றுக் கொள்ளலாம்.

மனப்பாடம் செய்வதற்குப் பதிலாகக் கருத்தாக்கங்களைப் புரிந்து கொள்ள முயலுங்கள். ஆய்வு செய்கின்ற திறனையும் திறனாய்வுச் சிந்தனையையும் வளர்த்துக் கொள்ளுங்கள். சிஎஸ்இ தேர்வில் கலந்து கொள்பவர்களின் மனப்பாடத் திறனை யூபிஎஸ்சி சோதிப்பதில்லை. மாறாக, பிரச்சனைகளைப் புரிந்து கொண்டு அவற்றுக்குத் தீர்வு காண்பதற்கான ஆற்றல் உங்களிடம் இருக்கிறதா என்பதைத்தான் அது சோதிக்கிறது. உங்களுடைய புரிதலை ஆழப்படுத்திக் கொள்வதற்கும், புதிய கண்ணோட்டங்களைப் பெறுவதற்கும் உங்களுடைய சக தேர்வர்களுடன் கலந்துரையாடல்களில் ஈடுபடுங்கள்.

நம்பகமான ஆதாரங்களின் அடிப்படையில், கவனக்குவிப்புடனும் ஒழுங்குமுறையுடனும்கூடிய அணுகுமுறை, இதன் ஆழ்கடல் போன்ற பெரும் பாடத்திட்டத்தைக் கடப்பதற்குத் தேவையான தன்னம்பிக்கையை உங்களுக்கு அளிக்கும். அறிவார்ந்த முத்துகளைச் சேகரிப்பது முக்கியமல்ல, அவற்றை ஒரு

மாலையைப்போலக் கோர்த்து, தெளிவுடன் சமர்ப்பிப்பதுதான் முக்கியம் என்பதை நினைவில் வைத்திடுங்கள்.

படிப்புத் திட்டத்தை வடிவமைத்தல்

அன்டோயின் டி செயின்ட்-எக்ஸுபெரி என்ற புகழ்பெற்றப் பிரெஞ்சு எழுத்தாளர், ஒரு முறை, “திட்டமில்லாத ஓர் இலக்கு என்பது வெறும் ஆசை மட்டுமே,” என்று கூறினார். ஓர் ஐஏஎஸ் அதிகாரியாக ஆக விரும்புகின்ற ஒருவர், தன் கனவை நனவாக்குவதற்கு, செதுக்கிச் செதுக்கித் தயார் செய்யப்பட்டுள்ள ஒரு திட்டம் அவரிடம் கண்டிப்பாக இருந்தாக வேண்டும். உங்களுடைய திட்டம், சிஎஸ்இயின் பெரும் பாடத்திட்டத்தில் உள்ள அனைத்தையும் படித்துப் புரிந்து கொள்ளுதல், அவற்றை மீண்டும் மீண்டும் படித்தல், பதில்களை எழுதிப் பார்த்தல், மாதிரித் தேர்வுகளை எழுதிப் பழகிக் கொள்ளுதல் ஆகியவற்றை உள்ளடக்கிய ஒன்றாக இருக்க வேண்டும்.

பாடத்திட்டம் பரந்துபட்டதாக இருப்பதால், அதை எளிதாக உண்ணக்கூடிய கவளங்களாகப் பிரித்துக் கொள்வது இன்றியமையாதது. மாதாந்திர, வாராந்திர மற்றும் தினசரி இலக்குகளை நிர்ணயித்துக் கொள்ளுங்கள். ஒவ்வொரு தலைப்புக்கும் போதுமான அளவு நேரத்தை ஒதுக்கிக் கொள்ளுங்கள். சவாலான பாடங்களில் கவனத்தைக் குவியுங்கள். அதே சமயம், உங்களால் அடைய முடியாத இலக்குகளை நிர்ணயித்து உங்களுக்கு மன உளைச்சலை ஏற்படுத்திக் கொள்ளாதீர்கள்.

உலக வரலாறு, சுதந்திரத்திற்குப் பிந்தைய இந்திய வரலாறு என்பன போன்ற, நீங்கள் குறைவான மதிப்பெண்களைப் பெறுவதற்குச் சாத்தியமுள்ள தலைப்புகளில் அதிக நேரத்தைச் செலவிடுதல் போன்ற, பெரும்பாலானோர் செய்கின்ற தவறுகளைச் செய்யாதீர்கள். இந்நூலில் இடம்பெற்றுள்ள வெற்றியாளர்களில் ஒருவரான பரத், இது போன்ற பாடங்களுக்கு இருபத்தைந்து நாள்களை ஒதுக்கியிருந்தது குறித்துப் பின்வருத்தம் கொண்டார். முந்தைய ஆண்டுகளின் கேள்விகளை ஆராய்வதன் மூலம், எந்தத் தலைப்புகள் அதிக மதிப்பெண்களை ஈட்டித் தரும் என்பதை உங்களால் கண்டறிய முடியும்.

நேரத்தின் அடிப்படையில் இலக்குகளை நிர்ணயிக்காமல், படிக்கப்பட வேண்டிய பாடத்தலைப்புகளின் அடிப்படையில் இலக்குகளை நிர்ணயிப்பது உகந்தது என்று சுருதி

அறிவுறுத்துகிறார். சத்தியம், மொத்தம் படிக்கப்பட வேண்டிய பக்கங்கள் எத்தனை என்பதைக் கணக்கிட்டு, அதன் அடிப்படையில் தன் இலக்குகளை நிர்ணயித்துக் கொண்டார். மூன்று மற்றும் ஆறு மாதங்களின் முடிவில் தன் முன்னேற்றம் எப்படி இருக்கும் என்பதை அவர் தன் மனக்கண்ணில் பார்த்து அந்த மைல்கற்களை அடைய ஒரு திட்டமிட்ட முறையில் அவர் வேலை செய்தார்.

ஒரு திட்டம் ஒருவருக்கு வெற்றிகரமாகப் பலனளித்திருந்த காரணத்தால் மற்ற எல்லோருக்கும் அது பலனளிக்கும் என்ற அனுமானத்தின் அடிப்படையில் நீங்கள் செயல்படக்கூடாது. ஒவ்வொருவருக்கும் ஒரு தனித்துவமான கற்றல் முறை இருக்கிறது. ஒருவருடைய திட்டத்தைக் கண்களை மூடிக் கொண்டு அப்படியே பின்பற்றுவது பல நேரங்களில் பிரச்சனையில் முடியக்கூடும். நீங்கள் உங்கள் திட்டத்தை வடிவமைக்கின்றபோது, உங்களுடைய பாணி, கற்றல் திறமை, பலம், பலவீனம் ஆகியவற்றைக் கணக்கில் எடுத்துக் கொள்ள வேண்டும்.

அனைத்தும் நீங்கள் திட்டமிட்டபடி போய்க் கொண்டிருக்கிறதா என்பதை குறிப்பிட்டக் கால இடைவெளிகளில் நீங்கள் அவதானிக்கவேண்டும். உங்களுடைய முன்னேற்றம் குறித்து நேர்மையாக இருங்கள். தேவையெனில், உங்களுடைய இலக்குகளையும் திட்டங்களையும் சற்று மாற்றிக் கொள்ளத் தயங்காதீர்கள். நெகிழ்வுத்தன்மை என்பது பலமே அன்றி பலவீனமல்ல. முதல் நிலைத் தேர்வுக்கும் பிரதானத் தேர்வுக்கும் சேர்த்தே தயார் செய்து கொள்வது மிகவும் பயனுள்ளதாக இருக்கும். முதல் நிலைத் தேர்வின் மூலம் கிடைக்கின்ற அறிவு, பிரதானத் தேர்வின் பொது அறிவுத் தாள்களுக்கு மிகவும் பயனுள்ளதாக இருக்கும். முதல் நிலைத் தேர்வுக்குத் தயார் செய்து கொள்வதற்கு முன், பிரதானத் தேர்வுக்கான பாடங்களை ஒரு முறை படித்து முடித்துவிடுவது ஒரு சிறப்பான உத்தியாகும். அப்படிச் செய்தால், முதல் நிலைத் தேர்வு முடிந்த பிறகு அவற்றை நீங்கள் வெறுமனே மீண்டும் படிக்க வேண்டியிருக்கும், அவ்வளவுதான்.

தொழில்நுட்பத்தைப் பயன்படுத்துவது உங்களுடைய தயார் செய்து கொள்ளும் ஆற்றலின் அளவைப் பன்மடங்கு பெருக்கும். கலந்துரையாடல்களுக்கு, ஊடாடும் வலைத்தளங்களையும் செயலிகளையும் பயன்படுத்துவதன் மூலம், உங்களுடைய பயன் அறுவடையைப் பல மடங்கு அதிகரித்துக் கொள்ளலாம். நடப்பு நிகழ்வுகளைப் பற்றிய தகவல்களை விரல் நுனியில் வைத்திருப்பதற்கு யூடியூப்

சேனல்களும் வலையொலிப்பதிவுகளும் உங்களுக்கு உதவும்.

நேரத்தை ஒழுங்குடன் நிர்வகித்தல்

ஐஏஎஸ் அதிகாரிகளாக ஆக விரும்புபவர்கள் சுயகட்டுப்பாட்டுடன்கூடிய தினசரி வழக்கம் ஒன்றை ஏற்படுத்திக் கொள்ள வேண்டியது இன்றியமையாதது. தொடர்ந்து வாராந்திர மற்றும் மாதாந்திர இலக்குகளை அடைந்து கொண்டிருப்பது முக்கியம். ஏனெனில், நிர்ணயிக்கப்பட்ட இலக்கை நிர்ணயிக்கப்பட்ட நாளில் அடைய முடியாவிட்டால், அது உங்கள்மீது பெரும் அழுத்தத்தை ஏற்படுத்தும், உங்களுடைய படிப்புச் சுமையை அதிகரிக்கும். அதற்கு நீங்கள் உங்களுடைய சௌகரிய வட்டத்தைவிட்டு வெளியே வர வேண்டும். உங்களுக்கு நீங்களே வகுத்து வைத்துள்ள வரம்பெல்லைகளை விரிவாக்கிக் கொள்ளவும், உங்களை அவற்றுக்கு அப்பால் தொடர்ந்து உந்தித் தள்ளிக் கொண்டே இருக்கவும் வேண்டும்.

செம்மையான நேர நிர்வாகம் ஒரு முக்கியமான வெற்றிக் காரணியாகும். தினமும் இத்தனை மணி நேரம் படிப்பதுதான் சிறந்தது என்று எவரொருவராலும் அறுதியிட்டுக் கூற முடியாது. படிப்பின் தரம் எப்படியிருக்கிறது என்பதுதான் முக்கியம். ஆனால், எப்போது படித்தாலும், எந்தவிதமான கவனச்சிதறலும் இல்லாமல் படிக்க வேண்டும். உங்களுடைய மனநிலையைப் பொறுத்து, நீங்கள் படித்துக் கொண்டிருக்கின்ற தலைப்பை மாற்றிக் கொள்ளக்கூடிய நெகிழ்வுத்தன்மையை உங்களுடைய திட்டம் கொண்டிருக்க வேண்டும்.

படிப்பதற்குத் தினசரிக் கால அட்டவணை ஒன்றை உருவாக்கிக் கொள்வதும், எந்தெந்த நடவடிக்கைகளில் எவ்வளவு நேரம் செலவிடப்பட்டுக் கொண்டிருக்கிறது என்பதைக் குறித்துக் கொள்வதும், நேரத்தை மிகச் சிறப்பாக நிர்வகிக்கவும், நேர விரயத்தைத் தடுக்கவும் உதவும். எடுத்துக்காட்டாக, சத்தியம், தினந்தோறும் படுக்கச் செல்வதற்கு முன்பாக, அந்த நாளில் தன்னுடைய நேரச் செலவு அட்டவணையைக் கண்டிப்பாக அலசுவதை வழக்கமாக்கிக் கொண்டிருந்தார். அந்தப் பழக்கத்தின் மூலம் அவர் நேர விரயத்தைக் கண்டறிந்து அதைக் களைந்தார்.

யூபிஎஸ்சி சிகரத்தை அடைவதற்கான பயணம் ஒரு வேகமான ஓட்டம் அல்ல, அது ஒரு மராத்தான் ஓட்டத்தைப் போன்றது. தயாரிப்பு பல நேரங்களில் கடினமானதாகவும் மனச்சோர்வு ஏற்படுத்துவதாகவும் இருக்கும். அதனால்,

உங்களுடைய கால அட்டவணையில் ஓய்வுக்கும் பொழுதுபோக்கிற்கும் சிறிதளவு நேரத்தை ஒதுக்கி வைத்துக் கொள்ளுங்கள்.

உடலையும் மனத்தையும் ஆரோக்கியமாக வைத்திருத்தல்

யூபிஎஸ்சி சிகரத்தை எட்டுவதற்கான பயணம் ஒரு நீண்ட நெடிய பயணம். அது ஒருவரை உடல்ரீதியாகவும் மனரீதியாகவும் களைப்படையச் செய்துவிடும். இந்தக் கடுமையான பயணத்தில் உங்களுடைய அறிவுக்கூர்மையுடன் சேர்த்து உங்களுடைய உடல் ஆரோக்கியமும் ஒரு நல்ல சொத்தாக அமையும். பெரும்பாலான தேர்வர்கள், படிப்பதற்குத் தினமும் குறைந்தபட்சம் பன்னிரண்டு மணி நேரம் செலவழிக்கின்றனர். அதை அவர்கள் தொடர்ச்சியாக மாதக்கணக்கில் செய்கின்றனர். எண்ணற்றோர், குறைவான தரமுள்ள ஒரு வாழ்க்கையை வாழ்கின்றனர். விடுதிகளில் அல்லது உள்ளூரிலுள்ள உணவு வழங்கும் அமைப்புகளிலிருந்து கிடைக்கின்ற படுமோசமான உணவை உண்டு அவர்கள் காலந்தள்ளுகின்றனர்.

உடலுழைப்பு சிறிதுகூட இல்லாத ஒரு வாழ்க்கைமுறை, அவர்களிடமிருந்து எதிர்பார்க்கப்படுகின்ற மிக உயர்ந்த கல்வியறிவு, கடுமையான போட்டி, குறுகிய காலக்கெடுக்கள், நாளுக்கு நாள் விரிவடைந்து கொண்டிருக்கும் பாடத்திட்டம் என்பன போன்ற அனைத்தும் சேர்ந்து தேர்வர்களின் உடல் மற்றும் மனத்தின்மீது பெரும் தாக்கம் ஏற்படுத்துகின்றன. மேலும், மாதிரித் தேர்வுகளில் ஏற்படுகின்ற பின்னடைவுகள், பதில் எழுதிப் பார்த்துப் பயிற்சி செய்தாக வேண்டிய அழுத்தம், சிறிதளவு சறுக்கினாலும் அவர்களை விழுங்கத் தயாராக இருக்கும் தோல்வி குறித்த பயம் ஆகியவையும் சேர்ந்து கொள்கின்றன. இப்படிப்பட்ட ஒரு சவாலான சூழலில், உடல் ஆரோக்கியம் மிக முக்கியமானதாக ஆகிறது.

உடல் இயக்கம்சார் நடவடிக்கைகள், சிறிது நேரம் நடத்தல், அல்லது கை-கால்களை நீட்டி மடக்குவதை உள்ளடக்கிய எளிய உடற்பயிற்சிகள் போன்றவை உங்களுடைய மூளைக்குச் செல்கின்ற ஆக்சிஜனின் அளவை அதிகரித்து உங்கள் மூளையின் செயல்திறனை மேம்படுத்தும், நீங்கள் படித்தவற்றை நீண்டகாலத்திற்குத் தக்கவைத்துக் கொள்ள உதவும். யோகாசனப் பயிற்சி, தியானம், மூச்சுப் பயிற்சி போன்றவை, கவனக்குவிப்பைக் கூர்மைப்படுத்திக் கொள்ளவும், மன அழுத்தத்தைக் குறைக்கவும் வெகுவாக உதவும். அத்துடன்,

போதுமான நேரம் அயர்ந்து தூங்குவதும் இன்றியமையாதது. ஏனெனில், நல்ல தூக்கம், உடலுறுப்புகளுக்கு அவசியம் தேவைப்படுகின்ற ஓய்வை அவற்றுக்கு அளித்து, அவற்றுக்குப் புத்துணர்வூட்டும், நீங்கள் உச்சபட்சத் திறனுடன் இயங்க உங்களுக்கு உதவும்.

நேர்மறையாகவும் தன்னம்பிக்கையுடனும் திகழ்தல்

ஐஏஎஸ் கனவுப் பயணத்தை நீங்கள் மேற்கொள்கின்றபோது, ஏகப்பட்டச் சவால்களை நீங்கள் சந்திக்க வேண்டியிருக்கும். மனச்சோர்வு, உணர்ச்சிக் கொந்தளிப்புகள் போன்றவற்றைத் தேர்வர்கள் அடிக்கடி அனுபவிக்க நேரும். எடுத்துக்காட்டாக, தன்னுடைய மூன்றாவது முயற்சியில் நேர்முகத் தேர்வுவரை சென்றிருந்த மின்னூ, தன்னுடைய நான்காவது மற்றும் ஐந்தாவது முயற்சிகளில் முதல் நிலைத் தேர்வுக் கட்டத்தையே தாண்ட முடியாமல் போனபோது அவர் கடும் மன உளைச்சலுக்கு ஆளானார். சத்தியத்தின் விஷயத்தில், பிரதானத் தேர்வு நெருங்கிக் கொண்டிருந்தபோது, தான் போதிய அளவு தன்னைத் தயார்படுத்தியிருக்கவில்லையோ என்ற சந்தேகம் அவரைப் பிடித்து ஆட்டியதால், அவர் மனத்தளவில் நொறுங்கிப் போனார். வசீம் தன்னுடைய முதல் முயற்சியில் அனைத்துக் கட்டங்களையும் வென்று 225-வது ரேங்க் எடுத்திருந்தும், இரண்டாவது முயற்சியின்போது முதல் நிலைத் தேர்விலேயே தோல்வியைத் தழுவியபோது, தனக்குள் தோன்றிய எதிர்மறை உணர்வை உதறித் தள்ள அவர் கடுமையாகப் போராட வேண்டியிருந்தது.

அகப் போராட்டம் அதிகரிப்பதற்குச் சில சமயங்களில் புறக் காரணிகளும் பங்களிக்கக்கூடும். பயிற்சி மைய ஆசிரியர்களின் குத்தல் பேச்சுகள், உறவினர்களின் பரிகாசங்கள், சமூகத்தின் சந்தேகப் பார்வை போன்றவை தேர்வர்களின் தன்னம்பிக்கையைக் குறைக்கக்கூடும். ஆனால், இக்கணங்களில்தான் வருங்கால வெற்றிக்கான விதைகள் தூவப்படுகின்றன. “ஆகா! நம்முடைய கலெக்டர் ஐயா இன்று வகுப்புக்கு வந்துள்ளார்,” “உங்களுக்கு அடிப்படைக் கோட்பாடுகளே புரியவில்லை. அப்படியிருக்கும்போது, ஓர் ஐஏஎஸ் அதிகாரியாக ஆகின்ற கனவோடு நீங்கள் திரிந்து கொண்டிருக்கிறீர்கள்,” என்பன போன்ற குத்தல் பேச்சுகளைத் தன்னுடைய பயிற்சி மைய ஆசிரியர்களிடமிருந்து சத்தியம் எதிர்கொள்ள வேண்டியிருந்தது. மின்னூ தன் முயற்சிகளில் பல முறை தோல்வி கண்டபோது, அவருடைய அலுவலக

சகாக்களால் அவர் பரிகசிக்கப்பட்டார். "இவன் ஏன் வீட்டில் வெட்டியாக இருந்து கொண்டிருக்கிறான்? என் பையன்களுக்கு டியூசன் எடுத்து நாலு காசு சம்பாதிக்கச் சொல்லுங்கள்," என்று ஓர் உறவினர் பரத்தின் அம்மாவிடம் ஏளனமாகக் கூறியது போன்ற இழிவுரைகளை பரத் செவிமடுக்க நேர்ந்தது.

உங்களுக்கு ஊக்கமளிக்கின்ற புத்தகங்களைப் படியுங்கள், வீடியோக்களைப் பாருங்கள், வெற்றிக் கதைகளைக் கேளுங்கள். அது போன்ற விஷயங்கள் எப்போதும் உங்களைச் சுற்றி இருக்குமாறு பார்த்துக் கொள்ளுங்கள். தான் மனச்சோர்வு அடைகின்றபோதெல்லாம், மின்னூ, அர்ப்பணிப்புடன் செயல்பட்டுக் கொண்டிருந்த ஒரு மாவட்ட ஆட்சியரைப் பற்றிய ஒரு திரைப்படத்தைப் போட்டுப் பார்ப்பதை வழக்கமாகக் கொண்டிருந்தார். பரத்தின் அம்மா, பரத் ஒரு நேர்மறையான மனத்தோடு இருப்பதற்காக, தினமும் ஒரு விளக்கை ஏற்றி வைத்துச் சிறிது நேரம் பிரார்த்தனை செய்யுமாறு அவருக்குப் பரிந்துரைத்திருந்தார்.

உங்களுடைய முயற்சியில் நீங்கள் ஒருபோதும் தளர்வடையாதிருக்க வேண்டும். உங்களுடைய தன்னம்பிக்கையின்மீது அசைக்கப்பட முடியாத நம்பிக்கை வைத்திருக்க வேண்டும். சவால்களை எதிர்கொள்கின்றபோது, நீங்கள் பதற்றமடையாமல் அமைதியாக இருந்து, உங்களால் முடிந்த ஆகச் சிறந்த முயற்சிகளை மேற்கொள்ள வேண்டும்.

குடும்பத்தாருடனும் நண்பர்களுடனுமான உறவுகளைப் பேணுதல்

உங்கள் குடும்பத்தார், நெருங்கிய நண்பர்கள், மற்றும் உங்கள் நலம் விரும்பும் சகாக்களின் ஆதரவு உங்களுடைய இந்தக் கடுமையான பயணத்தின் சிரமத்தை வெகுவாகக் குறைக்கும். உங்கள் உறவினர்களும் நண்பர்களும் உங்களுடைய பொருளாதாரச் சுமையைக் குறைக்க முன்வரும்போதும், உணர்வுரீதியாக உங்களுக்குத் தங்களுடைய ஆதரவை வழங்குகின்றபோதும், உங்களுடைய மன அழுத்தம் குறையும், அதன் மூலம் உங்களால் உங்கள் படிப்பில் கவனத்தைக் குவிக்க முடியும். ஏற்ற இறக்கங்களோடுகூடிய இப்பயணத்தில் நீங்கள் தொடர்ந்து நேர்மறையாக இருப்பதற்கு, உங்களுக்கு நெருக்கமானவர்கள் அளிக்கின்ற ஊக்குவிப்பும், அவர்களுடைய புரிதலும் உங்களுக்கு வெகுவாக உதவும்.

இந்நூலில் நாம் சந்தித்த ஏழு வெற்றியாளர்களுக்கும், அவர்களுடைய குடும்பத்தார், அவர்கள் படிப்பதற்காகக்

குறிப்பிடத்தக்கத் தியாகங்களைச் செய்திருந்ததை நாம் பார்த்தோம். இத்தகைய ஆதரவு, குறிப்பாக நீங்கள் சோர்ந்து போயிருக்கின்றபோதும், சுயசந்தேகத்தால் பீடிக்கப்பட்டிருக்கின்றபோதும் மிகவும் இன்றியமையாதது. உங்கள் குடும்பத்தார் உங்கள்மீது அசைக்கப்பட முடியாத நம்பிக்கையை வைத்துள்ளனர் என்ற அறிதல், நீங்கள் உங்களை மேலும் உந்தித் தள்ளுவதற்கான ஒரு வலிமையான ஊக்குவிப்பாக இருக்கும்.

உங்களுக்கு ஆதரவாக இருக்கின்ற சக தேர்வர்களைப் பெற்றிருப்பதும் முக்கியம். நீங்கள் இத்தேர்வுக்காக உங்களைத் தயார்படுத்திக் கொண்டிருக்கின்ற நேரத்தில் நீங்கள் தனிமையை உணராதிருப்பதற்கு, புரிந்துணர்வுடன்கூடிய சக பயணி உங்கள் அருகில் இருப்பது உங்களுக்கு மிகவும் உதவும். சிக்கலான கோட்பாடுகளைப் புரிந்து கொள்வதற்கும், சந்தேகங்களைத் தீர்த்துக் கொள்வதற்கும், புதிய கண்ணோட்டங்களைப் பெறுவதற்கும், ஒரே படகில் பயணிக்கின்ற இதுபோன்ற நண்பர்களுடனான கலந்துரையாடல்கள் வெகுவாக உதவும்.

சுருதி, ஜாமியாவில் படித்துக் கொண்டிருந்த தேர்வர்களின் சிறு குழுவோடு தன்னை இணைத்துக் கொண்ட பிறகு, அவர்களுடன் சேர்ந்து பதிலெழுதிப் பழகுதலில் ஈடுபட்டார். அவர்கள் பரஸ்பரம் அவற்றைத் திருத்தி, பின்னூட்டக்கருத்துகளைப் பகிர்ந்து கொண்டனர். அந்த ஏற்பாடு, அவர்கள் ஒருவரிடமிருந்து மற்றொருவர் கற்றுக் கொள்ளவும், மொத்தமாக அவர்கள் தங்களுடைய திறமையை மேம்படுத்திக் கொள்ளவும் அவர்களுக்கு உதவியது. குறிப்புகளைப் பகிர்ந்து கொள்வதற்கு அவர்கள் கூகுள் டாக்ஸைப் பயன்படுத்தினர். “ஒரு நல்ல குழுவோடு சேர்ந்து படிப்பது மிகவும் பயனுள்ளதாக இருக்கும். நாங்கள் ஒவ்வொருவரும் மற்றவர்களின் அறிவை விருத்தியடையச் செய்தோம்,” என்று சுருதி அது பற்றித் தெரிவிக்கிறார்.

அதேபோல, லவீஷும், கலந்துரையாடலுக்கு ஒரு சிறிய குழுவை அமைத்துக் கொண்டார். அவர்கள், குறிப்பிட்ட நாள்களையும் நேரத்தையும் குறித்துக் கொண்டு, அந்த நாள்களில் நிஜமான தேர்வுச் சூழலை உருவாக்கி மாதிரித் தேர்வுகளை எழுதினர். “சில சமயங்களில் உங்களிடம் ஊக்கம் மிகவும் குறைவாக இருக்கும். உங்கள் முயற்சியைக் கைவிட்டுவிடலாமா என்றுகூட நீங்கள் நினைப்பீர்கள். அது போன்ற சமயங்களில், ஒரு நெருக்கமான குழு உங்களுக்கு இருந்தால், அக்குழுவினர் உங்களுக்குத் தேவையான ஊக்குவிப்பை அளிப்பர். நீங்கள் ஒருவரிடமிருந்து மற்றொருவர்

கற்றுக் கொள்வீர்கள். அத்துடன், ஒருவரையொருவர் உந்தித் தள்ளவும் செய்வீர்கள்," என்று லவீஷ் கூறுகிறார்.

பயிற்சி மையத்தில் சேர வேண்டுமா அல்லது சுயமாகப் படிக்க வேண்டுமா?

ஐஏஎஸ் கனவுடன் இருக்கின்ற பலருக்கும், பயிற்சி மையத்தில் சேர்ந்து படிக்க வேண்டுமா, வேண்டாமா என்பது குறித்தக் குழப்பம் இருக்கிறது. சத்தியம் முதலில் ஒரு பயிற்சி மையத்தில் சேர்ந்தார். ஆனால், விரைவிலேயே, தன்னுடைய நேரம் ஏராளமாக வீணானதை அவர் புரிந்து கொண்டார். அதனால், அவர் ஓர் உத்தியை வகுத்தார். அதன்படி, பயிற்சி மையங்களில் கற்றுக் கொடுக்கப்படுகின்ற பாடங்களை அவர் முன்னதாகத் தானே படித்துவிடுவார். தன்னால் சுயமாகப் படித்துப் புரிந்து கொள்ள முடியாத பாடங்களைக் கற்றுக் கொள்வதற்கு மட்டும் அவர் பயிற்சி வகுப்புகளுக்குச் சென்றார். பயிற்சி மையங்களில் பாடமெடுத்த ஆசிரியர்களில் பலர், குட்டிக் கதைகளைச் சொல்வதற்கும் நகைச்சுவைகளை உதிர்ப்பதற்கும் ஏராளமான நேரத்தை வீணாக்கியதை சத்தியம் கவனித்தார்.

அதேபோல, லவீஷும், பயிற்சி மையங்களில் நடைபெற்றச் சில வகுப்புகளில் கலந்து கொண்ட பிறகு, முந்தைய ஆண்டுகளின் கேள்வித் தாள்களை அலசி ஆராய்ந்தார். அப்போது, பயிற்சி மையங்களில் பின்பற்றப்பட்டப் பாடத்திட்டங்களுக்கும், யூபிஎஸ்சி தேர்வில் கேட்கப்பட்டக் கேள்விகளுக்கும் இடையே ஒரு பெரும் இடைவெளி இருந்ததை அவர் கண்டறிந்ததால், பயிற்சி மைய வகுப்புகளில் கலந்து கொள்வதை அவர் குறைத்துக் கொண்டார். அதற்குப் பதிலாக, இணையத்தில் பதிவேற்றப்பட்டுள்ள பொருத்தமான விரிவுரைகளின் பக்கம் அவர் சென்றார்.

அஞ்சலி, முழுக்க முழுக்க சுயபடிப்பின் மூலம் வெற்றியடைந்தார். சுருதியும், பயிற்சி மையங்களின் வகுப்புகள் பெரிய எண்ணிக்கைகளிலான மாணவர்களைக் கொண்டிருந்ததாலும், அவ்வகுப்புகளில் தேவையற்ற விவாதங்கள் நடைபெற்றுக் கொண்டிருந்ததாலும், பயிற்சி மையங்கள் உதவிகரமாக இல்லை என்ற முடிவுக்கு வந்தார். "நீங்கள் சிஎஸ்இ தேர்வில் வெற்றி பெற வேண்டுமென்றால், கண்டிப்பாக ஏதாவது ஒரு பயிற்சி மையத்தில் சேர்ந்தாக வேண்டும் என்ற ஓர் அபிப்பிராயம் பொதுவாக நிலவுகிறது. ஆனால், அது உண்மையல்ல. பிற ஆதாரங்களிலிருந்தும் உங்களால் வழிகாட்டுதல்களைப் பெற முடியும்," என்று சுருதி

கருத்துத் தெரிவிக்கிறார்.

மறுபுறம், வசீம், பயிற்சி மைய வகுப்புகளாலும், அவர் சேர்ந்திருந்த மையத்தில் நடைமுறையில் இருந்த வழிகாட்டுதல் திட்டத்தாலும் பெரும் பயனடைந்தார். பரத்தும் மின்னூரவும், தங்களுடைய விருப்பப்பாடங்களை ஆழமாகக் கற்றுக் கொள்வதற்காகப் பயிற்சி மையங்களுக்குச் சென்றனர்.

வெற்றியாளர்களுடன் நடத்தப்பட்ட உரையாடல்களும், அது தொடர்பாக நடத்தப்பட்ட விரிவான ஆய்வுகளும், சிஎஸ்இ தேர்வில் வெற்றி பெறுவதற்கு ஒரு பயிற்சி மையத்தில் சேர வேண்டியது கட்டாயமில்லை என்பதை வெளிப்படுத்துகின்றன. சுயமாகப் படித்தே இதில் ஒருவரால் வெற்றி பெற முடியும். வெற்றியாளர்களின் வலைப்பதிவுகளிலிருந்தும், அவர்களுடைய பேட்டிகள் மற்றும் கலந்துரையாடல்களிலிருந்தும் தேர்வர்களால் வழிகாட்டுதல்களைப் பெற முடியும். பயிற்சி வகுப்புகளில் சேர்வதற்கு ஆர்வம் இருந்தும், நிதி நிலைமை காரணமாக அதில் சேர முடியாத நிலையில் இருப்பவர்கள், அரசின் உதவியுடன் நடத்தப்படுகின்ற பயிற்சி மையங்களில் சேர்ந்து பயனடையலாம். சில மாநில அரசுகள், தனியார் பயிற்சி மையங்களில் பயிற்சி பெறுவதற்கு உதவித் தொகைகூட வழங்குகின்றன.

அதே சமயம், தேர்வர்கள், வெற்றியாளர்களும் பிறரும் இணையத்தில் தரவேற்றுகின்ற வீடியோக்களைக் கண்மூடித்தனமாக அப்படியே நம்பிவிடக்கூடாது. ‘யூபிஎஸ்சி வல்லுநர்கள்’ என்ற தொப்பியை அணிந்து கொண்டு, இணையத்தில் தோன்றி, தாங்கள் வகுத்துள்ள கச்சிதமான உத்திகளைப் பின்பற்றினால் வெற்றி நிச்சயம் என்று முழங்கிக் கொண்டிருக்கின்ற நபர்களிடம் நீங்கள் எச்சரிக்கையாக இருக்க வேண்டும். நீங்கள் உங்களுடைய பலங்கள், பலவீனங்கள், ஆர்வங்கள் ஆகியவற்றை அலசி ஆராய்ந்து நீங்களே சொந்தமாக ஓர் உத்தியை வகுத்துக் கொள்வதுதான் சிறந்தது.

தேர்வு நாளுக்கான சில குட்டி அறிவுரைகள்

நீங்கள் எவ்வளவுதான் திறமையாக உங்களைத் தயார்படுத்திக் கொண்டிருந்தாலும், தேர்வு நாளன்று நீங்கள் எப்படிச் செயல்படுகிறீர்கள் என்பதுதான் உங்களுடைய வெற்றியை அல்லது தோல்வியைத் தீர்மானிக்கும். தேர்வு நெருங்க நெருங்க உங்களுடைய பதற்றம் அதிகரிப்பது இயல்புதான்.

சில தேர்வர்கள் முந்தைய இரவு சரியாகத் தூங்க முடியாமல் தவிப்பர். நீங்கள் உங்கள் பதற்றத்தைத் தணித்துக் கொள்வது இன்றியமையாதது. இது உங்களுக்கு மட்டும் நடக்கின்ற ஒன்று அல்ல என்பதை நினைவில் வைத்திருங்கள். தேர்வு எழுதுகின்ற ஒவ்வொருவரும் இதைச் சந்திக்கத்தான் செய்கிறார்கள். நீங்கள் போதுமான கடின உழைப்பை இதற்குப் போட்டிருக்கிறீர்கள், இதில் வெற்றி பெறுவதற்கு நீங்கள் எல்லா விதத்திலும் தகுதியானவர்தாம் என்பதை உங்களுக்கு நீங்களே மீண்டும் மீண்டும் நினைவுபடுத்திக் கொள்ளுங்கள். தேர்வு நாளுக்கு முந்தைய இரவில் நன்றாகத் தூங்க முயற்சி செய்யுங்கள். தேர்வு தினத்தன்று நீங்கள் புத்துணர்ச்சியுடன் இருப்பதற்கு அது உங்களுக்கு உதவும்.

தேர்வு நாள் நெருங்குகின்றபோது, நீங்கள் உங்களுடைய அன்றாட வழமையில் சில சிறிய மாற்றங்களை ஏற்படுத்திக் கொள்ள வேண்டியிருக்கலாம். சத்தியம், லவீஷ் போன்றவர்கள் விடிய விடியப் படித்துவிட்டு அதிகாலையில் தூங்கச் செல்கின்ற பழக்கத்தை உருவாக்கியிருந்தனர். நீங்களும் இந்தப் பழக்கத்தைப் பின்பற்றிக் கொண்டிருந்தால், தேர்வுக்குச் சில நாட்களுக்கு முன்பிருந்து, இரவு சீக்கிரமாகத் தூங்கச் செல்கின்ற விதத்தில் உங்களுடைய வழமையைப் படிப்படியாக மாற்றிக் கொள்ளுங்கள். தேர்வு நாளன்று நீங்கள் தூங்கி வழியாமல் இருக்க அது உங்களுக்கு உதவும்.

தேர்வு நாளுக்கு முந்தைய நாளே, தேர்வுக்கான நுழைவுச் சீட்டையும் உங்களுடைய அடையாள அட்டையையும் மறக்காமல் எடுத்து வைத்துவிடுங்கள். கடைசி நேரத்தில் அவற்றைத் தேடுகின்ற நிலைமை ஏற்பட்டால், உங்களுடைய பதற்றம் எக்கச்சக்கமாக அதிகரித்துவிடும். சத்தியம் தன்னுடைய பிரதானத் தேர்வு நாளன்று, நுழைவுச் சீட்டையும் ஆதார் அட்டையையும் தேடித் தவித்தார். அதனால் அவருக்கு ஏராளமான நேரம் விரயமானது. அவர் எப்படியோ சமாளித்து தேர்வு தொடங்குவதற்குச் சற்று முன்பாக அங்குச் சென்றபோது, அவருடைய பதற்றம் பல மடங்கு அதிகரித்திருந்தது. அதன் காரணமாக, துரதிர்ஷ்டவசமாக, அவர் மனப்பாடம் செய்து வைத்திருந்த மேற்கோள்கள், புள்ளிவிவரங்கள், மற்றும் எடுத்துக்காட்டுகளில் எதையும் அன்று அவரால் நினைவுகூர முடியாமல் போய்விட்டது.

சில நகரங்களில், சிஎஸ்இ தேர்வு எழுதுகின்ற நபர்கள் ஒரு பெரும் எண்ணிக்கையில் ஒரு குறிப்பிட்டப் பகுதியில் வசித்து வருவர். நீங்கள் அப்படிப்பட்டதொரு பகுதியில் வசித்து வந்தால், அந்த இடத்திலிருந்து தேர்வு மையத்திற்குச்

செல்வதற்கான போக்குவரத்து ஏற்பாட்டை முன்கூட்டியே செய்து வைத்துக் கொள்வது நல்லது. சில நேரங்களில், அப்பகுதியிலுள்ளவர்கள் அங்கிருக்கின்ற வாடகை ஊர்திகளைத் தங்களுக்காக முன்கூட்டியே பதிவு செய்து வைத்திருந்தால், கடைசி நேரத்தில் வண்டி ஏதும் கிடைக்காமல் நீங்கள் திண்டாட வேண்டிய நிலை ஏற்படலாம். வசீம் இதுபோன்ற ஒரு சூழலைச் சந்தித்தார். அன்று அவர் கிட்டத்தட்டத் தன் முதல் நிலைத் தேர்வைத் தவறவிடுகின்ற நிலையில் மாட்டிக் கொண்டிருந்தார்.

தேர்வு நாளன்று, போதுமான அளவு நீர் அருந்திக் கொள்ளுங்கள். மூச்சுப் பயிற்சி, தியானம் போன்றவையும் பதற்றத்தைக் குறைக்கும். உங்களுக்கு நம்பிக்கை இருந்தால், பிரார்த்தனையிலும் நீங்கள் ஈடுபடலாம். தேர்வு எழுதும்போது, ஆசுவாசமாக இருந்து கொண்டு, உங்களுடைய முழுக் கவனத்தையும் தேர்வு எழுதுவதில் குவியுங்கள். அழுத்தமான சூழல்களிலும் சிறப்பாகச் செயல்பட இவை உதவும்.

உங்களுடைய கடின உழைப்புதான் உங்களை அக்கணத்திற்கு அழைத்து வந்துள்ளது என்பதை நினைவில் வைத்திருங்கள். தன்னம்பிக்கையுடனும் ஒரு நேர்மறையான மனநிலையுடனும் தேர்வை அணுகுங்கள். உங்களுடைய விடாமுயற்சியும் அர்ப்பணிப்பும் கண்டிப்பாக நல்ல பலனைக் கொடுக்கும்.

வெற்றிச் சூத்திரங்கள்

இதையும் நாம் ஒரு வரைபடமாகக் கொடுப்பதிலிருந்து தொடங்கலாம்.

பாடத்திட்டங்களைச் சிறப்பாகப் புரிந்து வைத்திருத்தல்

சிஎஸ்இ தேர்வில் வெற்றி பெறுவதற்கு, அதன் பரந்துபட்டப் பாடத்திட்டத்தை நீங்கள் சிறப்பாகப் புரிந்து வைத்திருப்பது இன்றியமையாதது. முதல் நிலைத் தேர்வுக்குப் பரந்துபட்டத் தலைப்புகளைப் பாடத்திட்டமாகக் கொடுத்துள்ள யூபிஎஸ்சி, பிரதானத் தேர்வுக்கு, பல பாடங்களில் விரிவான பாடத்திட்டங்களை அளித்துள்ளது. அப்பாடத்திட்டங்களை உன்னிப்பாகப் படித்து, அவற்றில் இடம்பெற்றுள்ள தலைப்புகளையும் உப தலைப்புகளையும் தெளிவாகப் புரிந்து கொள்வதுதான் உங்களுடைய முதல் வேலையாக இருக்க வேண்டும். இப்புரிதல் சிறப்பாக இருந்தால்தான், உங்களால்

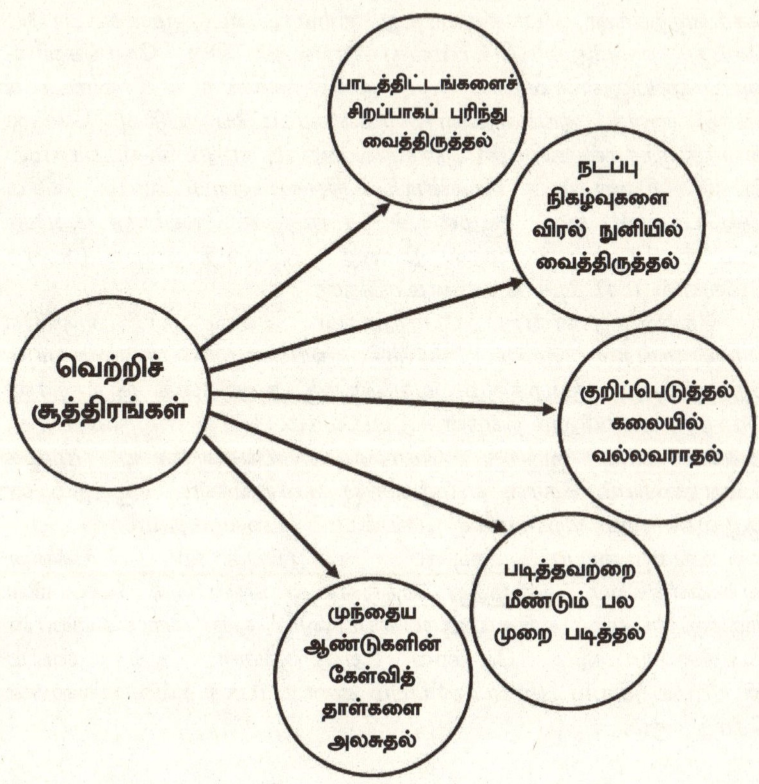

உங்களுடைய இலக்குகளைச் செம்மையாக வடிவமைக்க முடியும்.

இத்தேர்வில் கேட்கப்படுகின்ற கேள்விகள் முழுக்க முழுக்க அதன் பாடத்திட்டத்தின் அடிப்படையில் அமைந்திருக்கும் என்பதால், அதில் நல்ல மதிப்பெண்களைப் பெறுவதற்கு, அதைப் படிப்பதற்கான சிறந்த உத்தியை நீங்கள் வடிவமைத்துக் கொள்வது இன்றியமையாதது. முறையான ஒரு திட்டமில்லாமல் பலவற்றையும் படித்து வைப்பதால் எந்தப் பயனும் ஏற்படாது.

பாடத்திட்டம் பிரம்மாண்டமாக இருப்பதால், பார்த்தவுடன் அது உங்களை மிரள வைக்கக்கூடும். ஆனால், அதைக் கண்டு நீங்கள் கலங்கத் தேவையில்லை. ஒரு மலைச் சிகரத்தை அடைவது எப்படிப் படிப்படியாக மேற்கொள்ளப்படுகிறதோ, அதுபோலவே இதிலும் வெற்றி படிப்படியாகவே அடையப்படும். படித்தப் பாடத்தை நீங்கள் மீண்டும் மீண்டும் படிக்கின்ற ஒவ்வொரு முறையும், அதை

வெற்றி கொள்வது எளிதாகிக் கொண்டே வரும்.

பாடத்திட்டத்தை நீங்கள் நன்றாக அலசி ஆராய்கின்றபோது, உங்களுடைய நேரத்தைச் சிறப்பாகப் பயன்படுத்திக் கொள்வதற்கான வழிமுறைகளை உங்களால் கண்டறிய முடியும். அதைப் படித்து நீங்கள் கிரகித்துக் கொள்கின்றபோது, நீங்கள் படிக்கின்ற புத்தகங்கள், நாளேடுகள், பத்திரிகைகள் போன்றவற்றிலிருந்து எவற்றை எடுத்துக் கொள்ள வேண்டும், எவற்றை விட்டுவிட வேண்டும் என்பது உங்களுக்குத் தெளிவாகும். செம்மையாகக் குறிப்பெடுப்பதற்கு இது உதவும்.

பாடத்திட்டத்தை அச்சடித்து உங்கள் கண்களில் படுகின்ற இடத்தில் அதை ஒட்டி வையுங்கள். தினமும் காலையில் நீங்கள் அதன் முகத்தில்தான் கண்விழிக்க வேண்டும். நீங்கள் கவனக்குவிப்புடன் இருக்கவும், தலைப்புகளை நினைவில் வைத்திருக்கவும், அவற்றை நடப்பு நிகழ்வுகளோடு தொடர்புபடுத்திப் பார்க்கவும் அது உங்களுக்கு உதவும். உங்களுக்குச் சவாலாக இருக்கின்ற தலைப்புகளை முதலிலேயே கண்டறிந்து அவற்றைக் கையாள்வதற்கான உத்திகளை வகுத்துக் கொள்ளுங்கள்.

நடப்பு நிகழ்வுகளை விரல் நுனியில் வைத்திருத்தல்

நாட்டு நடப்புகள், பாடத்திட்டத்தின் முக்கியமானதொரு பகுதியாகும். அவை சிஎஸ்இ தேர்வின் அனைத்துத் தாள்களிலும் இடம்பெற்றிருக்கும் என்பதால், அதற்கு நீங்கள் ஏராளமான நேரத்தையும் கவனத்தையும் அளிக்க வேண்டியிருக்கும். உங்களுடைய பதில்களிலும் கட்டுரைகளிலும் பொருத்தமான நடப்பு நிகழ்வுகளைப் பற்றிக் குறிப்பிடுவதன் மூலம், நீங்கள் நாட்டு நடப்புகளை எந்த அளவுக்கு உன்னிப்பாக அவதானித்துக் கொண்டிருக்கிறீர்கள் என்பதை உங்களால் வெளிப்படுத்த முடியும். தேசிய மற்றும் சர்வதேச நடப்புகளைப் பற்றிய தகவல்களை நீங்கள் விரல் நுனியில் வைத்திருக்க வேண்டும்.

பல பயிற்சி மையங்கள், ஒரு குறிப்பிட்டக் கால அளவுக்குள் நிகழ்கின்ற நடப்புகளைப் பற்றித் தொகுத்து வெளியிடுகின்றன. இவை தாராளமாகக் கிடைக்கின்றபோதிலும், முதல் நிலைத் தேர்வுக்கும் பிரதானத் தேர்வுக்கும் தினந்தோறும் குறைந்தபட்சம் ஒரு நாளிதழையும், நேர்முகத் தேர்வுக்கு இரண்டு நாளிதழ்களையுமாவது படிக்க வேண்டும் என்று இந்த நூலில் இடம்பெற்றுள்ள ஏழு வெற்றியாளர்களும்

வலியுறுத்துகின்றனர். தினசரிகளைப் படிப்பதற்கு மாற்று எதுவும் இல்லை என்பதை அவர்கள் அடிக்கோடிட்டுக் காட்டுகின்றனர்.

அதோடு, நடப்புச் செய்திகளை வெளியிடுகின்ற மாத இதழ் ஒன்றையும் நீங்கள் படிப்பது நல்லது. சிலர் செய்திகளை அலசுகின்ற வலையொலிப்பதிவுகளைக் கேட்கின்றனர். முதல் நிலைத் தேர்வுக்கும் பிரதானத் தேர்வுக்கும் தயார் செய்து கொண்டிருக்கும்போது, நீங்கள் நாளிதழ்களை வாசிப்பதற்கு ஒரு மணி நேரத்திற்கு மேல் செலவிடக்கூடாது. நீங்கள் உங்களுடைய கவனத்தைச் செய்திகளில் செலுத்தாமல், நடப்பு விவகாரங்களில் செலுத்த வேண்டும். ஒரு பிரச்சனை ஏன் செய்திகளில் இடம்பெறுகிறது என்பதையும், அதன் பின்புலம், தற்போதைய நிலை, அது தொடர்பான பல்வேறு கண்ணோட்டங்கள், அதைத் தீர்ப்பதற்கான பரிந்துரைகள் ஆகியவற்றையும் நீங்கள் தெரிந்து கொள்ள வேண்டும். அது தொடர்பான புள்ளிவிவரங்கள் ஏதேனும் இருந்தால் அவற்றையும் நீங்கள் குறித்துக் கொள்ள வேண்டும்.

குறிப்பெடுத்தல் கலையில் வல்லவராதல்

ஐஏஎஸ் தேர்வில் வெற்றி பெற்றுள்ள பலருக்கு குறிப்பெடுத்தல் வெகுவாகக் கைகொடுத்துள்ளது. குறிப்புகள் என்பவை தகவல்களைக் குவித்து வைக்கின்ற ஓரிடமல்ல. அவை, உங்களுடைய எண்ணங்களைக் கோர்வையாக்கிக் கொள்வதற்கும், உங்களுடைய புரிதலை ஆழப்படுத்திக் கொள்வதற்கும், படித்தவற்றை மறக்காதிருப்பதற்கும், மீண்டும் படிக்கின்றபோது, படித்தவற்றை உடனடியாக நினைவுக்குக் கொண்டுவருவதற்கும் உதவுகின்ற ஆற்றல்மிக்கக் கருவியாகும். அவற்றை ஒரு கணினியில் தட்டச்சு செய்து வைத்துக் கொள்வதைவிட உங்கள் கையால் எழுதிக் கொள்கின்றபோது அவை உங்கள் மூளையில் ஆழமாகப் பதிந்துவிடுவதாக ஆய்வுகள் தெரிவிக்கின்றன.

நீங்கள் எடுக்கின்ற குறிப்புகள் சுருக்கமாக இருத்தல் அவசியம். நீங்கள் படித்துக் கொண்டிருக்கின்ற பல மூலாதாரங்களிலுள்ள முக்கிய அம்சங்கள், அவற்றில் இடம்பெற்றுள்ள புள்ளிவிவரங்கள், சூத்திரங்கள், எடுத்துக்காட்டுகள் ஆகியவை அக்குறிப்புகளில் இடம்பெறுமாறு பார்த்துக் கொள்ளுங்கள். யூபிஎஸ்சி பாடத்திட்டத்தில் இடம்பெறுகின்ற முக்கியமான சுட்டுச்சொல்லைச் சுற்றி நீங்கள் உங்களுடைய குறிப்புகளை உருவாக்கிக் கொள்ளுமாறு

ஐஏஎஸ் வெற்றியாளர்களில் பலரும் பரிந்துரைக்கின்றனர். நீங்கள் அப்படிச் செய்கின்றபோது, ஒரு முக்கியமான விஷயம் தொடர்பான அனைத்துத் தகவல்களும், பல இடங்களில் சிதறிக் கிடக்காமல் ஒரே இடத்தில் சேகரிக்கப்பட்டிருக்கும்.

சிக்கலான தலைப்புகளின் புரிதலை எளிமைப்படுத்திக் கொள்வதற்கு, வரைபடங்கள், அட்டவணைகள், பட்டியல்கள் போன்றவற்றை நீங்கள் உங்களுடைய குறிப்புகளில் சேர்த்துக் கொள்ளலாம். உங்களுடைய பதில்களைச் செழுமைப்படுத்திக் கொள்வதற்கு அவை உதவும். பெரும்பாலான வெற்றியாளர்கள், குறிப்புகள் எடுப்பதற்குக் குறிப்பேடுகளைப் பயன்படுத்தாமல், தனித்தாள்களில் அவற்றை எழுதி, பல கோப்புகளாக அவற்றை உருவாக்கிக் கொள்கின்றனர். கூடுதல் தகவல்களைச் சேர்ப்பதற்கு இந்த முறை வெகுவாக உதவும்.

மின்னூ ஒவ்வொரு தாளுக்கும் விரிவான குறிப்புகளைத் தயாரித்துக் கொண்டார். சத்தியம் ஒரு தலைப்பைப் பற்றி ஒரே நேரத்தில் இரண்டு மூலாதாரங்களைப் படித்து, அவற்றிலிருந்த முக்கியமான விஷயங்களை ஒரே குறிப்பில் பதிவு செய்து கொண்டார். அவர் அதற்குத் தனித்தனியான தாள்களைப் பயன்படுத்தினார். வசீம் அவருடைய பயிற்சி வகுப்புகள் நடந்து கொண்டிருந்தபோது குறிப்புகள் எடுத்தார். பின்னர் அவற்றைச் செழுமைப்படுத்திக் கொள்வதற்கு வசதியாக அவற்றில் காலி இடங்களை அவர் விட்டுவைத்தார்.

படிக்கின்ற ஒவ்வொரு புத்தகத்திலிருந்தும் குறிப்பெடுப்பதை சுருதி ஊக்குவிக்கவில்லை. சில புத்தகங்கள் சுருக்கமாகவும் நேரடியாகவும் இருப்பதால், அவற்றுக்குக் குறிப்பெடுப்பது ஒரு வெட்டி வேலை என்று அவர் கருதினார். அவர் ஒவ்வொரு தாளுக்கும் தனியாக ஒரு குறிப்பேட்டை வைத்திருந்தார். அதன் முதல் பக்கத்தில் அதன் பாடத்திட்டத்தை அவர் ஒட்டி வைத்தார்.

வசீம், விவரணங்கள், மேற்கோள்கள், எடுத்துக்காட்டுகள் போன்றவற்றை ஓர் அட்டவணையாகத் தொகுத்தார். அவற்றை அவர் மீண்டும் மீண்டும் படித்து வந்ததால், அவர் தேர்வு எழுதியபோது அவற்றை நினைவுகூர்வது அவருக்குச் சுலபமாக இருந்தது.

படித்தவற்றை மீண்டும் பல முறை படித்தல்

பாடத்திட்டம் பரந்துபட்டதாகவும் பல பாடங்களை உள்ளடக்கியதாகவும் இருப்பதால், தாங்கள் படித்த விஷயங்களைத் தேர்வர்கள் மறந்துவிடுவது சகஜம்தான்.

அதனால், படித்தவற்றை நீங்கள் மீண்டும் பல முறை படித்துப் பார்க்க வேண்டும். அது உங்களுடைய புரிதலை ஆழப்படுத்தும், உங்களுடைய தன்னம்பிக்கையை அதிகரிக்கும், படித்தவற்றை நினைவில் தக்கவைத்துக் கொள்ள உதவும், உங்களுடைய பலவீனங்களை அடையாளம் கண்டுகொள்ள உதவும். அது இல்லையென்றால், உங்களுடைய நீண்டகாலக் கடின உழைப்பு வீணாகிவிடுவதற்கு வாய்ப்புகள் அதிகம். அதனால், நீங்கள் படித்தப் பாடத்தை மீண்டும் மீண்டும் பல முறை படிப்பதில் ஈடுபட்டாக வேண்டும்.

இதைப் புரிந்து கொண்டிருந்த சுருதி, “தேர்வு எழுதிக் கொண்டிருக்கும் நேரத்தில், உங்களுடைய மனத்தில் ஆழமாகப் பதிந்துள்ள அம்சங்கள்தாம் உங்களுடைய நினைவுக்கு வரும். அதனால், படித்தவற்றை மீண்டும் மீண்டும் பல முறை படிப்பது அவசியமாகிறது,” என்று அதன் அவசியத்தை அடிக்கோடிட்டுக் காட்டுகிறார். ஒருவர் தான் படித்தவற்றை எத்தனை முறை மீண்டும் மீண்டும் படிக்க வேண்டும் என்பது, படித்தவற்றை எந்த அளவுக்கு அவரால் தன் நினைவில் தக்கவைத்துக் கொள்ள முடிகிறது என்பதையும், அவருக்கு இருக்கின்ற கால அவகாசத்தையும் பொறுத்தது.

சிலர் அதைத் தினந்தோறும் செய்கின்றனர். ஒரு குறிப்பிட்டத் தலைப்பில் ஆழமாகப் படித்துவிட்டு, மீண்டும் என்சிஇஆர்டி புத்தகங்களின் பக்கம் வருகின்ற உத்தியைச் சிலர் கடைபிடிக்கின்றனர். உங்களுக்கு அதிகத் தன்னம்பிக்கை அளிக்காத பாடங்களை அல்லது தலைப்புகளை மீண்டும் படிப்பதற்கு முன்னுரிமை அளிப்பது ஒரு வலுவான உத்தியாகும்.

பலர் தாங்கள் படித்துள்ளவற்றிலுள்ள முக்கியமான வார்த்தைகள், விவரணங்கள், எடுத்துக்காட்டுகள், சூத்திரங்கள் போன்றவற்றை எழுதியோ அல்லது அச்சிட்டோ, தாங்கள் படிக்கின்ற இடத்தில் தங்கள் பார்வையில் படும்படி ஒட்டி வைத்துக் கொள்கின்றனர். அவற்றை மீண்டும் மீண்டும் பார்க்கின்றபோது, அவை அவர்களுடைய மனங்களில் ஆழமாகப் பதிந்துவிடுகின்றன. சிலர் தாங்கள் படித்துள்ள விஷயங்களின் சுருக்கத்தைச் சிறு குறிப்புகளாக எழுதி வைத்துக் கொள்கின்றனர்.

படித்தவற்றை மீண்டும் படிக்கின்றபோது, அவை தொடர்பாகச் சமீபத்தில் வெளிவந்துள்ள தகவல்களை அவற்றில் சேர்த்துக் கொள்வது, தேர்வு எழுதும்போது அவர்களுக்குக் கூடுதல் அனுகூலத்தைக் கொடுக்கும்.

முந்தைய ஆண்டுகளின் கேள்வித் தாள்களை அலசுதல்

முந்தைய ஆண்டுகளின் கேள்வித் தாள்களைத் தேர்வர்கள் ஒரு பொக்கிஷமாகக் கருதுகின்றனர். அவற்றை மிகுந்த கவனத்துடன் அலசி ஆராய்ந்தால், தேர்வில் கேள்விகள் கேட்கப்படுகின்ற விதத்தையும், எந்தெந்தத் தலைப்புகள் தேர்வுகளில் மீண்டும் மீண்டும் இடம்பெறுகின்றன என்பதையும் உங்களால் கண்டறிய முடியும். தேர்வுகள் எந்த அளவுக்குக் கடினமாக இருக்கும் என்பதையும் உங்களால் கணிக்க முடியும். தேர்வுகளில் உங்களைச் சோதிக்க விரும்புபவர்களின் எதிர்பார்ப்புகள் என்னவாக இருக்கும் என்பதை ஊகித்து அதற்கேற்ப உங்களை உங்களால் தயார்படுத்திக் கொள்ள முடியும். கேள்வித் தாள்களைப் பொறுத்தவரை, சமீபத்திய போக்கு எப்படி இருக்கிறது என்பதைக் கண்டறிந்து, அதற்கேற்ப உங்களுடைய படித்தல் முறையை உங்களால் வடிவமைத்துக் கொள்ள முடியும். எந்தக் கேள்விகள் இம்முறை மீண்டும் கேட்கப்படுவதற்கான வாய்ப்பு உள்ளது என்பதையும் அதன் மூலம் உங்களால் ஊகிக்க முடியும்.

முந்தைய ஆண்டுகளின் கேள்வித் தாள்கள் அச்சு வடிவிலும் சரி, மென்வடிவிலும் சரி, எளிதாகக் கிடைக்கின்றன. தலைப்புகளின்படி தொகுக்கப்பட்டுள்ள வடிவிலும் அவை கிடைக்கின்றன. ஐஏஎஸ் கனவுடன் இருப்பவர்கள், கடந்த இருபத்தைந்து ஆண்டுகளின் கேள்வித் தாள்களைச் சேகரித்துக் கொள்வது நல்லது. ஒரு குறிப்பிட்டத் தலைப்பைப் படித்து முடித்தவுடன், அது தொடர்பான கேள்விகளுக்கான பதில்களை எழுதி உங்களுடைய புரிதலை அளவிட்டுக் கொள்வது ஒரு நல்ல உத்தியாகும். இது, நீங்கள் படித்தவற்றை உறுதிப்படுத்துவதோடு, உங்களுடைய தன்னம்பிக்கையையும் அதிகரிக்கும்.

பிரபல பயிற்சி மையங்கள் தம்முடைய வலைப்பக்கங்களில் தினந்தோறும் தரவேற்றம் செய்கின்ற பயிற்சிக் கேள்விகளுக்குப் பதிலளிக்கின்ற முயற்சியில் ஈடுபடுவதும் உங்களுக்கு ஊக்கமளிக்கும்.

முதல் நிலைத் தேர்வில் வெற்றி பெறுதல்

மாதிரித் தேர்வுகள் முக்கியமானவை

சிஎஸ்இ முதல் நிலைத் தேர்வின் வெற்றி வாய்ப்பில் ஒரு விஷயம் மிக முக்கியப் பங்கு வகிக்கிறது. மாதிரித் தேர்வுகள்தாம் அது.

அது ஒவ்வொரு தேர்வருக்கும் அத்தியாவசியமானது. அதனால், இதில் நீங்கள் வெற்றி பெறத் துடித்துக் கொண்டிருந்தால், உங்களால் முடிந்த அளவு அதிக எண்ணிக்கையில் மாதிரித் தேர்வுகளை எழுதுவதற்குப் போதுமான நேரத்தை முதலிலேயே ஒதுக்கிக் கொள்ள வேண்டும். பெரும்பாலான தேர்வர்கள் பயிற்சி மையங்கள் நடத்துகின்ற தொடர் மாதிரித் தேர்வுகளில் கலந்து கொள்கின்றனர். தாங்கள் எந்த அளவுக்குச் சிறப்பாகப் படித்துள்ளோம் என்பதை எடைபோடுவதற்கும், தாங்கள் எந்தப் பகுதிகளில் பலவீனமாக இருக்கிறோம் என்பதை அறிந்து கொண்டு தங்களுடைய படிப்புத் திட்டத்தை அதற்கேற்ப மாற்றியமைத்துக் கொள்வதற்கும் அது அவர்களுக்கு உதவுகிறது. சக தேர்வர்களோடு ஒப்பிடுகையில் தாங்கள் எந்த நிலையில் இருக்கிறோம் என்பதைத் தெரிந்து கொள்வதற்கும் அது அவர்களுக்கு உதவும்.

தாங்கள் எழுதியுள்ள பதில்களை அலசுகின்றபோது, எந்தக் கேள்விகளுக்குத் தாங்கள் தவறாகப் பதிலளித்துள்ளோம் என்பதையும், சிக்கலான கேள்விகளையும் சவாலான தலைப்புகளையும் தாங்கள் எப்படிக் கையாண்டுள்ளோம் என்பதையும் அறிந்து கொள்வதற்குத் தேர்வர்கள் முக்கியத்துவம் அளிக்க வேண்டும். எடுத்துக்காட்டாக, எண்ணற்ற மாதிரித் தேர்வுகளை எழுதிய லவீஷ், அவற்றில் தான் செய்திருந்த தவறுகளைக் கண்ணும் கருத்துமாக ஆய்ந்தறிந்தார். அத்தவறுகளுக்குத் தன்னுடைய அறிவுப் பற்றாக்குறை காரணமா, கேள்விகளைத் தான் தவறாகப் புரிந்து கொண்டது காரணமா, அல்லது அதற்கு வேறு காரணங்கள் இருந்தனவா என்று அவர் அலசினார். அதேபோல, வசீம், தொடக்கத்தில், ஒவ்வொரு பாடத்தையும் படித்து முடித்தவுடன் அது தொடர்பான மாதிரித் தேர்வுகளை எழுதினார். அவற்றுக்குத் தான் அளித்திருந்த பதில்களை அலசி, தன் தவறுகளை இனங்கண்டு, தன் புரிதலை மேம்படுத்திக் கொள்வதற்கான வழிகளில் அவர் இறங்கினார். சிலர், 'தவறுகள் புத்தகம்' என்ற ஒரு குறிப்பேட்டைத் தயாரித்து வைத்துக் கொண்டனர். மாதிரித் தேர்வுகளில் தாங்கள் செய்த தவறுகளை அதில் துல்லியமாகக் குறித்துக் கொண்டு, அதே தவறுகளைத் தாங்கள் மீண்டும் செய்யாமல் அவர்கள் பார்த்துக் கொண்டனர்.

மாதிரித் தேர்வுகள் பல முக்கியமான நோக்கங்களைக் கொண்டிருக்கின்றன. தேர்வு முறை குறித்தப் பரிச்சயத்தை உருவாக்கிக் கொள்ளவும், தங்களுடைய பதில்களின் துல்லியத்தையும் வேகத்தையும் அதிகரித்துக் கொள்ளவும், எந்தப் பகுதியில் தங்களுக்கு மேம்பாடு தேவைப்படுகிறது

என்பதைப் புரிந்து கொள்ளவும் மாதிரித் தேர்வுகள் தேர்வர்களுக்கு உதவுகின்றன. வசீம் உட்படப் பல தேர்வர்கள் முதல் நிலைத் தேர்வுக்கு முன்பாக 40-45 மாதிரித் தேர்வுகளை எழுதினர். இந்த மாதிரித் தேர்வுகளை நிஜமான ஒரு தேர்வுச் சூழலில் எழுதுகின்றபோது, அது ஒருவருடைய நேர நிர்வாகத் திறனை மேம்படுத்தும், தேர்வு உருவாக்குகின்ற அழுத்தங்களைக் குறைக்கும்.

மாதிரித் தேர்வுகளின் முக்கியத்துவத்தைப் பற்றி பரத் இவ்வாறு குறிப்பிடுகிறார்: "மாதிரித் தேர்வுகளை எழுதுவதன் மூலம் உங்களுடைய தயாரிப்பு எந்த நிலையில் இருக்கிறது என்பதை உங்களால் தெரிந்து கொள்ள முடியும்." ஆனால், தேர்வர்கள், சீக்கிரமாகவே மாதிரித் தேர்வுகள் எழுத முயற்சிக்கக்கூடாது. அத்தேர்வுகளில் குறைவான மதிப்பெண்கள் கிடைத்தால், அது உங்களுடைய தன்னம்பிக்கையையும் ஊக்கத்தையும் குறைத்துவிடும். "முதலில் தீவிரமாகப் படியுங்கள். பின், படித்தவற்றைப் பல முறை மீண்டும் மீண்டும் படியுங்கள். அதற்குப் பிறகே மாதிரித் தேர்வுகளை எழுதுங்கள். உங்களுடைய பதில்களை அலசிப் பார்த்து, நீங்கள் எங்கெல்லாம் குறைவான மதிப்பெண்களைப் பெற்றிருக்கிறீர்களோ அவற்றை மேம்படுத்திக் கொள்ள முயலுங்கள்."

சிஸாட் தேர்வை எளிதாக எடுத்துக் கொண்டால் பிரச்சனைதான்

முதல் நிலைத் தேர்வில் எப்படியாவது வெற்றி பெற்றுவிட வேண்டும் என்று துடிக்கின்ற தேர்வர்களில் பலரும் ஒரு மோசமான தவற்றைச் செய்கின்றனர். அது சிஸாட் என்று அழைக்கப்படுகின்ற பொது அறிவுத் தாள்-2. அது ஒரு தகுதித் தேர்வு என்பதால், அதில் தங்களால் எளிதாகத் தேறிவிட முடியும் என்று பலர் தப்புக் கணக்குப் போட்டுவிடுகின்றனர். அத்தாளில், மொத்தமுள்ள 200 மதிப்பெண்களில் 66 மதிப்பெண்கள் பெற்றால் போதும் என்பதால், பலர் அந்தத் தாளைக் குறைத்து மதிப்பிட்டுவிடுகின்றனர். அதன் காரணமாக, அவர்களால் முதல் நிலைத் தேர்வில் தேற முடியாமல் போகிறது. சிஎஸ்இ தேர்வில் வென்றிருந்தும் தங்களுடைய ரேங்க்கின் நிலையை உயர்த்திக் கொள்வதற்காக அடுத்த முறை முயற்சிக்கின்றபோது, சிஸாட் அவர்களுடைய காலை வாரிவிடுகின்ற சம்பவங்களும் அரங்கேறியுள்ளன. எடுத்துக்காட்டாக, மின்னூ, முதல் நிலைத் தேர்வில் பொது

அறிவுத் தாள்-1ல் நல்ல மதிப்பெண்கள் பெற்றிருந்தும், சிஸாட் தேர்வில் குறைந்தபட்ச மதிப்பெண்களை எடுக்க முடியாமல் போனதால், இரண்டு முறை அவரால் அடுத்தக் கட்டத்திற்குச் செல்ல முடியவில்லை.

முதல் நிலைத் தேர்வு நாளன்று ஏற்படுகின்ற கவனச்சிதறல், சிஸாட் தேர்வில் பலர் தோற்பதற்கு வழி வகுத்துவிடுகிறது. முதல் நிலைத் தேர்வின்போது, பொது அறிவுத் தாள்-1ம் சிஸாட் தேர்வும் ஒரே நாளில் காலையிலும் மதியமும் நடத்தப்படுகின்றன. அவற்றுக்கு இடையே சுமார் மூன்று மணி நேர இடைவேளை இருக்கும். அந்த இடைவேளையில் பலர் தாங்கள் எழுதிய முதல் தேர்வின் விடைகளை, தேர்வு மையங்கள் வெளியிட்டுள்ள விடைகளோடு ஒப்பிட்டுக் கொண்டிருப்பர். அதில் தாங்கள் சரியாகச் செய்திருக்கவில்லை என்ற முடிவுக்கு அவர்கள் வந்தால், சிஸாட் தேர்வை அவர்களால் சரியாக எழுத முடியாமல் போய்விடுகிறது.

மின்னூ இதற்கான ஒரு சரியான எடுத்துக்காட்டு. முதல் நிலைத் தேர்வின்போது, காலையில் தான் எழுதிய பொது அறிவுத் தாளின் விடைகளை, தேர்வு மையம் வெளியிட்ட விடைகளோடு ஒப்பிடுவதை அவர் வாடிக்கையாக வைத்திருந்தார். அது அவருடைய மனநிலையைப் பாதித்ததால், அவர் அத்தேர்வுக்கு நன்றாகத் தயார் செய்திருந்தும் இரண்டு முறை அவரால் அதில் தேற முடியாமல் போயிற்று. பலர் இப்படிச் செய்து கொண்டிருந்ததைப் பார்த்த வசீமும், ஏன் அவர்கள் இப்படிச் செய்தார்கள் என்று வியந்தார். இப்படி அத்தேர்வின் இடைவேளையில் விவாதிப்பதை ஒரு வீடியோவாக வெளியிட்டு இதைச் சில பயிற்சி மையங்கள் ஊக்குவிக்கின்றன.

ஆண்டுக்கு ஆண்டு சிஸாட் தாள் மேன்மேலும் அதிகக் கடினமாக்கப்பட்டுக் கொண்டிருக்கிறது. அதனால், தேர்வர்கள் இதில் கவனம் செலுத்துவது இன்றியமையாதது. “சிஸாட் தாள் இப்போது, அதிகமாக, தேர்வர்களின் கணிதத் திறனையும் பகுத்தறியும் திறனையும் அளவிட முயல்வதால், அது இந்திய மேலாண்மைக் கழகம் (ஐஐஎம்) நடத்துகின்ற பொதுச் சேர்க்கைத் தேர்வுக்கு (கேட்) ஈடானதாக மாறியுள்ளது,” என்று சத்தியம் எச்சரிக்கிறார். இதில் வெல்வதற்கு அவர் ஓர் அறிவுரையையும் வழங்குகிறார்: “முதல் நிலைத் தேர்வுக்கு மூன்று மாதங்களுக்கு முன்பாக, முந்தைய ஆண்டின் சிஸாட் கேள்வித் தாளுக்கு, தேர்வை ஒத்த அதே சூழலில் விடையெழுதிப் பாருங்கள். அதில் நீங்கள் 100 மதிப்பெண்களுக்குக் குறைவாகப் பெற்றால், சிஸாட் தேர்வுக்கான தயாரிப்புக்கு நீங்கள் இன்னும்

அதிகமான நேரத்தை ஒதுக்க வேண்டும்."

முந்தைய ஆண்டுகளின் கேள்வித் தாள்களுக்குப் பதிலெழுதிப் பார்ப்பது, தேர்வுத் தாள்கள் குறித்தப் பரிச்சயத்தை உங்களிடம் அதிகரிக்கும். அது தொடர்ந்து உங்களுக்குச் சவாலாக இருந்தால், அதற்கு நீங்கள் பிறருடைய வழிகாட்டுதலையும் அறிவுரையையும் நாட வேண்டும். உங்களால் எத்தகைய கேள்விகளை எளிதாகக் கையாள முடிகிறது என்பதை ஆய்ந்தறிந்து, அதில் நீங்கள் உங்களுடைய கவனத்தைக் குவிக்க வேண்டும். கடினமான கேள்விகளில் நேரத்தை வீணாக்கிக் கொண்டிருக்கக்கூடாது என்று வசீம் ஆலோசனை கூறுகிறார். மின்னூ தன்னுடைய பலங்களையும் பலவீனங்களையும் ஆய்ந்தறிந்து, தான் சிறந்து விளங்கிய கட்டுரை எழுதுதல், கணிதம், பகுப்பாய்தல் போன்றவற்றில் தன் கவனத்தைக் குவித்தார்.

சிஸாட் தேர்வுக்குப் போதுமான அளவு தயார் செய்து கொண்டு, உங்களுடைய பலம் எங்கிருக்கிறது என்பதைக் கண்டறிந்து அதில் நீங்கள் உங்களுடைய கவனத்தைக் குவித்தால், சிஸாட் தேர்வு உங்களுடைய ஐஏஎஸ் கனவைத் தடம்புரள வைப்பதை உங்களால் தடுக்க முடியும்.

பிரதானத் தேர்வில் தேர்ச்சியடைதல்

சரியான விருப்பப்பாடத்தைத் தேர்ந்தெடுத்தல்

உங்களுடைய ஐஏஎஸ் கனவை நனவாக்குவதற்கு நீங்கள் சரியான விருப்பப்பாடத்தைத் தேர்ந்தெடுப்பது முக்கியம். ஓர் ஆழ்ந்த சிந்தனைக்குப் பிறகே அதை நீங்கள் முடிவு செய்ய வேண்டும். இரண்டு தாள்களை உள்ளடக்கிய விருப்பப்பாடத்திற்கு மொத்த மதிப்பெண்கள் 500. அதில் நல்ல மதிப்பெண்களைப் பெறுவதன் மூலம் உங்களால் உங்களுடைய மொத்த மதிப்பெண்களை அதிகரித்துக் கொள்ள முடியும். அது உங்களை உங்களுடைய ஐஏஎஸ் கனவுக்கு நெருக்கமாக அழைத்துச் செல்லும். சரியான விருப்பப்பாடங்களைத் தேர்ந்தெடுத்திராத நபர்கள், தொடர்ந்து அதில் மோசமான மதிப்பெண்களைப் பெற்றப் பிறகு, வேறு ஒரு விருப்பப்பாடத்தைத் தேர்ந்தெடுக்க வேண்டிய நிலைக்குத் தள்ளப்படுகின்றனர்.

எடுத்துக்காட்டாக, பரத், மேம்போக்கான கூகுள் அலசலுக்குப் பிறகு, முதலில் புவியியலைத் தன்னுடைய விருப்பப்பாடமாகத் தேர்ந்தெடுத்தார். பின்னர் தன்

தேர்ந்தெடுப்பு குறித்துப் பின்வருத்தம் அடைந்த அவர், அதை மாற்றிக் கொண்டார். லவீஷும் இதே தவற்றைச் செய்தார். அவர் பி.டெக். இயந்திரப் பொறியியல் படித்திருந்த காரணத்தால், யூபிஎஸ்சியில் இயந்திரப் பொறியியலின் பாடத்திட்டம் என்னவென்று தெரிந்து கொள்ளாமலேயே அவர் அதைத் தேர்ந்தெடுத்தார்.

மறுபுறம், மின்னூ, புவியியலைத் தன்னுடைய பத்தாம் வகுப்புக்குப் பிறகு படிக்காதிருந்தபோதிலும், அது அவருக்கு மிகவும் பிடிக்கும் என்பதால் அவர் அதைத் தன்னுடைய விருப்பப்பாடமாகத் தேர்ந்தெடுத்தார். அஞ்சலி, அரசறிவியலையும் சர்வதேச உறவுகளையும் தன்னுடைய விருப்பப்பாடங்களாகத் தேர்ந்தெடுத்ததற்குக் காரணம், அவை அவருக்குப் பிடிக்கும் என்பதோடு, கல்லூரியில் அவற்றை அவர் துணைப்பாடங்களாக எடுத்துப் படித்திருந்தார். வசீம், மானுடவியல் பாடம் குறித்தத் தன்னுடைய பலம் மற்றும் பலவீனம் இரண்டையும் ஆராய்ந்த பிறகுதான் அதைத் தன்னுடைய விருப்பப்பாடமாகத் தேர்ந்தெடுத்தார்.

விருப்பப்பாடத்தைத் தேர்ந்தெடுப்பதற்கு நீங்கள் பல காரணிகளைக் கவனமாக ஆராய வேண்டும். யூபிஎஸ்சி அனுமதிக்கின்ற விருப்பப்பாடங்கள் ஒவ்வொன்றையும் கவனமாக ஆராய்ந்து, அவை தொடர்பான உங்களுடைய பலம், பலவீனம் ஆகிய இரண்டையும் நீங்கள் சீர்தூக்கிப் பார்க்க வேண்டும். அவற்றின் பாடத்திட்டங்களை அலச வேண்டும். அப்பாடங்களின் முந்தைய சில ஆண்டுகளின் கேள்வித் தாள்களைப் படித்துப் பார்க்க வேண்டும். அப்பாடங்களுக்குப் பாடப்புத்தகங்கள் கிடைக்கின்றனவா என்று பார்க்க வேண்டும். அத்துடன், நீங்கள் தேர்ந்தெடுக்கப் போகின்ற பாடம் உங்களுக்குப் பிடித்தமானதா என்பதையும், உங்களுடைய கல்விப் பின்புலத்தையும் நீங்கள் கணக்கில் எடுத்துக் கொள்ள வேண்டும்.

நீங்கள் தேர்ந்தெடுக்கின்ற விருப்பப்பாடம் நீங்கள் விரும்பிப் படிக்கின்ற ஒன்றாக இருத்தல் முக்கியம். ஏனெனில், நீங்கள் பொது அறிவுத் தாள்களைப் படித்துக் கொண்டிருக்கின்றபோது, அவற்றில் உங்களுக்குக் கவனக்குறைவு ஏற்பட்டால், உங்களுடைய விருப்பப்பாடம் உங்களுக்குப் பிடித்தமானதாக இருக்கும் பட்சத்தில், அதற்கு உங்களால் தாவிக் கொள்ள முடியும். நீங்கள் தேர்ந்தெடுக்கின்ற பாடத்தில் உங்களுக்கு ஆழ்விருப்பம் இருந்தால், அதை உங்களால் ஊக்கத்துடன் இரசித்துப் படிக்க முடியும். அப்பாடம் நீங்கள் ஏற்கனவே படித்திருந்த ஒன்றாக இருந்தால், அதற்கு நீங்கள் குறைவான

நேரத்தைச் செலவிட்டால் போதுமானதாக இருக்கும். அத்துடன், அதில் உங்களால் அதிக மதிப்பெண்களைப் பெற முடியும். நீங்கள் தேர்ந்தெடுக்கின்ற பாடம் பொது அறிவுப் பாடத்தில் இடம்பெற்றுள்ள பாடங்களில் ஒன்றாக இருந்தால், அது உங்களுக்குச் சாதகமாக அமையும். ஒரு பாடத்தில் நீங்கள் எந்த அளவுக்கு வலிமையாக இருக்கிறீர்கள் என்பதைக் கணக்கிடுவது உங்களுடைய தன்னம்பிக்கையை அதிகரித்துக் கொள்வதற்கும், தேர்வில் நல்ல மதிப்பெண்களைப் பெறுவதற்கும் இன்றியமையாதது.

நீங்கள் முதல் நிலைத் தேர்வை எழுதுவதற்கு முன்பாக, உங்களுடைய விருப்பப்பாடத்தைக் குறைந்தபட்சம் ஒரு முறையாவது படித்து முடித்துவிடுவது சிறந்தது என்று ஐஏஎஸ் தேர்வில் உயர்ந்த ரேங்க்குகளைப் பெற்றவர்கள் பரிந்துரைக்கின்றனர். இந்த உத்தி முக்கியமானது. ஏனெனில், முதல் நிலைத் தேர்வுக்கும் பிரதானத் தேர்வுக்கும் இடையேயுள்ள இடைவெளி மிகவும் குறைவு. அக்காலகட்டம், நீங்கள் ஏற்கனவே படித்துள்ள பாடத்தை மீண்டும் படிப்பதற்குத்தான் செலவிடப்பட வேண்டுமே தவிர, புதிதாகப் படிக்கத் தொடங்குவதற்குச் செலவிடப்படக்கூடாது.

எழுதும் திறமையைக் கூர்மைப்படுத்திக் கொள்ளுதல்

பிரதானத் தேர்வில், நீங்கள் எதை அறிந்திருக்கிறீர்கள் என்பது மட்டுமல்லாமல், ஒரு குறுகிய நேரத்திற்குள் அதை உங்களால் எவ்வளவு திறமையாக வெளிப்படுத்த முடியும் என்பதும் முக்கியம். ஒவ்வொரு தாளையும் குறித்த நேரத்திற்குள் எழுதி முடிப்பது என்பது சவாலானது. அதற்கு உங்களுக்கு வேகமாக எழுதத் தெரிந்திருப்பதோடு, உங்களுடைய எண்ணங்களைக் கோர்வையாக வெளிப்படுத்தவும் தெரிந்திருக்க வேண்டும். அதனால், பிரதானத் தேர்வில் வெற்றி பெறுவதற்கு வலுவான எழுதும் திறன் அவசியம்.

"கேள்விகளுக்கான பதில்களை எழுதிப் பார்ப்பது ஒன்றுதான் இதற்கான தீர்வு. உங்களுக்கு எவ்வளவு தெரிந்திருந்தாலும், உங்களுடைய பதில்களை உங்களால் ஓர் ஒழுங்குமுறையுடன் எழுத முடியவில்லை என்றால், அதனால் எவ்விதப் பயனும் இல்லை," என்று சுருதி கூறுகிறார்.

எழுதும் திறனை ஒரே இரவில் வளர்த்துக் கொள்ள முடியாது. அதற்குத் தொடர்ச்சியான பயிற்சி தேவை. அடிக்கடி பதில்களை எழுதிப் பழகிக் கொள்வதன் மூலம் ஒருவரால் தன்னுடைய பகுப்பாய்வுச் சிந்தனையைக் கூர்தீட்டிக் கொள்ள

முடியும், சிந்தனையைத் தெளிவாக வெளிப்படுத்தக் கற்றுக் கொள்ள முடியும், வாதங்களைத் தர்க்கரீதியாக முன்வைக்க முடியும்.

பதில்களை எழுதிவிட்டு அவற்றைச் சுயமாகவே அலசிப் பார்ப்பது, படித்த விஷயங்களைத் தக்கவைத்துக் கொள்வதற்கும், நேர நிர்வாகத் திறனை மேம்படுத்திக் கொள்வதற்கும், கொடுக்கப்பட்ட வார்த்தை வரம்புக்குள் எழுதி முடிப்பதற்கும், தன்னம்பிக்கையை வளர்த்துக் கொள்வதற்கும் வெகுவாக உதவும். சுருதி தான் படித்தப் பாடங்களை மீண்டும் படிப்பதற்கு, பதிலெழுதிப் பார்க்கின்ற உத்தியைத்தான் கடைபிடித்தார். “நான் பதிலெழுதிப் பார்த்துவிட்டு, அவற்றை நான் எடுத்துள்ள குறிப்புகளோடு ஒப்பிட்டுப் பார்ப்பேன். அதன் அடிப்படையில், என் பதில்களை என்னால் எவ்வாறு மெருகேற்றிக் கொள்ள முடியும் அல்லது அவற்றில் என்னால் வேறு எதையெல்லாம் சேர்க்க முடியும் என்று நான் பார்ப்பேன்,” என்று சுருதி கூறுகிறார். அத்துடன், அவர், முந்தைய ஆண்டுகளில் உயர்ந்த ரேங்க்குகளை எடுத்திருந்தவர்களின் பதில்களை ஆராய்ந்து, அவற்றில் தான் கண்ட ஆகச் சிறந்த அம்சங்களை எடுத்துக் கொண்டார்.

தேர்வர்கள் தங்களுடைய தயாரிப்பின் தொடக்கத்திலேயே பதில்களை எழுதிப் பார்க்கின்ற காரியத்தில் ஈடுபடுவது நல்லது. என்சிஇஆர்டி புத்தகங்களில் இடம்பெற்றுள்ள பாடங்களின் முடிவில் கொடுக்கப்பட்டிருக்கும் கேள்விகளுக்குப் பதிலளிப்பதிலிருந்து நீங்கள் தொடங்கலாம். அதையடுத்து, முந்தைய ஆண்டுகளின் கேள்வித் தாள்களுக்கு நீங்கள் பதிலளிக்கலாம். சில தேர்வர்கள் தினந்தோறும் பத்துக் கேள்விகளுக்குப் பதிலளிக்கின்ற ஒரு பழக்கத்தை உருவாக்கிக் கொள்கின்றனர். பயிற்சி மையங்கள் அளிக்கின்ற மாதிரித் தேர்வுகளை எழுதிப் பார்ப்பதிலிருந்தும் பல விஷயங்களை உங்களால் கற்றுக் கொள்ள முடியும்.

உங்களுக்குக் கட்டுப்படியாகும் என்றால், சிறந்த பயிற்சி மையம் ஒன்று ஏற்பாடு செய்கின்ற தொடர் மாதிரித் தேர்வுகளில் நீங்கள் கலந்து கொள்ளலாம். அவர்கள் அளிக்கின்ற பின்னூட்டக்கருத்துகளைக் கவனமாக ஆராய்ந்தால், உங்களை மேம்படுத்திக் கொள்வதற்கான வழிமுறைகளை உங்களால் கண்டறிய முடியும். முழுமையான கேள்வித் தாள்களை, உண்மையான தேர்வுக்கு எவ்வளவு நேரம் ஒதுக்கப்படுகிறதோ அதே நேரத்திற்குள் எழுதிப் பழகிக் கொள்வது உங்களுடைய செயல்திறன் மேம்பட

வெகுவாக உதவும். மாதிரித் தேர்வுக்குப் பின்னர் உங்களுக்கு வழங்கப்படுகின்ற பதில்களை உங்களுடைய பதில்களோடு ஒப்பிட்டு, அதன் அடிப்படையில் உங்களுடைய குறிப்புகளை நீங்கள் மேம்படுத்தலாம்.

ஐஏஎஸ் தேர்வில் நல்ல ரேங்க் எடுத்துள்ள சிலர், பிரதானத் தேர்வுக்கு முன்பு நான்கு பொது அறிவுத் தாள்களைத் தொடர்ச்சியாக இரண்டு தினங்கள், காலையில் ஒன்று, மாலையில் ஒன்று என்ற முறையில் எழுதிப் பார்ப்பது உங்களை முழுமையாகத் தயார் நிலையில் வைத்திருக்கும் என்று கருதுகின்றனர். லவீஷும், அவருடைய சக விடுதிவாசிகளில் சிலரும், பிரதானத் தேர்வுக்கு ஒரு வாரத்திற்கு முன்பாக, நிஜத் தேர்வுச் சூழலைக் கணினியில் தத்ரூபமாக உருவாக்கிக் கொடுக்கின்ற ஒரு மாதிரித் தேர்வில் கலந்து கொண்டனர். அது அவர்களுடைய தன்னம்பிக்கையைப் பெருமளவு உயர்த்தியது.

பதில்களை நேர்த்தியாகக் கட்டமைத்து வழங்குதல்

பதில்களை விரைவாக எழுதுவதோடு, அவற்றை ஒரு நேர்த்தியான முறையில் கட்டமைத்து வழங்குவது உங்களுடைய வெற்றி வாய்ப்பை வெகுவாக அதிகரிக்கும். கேள்வியின் ஒவ்வொரு பகுதியும் உங்களிடமிருந்து எதை எதிர்பார்க்கிறது என்பதை நீங்கள் புரிந்து கொள்வது மிகவும் முக்கியம். உங்களுடைய பதில்கள் ஒரு பத்திரிகையின் தலையங்கத்தின் தரத்தில் இருக்க வேண்டியதில்லை. ஆனால், அவை எளிமையாகவும், ஒழுங்குமுறையுடன் கட்டமைக்கப்பட்டும், கோர்வையாகவும், துல்லியமாகவும், கோட்பாட்டுத் தெளிவுடனும் இருத்தல் வேண்டும். பதில்களை புல்லெட் பாயின்ட்டுகளாகவும், நறுக்குத் தெறித்தாற்போலச் சுருக்கமான மற்றும் தெளிவான வாக்கியங்களாகவும் அமைத்தல் சிறப்பானது. ஒரு தெளிவற்ற முறையில் நிறைய விஷயங்களை எழுதுவதைக் காட்டிலும், ஒரு தெளிவான முறையில் குறைவானவற்றை எழுதுதலே நல்லது.

நன்றாக வடிவமைக்கப்பட்ட ஒரு பதில், ஒரு தெளிவான முன்னுரையுடன் தொடங்கும். அது அத்தலைப்பைப் பற்றிய ஒரு சிறு பின்னணியாகவோ அல்லது மேற்கோளாகவோ அல்லது முக்கிய வார்த்தையின் விளக்கமாகவோ இருக்கலாம். உங்களுடைய பதிலின் அடித்தளமாக அமைந்திருக்கின்ற அதன்மீது நீங்கள் உங்களுடைய மீதிப் பதிலைக் கட்டமைக்க வேண்டும்.

அதையடுத்து வருகின்ற பத்திகள், அக்கேள்விக்கான

நேரடி விடையாக அமைந்திருக்க வேண்டும். அத்துடன், கேள்வியின் அனைத்து அம்சங்களையும் அது தொட்டிருக்க வேண்டும். அப்பத்திகளுக்கு நீங்கள் உபதலைப்புகளைக் கொடுத்துக் கொள்ளலாம். அத்தலைப்புகளில், கேள்வியில் இடம்பெற்றுள்ள சில வார்த்தைகளைப் புகுத்திக் கொள்வது நல்லது. பிரச்சனையை, சமூகம், அரசியல், பொருளாதாரம், சுற்றுச்சூழல் போன்ற பல கோணங்களிலிருந்து நீங்கள் அணுக வேண்டும். உங்களுடைய பதிலில் எடுத்துக்காட்டுகளையும், அது தொடர்பாக மேற்கொள்ளப்பட்ட ஆய்வுகளையும் சேர்த்துக் கொள்ளுங்கள். வசீம் போன்றவர்கள், ஆய்வு முடிவுகளைத் தனியாக ஒரு கட்டத்திற்குள் எழுதுகின்ற உத்தியைக் கடைபிடித்தனர். அதை ஒரு நேர்மறையான கண்ணோட்டத்தை வெளிப்படுத்துகின்ற வார்த்தைகளுடன் நிறைவு செய்யுங்கள்.

பதில்களைச் சிறப்பாக வெளிப்படுத்துவது அவற்றைத் திருத்துபவரின் பணியை எளிதாக்கும். வசீகரமான, எளிதில் படிக்கப்படக்கூடிய, சுலபமாகப் புரிந்து கொள்ளப்படக்கூடிய பதில்களை நீங்கள் எழுதினால், அவை மற்றவர்களுடைய பதில்களிலிருந்து தனித்து நிற்கும். உங்களுடைய பதில்கள் பார்ப்பதற்கு வசீகரமாக இருப்பதை உறுதி செய்து கொள்ளுங்கள். அவற்றுக்கு உபதலைப்புகள் கொடுங்கள், வரிகளுக்கு இடையே போதுமான இடைவெளி விடுங்கள், தேவையானவற்றைப் பட்டியலிடுங்கள். துறைசார் வார்த்தைகள் சிலவற்றைப் புகுத்தி அவற்றுக்கு அடிக்கோடிடுங்கள். எடுத்துக்காட்டாக, தலைமைத்துவம் குறித்தக் கேள்வியாக இருந்தால், 'ஊக்குவிப்பு', 'புரிந்துணர்வு' என்பன போன்ற வார்த்தைகளைப் புகுத்தி, அவற்றுக்கு அடிக்கோடிடுங்கள். முக்கியமான கருத்துகளுக்கு அடிக்கோடிடுதலும் நல்ல பலனளிக்கும்.

உங்களுடைய பதில்களில் பொருத்தமான நடப்புச் செய்திகளையும் நீங்கள் நுழைக்கலாம். மேற்கோள்கள், புள்ளிவிவரங்கள் போன்றவை உங்கள் கருத்துகளுக்கு வலு சேர்க்கும்; கொடுக்கப்பட்டத் தலைப்பு குறித்த முழுமையான புரிதல் உங்களுக்கு இருப்பதை அது வெளிப்படுத்தும். அட்டவணைகள், வரைபடங்கள் போன்றவற்றைத் தாராளமாகப் பயன்படுத்துங்கள். ஆனால், அவற்றில் இடம்பெற்றுள்ள தகவல்களை மீண்டும் ஒரு முறை உங்களுடைய பதிலில் குறிப்பிடாதீர்கள்.

அறநெறியியல் தாளைச் சிறப்பாக எழுதுவதற்கான உத்திகள்

பிரதானத் தேர்வில் இடம்பெற்றுள்ள, அறநெறியியல் தாள் என்று பரவலாக அழைக்கப்படுகின்ற பொது அறிவுத் தாள்-4, தனித்துவமானது. மனித விழுமியங்கள், அரசு நிர்வாகத்தில் அறநெறியியல், பொறுப்புடைமை, அரசாட்சியில் நாணயம் என்பன போன்ற பல விஷயங்களை அது உள்ளடக்கியிருக்கும். அறநெறியியல் விஷயங்கள் குறித்த நுட்பமான புரிதல், இவற்றை நிஜ உலக எதார்த்தத்தோடு பொருத்திப் பார்க்கின்ற திறன், பதில்களைத் தெளிவாகவும் ஆழமாகவும் விவரிக்கின்ற நேர்த்தி ஆகியவை இத்தாளில் உங்களுடைய வெற்றியை உறுதி செய்யும்.

அறநெறியியல் தாளில் ஆய்வுகள் முக்கிய இடத்தை எடுத்துக்கொள்ள வேண்டும். கேள்விகளில் கொடுக்கப்படுகின்ற பிரச்சனைகளை நீங்கள் அறநெறியியல் கண்ணோட்டத்துடன் அணுக வேண்டும். அது குறித்த நடைமுறைப் புரிதல் உங்களுக்கு இருப்பது அதில் வெளிப்பட வேண்டும். இதில் நல்ல மதிப்பெண்களைப் பெறுவதற்கு நீங்கள் இதற்கான பதில்களை எழுதிப் பயிற்சி செய்ய வேண்டும். உங்களுடைய பதில்களில் நீங்கள் அறநெறியியல்சார் தடுமாற்றங்களைக் கோடிட்டுக் காட்டி, அவற்றுக்கான சமநிலையுடன்கூடிய, நியாயமான தீர்வுகளை வழங்கலாம்.

அரசாட்சி, பொது நிர்வாகம், சமூக நீதி போன்றவை தொடர்பான சமீபத்திய நடப்புகளை நீங்கள் தெரிந்து வைத்திருப்பது இன்றியமையாதது. நிஜ வாழ்க்கை எடுத்துக்காட்டுகள், நடப்பு நிகழ்வுகள், வரலாற்றுப் பதிவுகள் போன்றவற்றை நீங்கள் உங்களுடைய பதில்களில் ஆங்காங்கே தூவியிருந்தால், அது உங்களுடைய பதில்களைச் செழுமைப்படுத்தும், உங்களுடைய பதில்கள் ஆணித்தரமாக இருப்பதாக உங்கள் விடைத்தாளைத் திருத்துபவரை உணர வைக்கும்.

இத்தேர்வுக்கு நீங்கள் ஒரு தனித்துவமான உத்தியை வளர்த்துக் கொள்ள வேண்டும். அறநெறியியல் தொடர்பான முக்கியமான வார்த்தைகளுக்கான விவரணங்கள், நிஜ வாழ்க்கை எடுத்துக்காட்டுகள், செல்வாக்குமிக்க நபர்கள் குறித்தத் தகவல்கள் போன்றவற்றைத் தொகுத்து வைத்துக் கொள்வது உங்களுக்கு வெகுவாக உதவும். எடுத்துக்காட்டாக, மின்னூ, தினசரிகளில் வருகின்ற செய்திகளில் இடம்பெற்றுள்ள அறநெறியியல்சார் பிரச்சனைகளை இனம் கண்டு, ஒரு

குடிமைப் பணி அதிகாரி என்ற முறையில் அதைத் தீர்ப்பதற்குத் தன்னால் என்ன செய்ய முடியும் என்று யோசிப்பதை வழக்கமாகக் கொண்டிருந்தார். அத்துடன், இராமாயணம், மகாபாரதம், பைபிள் போன்றவற்றிலிருந்தும், புத்தரின் கதைகளிலிருந்தும் அவர் மேற்கோள்களைத் திரட்டி வைத்தார்.

சத்தியமும் பரத்தும் தங்களுடைய சொந்த வாழ்க்கையிலிருந்து எடுத்துக்காட்டுகளைத் தேர்ந்தெடுத்துக் கொண்டனர். அத்துடன், பல்வேறு விழுமியங்களைப் பிரதிநிதித்துவப்படுத்துகின்ற உதாரண புருஷர்களையும் அவர்கள் அடையாளம் கண்டனர். சுருதி இதற்காக ஒரு குறிப்பேட்டை வைத்திருந்தார். அதில், புத்தகங்கள், நாளேடுகள், பத்திரிகைகள் போன்றவற்றில் இடம்பெற்றிருந்த முக்கியமான மேற்கோள்களை, பொருத்தமான பல தலைப்புகளில் அவர் குறித்து வைத்துக் கொண்டார்.

கட்டுரைத் தாளைச் சிறப்பாக எழுதுவதற்கான உத்திகள்

1993-ல் நான் சிஎஸ்இ தேர்வை முதன்முறையாக எழுதியபோது, அத்தேர்வு குறித்து எனக்கு அளிக்கப்பட்ட விளக்கம் எனக்குத் தெளிவாக நினைவிருக்கிறது. "இந்தக் கட்டுரைத் தாள், தேர்வரின் படைப்பாற்றல் சிந்தனை, யோசனைகளைத் தெளிவுடன் வெளிப்படுத்துகின்ற பாங்கு, பலதரப்பட்டப் பிரச்சனைகளை ஒரு நடுநிலையான கண்ணோட்டத்துடன் கையாள்வதற்கான திறன் ஆகியவற்றைச் சோதிக்கும்."

தேர்வர்கள் இத்தாளில் இரண்டு கட்டுரைகளை எழுத வேண்டும். இதில் நல்ல மதிப்பெண்களைப் பெறுவதற்கு அக்கட்டுரைகள் உங்களுடைய ஆழமான புரிதலையும் தெளிவான சிந்தனையையும் நேர்த்தியாக வெளிப்படுத்த வேண்டும். தத்துவத்திலிருந்து சமீபத்திய நிகழ்வுகள்வரை பலதரப்பட்ட விஷயங்களைக் கட்டுரைகளாக எழுதிப் பழகிக் கொள்ள வேண்டியது இன்றியமையாதது. முக்கியமாக, தேர்வு நேரத்திற்குள் அவற்றை எழுதி முடிப்பதற்கு நீங்கள் பயிற்சி மேற்கொள்ள வேண்டும்.

சிறப்பான கட்டுரைகளை எழுதுவதற்கு நீங்கள், உள்நாட்டு மற்றும் சர்வதேச விவகாரங்கள் தொடர்பான நடப்புச் செய்திகளை விரல் நுனியில் வைத்திருக்க வேண்டும். எப்போதும் தலைப்புச் செய்திகளாக இருந்து கொண்டிருக்கின்ற, காலநிலை மாற்றம், தீவிரவாதம், பெண்ணுரிமை போன்றவை தொடர்பான குறிப்புகளை எடுத்து வைத்துக் கொள்வது

புத்திசாலித்தனமானது. மாதிரிக் கட்டுரைகளை எழுதி அவற்றை உங்களுடைய பயிற்சி மைய ஆசிரியர்கள், நண்பர்கள், வழிகாட்டிகள் போன்றோரைக் கொண்டு திருத்தி, அவர்களுடைய பின்னூட்டக்கருத்துகளைப் பெற்று, அவற்றை அலசி ஆராய்வது, உங்களுடைய கட்டுரை எழுதும் திறனை மேம்படுத்திக் கொள்ள உதவும். முந்தைய ஆண்டுகளில் உயர்ந்த ரேங்க் எடுத்தவர்களின் கட்டுரைகளைக் கவனமாக அலசி ஆராய்வதன் மூலமாகவும் உங்களால் உங்களுடைய கட்டுரை எழுதும் திறனை மெருகேற்றிக் கொள்ள முடியும்.

தேர்வு எழுதுகின்றபோது, அதில் இடம்பெற்றுள்ள தலைப்புகளில் உங்களுக்கு மிகவும் பரிச்சயமான தலைப்பைத் தேர்ந்தெடுத்துக் கொள்ளுங்கள். "நீங்கள் எழுதத் தொடங்குவதற்கு முன்பாக, எழுதப் போகும் கட்டுரையின் அடிப்படைக் கட்டுமானத்தை அவர்கள் கொடுக்கின்ற குறிப்புத் தாளில் குறித்துக் கொள்ளுங்கள்," என்ற அறிவுரையை பரத் வழங்குகிறார். அது உங்களுடைய கட்டுரையை நீங்கள் திறம்பட எழுதுவதற்கு உங்களுக்கு உதவும்.

உங்களுடைய வாதத்தைத் தெளிவாக எடுத்துரைக்கின்ற பத்தியோடு உங்களுடைய கட்டுரையைத் தொடங்குங்கள். அதை, ஒரு பொருத்தமான மேற்கோள், அதிரடியான புள்ளிவிவரங்கள் அல்லது ஒரு குட்டிக் கதையோடு நீங்கள் துவக்கினால், திருத்துபவரின் கவனத்தை உங்களால் உடனடியாக அதை நோக்கி ஈர்த்துவிட முடியும். அதையடுத்து அமைகின்ற ஒவ்வொரு பத்தியும் ஒரு குறிப்பிட்ட விஷயத்தை அலசுகின்ற விதத்தில் அவற்றை அமைத்துக் கொள்ளுங்கள். அவற்றுக்குத் துணை நிற்கின்ற எடுத்துக்காட்டுகளையும் அவற்றில் நுழைத்துக் கொள்ளுங்கள். அவற்றில் தர்க்கரீதியான ஓட்டம் இழையோடுவதை உறுதி செய்து கொள்ளுங்கள். அத்துடன், ஒரு பத்தி முடிந்து அடுத்தப் பத்தி தொடங்குகின்றபோது அதில் ஒரு சுமூகமான தொடர்ச்சி இருத்தல் வேண்டும். உபதலைப்புகள் படித்தலை இலகுவாக்கும்.

இறுதிப் பத்தியில், நீங்கள் ஏற்கனவே முன்வைத்துள்ள வாதங்களின் சுருக்கம் இடம்பெறலாம். அவை நீங்கள் குறிப்பிட்டிருந்த விஷயங்களின் ஒரு கோர்வையான தொகுப்பாக இருக்க வேண்டும். அப்போதுதான், அதைத் திருத்துபவரிடம் அதனால் ஒரு நல்ல அபிப்பிராயத்தை உருவாக்க முடியும்.

கட்டுரையில் விவாதிக்கப்பட்டுள்ள விஷயங்களின் ஆழமும் தரமும்தாம் உங்களுடைய கட்டுரையைச் சாதாரணமான கட்டுரைகளிலிருந்து தனித்துவப்படுத்திக் காட்டும்.

உங்களுடைய கட்டுரை ஒரு பிரச்சனை குறித்தப் பலதரப்பட்டக் கண்ணோட்டங்களை உள்ளடக்கியிருக்கின்றபோது, அது குறித்த முழுமையான புரிதல் உங்களுக்கு இருப்பது அதில் வெளிப்படும். உங்களுடைய கட்டுரையை, பொருத்தமான எடுத்துக்காட்டுகள், ஆய்வுகள், கடந்தகால மற்றும் நடப்பு நிகழ்வுகள் ஆகியவற்றைக் கொண்டு அழகுபடுத்துங்கள். அவற்றை, அரசாட்சி, வெளியுறவுக் கொள்கை, சட்டம், அரசியல், பொருளாதாரம், சமூக நீதி போன்ற, யூபிஎஸ்சி ஆர்வம் காட்டுகின்ற விஷயங்களோடு பொருத்தி எழுதுவது உங்களுக்கு அதிக மதிப்பெண்களைப் பெற்றுக் கொடுக்கும்.

உங்களுடைய பதில், ஆய்வுகளின் அடிப்படையில் வைக்கப்பட்டுள்ளதைப் பறைசாற்றும் விதமாக, வரைபடங்கள், புள்ளிவிவரங்கள், மேற்கோள்கள் மற்றும் நம்பத்தகுந்த வட்டாரங்களிலிருந்து பெற்றத் தகவல்களை அதில் புகுத்துங்கள். எடுத்துக்காட்டாக, சத்தியம், கல்வி, பாலினச் சமநோக்கு, காலநிலை மாற்றம் போன்றவை தொடர்பான மேற்கோள்களைத் தொகுத்து வைத்துக் கொண்டார். கட்டுரை எழுதியபோது, பொருத்தமான இடங்களில் அவற்றை அவர் பயன்படுத்தினார்.

உங்களுடைய கட்டுரைகள் தெளிவாகவும் சுருக்கமாகவும் இருப்பதை நீங்கள் உறுதி செய்து கொள்ள வேண்டும். சிக்கலான வாக்கிய அமைப்புகளை நீங்கள் தவிர்க்க வேண்டும். உங்களுடைய கட்டுரையின் தொனி அக்கட்டுரை முழுவதும் ஒரே மாதிரியாக இருப்பது முக்கியம். உங்களுடைய கையெழுத்து தெளிவாக இருப்பதை உறுதிப்படுத்திக் கொள்ளுங்கள். அளவுக்கதிகமாக அடிக்கோடிடுவதைத் தவிர்க்க முயற்சி செய்யுங்கள். புல்லெட் பாயின்ட்டுகளைக் குறைவாகப் பயன்படுத்துங்கள்.

மொழிப் பாடங்களை அணுகுவதற்கான உத்திகள்

பொதுவாக, தேர்வர்கள், சிஎஸ்இ பிரதானத் தேர்வில் மொழித் தாள்களின் முக்கியத்துவத்தைக் குறைத்து மதிப்பிட்டுவிடுகின்றனர். ஆங்கிலத் தேர்வும், இந்திய அரசியலமைப்புச் சட்ட அட்டவணைப் பட்டியலில் இடம்பெற்றிருக்கின்ற ஒரு மொழித் தேர்வும் வெறும் தகுதித் தேர்வுகள் என்பதால், அவற்றில் எளிதாகத் தேறிவிடலாம் என்று அவர்கள் அசட்டையாக இருந்துவிடுகின்றனர். ஆனால், தேர்வு எழுதுபவர்களில் சுமார் பத்து சதவீதம் பேர் மொழிப் பாடங்களில் தேர்ச்சியடைவதில்லை என்று

புள்ளிவிவரங்கள் தெரிவிக்கின்றன. அதன் விளைவாக, முதல் நிலைத் தேர்வுக்கும் பிரதானத் தேர்வுக்கும் தங்களைத் தயார் செய்து கொள்வதற்கு அவர்கள் மேற்கொண்டிருந்த முயற்சிகள் அனைத்தும் விழலுக்கு இறைத்த நீராயின. இந்த இரு மொழித் தாள்களிலும் நீங்கள் தேறவில்லை என்றால், உங்களுடைய பிற தாள்கள் திருத்தப்பட மாட்டாது என்பதை நீங்கள் நினைவில் கொள்ள வேண்டும்.

அதனால், தேர்வர்கள் இவ்விரு தாள்களையும் தீவிரமாக எடுத்துக் கொள்ள வேண்டும். மொழிப் பாடங்களை அவர்கள் பத்தாம் வகுப்பிற்குப் பிறகு படிக்கவில்லை என்றாலோ அல்லது அதில் தங்களுக்குப் போதுமான அளவு புலமை இல்லை என்று அவர்கள் கருதினாலோ, அவற்றில் அவர்கள் போதிய கவனம் செலுத்த வேண்டும். மின்னூ தன் தாய்மொழியான மலையாளத்தை இதற்காகத் தேர்ந்தெடுத்திருந்தார். அதில் தனக்குப் போதுமான அளவு புலமை இல்லை என்பதை அவர் அறிந்திருந்ததால், அதை மேம்படுத்திக் கொள்ள, தன்னுடைய அம்மா மற்றும் ஒரு தோழியின் உதவியை அவர் நாடினார். அத்துடன், அவர் முந்தைய ஆண்டுகளின் கேள்வித் தாள்களுக்குப் பதிலெழுதிப் பயிற்சி செய்தார். அதேபோல, உருது மொழிப் பாடத்தைத் தேர்வு செய்திருந்த வசீமும், அதைத் தன்னுடைய பத்தாம் வகுப்பிற்குப் பிறகு படிக்கவில்லை என்பதால், அவர் தன்னுடைய சகோதரியின் உதவியை நாடினார்.

நேர்முகத் தேர்வுக் குழுவினரின் நன்மதிப்பைச் சம்பாதிக்க

பிரதானத் தேர்வில் தேர்ச்சி அடைவது என்பது ஒரு குறிப்பிடத்தக்க மைல்கல் என்பதில் எள்ளளவும் சந்தேகம் இருக்க முடியாது. ஆனால், தேர்வர்கள், நேர்முகத் தேர்வு என்று பரவலாக அழைக்கப்படுகின்ற ஆளுமைத் தேர்வு என்ற கடினமான இறுதித் தடை ஒன்றையும் கடந்தாக வேண்டும். 275 மதிப்பெண்களைக் கொண்ட அத்தேர்வு, இருபதிலிருந்து முப்பது நிமிடங்கள்வரை நடைபெறும். அதில் நீங்கள் பெறுகின்ற மதிப்பெண், உங்களுடைய ரேங்க், பணி ஒதுக்கீடு, மாநில ஒதுக்கீடு ஆகியவற்றைத் தீர்மானிப்பதில் மிக முக்கியப் பங்காற்றும்.

முதல் நிலைத் தேர்வு, பிரதானத் தேர்வு ஆகிய இரண்டையும் போலன்றி, நேர்முகத் தேர்வு உங்களுடைய அறிவைச் சோதிக்கின்ற ஒன்றல்ல. மாறாக, அது உங்களுடைய ஆளுமையை எடைபோடுகின்ற தேர்வாகும். தெளிவாகவும்

தீர்க்கமாகவும் சிந்திக்கின்ற திறன், பகுப்பாய்வுத் திறன், தர்க்கரீதியாக வாதிடுகின்ற திறன், சமநிலையுடன் விஷயங்களைச் சீர்தூக்கிப் பார்க்கின்ற திறன், சமயோசிதமாக நடந்து கொள்கின்ற திறன், இராஜாங்கத்தனமாக நடந்து கொள்கின்ற திறன், தலைமைத்துவப் பண்புகள், அறிவுசார் நேர்மை, ஒழுக்கம், தன்னம்பிக்கை ஆகியவை ஒருவரிடம் எந்த அளவு இருக்கின்றன என்பதையும், மொத்தத்தில் அவர் குடிமைப் பணிக்கு ஏற்ற ஒருவரா என்பதையும் கண்டறிவதற்குத்தான் நேர்முகத் தேர்வு நடத்தப்படுகிறது.

நேர்முகத் தேர்வில், உங்களுடைய ஆர்வங்கள், பொழுதுபோக்குகள், கல்வி, வேலை அனுபவங்கள், விருப்பப்பாடம், பட்டப்படிப்பில் நீங்கள் தேர்ந்தெடுத்திருந்த துறை ஆகியவை தொடர்பான கேள்விகளை நீங்கள் எதிர்பார்க்கலாம் என்பதால், அவற்றுக்கு எப்படிப் பதிலளிப்பது என்பதை நீங்கள் முதலிலேயே தயார் செய்து கொள்ள வேண்டும். உங்களுடைய மாநிலம் மற்றும் நீங்கள் வசித்துக் கொண்டிருக்கின்ற நகரைப் பற்றிய கேள்விகளும் உங்களிடம் கேட்கப்படலாம். உங்களுடைய ஆளுமையின் ஆழத்தையும், அரசு நிர்வாக வேலைக்கு நீங்கள் ஏற்றவரா என்பதையும் கணிப்பதே தேர்வுக் குழுவின் நோக்கமாகும்.

உங்களுக்கு ஒதுக்கப்படுகின்ற நேரம், தேர்வுக் குழுவில் இடம்பெறுகின்ற உறுப்பினர்கள், தேர்வுக் குழுத் தலைவரின் மனநிலை, எத்தனையாவது நபராக நீங்கள் அழைக்கப்படுகிறீர்கள் என்பன போன்ற, நேர்முகத் தேர்வின் போக்கைத் தீர்மானிக்கின்ற பல விஷயங்கள் உங்களுடைய கட்டுப்பாட்டில் இருக்காதுதான். ஆனால், இவை அனைத்துத் தேர்வர்களுக்கும் பொதுவானவை என்பதால், அவற்றைக் குறித்து நீங்கள் உங்கள் மனத்தைக் குழப்பிக் கொள்ளக்கூடாது. மாறாக, உங்களுடைய கட்டுப்பாட்டில் இருக்கின்ற அம்சங்கள்மீது நீங்கள் உங்களுடைய கவனத்தைச் செலுத்த வேண்டும், நேர்முகத் தேர்வை எதிர்கொள்வதற்கு உங்களைச் செம்மையாகத் தயார் செய்து கொள்ள வேண்டும்.

அவற்றைப் பற்றி இப்போது நாம் பார்க்கலாம்.

விரிவான விண்ணப்பப் படிவம் எனும் தங்கச் சுரங்கம்

முதல் நிலைத் தேர்வில் தேறியவர்கள், டிஏஎஃப்-1 என்று சுருக்கமாக அழைக்கப்படுகின்ற விரிவான விண்ணப்பப் படிவம்-1ஐச் சமர்ப்பிக்க வேண்டும். பிரதானத் தேர்வில் வெற்றி பெற்று நேர்முகத் தேர்வுக்கு அழைக்கப்படுபவர்கள்,

டிஏஎஃப்-2 என்று அழைக்கப்படுகின்ற விரிவான விண்ணப்பப் படிவம்-2ஐச் சமர்ப்பிக்க வேண்டும். தேர்வர்களின் முகவரி, கல்விப் பின்புலம், பொழுதுபோக்குகள், வேலை அனுபவங்கள், அவர்கள் ஆர்வம் கொண்டிருக்கும் பகுதிகள், சாதனைகள், குடிமைப் பணியில் அவர்கள் விரும்புகின்ற துறை, அவர்கள் பணியாற்ற விரும்புகின்ற மாநிலம் என்பன போன்ற தகவல்களைக் கொண்டிருக்கின்ற இப்படிவங்கள், ஒரு தேர்வரைப் பற்றிய முழுமையான கண்ணோட்டத்தைத் தேர்வுக் குழுவினருக்கு அளிக்கும். தேர்வுக் குழுவினர் இப்படிவங்களில் இடம்பெற்றுள்ள தகவல்களைச் சுற்றித் தங்களுடைய கேள்விகளை அமைத்துக் கொள்வது அடிக்கடி நடைபெறுகிறது. அதனால், நீங்கள் அப்படிவங்களை நிரப்பும்போது, அவற்றில் உண்மையான தகவல்கள் இடம்பெறுவதை உறுதி செய்து கொள்ள வேண்டும், அவற்றைக் கவனமாகப் பூர்த்தி செய்ய வேண்டும்.

தேர்வர்களுக்கு நேர்முகத் தேர்வுக்கு அழைப்பு வந்தவுடன், அவர்கள் தாங்கள் சமர்ப்பித்திருக்கின்ற படிவங்களைப் பகுப்பாய்வு செய்து, அவற்றிலிருந்து தங்களிடம் கேட்கப்படுவதற்குச் சாத்தியமுள்ள கேள்விகளை அவர்கள் தயார் செய்து கொள்ள வேண்டும். உங்களுடைய பதில்களிலிருந்து முளைக்கச் சாத்தியமுள்ள துணைக் கேள்விகளையும் நீங்கள் ஊகித்து அவற்றுக்கும் பதில்களைத் தயார் செய்து கொள்ள வேண்டும். இக்கேள்விகளுக்கு, நன்றாகச் சிந்தித்துப் பதில்களை உருவாக்கிக் கொள்ள வேண்டியது முக்கியம். உங்கள் படிப்பில் அல்லது வேலையில் ஏதேனும் இடைவெளி இருந்தால், அதற்கான நியாயமான விளக்கங்களை அளிப்பதற்கும் நீங்கள் உங்களைத் தயார் செய்து கொள்ள வேண்டும்.

எடுத்துக்காட்டாக, நீங்கள் இராணுவப் பணி அனுபவத்தைக் கொண்டுள்ள ஒருவராக இருந்தால், நேர்முகத் தேர்வில், பாதுகாப்புத் துறையில் மேற்கொள்ளப்படுகின்ற சீர்திருத்தங்கள், பாதுகாப்பு தொடர்பான நாட்டு நடப்புகள் என்பன போன்ற கேள்விகளை நீங்கள் எதிர்பார்க்கலாம். அதேபோல, உங்களுடைய கிரிக்கெட் ஆர்வத்தை நீங்கள் உங்களுடைய விரிவான விண்ணப்பப் படிவத்தில் குறிப்பிட்டிருந்தால், கிரிக்கெட் விளையாட்டின் விதிமுறைகள், இந்திய கிரிக்கெட் அணியின் சமீபத்திய செயல்பாடுகள், கிரிக்கெட் தேர்வு வாரியத்தில் நிலவுகின்ற சர்ச்சைகள் போன்றவற்றை நீங்கள் முழுமையாக அறிந்து வைத்திருப்பது நல்லது.

நாட்டு நடப்புகளை விரல் நுனியில் வைத்திருத்தல்

நேர்முகத் தேர்வுக்கு நீங்கள் தயாராகிக் கொண்டிருக்கின்றபோது, நாட்டு நடப்புகளைப் பற்றிய செய்திகளையும் தகவல்களையும் நீங்கள் உங்களுடைய விரல் நுனியில் வைத்திருக்க வேண்டும். உள்நாட்டு மற்றும் சர்வதேச நடப்புகள் குறித்த நல்ல புரிதல் உங்களுக்கு இருப்பதை நேர்முகத் தேர்வில் நீங்கள் அளிக்கின்ற பதில்கள் வெளிப்படுத்த வேண்டும். அத்துடன், குடிமைப் பணியில் இருப்பவர்கள் பலதரப்பட்டச் சவால்களை எதிர்கொள்ள வேண்டியிருக்கும் என்பதால், அதற்கான தகுதி உங்களுக்கு இருப்பதை அப்பதில்கள் பறைசாற்ற வேண்டும்.

நாட்டு நடப்புகளைப் பற்றி அறிந்திருப்பதற்கு, நாளிதழ்களையும், நாட்டு நடப்புகளைப் பற்றி எழுதுகின்ற பத்திரிகைகளையும் படிக்கின்ற பழக்கத்தை நீங்கள் உருவாக்கிக் கொள்ள வேண்டும். நாட்டு நடப்புகள் குறித்து விவாதிக்கின்ற வலையொலிப்பதிவுகளைக் கேட்பது, செய்தித் தொலைக்காட்சிகளில் வருகின்ற செய்திகளையும் அவற்றில் இடம்பெறுகின்ற விவாதங்களையும் பார்ப்பது பல விதமான கண்ணோட்டங்களைப் பெற உங்களுக்கு உதவும். உங்களுடைய சொந்த மாநிலம், உங்களுடைய பட்டப்படிப்புத் துறை, நீங்கள் தேர்ந்தெடுத்துள்ள விருப்பப்பாடம் ஆகியவை குறித்தச் செய்திகளையும் நீங்கள் உங்களுடைய விரல் நுனியில் வைத்திருக்க வேண்டும்.

சர்ச்சைக்குரிய விவகாரங்கள் உட்படப் பல விஷயங்கள் குறித்து, உண்மைத் தகவல்களின் அடிப்படையில் அமைந்துள்ள அபிப்பிராயங்களை உருவாக்கி வைத்துக் கொள்வது நல்லது. பல விதமான தலைப்புகளை ஒன்றோடொன்று தொடர்புபடுத்திக் கொள்கின்ற திறனையும் நீங்கள் வளர்த்துக் கொள்ள வேண்டும். ஒரு குறுக்கு விசாரணை நடத்துவதுபோல உங்களிடம் துருவித் துருவிக் கேள்விகள் கேட்கப்படுகின்றபோது இத்திறன் உங்களுக்கு நன்றாகக் கைகொடுக்கும். எடுத்துக்காட்டாக, பொதுக் கணக்குக் குழுவின் அறிக்கை பற்றிய ஒரு செய்தியை நீங்கள் படிக்கிறீர்கள் என்றால், அக்குழுவைப் பற்றியும், அது வகிக்கின்ற பாத்திரங்களைப் பற்றியும் நீங்கள் உடனடியாக நினைவுகூர்கின்ற நிலையில் நீங்கள் இருக்க வேண்டும். இதுபோன்ற, நடப்புச் செய்திகளுக்கும், அவற்றின் பின்புலம் தொடர்பான உங்களுடைய அறிவுக்கும் முடிச்சுப் போட்டுப் பதிலளிக்கின்ற திறனை நீங்கள் நேர்முகத் தேர்வில் வெளிப்படுத்தினால், அது வெகுவாக மெச்சப்படும்.

கருத்துப் பரிமாற்றக் கலையைச் செழுமைப்படுத்திக் கொள்ளுதல்

கருத்துப் பரிமாற்றம் நேர்முகத் தேர்வில் ஒரு முக்கியப் பங்காற்றுகிறது. நீங்கள் மிகச் சிறந்த மொழி ஆளுமையுடன் திகழ வேண்டியதில்லை. அல்லது ஒரு விரிவான சொல்வளம் உங்களிடம் இருக்க வேண்டியதில்லை. ஆனால், உங்களுடைய எண்ணங்களைத் தெளிவாகவும் கோர்வையாகவும் எளிமையாக வெளிப்படுத்த உங்களுக்குத் தெரிந்திருக்க வேண்டும். நீங்கள் குடிமைப் பணிக்கு ஏற்றவரா என்பதைத் தேர்வுக் குழு கணிப்பதற்கு இது இன்றியமையாதது.

உங்களுடைய கருத்துப் பரிமாற்றத் திறனை வளர்த்துக் கொள்வதற்கு, நீங்கள் தெளிவாகவும் தன்னம்பிக்கையுடனும் பேசிப் பழகிக் கொள்ள வேண்டும். உங்களுடைய பதில்கள் தர்க்கரீதியாகச் சரியாகவும் கோர்வையாகவும் இருப்பதை நீங்கள் உறுதி செய்து கொள்ள வேண்டும். வழமையான, பொதுவாகக் கேட்கப்படுகின்ற கேள்விகளுக்கான பதில்களையும் நீங்கள் தயார் செய்து கொள்ள வேண்டும். நீங்கள் உங்களுடைய குடும்ப உறுப்பினர்கள் மற்றும் நண்பர்களின் உதவியுடன் மாதிரி நேர்முகத் தேர்வுகளை நடத்திக் கொள்ளலாம். உங்களுக்குக் கிடைக்கின்ற பின்னூட்டக்கருத்துகளின் அடிப்படையில் உங்களை மேம்படுத்திக் கொள்ளலாம். மாதிரி நேர்முகத் தேர்வுகளில் கலந்து கொள்கின்றபோது, உண்மையான நேர்முகத் தேர்வுக்கு நீங்கள் அணிந்து செல்ல உத்தேசித்துள்ளதைப் போன்ற ஆடைகளை அணிந்து பழகிக் கொள்வது உங்களுடைய தன்னம்பிக்கையை அதிகரிக்கும்.

நேர்முகத் தேர்வில் அடிக்கடி கேட்கப்படுகின்ற கேள்விகளில், “உங்களைப் பற்றிக் கூறுங்கள்”, “நீங்கள் ஏன் குடிமைப் பணியில் சேர விரும்புகிறீர்கள்?”, “உங்களுடைய பலங்கள் மற்றும் பலவீனங்கள் என்னென்ன?”, “உங்களுடைய சாதனைகள் என்னென்ன, நீங்கள் எதிர்கொண்டிருந்த தோல்விகள் என்னென்ன?” என்பன போன்றவை அடங்கும். இவை போன்ற கேள்விகளுக்கான பதில்களை நீங்கள் முன்னரே தயார் செய்து வைத்துக் கொள்வது நல்லது.

உங்களுடைய விருப்பப்பாடம், உங்களுடைய பட்டப்படிப்புத் துறை ஆகியவை குறித்த அடிப்படை விஷயங்களை மீண்டும் நினைவுகூர்வதோடு, அவற்றில் தற்போது நடந்து கொண்டிருக்கின்ற மாற்றங்கள் குறித்தச் செய்திகளையும் நீங்கள் படித்து வைத்துக் கொள்வது நல்லது.

சிஎஸ்இ நேர்முகத் தேர்வில் கலந்து கொண்டவர்களில் பலர், தங்களிடம் கேட்கப்பட்டக் கேள்விகளை இணையத்தில் பகிர்ந்து கொண்டுள்ளனர். நேர்முகத் தேர்வுகளில் கேட்கப்பட்டக் கேள்விகளின் ஒரு தொகுப்பும் கிடைக்கிறது. அவற்றை அடிப்படையாகக் கொண்டு, நீங்கள் உங்களுக்குப் பொருத்தமான கேள்விகளைத் தொகுத்து அவற்றுக்குப் பதிலளித்துப் பழகலாம். பல பயிற்சி மையங்கள் நேர்முகத் தேர்வுக் கேள்விகளின் தொகுப்பைத் தம்முடைய வலைப்பக்கங்களில் தரவேற்றம் செய்துள்ளன. அவற்றையும் நீங்கள் உங்களுடைய பயிற்சிக்காகப் பயன்படுத்திக் கொள்ளலாம்.

மாதிரி நேர்முகத் தேர்வுகளின் பயன்

முதல் நிலை மற்றும் பிரதானத் தேர்வுகளுக்குத் தயார் செய்து கொள்கின்றபோது மாதிரித் தேர்வுகள் எவ்வாறு ஒருவருக்குப் பயனுள்ளவையாக இருக்குமோ, அதைப்போலவே, நேர்முகத் தேர்வுக்கு ஒருவர் தயார் செய்து கொள்கின்றபோது மாதிரி நேர்முகத் தேர்வுகளில் கலந்து கொள்வது அவருக்கு வெகுவாகக் கைகொடுக்கும். அவை, நிஜமான நேர்முகத் தேர்வுச் சூழலைப் பிரதிபலிக்கும் என்பதால், தேர்வுச் சூழல் குறித்த சௌகரிய உணர்வை உங்களிடம் வளர்த்துக் கொள்ள அது உங்களுக்கு உதவும். அத்துடன், மாதிரி நேர்முகத் தேர்வுகளிலிருந்து கிடைக்கின்ற பின்னூட்டக்கருத்துகள், ஒருவர் தன்னுடைய உடல்மொழி, பேசுகின்ற பாணி என்பன போன்றவற்றை மேம்படுத்திக் கொள்வதற்கு மிகவும் பயனுள்ளவையாக இருக்கும். நேர்மறையான பின்னூட்டக்கருத்துகள் ஒருவருடைய தன்னம்பிக்கையை அதிகரிக்கும்.

ஆனால், அதற்காக நீங்கள் ஏகப்பட்ட நேர்முகத் தேர்வுகளில் பங்கு பெற வேண்டிய அவசியமில்லை. புகழ்பெற்றப் பயிற்சி மையங்கள் நடத்துகின்ற மூன்று அல்லது நான்கு மாதிரி நேர்முகத் தேர்வுகளில் கலந்து கொண்டாலே போதும். அவர்கள் கொடுக்கின்ற பின்னூட்டக்கருத்துகளை ஆய்ந்தறிந்து, அவை சரியாக இருக்கும் பட்சத்தில் அவை குறித்துத் தேவையான நடவடிக்கைகளை நீங்கள் மேற்கொள்ள வேண்டியது முக்கியம். அது உங்களை மேம்படுத்திக் கொள்ள உதவும். விமர்சனங்களை நீங்கள் தனிப்பட்ட முறையில் எடுத்துக் கொள்ளத் தேவையில்லை.

மற்றவர்களிடமிருந்து கற்றுக் கொள்வதன் முக்கியத்துவத்தை சத்தியம் வலியுறுத்துகிறார். முந்தைய

ஆண்டுகளின் நேர்முகத் தேர்வுகளில் 200 மதிப்பெண்களுக்கு மேல் பெற்றவர்களின் மாதிரி நேர்முகத் தேர்வு வீடியோக்களை அவர் பார்த்தார். "மாதிரி நேர்முகத் தேர்வுகளுக்குப் பிறகு உங்களுக்கு எதிர்மறையான பின்னூட்டக்கருத்துகள் கிடைத்தால், அதனால் மனந்தளராதீர்கள்," என்றும் அவர் அறிவுறுத்துகிறார்.

நேர்முகத் தேர்வில் தேர்வர்கள் வழமையாகச் செய்கின்ற தவறுகளில், வேகமாகப் பேசுதல், அகங்காரம் அல்லது அதீத தன்னம்பிக்கையை வெளிப்படுத்துதல், பொத்தம்பொதுவான பதில்களை அளித்தல், பாகுபாட்டுடன்கூடிய கண்ணோட்டங்களைப் பகிர்ந்து கொள்ளுதல், தேர்வுக் குழு உறுப்பினர்களின் கண்களை நேருக்கு நேர் பார்த்துப் பேசாதிருத்தல், தங்களுடைய விரிவான விண்ணப்பப் படிவத்தில் தாங்கள் குறிப்பிட்டிருந்த விவரங்கள் குறித்தக் கேள்விகளுக்குத் திருப்திகரமான பதில்களை அளிக்காமை போன்றவையும் அடங்கும். போதுமான அளவு தயார்படுத்திக் கொள்ளுதலும் பயிற்சியும் இப்பிரச்சனைகளைக் களைவதற்கு உதவும்.

நேர்முகத் தேர்வின்போது பதற்றமின்றி இருப்பது முக்கியம். ஆழமாக சுவாசித்தல் நல்ல பலன் தரும். நேர்முகத் தேர்வுக்கு முந்தைய நாள் நீங்கள் உங்களுடைய விரிவான விண்ணப்பப் படிவத்தில் உள்ளவற்றைப் படித்து, கடைசியாக ஒரு முறை அவற்றோடு பரிச்சயம் செய்து கொள்வது நல்லது. நேர்முகத் தேர்வுக்கு முந்தைய நாள் நன்றாகத் தூங்கி ஓய்வெடுத்துக் கொள்வது, நேர்முகத் தேர்வு நாளன்று நீங்கள் துடிப்புடனும் தெளிவுடனும் இருப்பதற்கு உங்களுக்கு உதவும்.

நேர்முகத் தேர்வு நாளன்று நீங்கள் கடைபிடிக்க வேண்டிய உத்திகள்

நேர்முகத் தேர்வு நாளன்று நீங்கள் அமைதியாக இருக்க வேண்டும். உங்களுடைய அனைத்துக் கடின உழைப்பின் உச்சகட்டம் இது. இங்கு நீங்கள் நடந்து கொள்கின்ற விதம்தான் உங்களுடைய வருங்காலத்தைத் தீர்மானிக்கப் போகிறது. முதல் அபிப்பிராயம் முக்கியம். அதனால், நீங்கள் நேர்முகத் தேர்வுக்கு முறையான ஆடைகளை நேர்த்தியாக அணிந்து கொள்ள வேண்டும். அது உங்களுக்குச் சௌகரியமாக இருக்கிறதா என்பதையும் நீங்கள் உறுதி செய்து கொள்ள வேண்டும். கடைசி நிமிடத் தாமதங்களைத் தவிர்ப்பதற்கு, நேர்முகத் தேர்வு நடக்கின்ற இடத்திற்குச் சீக்கிரமாகவே வந்துவிடுங்கள்.

உங்களுடைய அழைப்புக் கடிதத்தில் குறிப்பிடப்பட்டுள்ள அனைத்து ஆவணங்களையும் உங்களுடன் எடுத்துச் செல்ல மறக்காதீர்கள். அன்று பதற்றம் ஏற்படுவது சகஜம்தான் என்றாலும், அமைதியாக இருக்க முயற்சி செய்யுங்கள்.

அன்று நீங்கள் எந்த வரிசைப்படி அழைக்கப்படுவீர்கள் என்பது உங்களுடைய கட்டுப்பாட்டை மீறிய ஒன்று. எடுத்துக்காட்டாக, மின்னூ முதன்முறையாக நேர்முகத் தேர்வில் கலந்து கொள்ள வந்திருந்தபோது, உணவு இடைவேளைக்கு முன்பு கடைசியாக அழைக்கப்பட்டார். அவர் அந்த அறைக்குள் நுழைந்தவுடன், நேர்முகக் குழுத் தலைவர் உணவு வேளை நெருங்கிக் கொண்டிருந்ததைப் பற்றிக் குறிப்பிட்டது மின்னூவிடம் சிறிது அசௌகரியத்தை உண்டு பண்ணிவிட்டது. மறுபுறம், சுருதி தன்னுடைய நேர்முகத் தேர்வுக்கு வந்தபோது, முதல் ஆளாக அழைக்கப்பட்டார். தன்னை ஆசுவாசப்படுத்திக் கொள்வதற்கு அவருக்குச் சிறிது நேரம்கூட அவகாசம் கிடைக்காமல் போனது அவருடைய கவனக்குவிப்பைப் பாதித்தது. அதனால், எந்தச் சூழலையும் எதிர்கொள்ளத்தக்க மனநிலையை நீங்கள் உங்களுக்குள் உருவாக்கிக் கொள்ள வேண்டும்.

நேர்முகத் தேர்வு நடத்தப்படுகின்ற சூழல், மாதிரித் தேர்வுச் சூழலிலிருந்து முற்றிலும் வேறுபட்டு இருக்கலாம். பொதுவாக யூபிஎஸ்சி நேர்முகத் தேர்வு நடத்தப்படுகின்ற அறைகள் சிறியவையாக இருக்கும். தேர்வுக் குழு உறுப்பினர்கள் அருகருகேதான் அமர்ந்திருப்பர். இவை போன்ற வேறுபாடுகளால் நீங்கள் நிலைகுலைந்து போய்விடக்கூடாது.

நீங்கள் நேர்முகத் தேர்வு அறைக்குள் நுழைந்தவுடன், குழு உறுப்பினர்களிடம் பணிவுடன் வணக்கம் தெரிவியுங்கள். அவர்கள் உங்களை அமரும்படி கேட்டுக் கொண்ட பிறகு உங்களுக்கான இருக்கையில் அமருங்கள். உங்களுடைய தோரணையானது, தன்னம்பிக்கை, அமைதி, நேர்மறை மனப்போக்கு ஆகியவற்றை வெளிப்படுத்துவதாக இருக்கட்டும். உங்களுடைய உடல்மொழி, தன்னம்பிக்கை, மரியாதை மற்றும் அவர்கள் பேசுவதைக் காது கொடுத்துக் கேட்கத் தயாராக இருக்கின்ற போக்கு ஆகியவற்றை வெளிப்படுத்தட்டும். நிமிர்ந்து உட்காருங்கள். அளவுக்கதிகமாகக் கைகளையும் உடலையும் ஆட்டிப் பேசுவதைத் தவிர்ப்பது நல்லது. அதற்காக, இயல்பான உடலசைவுகளை நீங்கள் கட்டுப்படுத்தத் தேவையில்லை. தேர்வுக் குழு உறுப்பினர்கள் கூறுவதைக் கவனமாகக் கேளுங்கள்.

நேர்முகத் தேர்வு நேரம் முழுவதும், குழு உறுப்பினர்களைப்

பணிவுடனும் மரியாதையுடனும் அழையுங்கள். அவர்களுடைய கண்களை நேருக்கு நேர் பார்த்துப் பேசுங்கள். கைகளைப் பிசைந்து கொண்டிருப்பது போன்ற சைகைகளைக் கட்டுப்படுத்திக் கொள்ளுங்கள். தேர்வு நடந்து கொண்டிருக்கின்றபோது உங்களுக்குத் திக்குமுக்காடல் உணர்வு ஏற்பட்டால், ஆழமாக ஒரு முறை சுவாசித்து உங்களை அமைதிப்படுத்திக் கொள்ளுங்கள். நீங்கள் குறி வைத்துள்ள வேலைக்கு இருப்பதிலேயே ஆகச் சிறந்த நபர் நீங்கள்தான் என்ற நம்பிக்கை அவர்கள் மனத்தில் உண்டாகுமாறு நீங்கள் நடந்து கொள்ள வேண்டும்.

எதிர்பாராத கேள்விகள் தேர்வர்களைத் தடம்புரளச் செய்துவிடும். எடுத்துக்காட்டாக, "உங்களுடைய விரிவான விண்ணப்பப் படிவத்தில் குறிப்பிடப்படாத ஒன்றைப் பற்றி எங்களிடம் கூறுங்கள்," என்று மின்னூவிடம் கேட்கப்பட்டபோது, அதை அவர் சிறிதும் எதிர்பார்த்திராததால், அவர் நிலைகுலைந்து போனார்.

அந்த அறையில் கேட்டுக் கொண்டிருக்கின்ற ஏதாவது புறச் சத்தங்கள் உங்களைத் தொந்தரவு செய்தாலோ அல்லது அவர்கள் உரக்கப் பேசாமல் இருந்தாலோ, அதை அவர்களிடம் தெரிவிப்பதில் தப்பில்லை. எடுத்துக்காட்டாக, வசீம் அந்த அறையில் இருந்தபோது, வெளியே பெய்து கொண்டிருந்த பலத்த மழையின் சத்தம் அந்த அறைக்குள் கேட்டுக் கொண்டிருந்ததைக் கவனித்தார். அதை அவர் தேர்வுக் குழுத் தலைவரிடம் தைரியமாகச் சுட்டிக்காட்டினார். பல தேர்வர்களுக்கு அப்படிப்பட்டத் துணிச்சல் இருப்பதில்லை. கேள்வி உங்கள் காதில் சரியாக விழவில்லை என்றால் உங்களால் எப்படி அதற்குப் பொருத்தமான பதிலை அளிக்க முடியும்?

நேர்முகத் தேர்வு என்பது ஒரு கலந்துரையாடலே அன்றி, ஒரு குறுக்கு விசாரணை அல்ல என்பதை நீங்கள் நினைவில் வைத்திருக்க வேண்டும். ஒரு நபர் என்ற முறையில் உங்களுடைய ஆளுமையைப் புரிந்து கொள்வதும், ஒரு குடிமைப் பணி அதிகாரியாகப் பணியாற்றுவதற்கு உங்களுக்குத் தகுதி இருக்கிறதா என்பதைச் சோதிப்பதுமே அவர்களுடைய நோக்கம். நீங்கள் நீங்களாகவே இருங்கள். நேர்மையாகப் பதிலளியுங்கள். உங்களுடைய ஆளுமை பிரகாசமாக வெளிப்பட அனுமதியுங்கள். அவர்கள் கேட்கின்ற ஒரு கேள்விக்கு உங்களுக்குப் பதில் தெரியவில்லை என்றால், அதை அவர்களிடம் நேர்மையாக ஒப்புக் கொள்ளுங்கள். அதைப் பற்றிக் கற்றுக் கொள்ள நீங்கள் தயாராக இருப்பதையும்

அவர்களிடம் பணிவுடன் வெளிப்படுத்துங்கள். இந்த நேர்மை உங்களுடைய பண்புநலனாக வெளிப்படும் என்பதால், அதைத் தேர்வுக் குழு உறுப்பினர்கள் மெச்சுவர்.

முடிவுரை

இந்நூலில் இடம்பெற்றுள்ள ஏழு வெற்றியாளர்களின் கதைகளில் நீங்கள் பார்த்ததுபோல, ஓர் ஐஏஎஸ் அதிகாரியாக ஆவதற்கான பாதை உண்மையிலேயே கடினமானதுதான். அதற்கு, அறிவாற்றல், அர்ப்பணிப்பு, உத்திசார் திட்டமிடல் ஆகியவை அவசியம் தேவை. அதில் சிறிது அதிர்ஷ்டமும் கலந்திருக்க வேண்டும். சிஎஸ்இ தேர்வில் வெற்றி பெறுவது மிகக் கடினமானது என்றாலும், ஒரு சரியான அணுகுமுறை, சமரசமற்ற அர்ப்பணிப்பு, செம்மையான ஒரு திட்டம் ஆகியவற்றைக் கொண்டுள்ள சுமார் 180 பேர் ஆண்டுதோறும் தங்களுடைய ஐஏஎஸ் கனவை நனவாக்கிக் கொள்கின்றனர். அவர்களில் சிலர் தங்களுடைய முதல் முயற்சியிலேயே அதைச் சாதித்துவிடுகின்றனர்.

இப்பயணத்தின் நீண்ட காலத்தையோ அல்லது அதில் நீங்கள் எதிர்கொள்கின்ற பின்னடைவுகளையோ கண்டு மனம் தளராதீர்கள். அச்சவால்கள், உங்களுக்குள் உறைந்துள்ள ஆற்றலை வெளிக்கொண்டு வருவதற்கும், உங்களிடம் மன உறுதியை வளர்த்துக் கொள்வதற்கும், உங்களிடம் ஒழுங்குமுறையை நிறுவிக் கொள்வதற்கும் உதவுகின்றன. உங்கள்மீது நம்பிக்கை வையுங்கள், எடுத்தக் காரியத்தில் உறுதியாக இருங்கள், கடின உழைப்புக்கு ஈடு இணை எதுவுமில்லை என்ற மந்திரத்தைச் சுவீகரித்துக் கொள்ளுங்கள். ஆயிரம் மைல்கள் கொண்ட ஒரு நெடும் பயணம்கூட முதல் அடியை எடுத்து வைப்பதிலிருந்துதான் தொடங்குகிறது என்பதை நினைவில் வைத்திருங்கள். ஒவ்வொரு நாளும் படிப்பதற்கு நீங்கள் உருவாக்கி வைத்துள்ள திட்டப்படி செயல்படுவதன் மூலமும், உங்களுடைய நேரத்தைச் செம்மையாகப் பயன்படுத்திக் கொள்வதன் மூலமும்,

உங்களால் உங்களுடைய இலக்கை நோக்கி மெதுவாக நகர முடியும். உங்களுடைய போராட்டத்தை நீங்கள் மீறி வருகின்ற ஒவ்வொரு கணமும் உங்களை ஒரு வருங்காலத் தலைவராக உருமாற்றிக் கொண்டிருக்கிறது.

கடந்த முப்பது ஆண்டுகளாக ஓர் ஐஏஎஸ் அதிகாரியாக நாட்டுக்குச் சேவை ஆற்றிக் கொண்டிருப்பவன் என்ற முறையில், என்னால் ஒன்றை ஆணித்தரமாகச் சொல்ல முடியும். ஓர் ஐஏஎஸ் அதிகாரி என்ற முறையில் நாட்டு மக்களுக்குச் சேவையாற்றுவதற்குக் கிடைக்கின்ற வாய்ப்பும், அது அளிக்கின்ற மனநிறைவும், அதனோடு பின்னிப் பிணைந்துள்ள சவால்களும், யூபிஎஸ்சி சிகரத்தில் வெற்றிக் கொடி நாட்டுவதற்கு மேற்கொள்ளப்படுகின்ற மிகக் கடினமான பயணத்தை மதிப்புவாய்ந்ததாக ஆக்குகின்றன என்பதுதான் அது. உங்களுடைய ஐஏஎஸ் கனவை நனவாக்குவதற்கான பயணத்தை இன்றே தொடங்குங்கள்! இத்தேர்வு கடக்கப்பட முடியாத ஒன்றல்ல. மாறாக, உங்களைப் போன்ற விடாமுயற்சியுள்ள நபர்களால் வெல்லப்படுவதற்காகவே வடிவமைக்கப்பட்ட ஒன்று இது.

நன்றியுரை

செழிப்பான, ஊக்குவிக்கின்ற, அழுத்தமில்லாத ஒரு சூழலை எனக்கு உருவாக்கிக் கொடுத்ததற்காகவும், தடுமாற்றமற்ற ஆதரவையும் ஊக்குவிப்பையும் எனக்கு நல்கியதற்காகவும், ஒன்றிய நிதியமைச்சர் திருமதி நிர்மலா சீதாராமன் அவர்களுக்கு முதற்கண் நான் நன்றி தெரிவித்துக் கொள்ள விரும்புகிறேன்.

என்னுடைய வழிகாட்டியும், அருமையான மனிதரும், முழுமையான தொழில்நெறிஞரும், இந்திய அமைச்சரவைச் செயலாளருமான டாக்டர். டி.வி. சோமநாதன் அவர்களுக்கு என்னுடைய அளப்பரிய நன்றியைத் தெரிவித்துக் கொள்கிறேன். அவருடைய தொடர்ச்சியான ஊக்குவிப்பும் வழிகாட்டுதலும் விலைமதிப்பிடப்பட முடியாதவை. அவருடைய ஆதரவு இல்லாமல் இந்த நூல் வெளிவந்திருக்காது.

இந்த நூலில் இடம்பெற்றுள்ள ஏழு சாதனையாளர்களுக்கும் நான் நன்றிக்கடன் பட்டிருக்கிறேன். அவர்கள் மிகுந்த பொறுமையுடன் என்னுடன் பல மணி நேரங்களைச் செலவழித்து, தங்களுடைய வாழ்க்கைப் பயணத்தையும் யூபிஎஸ்சி சிகரத்தில் கொடி நாட்டுவதற்குத் தாங்கள் பயன்படுத்திய உத்திகளையும் என்னுடன் பகிர்ந்து கொண்டனர். மின்னூ பி. எம்., சத்தியம் காந்தி, பரத் சிங், அஞ்சலி சர்மா, வசீம் அகமது பட், சுருதி சர்மா மற்றும் லவீஷ் ஓர்டியா: உங்களுடைய கதைகள்தாம் இந்த நூலின் அடிநாதம்.

நான் இந்நூலை எழுதிக் கொண்டிருந்தபோது எனக்கு உறுதுணையாக இருந்த என் நண்பர்கள் அனைவருக்கும் நான் நன்றி தெரிவித்துக் கொள்கிறேன். உங்களுடைய ஆதரவும் பின்னூட்டக்கருத்துகளும் இந்த நூலை மெருகேற்ற

எனக்கு வெகுவாக உதவின. நீங்கள் என் மேல் வைத்துள்ள அசைக்க முடியாத நம்பிக்கைக்கு நான் மிகவும் நன்றிக்கடன் பட்டிருக்கிறேன்.

இந்த நூல் குறித்த யோசனைக்காகவும், இதன் உருவாக்கத்தின் தொடக்கத்திலிருந்து முடிவுவரை என் வழிகாட்டியாக விளங்கியமைக்காகவும், பெங்குவின் ராண்டம் ஹவுஸ் இந்தியா பதிப்பகத்தின் வணிகம் மற்றும் அபுதினத் துறை எடிட்டரான மனிஷ் குரானாவுக்கு நான் மிகவும் நன்றிக்கடன் பட்டிருக்கிறேன். இந்த நூல் சிறப்பாக உருவெடுப்பதற்கு அவருடைய உள்நோக்குகள் இன்றியமையாதவையாக விளங்கின.

செலவீனத் துறைச் செயலாளரான டாக்டர் மனோஜ் கோவில், அத்துறையிலுள்ள என்னுடைய சக அதிகாரிகளான, சஞ்சய் பிரசாத், பரமா சென், அமித் நெகி, மனோஜ் சகாய், ஆஷீஷ் வச்சானி, சஞ்சய் அகர்வால் ஆகியோருக்கு நன்றி. இந்தப் பயணத்தின் ஊடாக உங்களுடைய தோழமையுணர்வும் ஆதரவும் எனக்குப் பக்கபலமாக விளங்கின.

இறுதியாக, என் மனைவி சுனிதா, என் மகள் சியா, என் மகன் கரண் ஆகியோருக்கு நான் நன்றி கூறிக் கொள்ள விழைகிறேன். இப்புத்தகம் அவர்களுக்குக் காணிக்கையாக்கப்பட்டுள்ளது. இந்தப் புத்தகத்தின் உருவாக்கத்தில் நான் ஏகப்பட்ட நேரத்தையும் உழைப்பையும் செலவிட்டுக் கொண்டிருந்ததை அவர்கள் எந்தவிதமான முணுமுணுப்புமின்றிப் பொறுத்துக் கொண்டனர். அவர்கள்தாம் என் வாழ்வின் உண்மையான ஆதரவுத் தூண்கள். உங்களுடைய அன்பும் ஆதரவும்தாம் இந்தப் பயணத்தைச் சாத்தியமாக்கின. அதற்காக நான் உங்களுக்கு என்றென்றைக்கும் நன்றிக்கடன் பட்டுள்ளேன்.

பின்னிணைப்பு

இந்நூலில் இடம்பெற்றுள்ள ஏழு சாதனையாளர்கள் பயன்படுத்திய உத்திகளும் படித்த புத்தகங்களும்

மின்னூ பி. எம்.

தேர்வான ஆண்டு	2021
விருப்பப்பாடம்	புவியியல்
முதல் நிலைத் தேர்வுக்குப் பயன்படுத்திய உத்திகள்	செம்மையாகத் திட்டமிடுங்கள். நேர அட்டவணையைத் துல்லியமாகக் கடைபிடியுங்கள். பத்திரிகைகளைப் படியுங்கள். முந்தைய ஆண்டுகளின் கேள்விகளுக்குப் பதில் எழுதிப் பயிற்சி செய்யுங்கள். மாதிரித் தேர்வுகளை எழுதுங்கள்.
பிரதானத் தேர்வுக்குப் பயன்படுத்திய உத்திகள்	விலாவாரியாகப் படியுங்கள். மாதிரித் தேர்வுகளை எழுதுங்கள். முந்தைய ஆண்டுகளின் கேள்விகளுக்குப் பதில் எழுதிப் பயிற்சி செய்யுங்கள். விருப்பப்பாடத்திற்கு முன்னுரிமை கொடுங்கள்.
நேர்முகத் தேர்வுக்குப் பயன்படுத்திய உத்திகள்	முந்தைய நேர்முகத் தேர்வுகளின் வரிவடிவத்தைப் படியுங்கள். தினசரிகளைப் படிப்பதன் மூலம் நடப்பு நிகழ்வுகளைத் தெரிந்து வைத்துக் கொள்ளுங்கள். விரிவான விண்ணப்பப் படிவத்தில் நீங்கள் கொடுத்துள்ள விவரங்களை முழுமையாக நினைவில் வைத்துக் கொள்ளுங்கள். சில மாதிரி நேர்முகத் தேர்வுகளில் கலந்து கொள்ளுங்கள். நேர்முகத் தேர்வு தொடர்பாக உள்ள விவாதக் குழுக்களில் கலந்து கொள்ளுங்கள். நண்பர்கள் மற்றும் குடும்ப உறுப்பினர்களை மாதிரி நேர்முகத் தேர்வுகளை நடத்த வைத்துப் பயிற்சி செய்யுங்கள்.

பொதுவான அறிவுரை	இத்தேர்வு, நீங்கள் தகவல்களை எந்த அளவுக்கு மனப்பாடம் செய்துள்ளீர்கள் என்பதைச் சோதிப்பதைத் தாண்டி, ஒவ்வொரு கட்டத்திலும் உங்களுடைய ஆளுமையைப் பரிசோதிக்கிறது. இதை நீங்கள் துணிச்சலுடனும், ஆபத்தை எதிர்கொள்ளத் தயங்காத மனநிலையுடனும், முழுமையான அர்ப்பணிப்புடனும் அணுக வேண்டும். உங்களுக்கு உண்மையாக இருங்கள். உங்களுடைய திறமைகளை உங்களால் முடிந்த அளவு சிறப்பாக வெளிக் கொண்டுவர முயற்சி செய்யுங்கள்.
பொது அறிவுத் தாள்-I: படித்த புத்தகங்கள் & பத்திரிகைகள்	**Indian Heritage and Culture:** Indian Art & Culture by Nitin Singhania **History:** • NCERT books (both old and new) from Class 6 to 12 • The Wonder That Was India by • A.L. Basham • India's Struggle for Independence: 1857-1947 by Bipin Chandra • A Brief History of Modern India by Rajiv Ahir (Spectrum) • NCERT books **Geography:** NCERT books (both old and new) from Class 6 to 12; Geography of India by Majid Hussain; Oxford Atlas **Society:** NCERT books
பொது அறிவுத் தாள்-II: படித்த புத்தகங்கள் & பத்திரிகைகள்	**Governance, Constitution, Polity:** NCERT books (new) from Class 6 to 12; Indian Polity by M. Laxmikanth **Social Justice:** Yojana and Kurukshetra magazines **International relations:** Newspaper and magazine articles
பொது அறிவுத் தாள்-III: படித்த புத்தகங்கள் & பத்திரிகைகள்	**Economic Development:** NCERT books (new) from Class 6 to 12; Indian Economy: Key Concepts by Sankarganesh Karuppiah; Indian Economy by Ramesh Singh **Environment:** Coaching academy's book **Technology:** NCERT books, newspapers **Disaster Management:** Newspapers and magazines

பொது அறிவுத் தாள்-IV: படித்த புத்தகங்கள் & பத்திரிகைகள்	A Practical Approach to Ethics Integrity and Aptitude by D.K. Balaji; Case Studies by IAS Score
கட்டுரை: படித்த புத்தகங்கள் & பத்திரிகைகள்	Fundamentals of Essay and Answer Writing by Anudeep Durishetty
விருப்பப்பாடம்-I: படித்த புத்தகங்கள் & பத்திரிகைகள்	• Physical Geography by Savindra Singh • Human Geography by Majid Hussain • Class Notes by Nikhil from iLearnIAS • 500+ Questions by Himanshu Sharma • NCERT geography books (old & new from Class 6 to 12
விருப்பப்பாடம்-II: படித்த புத்தகங்கள் & பத்திரிகைகள்	• India: A Comprehensive Geography by D.R. Khullar • Geography of India by Majid Hussain • Oxford World Atlas • Class Notes • 500+ Questions by Himanshu Sharma • NCERT books (old & new) from Class 6 to 12 • Magazines: Down to Earth, Tell Me Why, Yojana and Kurukshetra • Newspaper articles • YouTube channels (Topic-specific)

சத்தியம் காந்தி

தேர்வான ஆண்டு	2021
விருப்பப்பாடம்	ஆட்சியியல் & சர்வதேச உறவு
முதல் நிலைத் தேர்வுக்குப் பயன்படுத்திய உத்திகள்	என்சிஇஆர்டி மற்றும் பிற வழமையான புத்தகங்களைப் படியுங்கள். பாடத்திட்டத்தில் இருக்கும் அனைத்தையும் படித்துவிடுங்கள். அடிப்படைக் கருத்தாக்கங்களைத் தெளிவுபடுத்திக் கொள்ளுங்கள். படித்தவற்றைப் பல முறை மீண்டும் படியுங்கள். நடப்பு நிகழ்வுகளில் கவனத்தைக் குவியுங்கள். முந்தைய ஆண்டுகளின் கேள்விகளுக்குப் பதில் அளித்துப் பயிற்சி செய்யுங்கள். மாதிரித் தேர்வுகளை எழுதுங்கள். உங்களுடைய பகுப்பாய்வுத் திறனை மேம்படுத்திக் கொள்ளுங்கள். நேரத்தைத் திறமையாகப் பயன்படுத்துங்கள். பதில்களுக்கு மைனஸ் மதிப்பெண்கள் வழங்கப்படும் என்பதை நினைவில் வைத்திருங்கள். உங்கள் ஆரோக்கியத்தைப் பேணுங்கள்.
பிரதானத் தேர்வுக்குப் பயன்படுத்திய உத்திகள்	குறிப்பெடுக்கும் பழக்கத்தைக் கண்டிப்பாகக் கடைபிடியுங்கள். கேள்விகளுக்குப் பதில்களை எழுதிப் பார்க்கின்ற பயிற்சியில் ஈடுபடுங்கள். படித்தப் பாடங்களைத் திட்டமிட்ட முறையில் மீண்டும் மீண்டும் படிப்பதற்கு ஓர் ஏற்பாடு செய்து கொள்ளுங்கள்.
நேர்முகத் தேர்வுக்குப் பயன்படுத்திய உத்திகள்	விரிவான விண்ணப்பப் படிவத்தில் நீங்கள் கொடுத்துள்ள விவரங்களை முழுமையாக நினைவில் வைத்துக் கொள்ளுங்கள். பொது மற்றும் விருப்பப்பாடங்களை மீளாய்வு செய்யுங்கள். மாதிரி நேர்முகத் தேர்வுகளில் கலந்து கொள்ளுங்கள். நடப்பு நிகழ்வுகளை அறிந்து வைத்துக் கொள்ளுங்கள்.
பொதுவான அறிவுரை	தொடங்குவதற்கு முன்பாகவே எப்படிப் படிக்கப் போகிறீர்கள் என்பது குறித்து ஒரு முறையான திட்டத்தை வகுத்துக் கொள்ளுங்கள். இத்தேர்வை நீங்கள் ஏன் தேர்ந்தெடுத்துள்ளீர்கள் என்பது குறித்து உங்களிடம் நேர்மையாக நடந்து கொள்ளுங்கள். தினந்தோறும் பத்திலிருந்து பன்னிரண்டு மணி நேரம்வரை படியுங்கள். சமூக ஊடகங்கள், நண்பர்கள், உறவினர்கள் போன்றோர் உங்களுடைய கவனத்தைச் சிதறடிக்காதவாறு பார்த்துக் கொள்ளுங்கள்.

பொது அறிவுத் தாள்-I: படித்த புத்தகங்கள் & பத்திரிகைகள்	**Indian Heritage and Culture:** An Introduction to Indian Art Part-1&II (NCERT); coaching class notes **History:** A Brief History of Modern India by Rajiv Ahir (Spectrum); coaching class notes; Nitin Sangwan's notes on World History and Post-Independence History **Geography:** NCERT books; coaching class notes; selective reading of Certificate Physical and Human Geography by G.C. Leong **Society:** Coaching class notes
பொது அறிவுத் தாள்-II: படித்த புத்தகங்கள் & பத்திரிகைகள்	**Governance, Constitution, Polity:** Indian Polity by M. Laxmikanth; Vision IAS current affairs; newspapers; coaching class notes; NITI Aayog 3-year action agenda; NITI Aayog India @75 Action Plan **International Relations:** Monthly magazines and newspaper articles; coaching class notes
பொது அறிவுத் தாள்-III: படித்த புத்தகங்கள் & பத்திரிகைகள்	**Economic Development:** Value Added Material of coaching academy; NITI Aayog 3-year action agenda; NITI Aayog India @75 Action Plan; current affairs magazines; coaching class notes **Technology:** Internet; magazines; coaching class notes **Disaster Management:** Value Added Material of coaching academy **Environment:** Coaching academy's book Security: Coaching class notes and Value Added Material of coaching academy; newspapers
பொது அறிவுத் தாள்-IV: படித்த புத்தகங்கள் & பத்திரிகைகள்	Value Added Material of coaching academy; test series
கட்டுரை: படித்த புத்தகங்கள் & பத்திரிகைகள்	Fundamentals of Essay and Answer Writing by Anudeep Durishetty; newspapers and current affairs magazines

விருப்பப்பாடம்-I: படித்த புத்தகங்கள் & பத்திரிகைகள்	• An Introduction to Political Theory by O.P. Gauba • A History of Political Thought: Plato to Marx by Mukherjee and Ramaswamy • Modern Indian Political Thought by Bidyut Chakrabarty • Foundation of Indian Political Thought by V.R. Mehta • Shubhra Ranjan's IAS crash course notes and model answers • Notes of Tushar Gupta • Indian Polity by M. Laxmikanth • Newspapers for value addition
விருப்பப்பாடம்-II: படித்த புத்தகங்கள் & பத்திரிகைகள்	• Global Politics by Andrew Heywood and Ben Whitham • Shubhra Ranjan's notes and model answers • Globalisation of World Politics by Baylis, Smith and Owens • Tushar Gupta's notes • *Foreign Policy* magazine • *Indian Express* and *The Hindu* newspapers • Articles on Observer Research Foundation's (ORF) website • Coaching academy's material on PSIR • The Oxford Handbook of Indian Foreign Policy by Malone, Raja Mohan and Srinath Raghavan

பரத் சிங்

தேர்வான ஆண்டு	2021
விருப்பப்பாடம்	ஆட்சியியல் & சர்வதேச உறவு
முதல் நிலைத் தேர்வுக்குப் பயன்படுத்திய உத்திகள்	முந்தைய ஆண்டுகளின் கேள்விகளுக்குப் பதில் எழுதிப் பயிற்சி செய்வதில் கவனத்தைக் குவியுங்கள். முப்பது முதல் முப்பத்தைந்து மாதிரித் தேர்வுகளை எழுதிப் பயிற்சி செய்யுங்கள். ஆட்சியியல், பொருளாதாரம், வரலாறு, புவியியல், சுற்றுச்சூழல் ஆகிய ஐந்து முக்கியப் பாடங்களில் கவனம் செலுத்துங்கள்.
பிரதானத் தேர்வுக்குப் பயன்படுத்திய உத்திகள்	கேள்விகளுக்குப் பதில் எழுதிப் பயிற்சி செய்யுங்கள். நடப்பு நிகழ்வுகளையும் கவனத்தில் எடுத்துக் கொள்ளுங்கள். மாதிரித் தேர்வுகளை எழுதுங்கள். முந்தைய ஆண்டுகளின் கேள்விகளுக்குப் பதில் எழுதிப் பயிற்சி செய்யுங்கள். கட்டுரை, பொது அறிவு-4 மற்றும் உங்களுடைய விருப்பப்பாடம் போன்ற, அதிக மதிப்பெண்களைப் பெறுவதற்கு வாய்ப்புள்ளவற்றில் அதிக கவனம் செலுத்துங்கள்.
நேர்முகத் தேர்வுக்குப் பயன்படுத்திய உத்திகள்	விரிவான விண்ணப்பப் படிவத்தில் நீங்கள் கொடுத்துள்ள விவரங்களை முழுமையாக நினைவில் வைத்துக் கொள்ளுங்கள். நடப்பு நிகழ்வுகள் மற்றும் உங்களுடைய பட்டப்படிப்புப் பாடங்களில் கவனத்தைக் குவியுங்கள். உண்மையாக இருங்கள். உங்களுடைய நிஜமான ஆளுமையை வெளிப்படுத்துங்கள். மூன்று அல்லது நான்கு மாதிரி நேர்முகத் தேர்வுகளில் கலந்து கொள்ளுங்கள்.
பொதுவான அறிவுரை	இதில் பங்கேற்பவர்களிடமிருந்து மரியாதையையும் கவனக்குவிப்பையும் எதிர்பார்க்கின்ற, நாட்டிலேயே மிகவும் கடினமானதொரு தேர்வு இது. இதயபூர்வமான பங்கேற்பு வெற்றிக்கு இட்டுச் செல்லும்.
பொது அறிவுத் தாள்-I: படித்த புத்தகங்கள் & பத்திரிகைகள்	**Indian Heritage and Culture:** Indian Art and Culture by Nitin Singhania **History:** A Brief History of Modern India by Rajiv Ahir (Spectrum) **Geography:** NCERT (Class 11 and 12); Certificate Physical and Human Geography by G.C. Leong **Society:** Self-notes (updated with the current affairs)

பொது அறிவுத் தாள்-II: படித்த புத்தகங்கள் & பத்திரிகைகள்	**Governance, Constitution, Polity:** Indian Polity by M. Laxmikanth; self-notes (updated with the current affairs) **International Relations:** Self-notes (updated with the current affairs) **Social Justice:** Self-notes (updated with the current affairs)
பொது அறிவுத் தாள்-III: படித்த புத்தகங்கள் & பத்திரிகைகள்	**Economic Development:** Economy notes of coaching academy; Economic Survey; Union Budget (updated with the current affairs) **Environment:** Coaching academy's book (updated with current affairs) **Technology:** Self-notes **Security:** Coaching academy's notes (updated with the current affairs) **Disaster Management:** Self-notes
பொது அறிவுத் தாள்-IV: படித்த புத்தகங்கள் & பத்திரிகைகள்	The Lexicon for Ethics, Integrity & Aptitude 2024 by Niraj Kumar, self-notes (updated with the current affairs); case studies, test series and previous years' questions
கட்டுரை: படித்த புத்தகங்கள் & பத்திரிகைகள்	Anudeep Durishetty's Notes; self-notes (updated with the current affairs); test series and previous years' questions
விருப்பப்பாடம்: படித்த புத்தகங்கள் & பத்திரிகைகள்	Shubhra Ranjan's class notes and supplementary reading materials; test series and previous years' questions; updating the static portion with the current affairs

அஞ்சலி சர்மா

தேர்வான ஆண்டு	2023
விருப்பப்பாடம்	சமூகவியல்
முதல் நிலைத் தேர்வுக்குப் பயன்படுத்திய உத்திகள்	என்சிஇஆர்டி மற்றும் பிற வழமையான புத்தகங்களைப் படியுங்கள். முந்தைய ஆண்டுகளின் கேள்விகளுக்குப் பதில் அளித்துப் பயிற்சி செய்யுங்கள். படித்தப் பாடங்களைப் பல முறை மீண்டும் மீண்டும் படியுங்கள்.
பிரதானத் தேர்வுக்குப் பயன்படுத்திய உத்திகள்	படித்தப் பாடங்களைப் பல முறை மீண்டும் மீண்டும் படியுங்கள். எழுதிப் பழகுங்கள். பத்திரிகைகள் மற்றும் பிற தரமான மூலங்களிலிருந்து தரவுகள், புள்ளிவிவரங்கள் மற்றும் தகவல்களைச் சேகரியுங்கள்.
நேர்முகத் தேர்வுக்குப் பயன்படுத்திய உத்திகள்	தன்னம்பிக்கையை வளர்த்துக் கொள்ளுங்கள். விரிவான விண்ணப்பப் படிவத்தில் நீங்கள் கொடுத்துள்ள ஒவ்வொரு விவரம் குறித்தும் முழுமையாகத் தயார் செய்து கொள்ளுங்கள். மாதிரி நேர்முகத் தேர்வுகளில் கலந்து கொள்ளுங்கள். இத்தேர்வுக்குத் தயார் செய்து கொண்டிருக்கும் பிறரோடு சேர்ந்து பயிற்சி செய்யுங்கள்.
பொதுவான அறிவுரை	பொறுமையும் விடாமுயற்சியும் முக்கியமானவை. மாற்றுத் திட்டம் ஒன்றை வைத்திருப்பது மன அழுத்தத்தைக் குறைக்க உதவும்.
பொது அறிவுத் தாள்-I: படித்த புத்தகங்கள் & பத்திரிகைகள்	Standard books for static portion, NCERT books, current affairs bulletins, previous years' questions, Value Added Materials of coaching academies
பொது அறிவுத் தாள்-II: படித்த புத்தகங்கள் & பத்திரிகைகள்	Indian Polity by M. Laxmikanth, newspapers
பொது அறிவுத் தாள்-III: படித்த புத்தகங்கள் & பத்திரிகைகள்	Newspapers, Economic Survey, Value Added Material on websites of coaching academies
பொது அறிவுத் தாள்-IV: படித்த புத்தகங்கள் & பத்திரிகைகள்	Lexicon books for concept, Value Added Material

கட்டுரை: படித்த புத்தகங்கள் & பத்திரிகைகள்	Newspapers, essay writing practice, Value Added Material
விருப்பப்பாடம்: படித்த புத்தகங்கள் & பத்திரிகைகள்	IGNOU material for basics; Essential Sociology by Nitin Sangwan, Seema and Shruti Jakhar; newspapers; previous years' questions

வசீம் அகமது பட்

தேர்வான ஆண்டு	2023
விருப்பப்பாடம்	மானுடவியல்
முதல் நிலைத் தேர்வுக்குப் பயன்படுத்திய உத்திகள்	பயிற்சி வகுப்புகளில் சாமர்த்தியமாகக் குறிப்பெடுத்துக் கொள்ளுங்கள். பின்னர் வழமையான புத்தங்கங்களிலிருந்து கூடுதல் தகவல்களை அவற்றோடு சேர்த்துக் கொள்ளுங்கள். மாதிரித் தேர்வுகளில் கவனத்தைக் குவியுங்கள். படித்தப் பாடங்களை மீண்டும் மீண்டும் படியுங்கள். குறைந்தபட்சம், கடந்த பதினைந்து ஆண்டுகளில் முதல் நிலைத் தேர்வுகளில் கேட்கப்பட்டக் கேள்விகளுக்கு விடை காணுங்கள்.
பிரதானத் தேர்வுக்குப் பயன்படுத்திய உத்திகள்	பயிற்சி வகுப்புகளில் கொடுக்கப்படுகின்ற முந்தைய மூன்று ஆண்டுகளின் மாதிரிக் கேள்வி-பதில்களைப் படியுங்கள். நடப்பு நிகழ்வுகளை அறிந்து வைத்திடுங்கள். அதிகமான எண்ணிக்கையில் முந்தைய ஆண்டுகளின் கேள்விகளுக்குப் பதில் அளித்துப் பயிற்சி செய்து கொள்ளுங்கள். உங்களை நீங்களே பரிசீலனை செய்து கொள்ளுங்கள். தொடர்ந்து கற்றுக் கொண்டேயிருங்கள். மாதிரித் தேர்வுகளில் கலந்து கொள்ளுங்கள். உங்களை மேம்படுத்துவதற்கு உங்களுக்குக் கிடைக்கின்ற பின்னூட்டக் கருத்துகளைக் கவனமாகப் பரிசீலியுங்கள்.
நேர்முகத் தேர்வுக்குப் பயன்படுத்திய உத்திகள்	விரிவான விண்ணப்பப் படிவத்தில் நீங்கள் கொடுத்துள்ள ஒவ்வொரு விவரம் குறித்தும் முழுமையாகத் தயார் செய்து கொள்ளுங்கள். நடப்பு நிகழ்வுகளைப் பற்றிப் படிக்கின்றபோது, அவற்றின் சூழலைப் புரிந்து கொள்வதில் கவனம் செலுத்துங்கள். கிடைக்கின்ற ஓய்வு நேரங்களை அபுதின வகை நூல்களைப் படிப்பதில் செலவிடுங்கள். சுய அலசல், நண்பர்களுடனான விவாதம், ஸ்வாட் என்று அழைக்கப்படுகின்ற, பலம், பலவீனம், சந்தர்ப்பங்கள் மற்றும் அச்சுறுத்தல் குறித்தப் பகுப்பாய்வு போன்றவற்றின் மூலம் உங்களுடைய ஆளுமையை மேம்படுத்திக் கொள்ளுங்கள். பெரிதும் மதிக்கப்படுகின்ற பேச்சாளர்களின் சொற்பொழிவுகள் மற்றும் இணைய விவாதங்களைக் கேளுங்கள். மாதிரி நேர்முகங்களில் கலந்து கொள்ளுங்கள். ஆனால், அவற்றிலிருந்து கிடைக்கின்ற பின்னூட்டக் கருத்துகளை எச்சரிக்கையுடன் கையாளுங்கள்.

பொதுவான அறிவுரை	உங்களுடைய பயங்களை நேருக்கு நேர் எதிர்கொள்ளுங்கள். இத்தேர்வில் உங்களுடைய வெற்றி, உங்களுடைய பயங்கள் மற்றும் உங்களைப் பற்றி உங்களிடம் இருக்கின்ற பாதுகாப்பின்மை உணர்வை நீங்கள் எப்படிக் கையாள்கிறீர்கள் என்பதைப் பொறுத்தது. உங்களுடைய நண்பர்கள் மற்றும் குடும்பத்தாரின் ஆதரவை நாடுங்கள். தேவையான நேரங்களில் உதவி கேட்கத் தயங்காதீர்கள். வெறுமனே மனப்பாடம் செய்வதற்குப் பதிலாக, நீங்கள் படிக்கின்றவற்றைப் புரிந்து கொள்ளவும், அவற்றை உள்வாங்கிக் கொள்ளவும் முயலுங்கள். உங்களுடைய முயற்சி குறித்துப் பெருமை கொள்ளுங்கள். உங்களுடைய பயணம் முழுவதும் நம்பிக்கையை ஒருபோதும் கைவிடாதீர்கள்.
பொது அறிவுத் தாள்-I: படித்த புத்தகங்கள் & பத்திரிகைகள்	**Indian Heritage and Culture:** NCERT books; India's Struggle for Independence and India Since Independence by Bipin Chandra; coaching academy's model answers; self-notes **Geography:** NCERT books; coaching academy's model answers for past 3 years; self-notes **Society:** Coaching academy's model answers for past three years; self-notes
பொது அறிவுத் தாள்-II: படித்த புத்தகங்கள் & பத்திரிகைகள்	**Governance, Constitution and Polity:** Coaching academy's model answers for past 3 years; self-notes **Social Justice:** Coaching academy's model answers for past three years; self-notes **International Relations:** Coaching academy's Mains 365 book; self-notes
பொது அறிவுத் தாள்-III: படித்த புத்தகங்கள் & பத்திரிகைகள்	**Economic Development:** Coaching academy's model answers for past three years; self-notes **Environment:** Coaching academy's model answers for past three years; coaching academy's Mains 365 book; self-notes **Technology:** Coaching academy's Mains 365 book; self-notes **Security:** Coaching academy's model answers for past three years; coaching academy's Mains 365 book **Disaster Management:** Coaching academy's model answers for past three years; self-notes

பொது அறிவுத் தாள்-IV: படித்த புத்தகங்கள் & பத்திரிகைகள்	Coaching academy's model answers for past three years; self-notes; short notes in tabular format containing quotes and examples
கட்டுரை: படித்த புத்தகங்கள் & பத்திரிகைகள்	Non-fiction/fiction books, previous years' toppers' essays
விருப்பப்பாடம்: படித்த புத்தகங்கள் & பத்திரிகைகள்	Anthropology by Ember and Ember Biological Anthropology by Susan C. Anton Physical Anthropology by P. Nath Books on Anthropology by Nadeem Hasnain If you have time, supplement your knowledge from books written by Jared Diamond, Chris Stringer, David Reich and others for biological anthropology; books by Napoleon Chagnon, Richard Lee, David Graeber and others for social anthropology; books by Yuval Noah Harari, Gaia Vince and others for general understanding; and books by Dr B.R. Ambedkar, M.N. Srinivas, Jean Dreze and others for Indian anthropology

சுருதி சர்மா

தேர்வான ஆண்டு	2022
விருப்பப்பாடம்	வரலாறு
முதல் நிலைத் தேர்வுக்குப் பயன்படுத்திய உத்திகள்	திக்குமுக்காடல் உணர்வுக்கு ஆட்பட்டுவிடாமல், நடப்பு நிகழ்வுகளைப் பற்றி அறிந்து கொள்ளுங்கள். முந்தைய ஆண்டுகளின் கேள்விகளுக்கான விடைகளை முழுமையாக அறிந்து கொள்ளுங்கள். ஒரு கேள்விக்குக் கொடுக்கப்பட்டிருக்கும் நான்கு விடைகளிலிருந்து அடுத்த ஆண்டுக்கான கேள்விகள் உருவெடுப்பதற்கான வாய்ப்புகள் குறித்து அலசுங்கள். தவறான விடைகளாக நீங்கள் கருதுபவற்றை நீக்குவதற்கான உத்திகளைப் பயிற்சி செய்து கொள்ளுங்கள். மீண்டும் படித்துப் பார்க்கின்றபோது சௌகரியமாக இருப்பதற்காக, படிக்கின்றபோதே குறிப்புகள் எடுத்து வைத்துக் கொள்ளுங்கள். மாதிரித் தேர்வுகளில் கலந்து கொள்ளுங்கள். குடிமைப் பணிகள் திறனறி தேர்வுக்குப் போதுமான அளவு தயாரிப்புகளை மேற்கொள்ளுங்கள். தேர்வின்போது அமைதியுடனும் தன்னம்பிக்கையுடனும் இருங்கள். மைனஸ் மதிப்பெண்கள் குறித்து விழிப்புணர்வுடன் இருங்கள்.
பிரதானத் தேர்வுக்குப் பயன்படுத்திய உத்திகள்	பாடத்திட்டத்தை முன்னதாகவே படித்து முடித்துவிடுங்கள். உங்களுடைய பதில்களில் நீங்கள் பயன்படுத்துவதற்கு ஏற்றத் தரவுகள், மேற்கோள்கள், வரைபடங்கள், விளக்கப்படங்கள், நிலப்படங்கள் போன்றவற்றைச் சேகரித்து வைத்துக் கொள்ளுங்கள். படித்தவற்றை எளிதில் நினைவுகூர்வதற்கு உதவும் வகையில் உங்களுடைய சொந்தக் குறிப்புகளைத் தயார் செய்து கொள்ளுங்கள். தேர்வு நெருங்குகின்ற சமயத்தில் புரட்டிப் பார்ப்பதற்கு வசதியாகச் சிறு குறிப்புகளையும் தயார் செய்து வைத்துக் கொள்ளுங்கள். கேள்விகளுக்கான பதில்களை எழுதுவதற்குப் பயிற்சி எடுத்துக் கொள்ளுங்கள். மேம்படுத்திக் கொள்ள வேண்டிய பகுதிகளைக் கண்டுபிடிப்பதற்காக உங்களுடைய பதில்களைப் பகுப்பாய்வு செய்யுங்கள். உங்களுடைய சொந்தப் பதில்களை மேம்படுத்திக் கொள்வதற்காக, முந்தைய ஆண்டுகளில் இத்தேர்வில் முதலிடத்தைப் பிடித்திருந்தவர்களின் பதில்களை அலசி ஆராயுங்கள்.

நேர்முகத் தேர்வுக்குப் பயன்படுத்திய உத்திகள்	முதன்மைத் தேர்வுக்குப் பிறகு, தினந்தோறும், குறைந்தபட்சம் ஒரே ஒரு தினசரியையாவது படியுங்கள். 'திரீ திங்ஸ்' மற்றும் 'கட் த கிளட்டர்' போன்ற வலையொலிப்பதிவுகளைக் கேளுங்கள். நீங்கள் சமர்ப்பித்துள்ள விரிவான விண்ணப்பப் படிவத்தை நன்றாக அலசிப் பார்த்து, அவற்றில் இடம்பெற்றுள்ள தகவல்களின் அடிப்படையில் உங்களிடம் கேட்கப்படச் சாத்தியமுள்ள கேள்விகளைத் தயார் செய்து வைத்துக் கொள்ளுங்கள். அவை தொடர்பான பயிற்சி மையங்களின் மாதிரிக் கேள்விகளை அலசுங்கள். இக்கேள்விகளுக்கு நீங்கள் பதிலளிக்கின்ற காட்சிகளை வீடியோவில் படம்பிடித்து அவற்றை அலசுங்கள். ஒரு கண்ணாடிக்கு முன்பாக நின்று கொண்டு பதிலளிப்பதைப் பயிற்சி செய்யுங்கள்.
பொதுவான அறிவுரை	உங்களுடைய படிப்பு தொடர்பான மூலாதாரங்களை ஒரு வரம்பிற்குள் வைத்துக் கொண்டு, கருத்தாக்கங்களைப் புரிந்து கொள்ள முயற்சி செய்யுங்கள்.
பொது அறிவுத் தாள்-I: படித்த புத்தகங்கள் & பத்திரிகைகள்	**Indian Heritage and Culture:** An Introduction to Indian Art Part-1&II (NCERT) **History:** A Brief History of Modern India by Rajiv Ahir (Spectrum); self-notes Geography: NCERT Class 11 and 12 books **Society:** Self-notes
பொது அறிவுத் தாள்-II: படித்த புத்தகங்கள் & பத்திரிகைகள்	**Governance, Constitution and Polity:** Indian Polity by M. Laxmikanth; self-notes; coaching academy's Yellow Book; coaching academy's IAS PT & Mains 365; coaching academy's 'Most Probable Topics' for current affairs' selective reading of press releases by Press Information Bureau (PIB) and New India Samachar
பொது அறிவுத் தாள்-III: படித்த புத்தகங்கள் & பத்திரிகைகள்	**Economic Development:** Current issues from newspapers and Zulfiqar's notes **Technology:** Ayaz Khan's notes, Mains 365 by Vision IAS, NCERT books of Class 9 and 10 for basic understanding, especially for non-science background aspirants **Disaster management:** Self-notes **Environment:** Coaching academy's book **Security:** Coaching academy's Yellow Book

பொது அறிவுத் தாள்-IV: படித்த புத்தகங்கள் & பத்திரிகைகள்	Coaching academy's classroom notes; collection of numerous examples, quotes, case studies from newspapers which was used for essay paper as well
விருப்பப்பாடம்: படித்த புத்தகங்கள் & பத்திரிகைகள்	Self-notes, combined package of maps and solved previous years' question papers from Self Study History; test series, newspapers for adding examples, arguments and perspectives beyond the basic books

லவீஷ் ஓர்டியா

தேர்வான ஆண்டு	2020
விருப்பப்பாடம்	இயந்திரப் பொறியியல்
முதல் நிலைத் தேர்வுக்குப் பயன்படுத்திய உத்திகள்	முந்தைய ஆண்டுகளின் கேள்விகளை அலசுவதை, விரிவான பாடத்திட்டத்தைச் செம்மையாகக் கையாள்வதற்கு உதவுகின்ற உத்தியாகப் பயன்படுத்திக் கொள்ளுங்கள். நேரக் கணக்கீட்டுடன் மாதிரித் தேர்வுகளை எழுதிப் பயிற்சி மேற்கொள்ளுங்கள். பின் அவற்றை அலசி ஆராய்ந்து, நீங்கள் பொதுவாகச் செய்கின்ற தவறுகள் மற்றும் உங்களுடைய பலவீனங்களை அடையாளம் காணுங்கள். பாடத் திட்டங்களைப் பல பகுதிகளாகப் பிரித்து, எளிதாகக் கையாளத்தக்க இலக்குகளாக மாற்றிக் கொள்ளுங்கள். படிப்பதற்குத் திட்டவட்டமான கால அட்டவணை ஒன்றை உருவாக்கிக் கொள்ளுங்கள்.
பிரதானத் தேர்வுக்குப் பயன்படுத்திய உத்திகள்	ஆழமாகப் படிப்பதற்குப் பதிலாக, பரந்துபட்டதாகப் படியுங்கள். தனிப்பட்டப் பாடத்தில் சிறப்பறிவு பெறத் தேவையில்லை. 200 வார்த்தைகளில் பதிலளிப்பதற்குத் தேவையான அறிவைப் பெறுவதை நோக்கமாகக் கொண்டிருங்கள். முக்கியமான பகுதிகளை அடையாளம் காண்பதற்கு, முந்தைய ஆண்டுகளின் கேள்விகளை அலசுங்கள். அதன் அடிப்படையில் உங்களுடைய முயற்சிகளைப் பிரித்துக் கொள்ளுங்கள். உங்களுடைய விடைகளை, ஒதுக்கப்பட்டுள்ள நேரத்திற்குள் எழுதி முடிப்பதற்கு உதவுகின்ற விதத்தில் பதில் எழுதுகின்ற பயிற்சிகளில் தீவிரமாக ஈடுபடுங்கள். விடைகளைத் திருத்துபவரின் பணியை எளிதாக்கும் விதத்தில், உங்களுடைய பதில்கள் தெளிவாகவும் எளிதாகப் படிக்கத்தக்க விதத்திலும் இருப்பதை உறுதி செய்து கொள்ளுங்கள்.
நேர்முகத் தேர்வுக்குப் பயன்படுத்திய உத்திகள்	கடந்த நான்கைந்து ஆண்டுகளில் நேர்முகத் தேர்வுகளில் பங்கேற்றிருந்தவர்களின் விடைகளின் வரிவடிவத் தொகுப்புகளை அலசி ஆராய்ந்து, உங்களுடைய விரிவான விண்ணப்பப் படிவம் தொடர்பான கேள்விகளை அடையாளம் காணுங்கள். உங்களுடைய நண்பர்களுடன் தினந்தோறும் மாதிரி நேர்முகத் தேர்வுகளைப் பயிற்சி செய்து (நான்கு அல்லது ஐந்து கேள்விகள்) தொடர்ந்து உங்களை மேம்படுத்திக் கொண்டேயிருங்கள். பயிற்சி மையங்களிலும் சில மாதிரி நேர்முகங்களில் கலந்து கொள்ளுங்கள்.

பொதுவான அறிவுரை	தயார் செய்து கொண்டிருக்கின்றபோது, உங்களுடைய ஆகச் சிறந்த முயற்சிகளை மேற்கொள்ளுங்கள். ஆனால், அது குறித்து அதீதமாக உழன்று கொண்டிருக்காதீர்கள்.
பொது அறிவுத் தாள்-I: படித்த புத்தகங்கள் & பத்திரிகைகள்	**Indian Heritage and Culture:** Indian Art and Culture by Nitin Singhania **History:** Tamil Nadu Board's Class 11 textbook; A Brief History of Modern India by Rajiv Ahir (Spectrum) **Geography:** NCERT Class 11 and 12 books; Mrunal's Geography videos on YouTube
பொது அறிவுத் தாள்-II: படித்த புத்தகங்கள் & பத்திரிகைகள்	**Governance, Constitution and Polity:** Indian Polity by M. Laxmikanth; Coaching academy's notes **Social Justice:** Coaching Institute's notes and Mains 365 book **International Relations:** Coaching academy's Mains 365 book
பொது அறிவுத் தாள்-III: படித்த புத்தகங்கள் & பத்திரிகைகள்	**Economic Development:** Indian Economy by Sriram Srirangam and Mrunal's videos on YouTube **Environment:** A coaching academy's book on environment **Technology:** Coaching academy's notes and Mains 365 book
பொது அறிவுத் தாள்-IV: படித்த புத்தகங்கள் & பத்திரிகைகள்	Decode Ethics by Mudit Jain & Amrita Jain
கட்டுரை: படித்த புத்தகங்கள் & பத்திரிகைகள்	Studying other GS subjects and current affairs provide ample content to write essays, but it requires practice to integrate, structure and present everything in a comprehensive manner
விருப்பப்பாடம்: படித்த புத்தகங்கள் & பத்திரிகைகள்	Previous years' questions (solved) and test papers; coaching academy books; National Programme on Technology Enhanced Learning (NPTEL) lectures; and standard textbooks

கலைச்சொல் பட்டியல்

(தமிழ் அகரவரிசைப்படி கொடுக்கப்பட்டுள்ளது)

தமிழ்	ஆங்கிலம்	சுருக்கம்
அரசறிவியல்	Political Science	-
அரசாட்சி	Governance	-
அறநெறியியல்	Ethics	-
அனைத்திந்திய பொறியியல் நுழைவுத் தேர்வு	All India Engineering Entrance Exam	AIEEE
அனைத்திந்திய மருத்துவ அறிவியல் கழகம் (எய்ம்ஸ்)	All India Institute of Medical Sciences	AIIMS
ஆட்சிமுறை	Polity	-
இந்திய ஆட்சிப் பணி (ஐஏஎஸ்)	Indian Administrative Service	IAS
இந்திய காவல் பணி (ஐபிஎஸ்)	Indian Police Service	IPS
இந்திய தகவல் பணி	Indian Information Service	IIS
இந்திய தொழில்நுட்பக் கழகம் (ஐஐடி)	Indian Institute of Technology	IIT

இந்திய மேலாண்மைக் கழகம் (ஐஐஎம்)	Indian Institute of Management	IIM
இந்திய வனப் பணி	Indian Forest Service	IFoS
இயந்திரப் பொறியாளர்கள் கழகம்	Institution of Mechanical Engineers	IMechE
ரெசிடென்ஷியல் கோச்சிங் அகாடமி (ஆர்சிஏ)	Residential Coaching Academy	RCA
ஊரக வளர்ச்சி அலுவலர் (ஆர்டிஓ)	Rural Development Officer	RDO
ஒட்டுமொத்தச் செயல்திறன் குறியீடு (சிபிஐ)	Cumulative Performance Index	CPI
ஒருங்கிணைந்த நுழைவுத் தேர்வு (ஜேஇஇ)	Joint Entrance Examination	JEE
ஒன்றிய அரசுப் பணியாளர் தேர்வாணையம் (யூபிஎஸ்சி)	Union Public Service Commission	UPSC
கணினி-வழி வடிவமைப்பு	Computer-Aided Design	CAD
குடிமைப் பணிகள் திறனறி தேர்வு (சிஸாட்)	Civil Services Aptitude Test	CSAT
குடிமைப் பணிகள் தேர்வு (சிஎஸ்இ)	Civil Services Examination	CSE
தில்லி தொழில்நுட்பப் பல்கலைக்கழகம்	Delhi Technological University	DTU

துணைக் கோட்டக் குற்றவியல் நடுவர்	Sub-Divisional Magistrate	SDM
தேசிய கல்விசார் ஆய்வு மற்றும் பயிற்சிக் குழுமம் (என்சிஇஆர்டி)	National Council of Educational Research & Training	NCERT
தேசிய தொழில்நுட்பக் கழகம் (என்ஐடி)	National Institute of Technology	NIT
தேசிய பாதுகாப்புப் பயிற்சி நிறுவனம் (என்டிஏ)	National Defence Academy	NDA
தேசிய வேளாண்மை மற்றும் கிராமப்புற வளர்ச்சி வங்கி (நபார்டு)	National Bank for Agriculture and Rural Development	NABARD
நிர்வாகப் பயிற்சிக் கழகம் (ஏடிஐ)	Administrative Training Institute	ATI
நேரடி வரிகளுக்கான தேசியப் பயிற்சி நிறுவனம்	National Academy of Direct Taxes	-
பல்கலைக்கழக மானியக் குழு (யூஜிசி)	University Grants Commission	UGC
பன்முகத் தெரிவு வினாக்கள்	Objective Type Questions	-
பிரதானத் தேர்வு	Mains Exam	Mains
பீகார் பொது நிர்வாகம் மற்றும் கிராம வளர்ச்சிக் கழகம்	Bihar Institute of Public Administration & Rural Development	BIPARD

பீகார்அரசுப் பணியாளர் தேர்வாணையம் (பிபிஎஸ்சி)	Bihar Public Service Commission	BPSC
பொது அறிவுத் தாள்-I	General Studies-I	GS–I
பொதுச் சேர்க்கைத் தேர்வு	Common Admission Test	CAT
மத்திய இடைநிலைக் கல்வி வாரியம் (சிபிஎஸ்இ)	Central Board of Secondary Education	CBSE
மீயொலி உணரி	Ultrasound sensor	-
முதல் நிலைத் தேர்வு	Prelims Exam	Prelims
முப்படைச் சேவைகளுக்கான தேர்வு வாரியம் (எஸ்எஸ்பி)	Services Selection Board	SSB
யஷ்வந்த்ராவ் சவான் வளர்ச்சி நிர்வாகப் பயிற்சி நிறுவனம்	Yashwantrao Chavan Academy of Development Administration	YASHADA
லால் பகதூர் சாஸ்திரி தேசிய நிர்வாகப் பயிற்சி நிறுவனம்	Lal Bahadur Shastri National Academy of Administration	LBSNAA
வட்டார வளர்ச்சி அலுவலர்	Block Development Officer	BDO
வாகனப் பொறியியல் உயர் ஆய்வு மற்றும் ஆராய்ச்சி மையம்	Centre for Advanced Studies & Research in Automotive Engineering	CASRAE

விரிவான விண்ணப்பப் படிவம் (டிஏஎஃப்)	Detailed Application Form	DAF
விருப்பப்பாடம்	Optional Subject	-
ஜவகர்லால் நேரு பல்கலைக்கழகம் (ஜேஎன்யூ)	Jawaharlal Nehru University	JNU

PSV குமாரசாமி

மொழிபெயர்ப்பாளர்

கடந்த நாற்பது ஆண்டுகளில், இலக்கியம், சுற்றுச்சூழல், பொருளாதாரம், அறிவியல், சுயமுன்னேற்றம் என்பன போன்ற பல்வேறு துறைகள் சார்ந்த நூல்களையும் கவிதைகளையும் இவர் ஆங்கிலத்திலிருந்து தமிழுக்கு மொழிபெயர்த்துள்ளார். ரோன்டா பைர்னின் உலகப் புகழ்பெற்ற நூலான 'இரகசியம்', ஜே. கே. ரோலிங்கின் புகழ்பெற்ற ஹாரி பாட்டர் நூல் வரிசையில் முதல் இரண்டு நூல்கள், ஸ்டீபன் ஹாக்கிங்கின் 'ஆழமான கேள்விகள், அறிவார்ந்த பதில்கள்', டோனி ஜோசஃபின் 'ஆதி இந்தியர்கள்', ஹெக்டர் கார்சியாவின் 'இக்கிகய்', அகதா கிறிஸ்டியின் நான்கு சிறுகதைத் தொகுப்புகள் ஆகியவை இவருடைய மொழியாக்கத்தில் வெளிவந்துள்ள நூல்களில் குறிப்பிடத்தக்கவை.

2022 ஆம் ஆண்டு, தமிழக அரசு, சிறந்த மொழிபெயர்ப்பாளர் விருது வழங்கி இவரைக் கௌரவித்துள்ளது.

இவர் தன் மனைவி நாகலட்சுமி சண்முகத்துடனும் தன் மகன்கள் இருவருடனும் தற்போது மும்பையில் வசித்து வருகிறார்.